ಅನು ಬೆಳ್ಳೆ

ಹೆಸರು: ರಾಘವೇಂದ್ರ ಬಿ. ರಾವ್
ಕಾವ್ಯ ನಾಮ: ಅನು ಬೆಳ್ಳೆ

ಮೂಲತಃ ಉಡುಪಿ ಜಿಲ್ಲೆಯ ಬೆಳ್ಳೆ ಯವನಾದರೂ ಹುಟ್ಟಿದ್ದು ತಮಿಳುನಾಡಿನ ಮಧುರೈನ ವೆತ್ತಲಕುಂಡ್ ನಲ್ಲಿ. ವಿದ್ಯಾಭ್ಯಾಸ ಉಡುಪಿ ಜಿಲ್ಲೆಯಲ್ಲಿ. ಧಾರವಾಡ ಯೂನಿವರ್ಸಿಟಿಯಿಂದ ಎಂ.ಕಾಂ. ಸ್ನಾತಕೋತ್ತರ ಪದವಿ ಹಾಗೂ ಕುವೆಂಪು ಯೂನಿವರ್ಸಿಟಿಯ ಕನ್ನಡ ಎಂ.ಎ. ಸ್ನಾತಕೋತ್ತರ ಪದವಿ ಪಡೆದು ಸದ್ಯ ಕಾರ್ಕಳದ ಕ್ರಿಯೇಟಿವ್ ಪದವಿ ಪೂರ್ವ ಕಾಲೇಜಿನಲ್ಲಿ ವಾಣಿಜ್ಯ ಶಾಸ್ತ್ರ ಉಪನ್ಯಾಸಕ ನಾಗಿ ಸೇವೆ ಸಲ್ಲಿಸುತ್ತಿದ್ದಾರೆ. ಕನ್ನಡದ ಎಲ್ಲಾ ಜನಪ್ರಿಯ ಪತ್ರಿಕೆಗಳಲ್ಲಿಯೂ ಇವರ ಕಥೆ ಕಾದಂಬರಿಗಳು ಪ್ರಕಟವಾಗಿವೆ. ಈವರೆಗೆ ಇವರು ರಚಿಸಿದ ಕೃತಿಗಳು ಒಟ್ಟು ಐವತ್ತೈದು. ಇವರಿಗೆ ಕರವೇ ನಲ್ನುಡಿ ಕಥಾ ಪ್ರಶಸ್ತಿ, ಭಾಮಿನಿ ಕಥಾ ಪ್ರಶಸ್ತಿ, ಉತ್ಥಾನ ಕಥಾ ಪ್ರಶಸ್ತಿಗಳು ಲಭಿಸಿವೆ. ಇವರ 'ಭೂತದ ಕೋಳಿ' ಕಥಾ ಸಂಕಲನಕ್ಕೆ ವರ್ಧಮಾನ ಉದಯೋನ್ಮುಖ ಪ್ರಶಸ್ತಿಯೂ ಲಭಿಸಿದೆ.

ವಿಳಾಸ:
ರಾಘವೇಂದ್ರ ಬಿ ರಾವ್ (ಅನು ಬೆಳ್ಳೆ)
'ಸ್ನೇಹರಾಗ'
ಶ್ರೀ ದುರ್ಗಾಪರಮೇಶ್ವರಿ ದೇವಸ್ಥಾನದ ಬಳಿ
ಬೆಳ್ಮಣ್–576111
ಕಾರ್ಕಳ ತಾಲೂಕು, ಉಡುಪಿ ಜಿಲ್ಲೆ
ಮೊಬೈಲ್: 9880258933
ಇ–ಮೇಲ್: anubellebrrao@gmail.com
anubelle@rediffmail.com

(ಪತ್ತೇದಾರಿ ಕಾದಂಬರಿ)

ಹಾವಿನ ಮನೆ

ಅನು ಬೆಳ್ಳೆ

ವೀರಲೋಕ

ವೀರಲೋಕ ಬುಕ್ಸ್ ಪ್ರೈ.ಲಿ.

207, 2ನೇ ಮಹಡಿ, 3ನೇ ಮೇನ್, ಚಾಮರಾಜಪೇಟೆ

ಬೆಂಗಳೂರು–560018. ಮೊಬೈಲ್: 70221 22121

ಇಮೇಲ್: veeralokabooks@gmail.com

ವೆಬ್‌ಸೈಟ್: www.veeralokabooks.com

HAAVINA MANE
Novel written by **Raghavendra B. Rao (Anu Belle)**

Published by:
VEERALOKA BOOKS PVT. LTD.
207, 2nd Floor, 3rd Main
Chamarajpet, Bengaluru - 560018

Mobile : +91 7022122121
E-mail : veeralokabooks@gmail.com
Website: www.veeralokabooks.com

Price : Rs. 250/-
Pages : 216
First Impression : 2023

Paper used : 70 GSM NS Maplitho
Book size : 1/8th Demy

ISBN : 978-93-94942-42-4

Cover page illustration by : Prashanth Vitla
Inner pages illustration by : Vijaya Vikram

ಅರ್ಪಣೆ

ಹೆತ್ತವರ ಜವಾಬ್ದಾರಿಯನ್ನು
ಹೆಗಲಿಗೇರಿಸಿಕೊಂಡು
ನಿಸ್ವಾರ್ಥದಿಂದ
ಸಹೋದರ ಸಹೋದರಿಯರನ್ನು
ಬೆಳೆಸಿದ ನನ್ನ ಅಣ್ಣ
Ex. CPL ರಾಜಶೇಖರನ್
ಅವರಿಗೆ ಗೌರವದಿಂದ...

ಮುನ್ನುಡಿ

ತಮ್ಮ ಪತ್ತೇದಾರಿ ಸಾಹಿತ್ಯದ ಮೂಲಕ ಕನ್ನಡ ಸಾಹಿತ್ಯ ಕ್ಷೇತ್ರದಲ್ಲಿ ಗುರುತಿಸಿಕೊಂಡಿರುವವರು ಶ್ರೀಯುತ ಅನು ಬೆಳ್ಳೆ (ರಾಘವೇಂದ್ರ ಬಿ. ರಾವ್) ಅವರು. ವೃತ್ತಿಯಲ್ಲಿ ವಾಣಿಜ್ಯ ಉಪನ್ಯಾಸಕ, ಇವರ ಪ್ರವೃತ್ತಿ ಸಾಹಿತ್ಯ. ಪತ್ತೇದಾರಿ ಸಾಹಿತ್ಯ ಸಾಹಿತ್ಯದ ಒಂದು ಪ್ರಕಾರವಾದರೂ ಅವಜ್ಞೆಗೊಳಪಟ್ಟಿದೆ. ಕೆಲವೇ ಕೆಲವು ಪತ್ರಿಕೆಗಳು ಮಾತ್ರ ಅಪರೂಪಕ್ಕೆ ಪತ್ತೇದಾರಿ ಕಥೆ, ಕಾದಂಬರಿಗಳನ್ನು ಪ್ರಕಟಿಸುವುದು ಬಿಟ್ಟರೆ ಅವುಗಳಿಗಿರುವ ಅವಕಾಶಗಳು ತೀರಾ ಕಡಿಮೆ ಎನ್ನಬಹುದು. ಅದೇ ಇಂಗ್ಲಿಷ್ ಭಾಷೆಯಲ್ಲಿ ಇವತ್ತಿಗೂ ಕೂಡ ವರ್ಷಕ್ಕೆ ಐವತ್ತರಿಂದ ನೂರರಷ್ಟು ಕಾದಂಬರಿಗಳು ಪ್ರಕಟವಾಗುತ್ತವೆ. ಪತ್ತೇದಾರಿ ಸಾಹಿತ್ಯ ಯಾಕೆ ನಿರ್ಲಕ್ಷ್ಯಕ್ಕೊಳಗಾಗಿದೆ? ಇದನ್ನು ಸಾಹಿತಿಗಳು ಗಂಭೀರವಾಗಿ ಪರಿಗಣಿಸಬೇಕಾಗಿದೆ. ಮುಖ್ಯವಾಗಿ ಅಪರಾಧ ಶಾಸ್ತ್ರ, ವಿಧಿ ವಿಧಾನ ಅಧ್ಯಯನ, ಸೈಬರ್ ಕ್ರೈಂ, ವಿವಿಧ ಕಾನೂನುಗಳ ತಿಳಿವಳಿಕೆ ಅಗತ್ಯವಿದೆ. ಪತ್ತೇದಾರಿ ಸಾಹಿತ್ಯ ಕೇವಲ ರಂಜನೆಗೆ ಮಾತ್ರವಲ್ಲದೆ ಜ್ಞಾನದ ಅರಿವಿಗೂ ಸಹಾಯವಾಗುವಂತಿರಬೇಕಾಗಿರುವುದು ಅತ್ಯಗತ್ಯವಾಗಿದೆ. ಯಾಕೆಂದರೆ ಒಂದು ವಿಷಯವನ್ನು ನೇರಾ ನೇರ ಲೇಖನದ ಮೂಲಕ ಹೇಳುವುದಕ್ಕೂ ಸೃಜನಶೀಲ ಸಾಹಿತ್ಯದ ಮೂಲಕ ಹೇಳುವುದಕ್ಕೂ ವ್ಯತ್ಯಾಸವಿದೆ. ಸೃಜನಶೀಲ ಸಾಹಿತ್ಯ ಸುಲಭದಲ್ಲಿ ಓದುಗರನ್ನು ತಲುಪುವುದರಲ್ಲಿ ಸಂದೇಹವಿಲ್ಲ.

ಪತ್ತೇದಾರಿ ಸಾಹಿತ್ಯಕ್ಕೆ ಓದುಗರಿಲ್ಲವೆನ್ನುವುದು ಸುಳ್ಳು. ಇವತ್ತಿಗೂ ಕೂಡ ಎನ್. ನರಸಿಂಹಯ್ಯ, ಟಿ.ಕೆ. ರಾಮರಾವ್, ಸುದರ್ಶನ ದೇಸಾಯಿ, ಬಿ.ವಿ. ಅನಂತರಾವ್ ಮುಂತಾದ ಪತ್ತೇದಾರಿ ಸಾಹಿತಿಗಳ ಕೃತಿಗಳಿಗೆ ಬೇಡಿಕೆ ಇದೆ ಎನ್ನುವುದಕ್ಕೆ ಅವುಗಳ ಮರುಮುದ್ರಣವೇ ಸಾಕ್ಷಿ. ಅನು ಬೆಳ್ಳೆಯವರು ಕೂಡ ತಮ್ಮದೇ ಆದಂತಹ ಓದುಗ ವರ್ಗವನ್ನು ಸೃಷ್ಟಿಸಿರುವುದಕ್ಕೆ ಇತ್ತೀಚೆಗೆ ಬಿಡುಗಡೆಯಾದ ಅವರ 'ಬೊಂಬಿನ ಬೇಲಿ' ಕಾದಂಬರಿ ಸಾಕ್ಷಿಯಾಗಿದೆ.

ಅನು ಬೆಳ್ಳೆಯವರ ಸಾಹಿತ್ಯ ಸೇವೆ ಹೀಗೆ ಮುಂದುವರಿಯಲಿ, ಕನ್ನಡದಲ್ಲಿ ಪತ್ತೇದಾರಿ ಸಾಹಿತ್ಯ ಉಳಿಯಲಿ. ಹಾಗೆನೇ ಅವರ 'ಹಾವಿನ ಮನೆ' ಕೂಡ ಯಶಸ್ವಿಯಾಗಲಿ ಎಂದು ಹಾರೈಸುತ್ತೇನೆ.

–ಮಿಥುನ್
ಕನ್ನಡ ಉಪನ್ಯಾಸಕ
ಉಡುಪಿ

ಲೇಖಕನ ಮಾತು

ನನ್ನ ಹೊಸ ಕಾದಂಬರಿ ಹಾವಿನ ಮನೆ ಆರಂಭವಾಗಿದ್ದು ಅನ್ಯ ಭಾಷೆಯ ಕೃತಿಗಳನ್ನು ಓದುವ ಹುಮ್ಮಸ್ಸಿನಿಂದ. ನನ್ನ ಹಿರಿಯ ಅಣ್ಣ ಸೇನೆಯ ವಾಯುದಳದಲ್ಲಿದ್ದವರು. ಅವರು 1974–75ರಲ್ಲಿ ಪಂಜಾಬ್ ಯೂನಿವರ್ಸಿಟಿಯ ಬಿ.ಎ. (ಇಂಗ್ಲಿಷ್) ಪರೀಕ್ಷೆ ಬರೆಯುವಾಗ ಕೆಲವೊಂದು ಕಾದಂಬರಿಗಳನ್ನು ಖರೀದಿಸಿ ಓದಲಾರಂಭಿಸಿದರು. ಅವುಗಳಲ್ಲಿ ಛೇಸ್, ಗಾರ್ಡನರ್ ಅವರ ಥ್ರಿಲ್ಲರ್, ಪತ್ತೇದಾರಿ ಕಾದಂಬರಿಗಳು ಇದ್ದವು. ಅವುಗಳನ್ನು ಓದುತ್ತಾ ಇಂತಹ ಕಾದಂಬರಿಗಳು ಕನ್ನಡದಲ್ಲಿ ಯಾಕಿಲ್ಲ? ಅನ್ನುವ ಪ್ರಶ್ನೆ ನನ್ನನ್ನು ಕಾಡುತ್ತಿತ್ತು. ಅದು ಬೇರೆ ಬೇರೆ ಕಾರಣಗಳಿಗೆ ಇದ್ದಿರಬಹುದು, ಇತ್ತೀಚಿನ ದಿನಗಳಲ್ಲಿ ಪತ್ತೇದಾರಿ ಸಾಹಿತ್ಯ ಕನ್ನಡ ಸಾಹಿತ್ಯದಿಂದ ಮರೆಯಾಗುತ್ತಿದೆ. ಪತ್ತೇದಾರಿ ಸಾಹಿತ್ಯದ ಉಳಿವಿಗಾಗಿ ಸುದರ್ಶನ ದೇಸಾಯಿಯಂತಹ ಸಾಹಿತಿಗಳು ಶ್ರಮವಹಿಸಿದ್ದು ಸುಳ್ಳಲ್ಲ. ಅವರನ್ನೊಮ್ಮೆ ಅವರ ಮನೆಯಲ್ಲಿ ಭೇಟಿಯಾದಾಗ, 'ನಾವು ಅಪ್ಡೇಟ್ ಆಗ್ತಾ ಇರ್ಬೇಕು. ಕೇವಲ ಚಾಕು, ಚೂರಿ, ರಿವ್ಹಾಲ್ವರ್ ಪ್ರಯೋಜನವಿಲ್ಲ' ಅಂದಿದ್ದರು. ಅವರು ಮಾತು ನೂರಕ್ಕೆ ನೂರು ನಿಜ. 'ಹಾವಿನ ಮನೆ' ಇಂಗ್ಲಿಷ್ ಕಾದಂಬರಿಯೊಂದರ ಸ್ಫೂರ್ತಿಯಿಂದ ಬರೆದದ್ದು. ಕೊನೆಯವರೆಗೂ ಕುತೂಹಲದಿಂದ ಓದಿಸಿಕೊಂಡು ಹೋಗುತ್ತದೆ. ನನ್ನ ಬಹುತೇಕ ಕಾದಂಬರಿಗಳು ಪತ್ರಿಕೆಗಳಲ್ಲಿ ಧಾರಾವಾಹಿಯಾಗಿ ಪ್ರಕಟಗೊಂಡವು. ಆದರೆ ಈ ಕಾದಂಬರಿ ನೇರವಾಗಿ ಪುಸ್ತಕ ರೂಪ ಪಡೆಯುತ್ತಿದೆ.

ಈ ಕಾದಂಬರಿಯನ್ನು ಪುಸ್ತಕ ರೂಪದಲ್ಲಿ ಹೊರ ತರುತ್ತಿರುವ ವೀರಕಪುತ್ರ ಶ್ರೀನಿವಾಸ ಅವರಿಗೆ ಚಿರಋಣಿ. ಪುಸ್ತಕದ ಅಕ್ಷರ ಜೋಡಣೆ, ಒಳಪುಟ ವಿನ್ಯಾಸ ಮತ್ತಿತರ ಜವಾಬ್ದಾರಿ ಹೊತ್ತ ಕೌಸ್ತುಭ ಮೇಡಂ ಹಾಗೂ ವಿಕ್ರಂ ಅಡಿಗ ಅವರಿಗೂ ಅಭಾರಿ. ಮುಖಚಿತ್ರ ಕಲಾವಿದರಿಗೂ ಕೃತಜ್ಞತೆಗಳು. ಇದಕ್ಕೆ ಚಂದದ ಮುನ್ನುಡಿಯನ್ನು ಬರೆದ ಗೆಳೆಯ ಮಿಥುನ್ ಗೂ ನಾನು ಕೃತಜ್ಞ, ನನ್ನ ಸಾಹಿತ್ಯ ಕೃಷಿಯನ್ನು ಸದಾ ಪ್ರೋತ್ಸಾಹಿಸಿ ನನ್ನ ಗೌರವಯುತ ಬದುಕಿಗೆ ಆಸರೆಯಾಗಿರುವ 'ಕ್ರಿಯೇಟಿವ್' ಪದವಿ ಪೂರ್ವ ಕಾಲೇಜಿನ ಎಲ್ಲಾ ಸಂಸ್ಥಾಪಕರಿಗೂ ಚಿರಋಣಿ. ಹಾಗೂ ನನ್ನ ಕೃತಿಗಳನ್ನು ಕೊಂಡು ಓದುವ ಸಹೃದಯರಿಗೆಲ್ಲಾ ನಮನಗಳು

–ಅನು ಬೆಳ್ಳೆ

ಪ್ರಕಾಶಕರ ಮಾತು

ಅಕ್ಷರದ ಬೆಳದಿಂಗಳ ಮುಂದೆ ಕೂತು ಬೆರಗುಗೊಂಡಿದ್ದೇನೆ. ನನ್ನಿಂದ ಇದು ಸಾಧ್ಯವಾ ಎಂದು ಪ್ರಕಾಶನ ಲೋಕಕ್ಕೆ ಬಂದವನಿಗೆ, ಇದು ಸಾಧ್ಯ ಎಂದು ಬೆನ್ನುತಟ್ಟಿದ ತಮಗೆಲ್ಲ ಮೊದಲಿಗೆ ಧನ್ಯವಾದಗಳು.

ಕನಸುಗಳು ಬರೀ ಕನವರಿಕೆಗಳಾಗಬಾರದು, ಕಸುವು ಆಗಬೇಕು ಎನ್ನುವುದರ ಮೇಲೆ ನಂಬಿಕೆ ಇಟ್ಟವನು ನಾನು. ಹಾಗಾಗಿ ಕೇವಲ ಸಾಹಿತ್ಯ ಓದುಗನಾಗಿದ್ದವನು, ಇದೀಗ ಅದೇ ಕ್ಷೇತ್ರದ ಹಲವು ಹೊಸತನಗಳಿಗೆ ಮುಖಾಮುಖಿ ಆಗುತ್ತಿದ್ದೇನೆ. ನನ್ನ ಕನಸುಗಳು ನಿಮ್ಮವೂ ಆಗಿದ್ದರಿಂದ ಕಡಿಮೆ ಅವಧಿಯಲ್ಲೇ 'ವೀರಲೋಕ ಬುಕ್ಸ್' ಮನೆಮಾತಾಗಿದೆ.

ಓದುಗ ಇರುವ ಕಡೆಯೇ ಕನ್ನಡ ಪುಸ್ತಕಗಳು ಸಿಗುವಂತಾಗಬೇಕೆಂಬ ಮಹತ್ವಾಕಾಂಕ್ಷೆಯಿಂದ ಶುರುವಾದ ವೀರಲೋಕ ಪ್ರಕಾಶನ ಕೇವಲ ಒಂದೇ ವರ್ಷದಲ್ಲಿ ಹಲವು ಹೊಸತನಗಳ ಮೂಲಕ ಕನ್ನಡಿಗರ ಮೆಚ್ಚಿನ ಸಂಸ್ಥೆಯಾಗಿ ರೂಪುಗೊಂಡಿದೆ. ಮೆಡಿಕಲ್ ಶಾಪ್, ದಿನಸಿ ಅಂಗಡಿ, ಹೋಟೆಲ್, ಮಾಲ್, ಥಿಯೇಟರ್ ಹೀಗೆ ಎಲ್ಲೆಲ್ಲಿ ಸಾಧ್ಯವೋ ಅಲ್ಲೆಲ್ಲಾ ಪುಸ್ತಕದ ಸ್ಟ್ಯಾಂಡ್‌ಗಳನ್ನಿಟ್ಟು ಕಟ್ಟ ಕಡೆಯ ಓದುಗನಿಗೂ ಪುಸ್ತಕಗಳು ಸುಲಭವಾಗಿ ಸಿಗುವಂತೆ ಮಾಡಲಾಗುತ್ತಿದೆ. ಜೊತೆಗೆ ಕನ್ನಡ ಪುಸ್ತಕಗಳಿಗಾಗಿ ಕಾಲ್ ಸೆಂಟರ್, ಮಧ್ಯರಾತ್ರಿಯಲ್ಲಿ ಪುಸ್ತಕ ಬಿಡುಗಡೆ ರೀತಿಯ ಕಾರ್ಯಕ್ರಮಗಳ ಮೂಲಕ ಓದಿನ ಕಡೆ ಯುವ ಸಮೂಹವನ್ನು ಸೆಳೆಯುವ ಪ್ರಯತ್ನ ಜಾರಿಯಲ್ಲಿಟ್ಟಿದ್ದೇವೆ. ಇವುಗಳ ಜೊತೆ ವೀರಲೋಕ ಸಂಸ್ಥೆಯು ಮುಂದಿನ ಹೆಜ್ಜೆಯಾಗಿ 'ದೇಸೀ ಜಗುಲಿ' ಎಂಬ ಅರ್ಥಪೂರ್ಣ ಸಾಹಸಕ್ಕೆ ಕೈಹಾಕಿದೆ. ಈ ಯೋಜನೆ ಮೂಲಕ ನಾಡಿನ ಪ್ರತಿ ಜಿಲ್ಲೆ, ತಾಲೂಕಿನಲ್ಲಿ ಕಥಾಕಮ್ಮಟ, ಕಾವ್ಯ ಕಮ್ಮಟಗಳನ್ನು ಏರ್ಪಡಿಸುವ ಗುರಿ ಹೊಂದಿದ್ದೇವೆ. ಯಾರಿಗೆ ಗೊತ್ತು? ಅಲ್ಲೂ ಒಬ್ಬ ಬೇಂದ್ರೆ, ಕುವೆಂಪು, ತೇಜಸ್ವಿ, ಸಿದ್ದಲಿಂಗಯ್ಯನವರಂತಹ ಪ್ರತಿಭೆಗಳು ಒಂದು ಅವಕಾಶಕ್ಕಾಗಿ ಕಾದು ಕೂತಿರಬಹುದು.

ದೇಸೀ ಜಗುಲಿ ಕೇವಲ ಕಮ್ಮಟಗಳನ್ನು ಮಾಡಿ ಸುಮ್ಮನೆ ಕೂರುವುದಿಲ್ಲ. ಈ ಕಮ್ಮಟಗಳಲ್ಲಿ ಪ್ರತಿಭಾವಂತ ಬರಹಗಾರರು ಸಿಕ್ಕರೆ ಅವರ ಪುಸ್ತಕಗಳನ್ನು ವೀರಲೋಕ ಪ್ರಕಟಿಸಲಿದೆ ಮತ್ತು ಅವರನ್ನು ಮುಖ್ಯವಾಹಿನಿ ಜೊತೆ ಮುಖಾಮುಖಿಯಾಗಿಸಲಿದೆ. ಈ ದೇಸೀ ಜಗುಲಿ ಜೊತೆಗೆ ವೀರಲೋಕದ ಮತ್ತೊಂದು ಮಹತ್ತರ ಕೆಲಸವೆಂದರೆ 'ಬುಕ್ಸ್ ಬರ್ಗರ್ ಕಾಫಿ' (BBC). ಯಾವುದು ಹೆಚ್ಚಾಗಿ ಕಣ್ಣಿಗೆ ಕಾಣುವುದೋ ಅದೇ ಹೆಚ್ಚು ಚಾಲ್ತಿಯಲ್ಲಿರುತ್ತದೆ

ಎಂಬ ಕಾರಣಕ್ಕೆ ಬರ್ಗರ್ ಮತ್ತು ಕಾಫಿ ಜೊತೆಗೆ ಪುಸ್ತಕಗಳನ್ನು ಇರಿಸಿದ್ದೇವೆ. ಈ ಪ್ರಯತ್ನವನ್ನು ಕನ್ನಡ ಸಾರಸ್ವತಲೋಕ ತುಂಬು ಮನಸಿನಿಂದ ಒಪ್ಪಿ, ಅಪ್ಪಿರುವುದು ನಮ್ಮನ್ನು ಮತ್ತಷ್ಟು ಉತ್ಸಾಹಿಗಳನ್ನಾಗಿಸಿದೆ. ಅದೇ ಉತ್ಸಾಹದಲ್ಲಿ ಈ ಜೂನ್ ತಿಂಗಳಿನಿಂದ ಸ್ವಿಗ್ಗಿ, ಜೊಮಾಟೋದ ಫುಡ್ ಡೆಲಿವರಿಯ ಮಾದರಿಯಲ್ಲೇ, ವೀರಲೋಕದಿಂದ ಪುಸ್ತಕ ಡೆಲಿವರಿಯನ್ನೂ ಮಾಡಲಾರಂಭಿಸಿದ್ದೇವೆ ಎಂಬುದು ಹೆಮ್ಮೆಯ ಸಂಗತಿ. ಎಲ್ಲಾ ಕನ್ನಡ ಪುಸ್ತಕಗಳು ಒಂದೇ ಸೂರಿನಡಿ ಸಿಗುವಂತಾಗಬೇಕೆಂಬ ಕಾರಣಕ್ಕೆ ವೀರಲೋಕ.ಕಾಮ್ ಎಂಬ ವೆಬ್‌ಸೈಟ್ ಮಾಡಿದ್ದೇವೆ. ಈ ಮೂಲಕ ಒಂದು ಲಕ್ಷ ಪುಸ್ತಕಗಳನ್ನು ಕನ್ನಡಿಗರಿಗೆ ಒಂದೇ ಕಡೆ ದೊರಕುವಂತೆ ಮಾಡುವ ಯೋಜನೆ ನಮ್ಮದು. ಈಗಾಗಲೇ ಹಲವಾರು ಪ್ರಕಾಶನಗಳ ಎರಡು ಸಾವಿರ ಪುಸ್ತಕಗಳನ್ನು ವೆಬ್‌ಸೈಟ್‌ಗೆ ಸೇರಿಸಿದ್ದೇವೆ. ಇದು ಖಂಡಿತವಾಗಿಯೂ ಕನ್ನಡ ಪುಸ್ತಕಗಳ ಪಾಲಿನ ಫ್ಲಿಪ್‌ಕಾರ್ಟ್, ಅಮೇಜಾನ್ ಆಗಲಿದೆ ಎಂಬ ನಂಬಿಕೆ ನಮ್ಮದು.

ವೀರಲೋಕದ ಇಷ್ಟೆಲ್ಲಾ ಪ್ರಯತ್ನಗಳನ್ನು ಮಾಡುತ್ತಿರುವಾಗ ಓದುಗ ದೊರೆಗಳ ಜೊತೆ ಅದನ್ನು ಹಂಚಿಕೊಳ್ಳದೆ ಇರುವುದಾದರೂ ಹೇಗೆ? ಹಾಗಾಗಿ ವಿವರಿಸಬೇಕಾಯಿತು. ಇಲ್ಲಿಂದಾಚೆ, ಅನು ಬೆಳ್ಳೆ (ರಾಘವೇಂದ್ರ ಬಿ. ರಾವ್) ಅವರ 'ಹಾವಿನ ಮನೆ' ಕೃತಿಯು 'ವೀರಲೋಕದ ಮೊದಲನೇ ವಾರ್ಷಿಕೋತ್ಸವ'ದಲ್ಲಿ ಬಿಡುಗಡೆಗೊಳ್ಳುತ್ತಿರುವುದು ಸಂತಸದ ಸಂಗತಿಯಾಗಿದೆ. ಹಣ ಯಾರಿಗೆ ತಾನೆ ಕಹಿ? ಅವನಿಗೊಂದು ದೊಡ್ಡ ಕನಸಿತ್ತು. ಸಮಾಜದಲ್ಲಿ ತಾನೂ ಒಬ್ಬ ಗಣ್ಯ ವ್ಯಕ್ತಿ ಅನಿಸಿಕೊಳ್ಳಬೇಕು, ಕೈ ತುಂಬಾ ಹಣ ಗಳಿಸಬೇಕೆನ್ನುವುದು. ಆದರೆ ಅರ್ಧ ಆಯಸ್ಸು ಕಳೆದೇ ಹೋಯಿತು! ಇನ್ನು ಉಳಿದ ಆಯಸ್ಸಿನಲ್ಲಿ ತನ್ನ ಕನಸು ನನಸಾಗುವುದಿಲ್ಲವೆನ್ನುವುದು ಖಾತ್ರಿಯಾಗುತ್ತಲೇ ಒಂದು ಯೋಜನೆ ಹಾಕಿಕೊಂಡ. ತಾನು ಯಾರಿಗಾಗಿ ಇಷ್ಟು ವರ್ಷ ದುಡಿದನೋ ಅವರಿಂದಲೇ ಸುಲಭದಲ್ಲಿ ಹಣ ಲಪಟಾಯಿಸ ಹೊರಟ. ಯಶಸ್ವಿಯೂ ಆದ. ಮುಂದೆ...!?

'ಹಾವಿನ ಮನೆ' ಹೊಕ್ಕು ನೀವೇ ಓದಿ ನೋಡಿ...

ಓದುಗ ಯಜಮಾನರಿಗೆ ಋಣಿ.

ನಿಮ್ಮ

–ವೀರಕಪುತ್ರ ಶ್ರೀನಿವಾಸ

ಅಧ್ಯಾಯ 1

ಜನ ನಿಬಿಡ ಪ್ರದೇಶದಿಂದ ದಾರಿ ಮಾಡಿಕೊಂಡು ನಡೆಯುತ್ತಿದ್ದವನ ಬೆವರಿಳಿದ ಮುಖದ ಮೇಲೆ ತುಂತುರು ಮಳೆ ಹನಿ ಬಿದ್ದು ನಡಗೆಗೆ ವೇಗವನ್ನು ಹೆಚ್ಚಿಸಿತು. ಭಾರವಾದ ಚರ್ಮದ ಚೀಲವನ್ನು ಇನ್ನೊಂದು ಹೆಗಲಿಗೆ ಬದಲಿಸಿ ನಿಟ್ಟುಸಿರಿಟ್ಟವನ ನೋಟದಲ್ಲಿ ಭಯವಿತ್ತು. ನೋಡಲು ಬಲಾಢ್ಯನಂತೆ ಕಾಣುವ ಆರಡಿ ಎತ್ತರದ ಹರವಾದ ಎದೆಯ ಮೂವತ್ತರ ಯುವಕ ಅವನು; ಅನುದೀಪ್. ಹೆಗಲಿಗಿಟ್ಟಿದ್ದ ಚೀಲದಲ್ಲಿ ಲಕ್ಷದಷ್ಟು ಹಣವಿತ್ತು. ಬುದ್ಧಿಯಲ್ಲಿ ಅವನು ಚುರುಕು ವ್ಯಕ್ತಿ. ಅಲ್ಲಿದ್ದವರಿಗೆಲ್ಲಾ ಆತ ಹಣದ ಮೂಟೆಯನ್ನು ತೆಗೆದುಕೊಂಡು ಹೋಗುತ್ತಿದ್ದಾನೆನ್ನುವುದು ಗೊತ್ತು.

ಪ್ರತೀವಾರದ ಕೊನೆಯಲ್ಲಿ, ಇದೇ ಸಮಯಕ್ಕೆ ನಾಲ್ಕೈದು ಗಂಟೆಗಳ ಕೆಲಸ ಆತನಿಗೆ. ಆ ಸಮಯದಲ್ಲಿ

ಬಾರ್, ಅಂಗಡಿ ಮುಗ್ಗಟ್ಟು, ಮಟ್ಕಾಗಳಿಂದ ಹಣವನ್ನು ಸಂಗ್ರಹಿಸಿ ಮೂಟೆ ಕಟ್ಟುತ್ತಾನೆ. ಈ ತಡೆ-ನಡೆಯಲ್ಲಿ ಬೆದರಿ ಬೆದರಿ ನಡೆಯುವ ಅವನಿಗೆ ಯಾರಾದರೂ ತನ್ನ ಮೇಲೆ ಯಾವ ಸಂದರ್ಭದಲ್ಲಿಯಾದರೂ ಆಕ್ರಮಣ ನಡೆಸಬಹುದೆನ್ನುವ ಆತಂಕ!

ಸುಮಾರು ಸಾವಿರ ಇಂತಹ ವಾರಾಂತ್ಯದ ನಡಗೆಯನ್ನು ಮಾಡಿ, ಏನೂ ಅಹಿತಕರ ಘಟನೆ ನಡೆಯದೆಯೂ ಆ ಭಯದಿಂದ ಆತನಿಗೆ ಹೊರ ಬರಲಾಗಲಿಲ್ಲ. ಈ ವಾರ ಅಲ್ಲದಿದ್ದರೆ ಮುಂದಿನ ವಾರ ಎನ್ನುವ ಭಯ!

ಹತ್ತು ವರ್ಷ ಕಳೆದರೂ ಆತನ ಬಾಸ್ ರುದ್ರನೇತ್ರನ ಶಕ್ತಿಯ ಮೇಲೆ ನಂಬಿಕೆಯಿಲ್ಲ. ಇಂತಹ ಜನನಿಬಿಡ ಪ್ರದೇಶದಲ್ಲಿ ಯಾವನಾದರೊಬ್ಬ ತಿಕ್ಕಲು ಮನುಷ್ಯ ಹಣದ ಚೀಲವನ್ನು ಅಪಹರಿಸದಿರಲಾರನೆನ್ನುವ ಯೋಚನೆ ತಪ್ಪಿರಲಿಲ್ಲ.

ರುದ್ರನೇತ್ರನ ಗ್ಯಾಂಗ್‌ನಲ್ಲಿ ಒಳ್ಳೆಯ ಗುರಿಕಾರನೆಂದು ಹೆಸರು ಪಡೆದ ತಿಲಕರಾಜ ತನ್ನ ಹಣ ಸಂಗ್ರಹಣೆಯ ರಕ್ಷಣೆಗಿದ್ದರೂ ಭಯದಿಂದ ಹುಚ್ಚು ಹಿಡಿಯುತ್ತದೆ ತನಗೆ ಎಂದೆನಿಸದಿರಲಿಲ್ಲ ಅನುದೀಪ್‌ಗೆ.

"ಒಂದು ವೇಳೆ ಹಾಗೇನಾದರೂ ಆದರೆ ನೀನು ಚೀಲದ ಬಗ್ಗೆ ಯೋಚಿಸು. ಉಳಿದದ್ದನ್ನು ನಾನು ನೋಡಿಕೊಳ್ಳುತ್ತೇನೆ" ತಿಲಕರಾಜನ ಮಾತುಗಳು ನೆನಪಾದವು.

ಇವೆಲ್ಲವೂ ಕೇಳುವುದಕ್ಕೆ ರಂಗಾದ ಪದಗಳು, ಅವನಿಗೆ ಸಮಂಜಸವೆನಿಸಲಿಲ್ಲ. ಅವನಿಗೆ ಏನಾದರೂ ಆದರೆ ತನ್ನ ಹೊಟ್ಟೆಗೆ ಹೊಡೆತ ಎನ್ನುವುದು ತಿಲಕರಾಜನಿಗೆ ಗೊತ್ತಿರುವ ಸತ್ಯ. 'ತಿಲಕರಾಜನ ರಕ್ಷಣೆ ಇಲ್ಲದಿದ್ದರೂ ಒಂದೇ' ತನ್ನಷ್ಟಕ್ಕೆ ಹೇಳಿಕೊಂಡ ಅನುದೀಪ್.

ಕಳೆದ ಹತ್ತು ವರ್ಷಗಳಿಂದ ಅನುದೀಪ್ ಮತ್ತು ತಿಲಕರಾಜ ರುದ್ರನೇತ್ರನ ಹಣ ಸಂಗ್ರಹಿಸುವ ಕರ್ತವ್ಯ ಮಾಡಿಕೊಂಡು ಬಂದವರು. ಇಪ್ಪತ್ತು ವರ್ಷಗಳ ಹಿಂದೆಯೇ ಅವನು ಈ ಕೆಲಸಕ್ಕೆ ಸೇರಿಕೊಂಡವನು. ಪುಕ್ಕಲು ಸ್ವಭಾವದ ಅವನು ರುದ್ರನೇತ್ರನ ನಂಬಿಕೆಯನ್ನು ಉಳಿಸಿಕೊಂಡವನು. ತಿಲಕರಾಜನಲ್ಲಿ ನಂಬಿಕೆಯಿಲ್ಲ. ಅವನು ಹಣ ತುಂಬಿದ ಲಕೋಟೆಗಳನ್ನು ತಿಲಕರಾಜನಿಂದ ತೆಗೆದುಕೊಂಡು ಚೀಲಕ್ಕೆ ಸೇರಿಸುವ ಕಾಯಕವನ್ನು ನಿಯತ್ತಿನಿಂದ ಮಾಡುತ್ತಿದ್ದ. ಅವುಗಳನ್ನು ಹೊತ್ತುಕೊಂಡು ರುದ್ರನೇತ್ರನ ಆಫೀಸಿಗೆ ತಂದರೆ ಅಲ್ಲಿ ಅದನ್ನು ಲೆಕ್ಕ ಮಾಡಿ ತಿಜೋರಿಯಲ್ಲಿ ಇಡುತ್ತಿದ್ದರು. ಕಳೆದ ವಾರದ ಅಂತ್ಯಕ್ಕೆ ಸಂಗ್ರಹವಾದ ಮೊತ್ತ ಸುಮಾರು ಲಕ್ಷಗಳನ್ನೂ ಮೀರಿತ್ತು!

ರುದ್ರನೇತ್ರನಿಗಿರುವ ಪ್ರಸಿದ್ಧಿ ಮತ್ತು ತಿಲಕರಾಜನಂತಹ ಒಳ್ಳೆಯ ಗುರಿಕಾರನಿರುವುದರಿಂದ ಯಾವ ತಿಕ್ಕಲು ಮನುಷ್ಯನೂ ಇಲ್ಲಿಯವರೆಗೆ ಅವನು

ಸಂಗ್ರಹಿಸಿದ ಹಣವನ್ನು ಅಪಹರಿಸುವ ಯತ್ನವನ್ನು ಮಾಡಿದ್ದಿಲ್ಲ. ಆದರೂ ಅವನಿಗೆ ಭಯವಿಲ್ಲದ್ದಿಲ್ಲ. ಜನಗದ್ದಲದ ಗಲ್ಲಿಗಳಲ್ಲಿ ಜನರು ಅವನನ್ನು ಕರೆಯುತ್ತಿದ್ದರು.

"ಚೀಲ ಜಾಗ್ರತೆ, ಅದನ್ನು ಕಳೆದುಕೊಳ್ಳಬೇಡ" ಇಂತಹ ಮಾತುಗಳನ್ನು ಕೇಳಿದ ಮೇಲೆ ಅವನ ಹಣೆಯಲ್ಲಿ ಮತ್ತಷ್ಟು ಬೆವರ ಮಣಿಗಳು ಮೂಡುತ್ತಿದ್ದವು. ಅವನು ಭಂಡ ಧೈರ್ಯದಿಂದ ಮಟ್ಕಾ ದೊರೆ ಪನ್ನಾಲಾಲ್‌ನ ಅಂಗಡಿಯನ್ನು ಹೊಕ್ಕು ಲಕೋಟೆ ಪಡೆದುಕೊಂಡ. ಪನ್ನಾಲಾಲ್ ಅವನನ್ನು ಆತ್ಮೀಯವಾಗಿ ಸ್ವಾಗತಿಸಿ ಅವನ ಕೈಯಲ್ಲಿ ಲಕೋಟೆಯನ್ನು ಕೊಡುತ್ತಿದ್ದ.

"ಈ ವಾರ ಕಲೆಕ್ಷನ್ ಜೋರಾಗಿದೆ ಅನ್ನುತ್ತೆ. ನಿನ್ನ ಬಾಸ್‌ಗೆ ಹೇಳು ಬರುವ ವಾರ ಫೆಬ್ರವರಿ 29, ಅಧಿಕ ವರ್ಷ. ಪ್ರತಿಯೊಬ್ಬ ಜೂಜಾಡುವವನೂ ತನ್ನ ಅದೃಷ್ಟವನ್ನು ಪರೀಕ್ಷೆ ಮಾಡ್ತಾನೆ. ರುದ್ರನೇತ್ರನಿಗೆ ಹಣ ತೆಗೆದುಕೊಂಡು ಹೋಗಲು ಟ್ರಕ್ ಕಳುಹಿಸಲು ಹೇಳು. ನಾನು ತಮಾಷೆ ಮಾಡುತ್ತಿಲ್ಲ. ನಿನಗೆ ಅಷ್ಟೊಂದು ದೊಡ್ಡ ಕಲೆಕ್ಷನ್ ತೆಗೆದುಕೊಂಡು ಹೋಗಲು ಸಾಧ್ಯವಿಲ್ಲ."

ಅವನ ಹಿಂದೆ ನಿಂತಿದ್ದ ತಿಲಕರಾಜನನ್ನು ನೋಡಿದ ಪನ್ನಾಲಾಲ್.

"ತಿಲಕರಾಜ, ಬರುವ ವಾರ ನೀನು ಅವನಿಗೆ ಹೆಚ್ಚಿನ ಭದ್ರತೆಯನ್ನು ಕೊಡಬೇಕು. ರುದ್ರನೇತ್ರನಿಗೂ ಒಂದು ಮಾತು ಹೇಳಿಬಿಡು."

ತಿಲಕರಾಜ ಅವನನ್ನೇ ದುರುಗುಟ್ಟಿಕೊಂಡು ನೋಡಿದ. ಅವನು ಅತಿಯಾದ ಮಾತುಗಾರನಲ್ಲ. ಪನ್ನಾಲಾಲ್ ಬಾಗಿಲಿನತ್ತ ತಿರುಗಿದಾಗ ಅನುದೀಪ್ ತಿಲಕರಾಜನನ್ನು ಹಿಂಬಾಲಿಸಿದ.

ಕೆಲವೇ ಅಂತರ ದೂರದಲ್ಲಿ ನಿಲ್ಲಿಸಿದ ಕಾರ್‌ನತ್ತ ನಡೆದ ಅನುದೀಪ್. ಅವನು ಹಿಂಬದಿಯ ಸೀಟ್‌ನಲ್ಲಿ ಹಣದ ಚೀಲವನ್ನಿರಿಸಿ ಕುಳಿತ. ತಿಲಕರಾಜ ಸ್ಟೀರಿಂಗ್ ವ್ಹೀಲ್ ಹಿಡಿದ. ಕೈಗೆ ತೊಟ್ಟ ಗವಸ್ಸು ಬೆವರಿ ತುರಿಸಲಾರಂಭಿಸಿತು. ಅವನಿಗೆ ಅದೂ ಭಯವನ್ನುಂಟು ಮಾಡಿತು. ಸ್ವಲ್ಪ ಸಮಯದ ಹಿಂದೆ ಪತ್ರಿಕೆಯಲ್ಲಿ ಓದಿದ್ದ – 'ಬ್ಯಾಂಕ್ ಕ್ಯಾಶಿಯರ್‌ನ ಗವಸು ತೊಟ್ಟಿದ್ದ ಕೈಯನ್ನು ಯಾರೋ ದುಷ್ಕರ್ಮಿಗಳು ತುಂಡರಿಸಿ ಹಣವನ್ನು ದೋಚಿಕೊಂಡು ಓಡಿಹೋಗಿದ್ದರು'. ಒಂದಲ್ಲ ಒಂದು ದಿನ ತನಗೂ ಅದೇ ಗತಿ! ಮುಂಡುಗೈ!

ತಿಲಕರಾಜ ಕಾರಿನ ಯಂತ್ರವನ್ನು ಮೊರೆತಗೊಳಿಸಿದ. ಎದುರು ಕುಳಿತ ವ್ಯಕ್ತಿ ಈಗ ತನ್ನ ಬಗ್ಗೆಯೇ ಆಲೋಚಿಸುತ್ತಿರಬಹುದು! 'ಬೇಲಿಯೇ ಎದ್ದು ಹೊಲ ಮೇಯ್ದು ಹಾಗೆ' ತನ್ನ ರಕ್ಷಣೆಗೆ ನಿಂತವನೇ ತನ್ನ ಮೇಲೆ ಆಕ್ರಮಣ ನಡೆಸಬಹುದು! ಕಳೆದ ಒಂದು ವಾರದಿಂದ ಆತ ತುಂಬಾ ಮೌನಿಯಾಗಿದ್ದಾನೆ! ಆತ ತನಗಿಂತಲೂ ಬಲಶಾಲಿ, ಬುದ್ಧಿವಂತ! ತನ್ನ ಚತುರತೆಯಿಂದ ಸುತ್ತಿಗೆಯಿಂದ ಹೊಡೆದಂತೆ ತನಗೆ ಹೊಡೆಯಬಹುದು. ಈ ಹಿಂದೆ ಆತ

ಒಬ್ಬ ವ್ಯಕ್ತಿಯ ಮೇಲೆ ಆಕ್ರಮಣ ಮಾಡಿದ್ದನ್ನು ಕಣ್ಣಾರೆ ನೋಡಿದ್ದ. ಎದುರಾಳಿ ಅವನ ಹೊಡೆತಕ್ಕೆ ಹೊರಳಾಡಿದ್ದ! ತಿಲಕರಾಜನ ಎರಡರಷ್ಟಿದ್ದ ಆ ವ್ಯಕ್ತಿ ವಿನಾಃ ಕಾರಣ ಜಗಳವಾಡಿದ್ದ.

ತಿಲಕರಾಜ ಯಾವತ್ತೂ ಗದರಿಸಿ ಮಾತನಾಡಿದವನಲ್ಲ. ತುಂಬಾ ಮೃದು ಮಾತು. ಆದರೆ ಎದುರಾಳಿಯನ್ನು ನರಕಕ್ಕೆ ಕಳುಹಿಸುತ್ತಿದ್ದ. ಅನುದೀಪ್‌ನ ಮುಖದಲ್ಲಿ ಬೆವರು ಮೂಡಿತು. ತಿಲಕರಾಜ ಗುರುಗುಟ್ಟಲೂ ಇಲ್ಲ. ಎದುರಾಳಿ ದವಡೆ ಮುರಿಸಿಕೊಂಡು ಓಡಿ ಹೋಗಿದ್ದ.

ಹೌದು, ತಿಲಕರಾಜ ತೇಗದ ಕೊರಡಿನಂತೆ ಗಟ್ಟಿಮುಟ್ಟಾದ ವ್ಯಕ್ತಿ. ಆದರೆ ಅವನ ಜೊತೆಗೆ ಚೆನ್ನಾಗಿಯೇ ಇದ್ದಾನೆ. ಅವನು ತುಂಬಾ ಮಾತುಗಾರನಲ್ಲ. ಅವನ ಜೊತೆಗೆ ಹತ್ತು ವರ್ಷಗಳ ಓಡಾಟ, ಒಡನಾಟ. ಅವನ ಬಗ್ಗೆ ಹೆಚ್ಚೇನೂ ಗೊತ್ತಿಲ್ಲ. ಆತ ಕಳೆದ ಇಪ್ಪತ್ತು ವರ್ಷಗಳಿಂದ ರುದ್ರನೇತ್ರನ ಗನ್‌ಮ್ಯಾನ್! ಸುಮಾರು ನಲವತ್ತೆರಡು ವಯಸ್ಸಿನ ಆತ ಇನ್ನೂ ಮದುವೆಯಾಗಿಲ್ಲ! ಎರಡು ಬೆಡ್‌ರೂಂಗಳ ಮನೆಯಲ್ಲಿ ವಾಸವಾಗಿದ್ದ ಅವನ ಬಗ್ಗೆ ರುದ್ರನೇತ್ರನಿಗೆ ಅಪಾರವಾದ ಹೆಮ್ಮೆ.

ಅನುದೀಪ್‌ಗೆ ಯಾವುದಾದರೂ ಸಮಸ್ಯೆಗಳು ಎದುರಾದರೆ ತಿಲಕರಾಜನ ಸಲಹೆಯನ್ನು ಕೇಳುತ್ತಿದ್ದ. ಆತ ನೇರ ನುಡಿಯಿಂದ ಅವನಿಗೆ ಖುಷಿಯಾಗುವ ರೀತಿಯಲ್ಲಿ ಸಲಹೆ ಕೊಡುತ್ತಿದ್ದ.

“ಕೇಳಿಲ್ಲಿ, ಈ ರ್‍ಯಾಕೆಟ್‌ನಿಂದ ನಿನಗೆ ಬಹಳ ಹಣ ಬರುತ್ತಿದೆ. ನಿನ್ನ ಹಣದಲ್ಲಿ ಹತ್ತು ಪರ್ಸೆಂಟ್ ಜೋಪಾನವಾಗಿರಿಸು. ಆ ಹಣ ನಿನ್ನದಲ್ಲವೆಂದು ತೆಗೆದಿರಿಸು. ಸ್ವಲ್ಪ ವರ್ಷದಲ್ಲಿಯೇ ನಿನಗೆ ಬೇಕಾದಷ್ಟು ಹಣ ಉಳಿತಾಯವಿರುತ್ತದೆ. ಆಮೇಲೆ ಈ ರ್‍ಯಾಕೆಟ್‌ನಿಂದ ಹೊರಗೆ ಹೋಗು. ಖಂಡಿತವಾಗಿಯೂ ದೇವರು ನಿನಗೇನು ಬೇಕೋ ಅದನ್ನು ದಯಪಾಲಿಸುತ್ತಾನೆ” ಹಣ ಸಂಗ್ರಹಕ್ಕೆ ಹೋಗುವಾಗ ಮಾತ್ರ ತಿಲಕರಾಜ ವೇದಾಂತಿಯಂತೆ ನುಡಿಯುತ್ತಿದ್ದ. ಅವನಿಗೆ ಮರೆಯಲಾರದಂತಹ ಸಲಹೆಗಳನ್ನು ಕೊಡುತ್ತಿದ್ದ.

ಅವನೂ ಕೂಡ ಹಾಗೆ ತಿಲಕರಾಜನ ಸಲಹೆಯನ್ನು ಒಪ್ಪಿಕೊಳ್ಳುತ್ತಿದ್ದ. ಅವನು ಸಣ್ಣ ತಿಜೋರಿಯನ್ನು ಖರೀದಿಸಿ ಅದರಲ್ಲಿ ಸ್ವಲ್ಪ ಸ್ವಲ್ಪ ಹಣವನ್ನು ಇರಿಸುತ್ತಿದ್ದ. ತಿಜೋರಿ ಪೆಟ್ಟಿಗೆಯನ್ನು ಅವನ ಬೆಡ್‌ನ ಕೆಳಗೆ ಇಟ್ಟಿದ್ದ, ತಮ್ಮನ ಖರ್ಚು, ಹೆಂಡತಿಯ ಆಸ್ಪತ್ರೆಯ ವೆಚ್ಚಗಳಿಗೆ ಹಣ ವ್ಯಯವಾಗುತ್ತಿದ್ದರೂ ಗಳಿಸಿದ ಹಣದಲ್ಲಿ ಸ್ವಲ್ಪ ಉಳಿತಾಯವಾಗುತ್ತಿತ್ತು. ಹತ್ತಿರ ಹತ್ತಿರ ಒಂದು ಲಕ್ಷದವರೆಗು ಹಣ ಆ ಸಣ್ಣ ಪೆಟ್ಟಿಗೆಯಲ್ಲಿ ಸಂಗ್ರಹವಾಗಿತ್ತು!

ಆ ಪೆಟ್ಟಿಗೆ ತುಂಬಿದ ಮೇಲೆ ಇನ್ನೊಂದು ಪೆಟ್ಟಿಗೆಯನ್ನು ಖರೀದಿಸುವ ಯೋಜನೆಯನ್ನು ಹಾಕಿದ. ಇತ್ತೀಚಿನ ದಿನಗಳಲ್ಲಿ ತಿಲಕರಾಜನ ಸಲಹೆಯನ್ನು

ಕೇಳಲು ಯಾಕೋ ಮನಸ್ಸು ಕೇಳುತ್ತಿರಲಿಲ್ಲ. ಅವನ ತಲೆಯಲ್ಲಿ ಯಾವುದೋ ಆಲೋಚನೆ ಮುತ್ತಿಕೊಂಡಿದೆ. ಅವನನ್ನು ಕೇಳುವುದು ಅಪಾಯವೇನೇ ಎಂಬ ಅರಿವಾಗಿತ್ತು!

ಕಾರು ರುದ್ರನೇತ್ರನ ಆಫೀಸಿನ ಕಡೆಗೆ ಓಡುತ್ತಿತ್ತು. ದೊಡ್ಡದಾದ ಕೋಣೆ. ಅದರಲ್ಲಿ ದುಂಡಗಿನ ಮೇಜು, ಕುರ್ಚಿಗಳು, ಫೈಲ್ ಇಡಲು ರ್‍ಯಾಕ್‌ಗಳಿದ್ದವು. ರುದ್ರನೇತ್ರನಿಗೆ ಹಿರಿಯರ, ಸಂಪ್ರದಾಯಗಳ ಬಗ್ಗೆ ಅತೀ ಒಲವು; ರೋಲ್ಸ್‌ರಾಯ್ಸ್ ಕಾರಿದ್ದರೂ. ಹದಿನಾರು ಬೆಡ್‌ರೂಂಗಳಿರುವ ಮನೆ, ಒಂದು ಹಡಗು, ಮತ್ತೊಂದು ಹತ್ತು ಬೆಡ್‌ರೂಂನ ಮನೆ ಜುಹೂನಲ್ಲಿತ್ತು.

ಹಾವಿನ ಕಣ್ಣುಗಳ ಅನುದೀಪ್ ಮತ್ತು ತಿಲಕರಾಜ ಆಫೀಸಿಗೆ ಬರುತ್ತಿದ್ದಂತೆ ರುದ್ರನೇತ್ರ ಡೆಸ್ಕ್‌ನ ಮುಂದೆ ಕುಳಿತಿದ್ದ. ಮದನ್ ಆತನ ಬಾಡಿಗಾರ್ಡ್. ತಿಲಕರಾಜನಂತೆ ಗಟ್ಟಿಮುಟ್ಟಾದ ದೇಹದಾರ್ಢ್ಯದ ವ್ಯಕ್ತಿ. ಅವರ ಪಕ್ಕದಲ್ಲಿಯೇ ಮೈಕೆಲ್. ರುದ್ರನೇತ್ರನ ಇನ್ನೊಬ್ಬ ಸಹಚರ. ದಪ್ಪಗಿನ, ಗೀರುಕೆನ್ನೆಯ ವ್ಯಕ್ತಿ. ಒಳ್ಳೆಯ ಗುರಿಕಾರ. ಅವರೆಲ್ಲರೂ ಆಫೀಸಿನೊಳಗೆ ಬಂದ ಅವರಿಬ್ಬರನ್ನೂ ಸ್ವಾಗತಿಸಿದರು.

ಅನುದೀಪ್ ರುದ್ರನೇತ್ರನ ಎದುರು ಹಣದ ಚೀಲವನ್ನಿರಿಸಿದ. ಆತ ಕುತೂಹಲದಿಂದ ಚೀಲವನ್ನೇ ದಿಟ್ಟಿಸಿದ. ಸುಮಾರು ಅರವತ್ತರ ಅಂಚಿನ ರುದ್ರನೇತ್ರ ಸಾಧಾರಣ ಎತ್ತರದ, ವಿಶಾಲ ಭುಜಗಳ, ಚಪ್ಪಟೆ ಮೂಗಿನ, ದಪ್ಪ ಮೀಸೆಯ, ಗಾಜು ಕಣ್ಣುಗಳ ಹೆದರಿಕೆ ಹುಟ್ಟಿಸುವ ಮನುಷ್ಯ! ಮಾತ್ರವಲ್ಲ, ಹೆಣ್ಣುಗಳನ್ನು ಆಕರ್ಷಿಸುವಲ್ಲಿ ನಿಸ್ಸೀಮಾ! ಆದರೂ ತನ್ನ ಸಹಚರರಿಗೆ ಬಹಳ ಕಟ್ಟುನಿಟ್ಟಿನ ವ್ಯಕ್ತಿ.

“ಏನೂ ಸಮಸ್ಯೆಗಳಿಲ್ಲವೇ ಅನುದೀಪ್?” ಚೀಲ ತಂದಿರಿಸಿದ ವ್ಯಕ್ತಿಯನ್ನು ಪ್ರಶ್ನಿಸಿದ. ಅವನು ಪಶುವಿನಂತೆ ತಲೆಯಲ್ಲಾಡಿಸಿದ.

“ಸರಿ, ಜನಕನಿಗೆ ಕೊಡು” ಬೂದು ಕಣ್ಣುಗಳನ್ನು ತಿಲಕರಾಜನತ್ತ ತಿರುಗಿಸಿ ಅನುದೀಪ್‌ಗೆ ಹೇಳಿದ.

ಜನಕ, ರುದ್ರನೇತ್ರನ ಲೆಕ್ಕಪತ್ರಗಳನ್ನು ನೋಡಿಕೊಳ್ಳುವ ವ್ಯಕ್ತಿ, ಅದಾಗಲೇ ಆಫೀಸಿನೊಳಗೆ ಪ್ರವೇಶಿಸಿದ.

ಜನಕ ಅರವತ್ತೈದರ ವ್ಯಕ್ತಿ. ತೆಳ್ಳಗಿನ ಹಕ್ಕಿಯಂತಹ ದೇಹವಿದ್ದರೂ ಕಂಪ್ಯೂಟರ್‌ನಷ್ಟು ಚುರುಕು. ಹದಿನೈದು ವರ್ಷಗಳ ಕಾಲ ಜೈಲು ಅನುಭವಿಸಿ ಹೊರಗೆ ಬಂದವನು. ರುದ್ರನೇತ್ರನಿಗೆ ಜನಕನ ಬುದ್ಧಿವಂತಿಕೆ ಗೊತ್ತು. ಅವನನ್ನು ತನ್ನ ಹಣಕಾಸಿನ ವ್ಯವಹಾರಕ್ಕೆ ನಿಯುಕ್ತಿಗೊಳಿಸಿದ್ದ. ಇದು ರುದ್ರನೇತ್ರ ಮಾಡಿದ ಅತೀ ಬುದ್ಧಿವಂತಿಕೆಯ ಕೆಲಸ. ಇಡೀ ಮುಂಬೈ ಶಹರಿನಲ್ಲಿ ಜನಕನಷ್ಟು ಕುಶಾಗ್ರಮತಿ ವ್ಯಕ್ತಿ ಇನ್ನೊಬ್ಬನಿಲ್ಲ! ತೆರಿಗೆ ಅಥವಾ ಹಣ

ಹೂಡುವಿಕೆಯಲ್ಲಿ ಮಾತ್ರವಲ್ಲ, ಹೇಗೆ ಹಣ ಗಳಿಸಬೇಕೆನ್ನುವ ಸಲಹೆಯನ್ನೂ ನೀಡಬಲ್ಲ.

ಜನಕ ಅನುದೀಪ್‌ನ ಕೈಗವಸುಗಳನ್ನು ಬೆವರಿದ ಕೈಗಳಿಂದ ಜಾರಿಸಿದ. ರುದ್ರನೇತ್ರನ ಪಕ್ಕದಲ್ಲಿದ್ದ ಕುರ್ಚಿಯನ್ನೆಳೆದು ಕುಳಿತ. ಚೀಲದಲ್ಲಿರುವ ಹಣವನ್ನು ಎಣಿಸುತ್ತಿರುವಾಗ ರುದ್ರನೇತ್ರ ಆರಿದ ಸಿಗಾರನ್ನು ಕಚ್ಚಿಕೊಂಡು ಅವನನ್ನೇ ಗಮನಿಸುತ್ತಿದ್ದ.

ತಿಲಕರಾಜ, ಅನುದೀಪ್ ಇಬ್ಬರೂ ಎಣಿಕೆ ಕಾರ್ಯವನ್ನು ನೋಡುತ್ತಿದ್ದರು. ಅರವತ್ತೈದು ಲಕ್ಷ!

ಎಣಿಕೆ ಕಾರ್ಯ ಮುಗಿಸಿ ಜನಕ ಹಣವನ್ನು ಮೊದಲಿನಂತೆ ಚೀಲಕ್ಕೆ ಸೇರಿಸಿದ. ರುದ್ರನೇತ್ರನಿಗೆ ಸಂಜ್ಞೆ ಮಾಡಿ ಅದನ್ನು ತೆಗೆದುಕೊಂಡು ಹಳೇ ತಿಜೋರಿಯೊಳಗೆ ಇಟ್ಟ.

"ಸರಿ, ನೀವಿಬ್ಬರೂ ಮುಂದಿನ ವಾರಾಂತ್ಯದವರೆಗು ಆಫೀಸಿಗೆ ಬರಬೇಕಾಗಿಲ್ಲ" ಇಬ್ಬರತ್ತಲೂ ನೋಡಿ ಹೇಳಿದ ರುದ್ರನೇತ್ರ.

ಆದರೆ ಅವನ ತೀಕ್ಷ್ಣ ನೋಟ ತಿಲಕರಾಜನ ಕಡೆಗಿತ್ತು.

"29ನೇ ತಾರೀಖು, ನೆನಪಿದೆ ತಾನೇ?"

ಇಬ್ಬರೂ ತಲೆಯಲುಗಿಸಿದರು.

"ಆ ದಿನ ಅಧಿಕ ವರ್ಷದ ವಿಶೇಷ ದಿನ. ಕಡಿಮೆಯೆಂದರೂ ಒಂದು ಕೋಟಿಗಿಂತಲೂ ಹೆಚ್ಚು ಹಣ ಸಂಗ್ರಹವಾಗಬಹುದು."

"ಹೌದು, ಪನ್ನಾಲಾಲ್ ಹೇಳಿದ್ದ..."

"ಹೌದು" ರುದ್ರನೇತ್ರ ಆವರೆಗು ತುಟಿಯಲ್ಲಿ ಕಚ್ಚಿ ಹಿಡಿದಿದ್ದ ಸಿಗಾರನ್ನು ಕಸದ ಬುಟ್ಟಿಗೆ ಎಸೆದ.

"ಆ ದಿನ ಮದನ್ ಮತ್ತು ಮೈಕೆಲ್ ಕೂಡ ನಿಮ್ಮ ಜತೆಗೆ ಬರ್‍ತಾರೆ. ನೀವು ಕಾರಿನಲ್ಲಿಯೇ ಹೋಗಿ ಹಣವನ್ನು ಸಂಗ್ರಹಿಸಿ. ಟ್ರಾಫಿಕ್ ಬಗ್ಗೆ ಆಲೋಚನೆ ಬೇಡ. ಕಮಿಶನರ್ ನನಗೆ ಚೆನ್ನಾಗಿ ಗೊತ್ತು. ಅವರಿಗೆ ಹೇಳುತ್ತೇನೆ. ಟ್ರಾಫಿಕ್ ಪೊಲೀಸರಿಂದ ನಿಮಗೇನೂ ತೊಂದರೆಯಾಗದು. ಕೋಟಿಗಟ್ಟಲೆ ಹಣದ ಬಗ್ಗೆ ಗಮನವಿರಲಿ. ಅನುದೀಪ್, ನಿನಗೆ ಸಂಪೂರ್ಣ ರಕ್ಷಣೆ ಇದೆ. ಬೆವರಬೇಡ."

ಅನುದೀಪ್‌ಗೆ ಅಪಮಾನವಾದಂತಾಯಿತು. ಬಾಸ್‌ಗೂ ಕೂಡ ತನ್ನ ವೀಕ್ನೆಸ್ ಗೊತ್ತಾಗಿದೆ!

"ನಾನು ಚಿಂತಿಸುತ್ತಿಲ್ಲ ಬಾಸ್. ನಾನೇನು ಮಾಡಬೇಕು ಹೇಳಿ ಅದನ್ನು ಮಾಡುತ್ತೇನೆ" ಸುಳ್ಳು ಹೇಳಿ ನಿಯತ್ತನ್ನು ತೋರಿಸಿಕೊಂಡ.

ಹೊರಗೆ ತುಂತುರು ಮಳೆ ಹನಿಯುತ್ತಿತ್ತು. ಇಬ್ಬರೂ ಹೊರಗೆ ಬಂದರು.

"ಬಾ ಸ್ವಲ್ಪ ರಿಲ್ಯಾಕ್ಸ್ ಆಗೋಣ" ತಿಲಕರಾಜ ಅನುದೀಪ್‌ನನ್ನು ಆಹ್ವಾನಿಸಿದ. ಇದು ವಾರಾಂತ್ಯದ ಮಾಮೂಲು. ಪಕ್ಕದಲ್ಲಿದ್ದ ರಕ್ಷಣೆ ನೀಡುವವನ ಜೊತೆಗೆ ಅನುದೀಪ್ ಹೆಜ್ಜೆ ಹಾಕಿದ. ಯಾವತ್ತೂ ಕೂರುವ ಸ್ಥಳ 'ಜಂಕ್ಶನ್ ಬಾರ್'! ಮಂದ ಬೆಳಕಿನ ಕೋಣೆಯೊಳಗೆ ನುಸುಳಿ ಇಬ್ಬರೂ ಕುಳಿತರು. ಮೌನವಾಗಿ ಕುಳಿತು ಕುಡಿದರು. ಅನುದೀಪ್ ಇನ್ನಷ್ಟು ಆರ್ಡರ್ ಮಾಡಿದ.

"ತಿಲಕರಾಜ..." ಅವನು ಮಾತು ನಿಲ್ಲಿಸಿ, ನಿಸ್ತೇಜಕ ಮುಖದತ್ತ ಕಷ್ಟಪಟ್ಟು ನೋಡಿದ.

"ನೀನೇನೋ ದೀರ್ಘವಾಗಿ ಆಲೋಚಿಸುತ್ತಿರುವೆ? ಇತ್ತೀಚೆಗೆ ನಿನ್ನ ಮಾತು ತುಂಬಾ ಕಡಿಮೆಯಾಗಿದೆ. ನನ್ನಿಂದ ಏನಾದರೂ ಸಹಾಯ ಬೇಕೆ?" ಅನುದೀಪ್ ತೊದಲು ನುಡಿಯಿಂದಲೇ ಬೆದರುತ್ತಲೇ ಮಾತಾಡಿದ.

ತಿಲಕರಾಜ ಅವನತ್ತ ನೋಡಿ ಮುಗುಳ್ನಕ್ಕ. ತಿಲಕರಾಜ ಯಾವತ್ತೂ ಮುಗುಳ್ನಗುವವನಲ್ಲ. ಹಾಗೆಲ್ಲಾ ನಗುವಾಗ ಅನುದೀಪ್‌ಗೆ ಸಂತಸವಾಗುತ್ತಿತ್ತು.

"ಇಲ್ಲ, ಹಾಗೇನಿಲ್ಲ" ಅಗಲವಾದ ಭುಜವನ್ನು ಎತ್ತಿ ಹೇಳಿದ.

"ನನಗೆ ವಯಸಾಗುತ್ತಿದೆ ಅನುದೀಪ್!" ಕಿಸೆಯಿಂದ ಸಿಗರೇಟ್ ತೆಗೆದು ಹಚ್ಚಿ ಪ್ಯಾಕೇಟನ್ನು ಅವನತ್ತ ಚಾಚಿದ.

"ಇದೊಂದು ನರಕ ಜೀವನ, ಅಲ್ವಾ? ನಮಗೆ ಇಲ್ಲಿ ಭವಿಷ್ಯವಿಲ್ಲ" ಸಿಗರೇಟಿನ ಹೊಗೆಯನ್ನು ಮೂಗಿನಿಂದ ಹೊರ ಹಾಕಿದ.

"ನಿನಗೇನನಿಸುತ್ತೆ ಅನುದೀಪ್?"

ಅನುದೀಪ್ ಎದ್ದು ನಿಂತ.

"ಹಣ ಇದ್ರೆ ಒಳ್ಳೆಯದು. ತಿಲಕರಾಜ, ಹಣ ಬೇಕು. ಬೇರೇನು ಮಾಡೋಕಾಗುತ್ತೆ ಹೇಳು?"

ತಿಲಕರಾಜ ತಲೆಯಲುಗಿಸಿದ.

"ಅದು ಸರಿ, ನೀನು ಬೇರೆ ಏನು ಮಾಡುತ್ತಿ? ನಿನ್ನ ಹತ್ತಿರ ಉಳಿತಾಯವಿದೆಯೇ?"

ಮೌನ!

ಅನುದೀಪ್ ಮುಗುಳ್ನಕ್ಕ.

"ತಿಲಕರಾಜ, ನೀನು ಹೇಳಿದ ಹಾಗೆ ನಾನು ಸ್ವಲ್ಪ ಸ್ವಲ್ಪ ಹಣವನ್ನು ಒಂದು ಪೆಟ್ಟಿಗೆಯಲ್ಲಿ ಹಾಕಿ ಉಳಿತಾಯ ಮಾಡುತ್ತಿದ್ದೇನೆ. ಅದನ್ನು ಜೋಪಾನವಾಗಿ ನನ್ನ ಬೆಡ್‌ನ ಕೆಳಗಿಟ್ಟಿದ್ದೇನೆ. ಅದರಿಂದ ಏನು ಮಾಡಬೇಕೆಂದು ಗೊತ್ತಿಲ್ಲ."

ತಿಲಕರಾಜ ಅವನತ್ತ ನೋಡಿದ.

"ಹಣವನ್ನು ಬೆಡ್‌ನ ಕೆಳಗಿಟ್ಟಿದ್ದೀಯಾ?"

"ಅದನ್ನು ಮತ್ತೇನು ಮಾಡಬೇಕು?"

"ಅಯ್ಯೋ ಗೂಬೆ! ಅದನ್ನು ಬ್ಯಾಂಕ್‌ನಲ್ಲಿಡು."

"ತಿಲಕರಾಜ, ಸತ್ಯ ಹೇಳಬೇಕೂಂದ್ರೆ ನನಗೆ ಅದನ್ನು ಬ್ಯಾಂಕ್‌ನಲ್ಲಿಡಲು ಮನಸ್ಸಿಲ್ಲ" ತತ್‌ಕ್ಷಣವೇ ಹೇಳಿದ.

"ಅದು ನನ್ನಂತವರಿಗಲ್ಲ, ಶ್ರೀಮಂತರಿಗೆ ತಿಲಕರಾಜ. ನನ್ನ ಹಣ ಬೆಡ್‌ನ ಅಡಿಯಲ್ಲಿ ಸುರಕ್ಷಿತವಾಗಿರುತ್ತೆ. ನಾನು ಇನ್ನೊಂದು ಪೆಟ್ಟಿಗೆಯನ್ನು ಖರೀದಿಸಬೇಕಾಗಿದೆ" ಅನುದೀಪ್ ಎದುರು ಕುಳಿತವನತ್ತ ಭರವಸೆಯ ನೋಟ ಬೀರಿದ. ಅವನು ಅನುದೀಪ್‌ನ ಕ್ಷುಲ್ಲಕ ವಿಷಯಕ್ಕೆ ತಲೆ ಕೆಡಿಸಿಕೊಂಡಂತೆ ಕಾಣಲಿಲ್ಲ. ಅವನಿಗೆ ಅವನದ್ದೇ ಆದ ಹಲವು ಸಮಸ್ಯೆಗಳಿದ್ದವು.

"ಸರಿ ಅನುದೀಪ್, ಮುಂದಿನವಾರ ಭೇಟಿಯಾಗೋಣ" ತನ್ನ ಗ್ಲಾಸನ್ನು ಬರಿದು ಮಾಡಿ ಎದ್ದ.

"ಮುಂದಿನ ವಾರ ಏನಾದರೂ ತೊಂದರೆಯಾದೀತೇ?" ಅನುದೀಪ್ ಭಯದಿಂದ ಕೇಳಿದವನೇ ಅವನ ಹಿಂದೆಯೇ ತುಂತುರು ಮಳೆಯಲ್ಲಿ ಹೆಜ್ಜೆ ಹಾಕಿದ. ತಿಲಕರಾಜ ಅನುದೀಪ್‌ನ ಕಣ್ಣುಗಳಲ್ಲಿದ್ದ ಭೀತಿಯ ಛಾಯೆಯನ್ನು ನೋಡಿ ಮುಗುಳ್ನಕ್ಕ.

"ತೊಂದರೆಯೇನಿಲ್ಲ ನಿನಗೆ. ಮದನ್ ಮತ್ತು ಮೈಕೆಲ್ ನಿನ್ನ ಜೊತೆಗಿದ್ದಾರೆ. ಚಿಂತೆ ಮಾಡಬೇಡ. ಏನೂ ಆಗಲಾರದು."

ಅನುದೀಪ್ ಅವನ ಕಾರು ಹೋಗುವುದನ್ನೇ ನೋಡುತ್ತಾ ನಿಂತ. ಕಾರು ಮರೆಯಾದ ಮೇಲೆ ತನ್ನ ಮನೆಯ ಕಡೆಗೆ ಹೆಜ್ಜೆ ಹಾಕಿದ. ಮುಂದಿನ ವಾರ ದೀರ್ಘ ಪಯಣ! ತನ್ನಷ್ಟಕ್ಕೇ ಹೇಳಿಕೊಂಡ. ಒಂದು ಕೋಟಿ!

"ಏನೂ ಆಗಲಾರದು" ಬಾಸ್ ಹೇಳಿದ್ದಾನೆ. ಜಗತ್ತಿನಲ್ಲಿ ಒಂದೇ ದಿನ ಅಷ್ಟೊಂದು ಹಣ ಸಂಗ್ರಹವಾಗಬಹುದೇ? ಆ ವಾರಾಂತ್ಯ ಹೇಗೆ ಕಳೆಯಬಹುದು?

* * *

ತಿಲಕರಾಜ ತನ್ನ ಮನೆಯ ಬಾಗಿಲು ತೆರೆದ. ಎರಡು ಬೆಡ್‌ರೂಂನ ಮನೆ ಅದು. ಹಾಲ್‌ಗೆ ಪ್ರವೇಶಿಸಿ ಒಮ್ಮೆ ಸುತ್ತಲೂ ದೃಷ್ಟಿಸಿದ. ಕಳೆದ ಎಂಟ್ಹತ್ತು ವರ್ಷಗಳಿಂದ ಅಲ್ಲಿ ಅವನ ವಾಸ. ದೊಡ್ಡದೇನಲ್ಲವಾದರೂ ಅವನು ಚಿಂತಿಸಬೇಕಾಗಿರಲಿಲ್ಲ. ಎಲ್ಲಾ ಅನುಕೂಲತೆಗಳಿದ್ದ ಮನೆ. ಎರಡು ದೊಡ್ಡದಾದ ಬೆತ್ತದ ಕುರ್ಚಿ, ಸೋಫಾ, ಟಿ.ವಿ. ಸೆಟ್, ರೆಫ್ರಿಜರೇಟರ್, ಡೈನಿಂಗ್ ಟೇಬಲ್,

ಚೇರ್‌ಗಳು... ಒಳಗಿನ ಬೆಡ್‌ರೂಂನಲ್ಲಿ ಡಬ್ಬಲ್ ಮಂಚ, ಸ್ಟಡಿ ಟೇಬಲ್, ವಾರ್ಡ್‌ರೋಬ್, ಅಟ್ಯಾಚ್‌ಡ್ ಬಾತ್‌ರೂಂ.

ಜ್ಯಾಕೆಟ್ ತೆಗೆದು ಟೈ ಸಡಿಲಿಸಿ .38 ಅಟೋಮ್ಯಾಟಿಕ್ ರಿವ್ವಾಲ್ವರನ್ನು ತೆಗೆದಿರಿಸಿ ಕಿಟಕಿಯ ಬಳಿಯ ಕುರ್ಚಿಯಲ್ಲಿ ಕುಳಿತ. ಹೊರಗೆ ರಸ್ತೆಯ ಗದ್ದಲ ಸ್ಪಷ್ಟವಾಗಿ ಕೇಳಿಸುತ್ತಿತ್ತು. ಆ ಶಬ್ದಕ್ಕೆ ಒಗ್ಗಿಕೊಂಡಿದ್ದ. ಸಿಗರೇಟು ಹಚ್ಚಿ ಧೂಳು ಹಿಡಿದ ಕಿಟಕಿಯಿಂದ ಹೊರಗಿನ ದೃಶ್ಯವನ್ನು ನೋಡುತ್ತಿದ್ದ.

ಅನುದೀಪ್‌ನ ಊಹೆ ಸರಿಯಾಗಿದೆ. ಈ ಊಹೆ ಕಳೆದ ಹದಿನೆಂಟು ವರ್ಷಗಳಿಂದಲೂ ಕಾಡುತ್ತಿದೆ. ಅದು ಅವನ ನಲವತ್ತನೇ ಹುಟ್ಟಿದಹಬ್ಬದಿಂದ ಒಂದು ಆಕಾರವನ್ನು ಪಡೆಯುತ್ತಿದೆ. ಅವನ ಗೆಳತಿ ಗೀತಾಳ ಜೊತೆಗೆ ಸಂಭ್ರಮಿಸುತ್ತಿರುವಾಗ ಅವನ ತಲೆಯೊಳಗೆ ನುಸುಳಿದ ಸಂಗತಿ ಅದು! ನಲವತ್ತು ವರ್ಷ! ಅರ್ಧ ಬದುಕು ಸವೆದಿದೆ! ಯಾವತ್ತೂ ಅಪಘಾತಕ್ಕೆ ಒಳಗಾದವನಲ್ಲ! ನಲವತ್ತು ಸಂವತ್ಸರಗಳು! ಅರ್ಧ ಜೀವನ ಮುಗಿದೇ ಹೋಯಿತು!!

ಕಳೆದು ಹೋದ ದಿನಗಳನ್ನು ಮೆಲುಕು ಹಾಕಿದ. ಮೊದಲಿನಂತೆ ಅನಕ್ಷರಸ್ಥ ತಾಯಿ ಕೆಲಸ ಮಾಡುತ್ತಲೇ ಅವನ ತಲೆಯ ಮೇಲೆ ಚಪ್ಪಡಿ ಎಳೆದು ಹೋಗಿದ್ದಳು. ಕಲಿತರೂ ತಂದೆ ಜೀತದಾಳಾಗಿ ಕಾರ್ಖಾನೆಯಲ್ಲಿ ದುಡಿದು ಜೀವನ ಸಾಗಿಸಿದ್ದ. ಮುಂಬೈ ಶಹರಿನಲ್ಲಿ ಅಲೆಮಾರಿಯಂತಹ ಜೀವನ! ತಾಯಿ ಸಾಯುವ ಮೊದಲು ಅವನಿಗೆ ಕೊಟ್ಟ ಒಂದೇ ಒಂದು ಅಪೂರ್ವ ವಸ್ತು ನೂರು ವರ್ಷಗಳಷ್ಟು ಹಳೆಯದಾದ ದೊಡ್ಡ ಪದಕವಿದ್ದ ಬೆಳ್ಳಿಯ ಸರ!

“ನಿನಗೆ ಇನ್ನೇನೂ ಕೊಡಲಾರೆ ರಾಜ. ಇದನ್ನು ತೆಗೆದುಕೋ. ಇದನ್ನು ಧರಿಸಿದರೆ ನಿನಗೆ ಯಾವುದೇ ತೊಂದರೆ ಬರುವುದಿಲ್ಲ. ನನ್ನ ಜೀವನವಿಡೀ ಇದನ್ನು ಧರಿಸಿದ್ದೆ. ನನಗೆ ಕೆಟ್ಟದೇನೂ ಆಗಿಲ್ಲ. ಕಷ್ಟವಿತ್ತು; ಆದರೆ ಕೆಟ್ಟದೇನೂ ಆಗಲಿಲ್ಲ” ಕಿಟಕಿಯ ಬಳಿ ಕುಳಿತು ಅಮ್ಮನ ಮಾತುಗಳನ್ನು ಮೆಲುಕು ಹಾಕಿದ. ಕೈಬೆರಳುಗಳು ಶರ್ಟಿನ ಒಳಗೆ ಇಳಿದು ಎದೆಗೆ ತೂಗು ಬಿದ್ದ ಪದಕವನ್ನು ಮುಟ್ಟಿಕೊಂಡವು.

ಗೀತಾಳ ಜತೆಗಿರುವಾಗಲೂ ತಾಯಿಯ ಸಾವು ಕಣ್ಣ ಮುಂದೆ ಸುಳಿಯುತ್ತಿತ್ತು. ಬದುಕಿನಲ್ಲಿ ಏನನ್ನು ಸಾಧಿಸಲಾಗಲಿಲ್ಲ. ತಂದೆಯ ಜೀತಕ್ಕೆ ಬೇಸತ್ತು ಮನೆ ಬಿಟ್ಟು ಮುಂಬೈ ಶಹರಿನಲ್ಲಿ ಅಡ್ಡಾಡಿದ. ಹದಿನೇಳನೆಯ ವಯಸ್ಸಿಗೇ ಕೆಲಸ ಸಿಕ್ಕಿದ್ದು ಪವಾಡ! ಅಲ್ಲಿ ಇಲ್ಲಿ ಪಡ್ಡೆ ಹುಡುಗರ ಜೊತೆಗೆ ರೈಲ್ವೇ ಸ್ಟೇಶನ್, ಜೋಪಡಿಪಟ್ಟಿ, ಕೊಳಚೇಗೇರಿಗಳಲ್ಲಿ ಅಂಡಲೆಯುತ್ತಾ ಟಪೋರಿಯಂತೆ ಬೆಳೆದಿದ್ದ. ಪೊಲೀಸರ ದೃಷ್ಟಿಗೆ ಬೀಳುವವರೆಗೂ ಆತ ನಡೆಸದ ಕುಕೃತ್ಯಗಳಿಲ್ಲ. ಜೈಲ್‌ನಿಂದ ಬಿಡುಗಡೆಯಾದ ಮೇಲೆ ಅಪರಾಧಗಳನ್ನೆಸಗಿದರೂ

ತಪ್ಪಿಸಿಕೊಳ್ಳುವ ವಿದ್ಯೆಯನ್ನು ಕರಗತ ಮಾಡಿಕೊಂಡ. ಮುಂದೆ ರುದ್ರನೇತ್ರನ ಅನಿರೀಕ್ಷಿತ ಭೇಟಿ!

ರುದ್ರನೇತ್ರ ಅವನನ್ನು ಗುರುತಿಸಿದ. ಕಟ್ಟುಮಸ್ತಾದ ಯುವಕ. ತನ್ನ ಅಂಗರಕ್ಷಕನಾಗಲು ಸರಿಯಾದ ವ್ಯಕ್ತಿ! ಸರಿಯಾದ ತರಬೇತುಗೊಳಿಸಿ ಗುರಿಕಾರನನ್ನಾಗಿ ಮಾಡಿದರೆ ತನಗೊಬ್ಬ ನಂಬಿಕಸ್ಥ ಆಳಾದಾನು. ಗುರಿ ಇಡುವ ವಿದ್ಯೆಯನ್ನು ಕಲಿಸಿದ. ಒಳ್ಳೆಯ ಗುರಿಕಾರನಾದ. ಮೂರು ತಿಂಗಳಲ್ಲಿಯೇ 'ಶಾರ್ಪ್ ಶೂಟರ್' ಎನ್ನುವ ಪ್ರಶಂಸೆಗೊಳಗಾದ. ಮೂರು ಬಾರಿ ವೈರಿಗಳನ್ನು ಗುರಿಯಿಟ್ಟು ಸಾಯಿಸಿ ರುದ್ರನೇತ್ರನನ್ನು ಸಾವಿನ ದವಡೆಯಿಂದ ಪಾರು ಮಾಡಿದ್ದ. ಈಗ ಇಪ್ಪತ್ತು ವರ್ಷಗಳಿಂದ ರುದ್ರನೇತ್ರನ ಜೊತೆಗೆ ಕೆಲಸ. ತಾನು ನಡೆಸುವ ರ್‍ಯಾಕೆಟ್‌ನ ಪರಿಚಯ ಮಾಡಿಸಿ ಹಣ ಸಂಗ್ರಹಿಸುವವನಿಗೆ ರಕ್ಷಕನಾಗಿ ನಿಯುಕ್ತಿಗೊಳಿಸಿದ. ಮುಂಬೈನ ಗಲ್ಲಿಗಳನ್ನು ಸುತ್ತಿ ಪರಿಚಯ ಮಾಡಿಕೊಂಡ. ರುದ್ರನೇತ್ರನ ಕೃಪಾಕಟಾಕ್ಷದಿಂದ ಎರಡು ಬೆಡ್‌ರೂಂನ ಮನೆ ಸುಲಭದಲ್ಲಿ ಸಿಕ್ಕಿತು. ಅನುದೀಪ್‌ನಂತಹ ಯುವಕನಿಗೆ ರಕ್ಷಣೆ ಕೊಡುವುದು ಸುಲಭದ ಕೆಲಸವೆನಿಸಿತು.

ಗೀತಾಳ ಪಕ್ಕದಲ್ಲಿ ಮಲಗಿರುವಾಗ ತಿಲಕರಾಜನಿಗೆ ಇವೆಲ್ಲವೂ ನೆನಪಾದವು. ಆನಂತರ ತನ್ನ ಭವಿಷ್ಯದ ಬಗ್ಗೆ ಆಲೋಚಿಸಿದ. ನಲವತ್ತು ವರ್ಷ! ಅವನು ಏನಾದರೂ ಮಾಡದಿದ್ದರೆ ಮುಂದೆ ತುಂಬಾ ಕಷ್ಟವನ್ನು ಅನುಭವಿಸಬೇಕಾದೀತು! ಇನ್ನೊಂದೆರಡು ವರ್ಷಗಳಲ್ಲಿ ರುದ್ರನೇತ್ರ ತನಗೆ ವಯಸ್ಸಾಯಿತೆಂದು ಅನುದೀಪ್‌ನ ರಕ್ಷಣೆಗೆ ಬೇರೆ ಯಾರನ್ನಾದರೂ ನೇಮಿಸಬಹುದು. ಆಮೇಲೆ ತನ್ನ ಗತಿ? ತನಗೆ ಮರ್‍ಯಾದೆ ಇಲ್ಲ! ಈ ವಯಸ್ಸಿನಲ್ಲಿ ಇನ್ನು ತಾನು ಯಾವ ಕೆಲಸ ಮಾಡಬೇಕು? ಉಳಿತಾಯವಿಲ್ಲ! ತಾನು ಅನುದೀಪ್‌ಗೆ ಬಿಟ್ಟಿ ಸಲಹೆಯನ್ನು ನೀಡಿದ್ದ. ಹರೆಯದಲ್ಲಿ ನಡೆಸಿದ ಕಾರುಬಾರುಗಳೆಷ್ಟು? ಈಗ ಅವು ಯಾವುದೇ ಪ್ರಯೋಜನಕ್ಕೆ ಬಾರದು. ಹೆಣ್ಣುಗಳು! ಕುದುರೆ ಬಾಲಕ್ಕೆ ಕಟ್ಟಿದ ಹಣ! ಲಾಟರಿಯ ಅದೃಷ್ಟ ಪರೀಕ್ಷೆ! ತನ್ನ ಬದುಕಿಗೆ ತಿರುವು ಕೊಟ್ಟಿದ್ದು ರುದ್ರನೇತ್ರ. ತನ್ನಿಚ್ಛೆಯಂತೆ ಬದುಕುವ ಅದೃಷ್ಟ ತನಗೆ!

ಆದರೆ ತನ್ನ ಮಹತ್ತರ ಕನಸೊಂದೇ – ತಾನು ಸ್ವಂತದ ಹಡಗೊಂದನ್ನು ಹೊಂದಬೇಕೆನ್ನುವುದು. ಪಶ್ಚಿಮದ ಕಡಲ ಕಿನಾರೆಯಲ್ಲಿ ಅದು ತೇಲಬೇಕು! ತನ್ನ ಬಾಲ್ಯವನ್ನು ಹಾರ್ಬರ್‌ನಲ್ಲಿ ಕಳೆದಿದ್ದ. ಬೆಸ್ತರು, ಬೋಟ್‌ಗಳು, ಹಾಯಿ ದೋಣಿಗಳು. ಆ ಶ್ರೀಮಂತಿಕೆ ತನಗೆ ಸಿಗುವುದಾದರೂ ಹೇಗೆ? ಆಯಸ್ಕಾಂತದಂತೆ ಸಮುದ್ರ, ಸಮುದ್ರದ ದಂಡೆ ಅವನನ್ನು ಸೆಳೆಯುತ್ತಿತ್ತು. ದೋಣಿಯಲ್ಲಿ ಓಡಾಡಿದ್ದೆಷ್ಟು? ಲಂಗರು ಹಾಕಿದ ದೋಣಿಗಳಲ್ಲಿ ಜಿಗಿದಾಡಿದ್ದೆಷ್ಟು? ಆ ದಿನಗಳು ತನ್ನ ಜೀವನದ ಸುಖಮಯ ಕ್ಷಣಗಳು.

ಕತ್ತಲೆಯಲ್ಲಿ ಕಣ್ಣುಗಳನ್ನು ಮುಚ್ಚಿದರೂ ಎದುರು ಕಾಣಿಸುತ್ತಿರುವುದು ಸಮುದ್ರ, ಹಡಗು, ಹಾಯಿ ದೋಣಿಗಳು! ತನ್ನದೇ ಸ್ವಂತ ಸಣ್ಣ ಹಡಗು! ಮನಸ್ಸು ಪುಳಕಗೊಂಡಿತು. ಅದನ್ನು ನಡೆಸಿಕೊಂಡು ಮೀನು ಶಿಕಾರಿಗೆ ತೊಡಗಬೇಕು. ತನ್ನದೇ ಹಡಗಿಗೆ ಒಬ್ಬ ಕ್ಯಾಪ್ಟನ್. ಆತ ತಾನು ಹೇಳಿದಂತೆ ಕೇಳುವವನಾಗಿರಬೇಕು. ಅನುದೀಪ್‌ನ ಹಾಗೆ! ಅವನ ಕನಸಿನ ಹಡಗಿಗೆ ಹಣದ ಅವಶ್ಯಕತೆಯಿದೆ. ಕೊನೆ ಪಕ್ಷ ಒಂದ್ಯೆವತ್ತು ಲಕ್ಷ!

ಕನಸು ಕಾಣುತ್ತಲೇ ಇದ್ದ. ಕೊನೆಯಿರದ ಕನಸು! ಕಾಡುವ ಹಲ್ಲು ನೋವಿನಂತೆ ತನ್ನದೇ ಹಡಗು ಹೊಂದುವ ಕನಸು! ಸಮುದ್ರದ ಸೆಳೆತ! ಕಿಟಕಿಯ ಬಳಿ ಕುಳಿತು ಈಗ ಕಾಣುತ್ತಿರುವ ಕನಸೂ ಅದೇ. ಕನಸು ನನಸಾಗಬೇಕಾದರೆ ದೊಡ್ಡ ಮೊತ್ತದ ಹಣಕ್ಕೆ ಕೈಯಿಕ್ಕಬೇಕು!!

ಆರು ತಿಂಗಳಿನ ಹಿಂದೆ ಅವನಿಗೊಂದು ಆಲೋಚನೆ ಹುಟ್ಟಿಕೊಂಡಿತು. ಒಬ್ಬ ವ್ಯಕ್ತಿಗೆ ತತ್‌ಕ್ಷಣಕ್ಕೆ ಉಂಟಾದ ಕ್ಯಾನ್ಸರ್‌ನ ನೋವಿನಂತೆ. ಮತ್ತೆ ಮತ್ತೆ ಮರುಕಳಿಸಿದ ಯೋಚನೆ. ಅದು ಅವನನ್ನು ಬೇಟೆಯಾಡುತ್ತಲೇ ಇತ್ತು. ಅದರಿಂದ ತೊಂದರೆ ಏನಿದೆ? ಹಾಗೆ ಮಾಡಿದರೇನಾಗುತ್ತದೆ?

ಒಂಟಿಯಾಗಿದ್ದವನ ತಲೆಯನ್ನು ಕೊರೆಯುತ್ತಿದ್ದ ಸಂಗತಿ. ಯಾರ ಬಳಿಯಾದರೂ ಚರ್ಚಿಸಿದರೆ ಒಳಿತು. ಆದರೆ ಯಾರ ಜೊತೆಗೆ? ಯಾರ ಮೇಲೂ ನಂಬಿಕೆ ಇಲ್ಲ. ಅಂತಹ ಆತ್ಮೀಯ ಗೆಳೆಯರು ಯಾರಿದ್ದಾರೆ? ಅನುದೀಪ್?! ತನ್ನ ಯೋಜನೆಯನ್ನೆಲ್ಲಾ ಗೀತಾಳ ಬಳಿ ಹೇಳಿಕೊಂಡರೆ? ಅವಳು ಸಮುದ್ರ, ಹಡಗಿನ ಪಯಣವನ್ನು ಇಚ್ಛೆಪಡಲಾರಳು. ತನಗೆ ಹುಚ್ಚು ಎನ್ನಬಹುದು. ತಾಯಿ ಬದುಕಿದ್ದರೆ ಅವರ ಬಳಿಯಾದರೂ ಹೇಳಿಕೊಳ್ಳಬಹುದಿತ್ತು. ತಂದೆಯಂತು ಮೂಕ ಪಶು!

ಕಿಟಕಿಯ ಬಳಿ ಕುಳಿತು ತನ್ನ ಆಲೋಚನೆಗಳನ್ನೆಲ್ಲಾ ಮೆಲುಕು ಹಾಕಿದ. ಸರಳವಾದ ಐಡಿಯಾ ಅದು! ಸಂಗ್ರಹವಾದ ಹಣವನ್ನು ದೋಚುವುದು! ಕಷ್ಟದ ಕೆಲಸವೇನಲ್ಲ. ಇಷ್ಟು ವರ್ಷಗಳ ಅನುಭವದಿಂದ ಅದನ್ನು ಹೇಗೆ ಅಪಹರಿಸಬೇಕೆನ್ನುವುದು ತಿಳಿಯದ್ದೇನಲ್ಲ!!

ಫೆಬ್ರವರಿ 29! ಸಂಗ್ರಹವಾಗಬಹುದಾದ ದೊಡ್ಡ ಮೊತ್ತ! ಕೋಟಿಗಟ್ಟಲೆ ಹಣ!

ಒಂದು ವೇಳೆ ತಾನು ಹಾಗೆ ಮಾಡಿದರೆ ಹಡಗನ್ನು ಖರೀದಿಸಬಹುದು. ತಿಲಕರಾಜನ ಮುಖದಲ್ಲಿ ತೆಳು ನಗುವೊಂದು ಮೂಡಿತು. ಇದು ತನ್ನ ಭವಿಷ್ಯತ್ತಿಗೆ ಸುಂದರ ಬದುಕನ್ನು ಕಟ್ಟಿಕೊಡಬಲ್ಲದು. ಸಾಯುವವರೆಗೂ ತಾನು ಸುಖಿಯಾಗಿರಬಹುದು. ಎಲ್ಲ ಕ್ಷಣಿಕ ಸುಖಗಳನ್ನು ದೂರ ಮಾಡಬಹುದು.

ಫೆಬ್ರವರಿ 29ಕ್ಕೆ ರುದ್ರನೇತ್ರನ ಹಣವನ್ನು ತೆಗೆದುಕೊಂಡು ಸುರಕ್ಷಿತವಾಗಿ ಇಡಬೇಕು. ಅದರ ಕೀಲಿಕೈ ಜನಕ ಎಲ್ಲಿಟ್ಟಿರುತ್ತಾನೆನ್ನುವುದು ಗೊತ್ತಿದೆ. ಅದರ ಡೂಪ್ಲಿಕೇಟ್‌ನಿಂದ ಬೀಗ ತೆಗೆದು ಹಣವನ್ನು ತೆಗೆಯುವುದು ಸುಲಭ! ಹಿಂದೆ ಇಂತಹುದೇ ಕೆಲಸಕ್ಕೆ ಜೈಲು ವಾಸ ಅನುಭವಿಸಿದ್ದಿದೆ. ಕೀಲಿಕೈಯನ್ನು ಡೂಪ್ಲಿಕೇಟ್ ಮಾಡುವ ಕಾರ್ಯವೂ ತನಗೆ ಕರಗತ. ತಾನು ಮಾಡುವ ಕೆಲಸದ ರಿಸ್ಕ್ ಎಷ್ಟೆಂಬುವುದು ಗೊತ್ತಿದೆ. ಜನಕನ ಆಫೀಸಿನಲ್ಲಿರುವ ತಿಜೋರಿ ಹಳೆಯ ಕಾಲದ್ದು. ರುದ್ರನೇತ್ರನ ಅಜ್ಜನ ಕಾಲದ್ದು. ಅದನ್ನು ಮುರಿಯುವುದು ಸುಲಭ! ಒಮ್ಮೆ ಜನಕ ಹಳೆಯ ತಿಜೋರಿಯ ಬಗ್ಗೆ ರುದ್ರನೇತ್ರನಿಗೆ ದೂರು ನೀಡಿದ್ದ.

"ಇದನ್ನು ತೆಗೆದು ಹೊಸ ತಿಜೋರಿಯನ್ನು ತರುವುದು ಒಳ್ಳೆಯದು."

ಜನಕನಿಗೆ ರುದ್ರನೇತ್ರ ಕೊಟ್ಟ ಉತ್ತರವೂ ಸರಿಯಾಗಿ ನೆನಪಿದೆ – "ಅದು ನನ್ನ ಅಜ್ಜನ ಕಾಲದ ತಿಜೋರಿ. ಅವನಿಗೆ ಒಳ್ಳೆಯದಾಗಿತ್ತು. ನನಗೂ ಒಳ್ಳೆಯದೇ ಆಗಿದೆ. ಅದು ನನ್ನ ಶಕ್ತಿಯ ಪ್ರತೀಕ. ಅದನ್ನು ಈ ಊರಿನಲ್ಲಿ ಯಾರೂ ಮುಟ್ಟುವ ಧೈರ್ಯ ಮಾಡಲಾರರು. ನನ್ನನ್ನು ನಿನ್ನನ್ನು ಬಿಟ್ಟರೆ. ಎಲ್ಲರಿಗೂ ಗೊತ್ತಿದೆ ಅದನ್ನು ವಾರಾಂತ್ಯಕ್ಕೆ ಮುಚ್ಚಿದರೆ ಸೋಮವಾರವೇ ತೆರೆಯುವುದೆಂದು. ಯಾರೂ ಕೂಡ ಇಲ್ಲಿಯವರೆಗೆ ಅದನ್ನು ಮುಟ್ಟುವ ಸಾಹಸ ಮಾಡಲಿಲ್ಲ. ಅದು ನನ್ನ ಶಕ್ತಿಯಷ್ಟೇ ಸುರಕ್ಷಿತ! ನನ್ನ ಶಕ್ತಿಯೆನ್ನುವುದೇ ಸುರಕ್ಷೆ!"

"ನನಗೂ ಗೊತ್ತಿದೆ ರುದ್ರನೇತ್ರ. ಯಾರಾದರೂ ಹೊರಗಿನ ಕಳ್ಳ ಅದನ್ನು ಮುಟ್ಟಬಹುದು, ತೆರೆಯಬಹುದು. ಅದಕ್ಕೆ ಏತಕ್ಕೆ ಅವಕಾಶ ಕೊಡಬೇಕು?" ಜನಕ ಒತ್ತಾಯಿಸಿದ.

ರುದ್ರನೇತ್ರ ಜನಕನನ್ನೇ ದಿಟ್ಟಿಸಿದ. ಅವನ ಕಣ್ಣುಗಳು ಮಂಜುಗಡ್ಡೆಯ ಕೊಳದಂತಿದ್ದವು.

"ಯಾರಾದರೂ ಅದನ್ನು ಮುಟ್ಟಿದರೆ ಹೆಚ್ಚು ಸಮಯಬೇಡ. ಅವನ ಸಾವಿನ ಗುಂಡಿಯನ್ನು ಅವನೇ ತೋಡಿಕೊಂಡಂತೆ. ಯಾರೂ ಹಾಗೆ ಮಾಡುವುದಿಲ್ಲ. ಆದ್ದರಿಂದ ನೆನಪಿಟ್ಟುಕೋ. ನನ್ನಿಂದ ಯಾರೂ ಏನನ್ನೂ ತೆಗೆಯಲಾರರು."

ಆದರೆ ತಿಲಕರಾಜ ಅದನ್ನು ಮೀರಿಸುವವನಿದ್ದ. ಸಂಗ್ರಹವಾದ ಹಣದ ಚೀಲವನ್ನು ತಿಜೋರಿಯಲ್ಲಿ ಇಟ್ಟ ಬಳಿಕ ಜನಕ ಬೀಗ ಹಾಕಿ ಅದನ್ನು ತನ್ನ ಬಳಿ ಇಟ್ಟುಕೊಳ್ಳುತ್ತಾನೆ. ಹೊರಗೆ ನಿಯತ್ತಿನ ಸೆಕ್ಯುರಿಟಿ ಜನಕ ಆಫೀಸಿನಿಂದ ಹೋದ ಮೇಲೆ ಅವನ ಆಫೀಸಿನ ಬೀಗ ಹಾಕಿ ಸ್ವಲ್ಪ ಹೊತ್ತು ಕಾಯುತ್ತಾನೆ. ಅವನಿಗೂ ರುದ್ರನೇತ್ರನ ಮಾತುಗಳು ಧೈರ್ಯ ಮೂಡಿಸಿವೆ. ಯಾರಿಗೂ ಕೂಡ ತನ್ನ ತಿಜೋರಿಯನ್ನು ಮುಟ್ಟುವ ಗಟ್ಟಿತನವಿಲ್ಲ! ಎನ್ನುವ ಮಾತು.

ಆದ್ದರಿಂದ ಕಾವಲುಗಾರ ಏನು ಮಾಡುತ್ತಾನೆನ್ನುವುದು ತಿಲಕರಾಜನಿಗೆ ಗೊತ್ತು. ರುದ್ರನೇತ್ರನ ಮಾತುಗಳಲ್ಲಿ ಪೊಳ್ಳುತನವಿದೆ.

ತಿಲಕರಾಜ ರುದ್ರನೇತ್ರನಿಗೆ ಸಂಬಂಧಿಸಿದ ವಸ್ತುವನ್ನು ಮುಟ್ಟಲಿದ್ದಾನೆ! ಗಟ್ಟಿಗತನ!? ಇಲ್ಲ, ಆತನಿಗೆ ಆ ಗಟ್ಸ್ ಇಲ್ಲ. ಆದರೆ ಸಮುದ್ರ, ಹಡಗಿನ ಕನಸು ಆ ಹಣವನ್ನು ತೆಗೆಯಲು ಪ್ರೇರೇಪಿಸುತ್ತಿದೆ. ಸಾವಿನ ಗುಂಡಿಯ ತೋಡುಗ?! ತನ್ನ ಯೋಜನೆ ಸರಿಯಾದುದಾದರೆ ಗುಂಡಿ ತೋಡುವ ಅವಶ್ಯಕತೆಯಿಲ್ಲ. ತಿಲಕರಾಜ ತನ್ನಷ್ಟಕ್ಕೆ ತಾನು ಹೇಳಿಕೊಂಡ.

ವಾರದ ಎಲ್ಲಾ ದಿನಗಳೂ ಆ ದೊಡ್ಡ ಹಳೆಯ ತಿಜೋರಿ ಖಾಲಿಯಾಗಿರುತ್ತದೆ. ಕೇವಲ ವಾರಾಂತ್ಯಕ್ಕೆ ಅದನ್ನು ಉಪಯೋಗಿಸುವುದು. ಹಳೆಯ ಕೀಲಿಕೈ ಅದಕ್ಕೆ ಹೊಂದಾಣಿಕೆಯಾಗುವಂತಹುದು. ತಿಲಕರಾಜನಿಗೆ ಜನಕ ಅದರ ಕೀಲಿಕೈಯನ್ನು ಎಲ್ಲಿಡುತ್ತಾನೆನ್ನುವುದು ಗೊತ್ತು. ವಾರದ ಕೊನೆಯ ದಿನ ಸಂಗ್ರಹವಾದ ಹಣ ತಿಜೋರಿ ಸೇರುವವರೆಗೂ ತಾನಲ್ಲಿದ್ದು ಗಮನಿಸಿದ್ದ. ಆದರೆ ವಾರಾಂತ್ಯಕ್ಕೆ ಕೀಲಿಕೈಯನ್ನು ಜನಕ ಮನೆಗೆ ತೆಗೆದುಕೊಂಡು ಹೋಗುತ್ತಿದ್ದ. ಮೂರು ಬಾರಿ ತಿಲಕರಾಜ ಮಧ್ಯರಾತ್ರಿ ಕಳೆದ ಮೇಲೆ ಕಟ್ಟಡದೊಳಗೆ ಪ್ರವೇಶಿಸಿ, ಜನಕನ ಆಫೀಸಿನ ಬಾಗಿಲು ತೆರೆದು ಒಳಗೆ ಹೊಕ್ಕು ಕೀಲಿಕೈಯನ್ನು ಹುಡುಕಾಡಿದ್ದ. ಬುಧವಾರ ರಾತ್ರಿ ಆ ಕೀಲಿಕೈ ತಿಜೋರಿಯ ಬಳಿ ಇರುವುದನ್ನು ಗಮನಿಸಿದ. ಅದನ್ನು ತಾನು ತೆಗೆದುಕೊಂಡು ಹೋಗಿ ಸಾಬೂನಿನ ಮೇಲೆ ಒತ್ತಿದ್ದ. ಸ್ವಲ್ಪ ಹೊತ್ತಿನಲ್ಲಿಯೇ ಅದರ ಅಚ್ಚು ಸೋಪಿನ ಮೇಲೆ! ಅಷ್ಟರಲ್ಲಿಯೇ ಅವನು ಪೂರ್ತಿ ಬೆವತುಹೋಗಿದ್ದ!

ಜನಕನ ಆಫೀಸಿನೊಳಗೆ ಯಾರಿಗೂ ಪ್ರವೇಶವಿರಲಿಲ್ಲ. ಅವನ ಜೊತೆಗೆ ಯಾರಾದರೂ ಮಾತಾಡಬೇಕಿದ್ದರೆ ಅವರು ಬಾಗಿಲಿನ ಹೊರಗೆ ನಿಂತು ಗಾಜಿನ ಪರದೆಯ ಸಣ್ಣಗಿನ ತೂತಿನಲ್ಲಿ ಮಾತಾಡಬೇಕಿತ್ತು. ಆದರೆ ಕಾವಲುಗಾರನಿಗೆ ಮಾತ್ರ ಒಳಗೆ ಪ್ರವೇಶವಿತ್ತು. ವಾರಾಂತ್ಯದ ಕೊನೆಗೆ ಸಂಗ್ರಹವಾದ ಹಣವನ್ನು ತಿಜೋರಿಯಲ್ಲಿ ಭದ್ರ ಪಡಿಸಿದ ಮೇಲೆ ಎಲ್ಲಾ ಡ್ರಾವರುಗಳಿಗೆ ಬೀಗ ಹಾಕಿ, ತಾನು ಹೊರಗೆ ಬರುತ್ತಿದ್ದ. ಆ ದಿನದಿಂದ ಹಣವನ್ನು ತಿಜೋರಿಯಿಂದ ಖಾಲಿ ಮಾಡುವವರೆಗೂ ಕಾವಲುಗಾರ ಅಲ್ಲಿರುತ್ತಿದ್ದ.

ಮೂರು ದಿವಸಗಳ ಬಳಿಕ ಸೋಪಿನ ಅಚ್ಚಿನ ಮೇಲಿದ್ದಂತೆ ಕೀಲಿಯನ್ನು ತಯಾರಿಸಿದ. ತಿಲಕರಾಜ ನಾಲ್ಕನೇ ದಿನಕ್ಕೆ ಕಟ್ಟಡದೊಳಗೆ ಪ್ರವೇಶಿಸಿದ. ಬಾಗಿಲಿನ ಬೀಗ ತೆರೆದು ಜನಕನ ಆಫೀಸಿನ ಬಾಗಿಲು ತೆರೆದು ಮೆಲ್ಲಗೆ ಒಳಗಡಿಯಿಟ್ಟ. ತಾನು ತಯಾರಿಸಿದ ಕೀಲಿಕೈಯಿಂದ ತಿಜೋರಿಯ ಬೀಗ ತೆರೆಯಲು ಯತ್ನಿಸಿದ. ಸಾಧ್ಯವಾಗಲಿಲ್ಲ! ಕೊನೆಗೆ ಎಣ್ಣೆಯನ್ನು ಕೀಲಿಗೆ ಹಚ್ಚಿ

ಒಂದೆರಡು ಬಾರಿ ಯತ್ನಿಸಿದ. ಕೊನೆಯ ಕ್ಷಣದಲ್ಲಿ ಬೀಗ ತೆರೆಯಿತು. ಇನ್ನು ಹಣ ದೋಚುವುದು ಸುಲಭ! ಇದರಲ್ಲಿ ಕಾವಲುಗಾರನನ್ನು ಸಿಲುಕಿಸುವುದು ಸುಲಭ! ಇದು ನಡೆಯುವಾಗ ಕಾವಲುಗಾರನೇ ಅದನ್ನು ದೋಚಿದ್ದಾನೆಂದು ರುದ್ರನೇತ್ರ ಅಂದುಕೊಳ್ಳುತ್ತಾನೆ!!

ಯಾರೂ ಕೂಡ ಅದನ್ನು ಮುಟ್ಟಲಾರರು! ಮುಟ್ಟುವ ಧೈರ್ಯವನ್ನೂ ಮಾಡಲಾರರು!! ರುದ್ರನೇತ್ರನ ಮಾತುಗಳು ನೆನಪಾದವು.

ಆ ಉಪಾಯ ರುದ್ರನೇತ್ರನಿಗೆ ಸುಲಭದಲ್ಲಿ ಅರ್ಥವಾಗಲಾರದು. ಒಮ್ಮೆ ಕಳ್ಳ ಯಾರೆನ್ನುವುದು ತಿಳಿದರೆ ಐಸ್‌ಕ್ರೀಂ ಸ್ಕ್ಯೂಬ್‌ನಿಂದ ತಿರುಚಿದಂತೆ ಕಳ್ಳನ ಸ್ಥಿತಿ!

ರುದ್ರನೇತ್ರನಿಗೆ ಭೂಗತ ಜಗತ್ತಿನೊಂದಿಗೆ ಒಳ್ಳೆಯ ನಂಟಿದೆ. ಆ ಮಾಫಿಯಾವನ್ನು ಆತ ಸಾಕುತ್ತಿದ್ದಾನೆ. ಹಣ ದರೋಡೆಯಾದ ಸುದ್ದಿ ಮಾಫಿಯಾಕ್ಕೆ ತಲುಪುತ್ತದೆ. ಒಂದು ಹುಲ್ಲು ಕಡ್ಡಿ ಕೂಡ ಅದರಿಂದ ತಪ್ಪಿಸಿಕೊಳ್ಳಲು ಸಾಧ್ಯವಿಲ್ಲ. ಅದಕ್ಕೆ ಸರಿಯಾದ ಉತ್ತರ ಅನುಭವಿಸಲು ತಯಾರಾಗಬೇಕು. ಯಾವ ಪಟ್ಟಣ ಅಥವಾ ಜಗತ್ತಿನ ಮೂಲೆ ಕೂಡ ಸುರಕ್ಷಿತವಲ್ಲ. ತಿಲಕರಾಜನಿಗೆ ಇದೆಲ್ಲವೂ ಗೊತ್ತು. ಆದರೆ ಅವನ ಯೋಜನೆ ತಯಾರಾಗಿದೆ. ಅದು ನೆರವೇರುವುದು ಖಚಿತ! ಇದು ಯಾರ ಊಹೆಗೂ ನಿಲುಕಲಾರದು.

ತಿಲಕರಾಜ ತನ್ನ ಈ ಯೋಜನೆಯಿಂದ ಭವಿಷ್ಯ ರೂಪಿತವಾಗಿದೆ ಮತ್ತು ಬದುಕು ಇದನ್ನು ಅವಲಂಬಿಸಿದೆ ಎಂದುಕೊಂಡ. ಹಣವನ್ನು ತೆಗೆದುಕೊಂಡು ನೇರ ಬಸ್‌ನಿಲ್ದಾಣದ ಪಕ್ಕದಲ್ಲಿರುವ ಲಗೇಜ್ ಕೋಣೆಯಲ್ಲಿ ಭದ್ರವಾಗಿ ಇರಿಸಬೇಕು. ಆ ಹಣದ ವಿಷಯ ತಣ್ಣಗಾಗುವವರೆಗೆ ಅದು ಭದ್ರವಾಗಿ ಅಲ್ಲಿರಬೇಕು!!

ರುದ್ರನೇತ್ರನಿಗೆ ತನ್ನ ಹಣ ವಾಪಾಸು ಸಿಗುವುದಿಲ್ಲವೆನ್ನುವಾಗ ಅದನ್ನು ಅಲ್ಲಿಂದ ತಾನು ತೆಗೆದುಕೊಂಡು ಹೋಗಬೇಕು. ಒಮ್ಮೆ ಹಣ ತನ್ನ ಕೈ ಸೇರಿದರೆ ಇದನ್ನು ಆದಷ್ಟು ಬೇಗನೆ ಇತ್ಯರ್ಥ ಮಾಡಿಬಿಡಬೇಕು. ಬಸ್ಸು ನಿಲ್ದಾಣ ರುದ್ರನೇತ್ರನ ಆಫೀಸಿನ ಎದುರಿನಲ್ಲಿಯೇ ಇದೆ. ಆದ್ದರಿಂದ ಅಲ್ಲಿಂದ ಅಪಹರಿಸಿದ ಹಣದ ಚೀಲವನ್ನು ನಿಲ್ದಾಣದ ಬಳಿಯ ಲಗೇಜ್ ಕೋಣೆಯಲ್ಲಿ ಹಾಕುವುದು ಸುಲಭ! ತತ್‌ಕ್ಷಣವೇ ಗೀತಾಳ ಮನೆಗೆ ಹೋಗಬೇಕು. ಅದು ಅಲ್ಲಿಯೇ ಪಕ್ಕದಲ್ಲಿರುವುದು ತನಗೆ ಅನುಕೂಲವೇ. ರಾತ್ರಿ ಹೊತ್ತು ಯಾವ ಬ್ಯಾಂಕ್ ಕೂಡ ತೆರೆದಿರುವುದಿಲ್ಲ.

ಈ ಕಾರ್ಯಾಚರಣೆಗೆ ತಾಳ್ಮೆ ಅತ್ಯಗತ್ಯ. ಒಮ್ಮೆ ಅಷ್ಟೂ ಹಣ ಬ್ಯಾಂಕ್ ಖಾತೆಗೆ ಜಮಾ ಆದರೆ ಅದನ್ನು ಉಪಯೋಗಿಸಲು ಎರಡು ಮೂರು

ವರ್ಷಗಳು ಬೇಕು. ಆನಂತರ ಮುಂಬೈ ತೊರೆದು ಗೋವಾ ಸೇರಬೇಕು. ಅಲ್ಲಿ ತನ್ನ ಕನಸಿನ ಹಡಗನ್ನು ಖರೀದಿಸಿ ಮೀನು ಶಿಕಾರಿಗೆ ತೊಡಗಬೇಕು. ಇಷ್ಟು ವರ್ಷಗಳು ಕಾದವನಿಗೆ ಎರಡು ಮೂರು ವರ್ಷವೇನೂ ಹೆಚ್ಚಲ್ಲ!

ರುದ್ರನೇತ್ರನ ಮುಷ್ಟಿಯೊಳಗೆ ಪೊಲೀಸ್ ಇಲಾಖೆಯೇ ಇದೆ. ಒಮ್ಮೆ ಹಣ ದರೋಡೆ ಆದ ವಿಷಯ ತಿಳಿದ ಕೂಡಲೇ ಅವರ ಆಗಮನವಾಗುತ್ತದೆ. ಕೈಬೆರಳಚ್ಚಿನ ಗುರುತಿನ ತನಿಖೆ ಶುರುವಾಗುತ್ತದೆ. ಇದು ತಿಲಕರಾಜನ ಚಿಂತೆಯಲ್ಲ. ಅವನು ಕೈಗವಸು ಹಾಕಿಕೊಂಡು ಸಿಕ್ಕಿಕೊಳ್ಳಲಾರದಂತಹ ಮುನ್ನೆಚ್ಚರಿಕೆಯನ್ನು ವಹಿಸುವ ಸೂಕ್ಷ್ಮಗ್ರಾಹಿ. ಆ ಸಂಧರ್ಭದಲ್ಲಿ ಗೀತಾಳ ಜೊತೆಗೆ ಹಾಸಿಗೆಯಲ್ಲಿರಬೇಕು. ಹೊರಗೆ ಕಾರು ನಿಲ್ಲಿಸಿ ಅವಳ ಮನೆಯಲ್ಲಿದ್ದರೆ ಯಾರಿಗೂ ತನ್ನ ಮೇಲೆ ಅನುಮಾನ ಬಾರದು. ಈ ಪ್ರಹಸನಕ್ಕೆ ಗೀತಾ ಸಾಥ್ ನೀಡಿದರೆ ಯಾರಿಗೂ ಸಂದೇಹ ಕೂಡ ಬರಲಾರದು.

ತಿಜೋರಿಯನ್ನು ತೆರೆದರೆ ಆ ಆರೋಪ ಜನಕನ ಮೇಲೆ. ಯಾಕೆಂದರೆ ತಿಜೋರಿಯ ಕೀಲಿಕೈ ಇರುವುದು ಜನಕನ ಬಳಿ. ಪೊಲೀಸರ ತನಿಖೆ ಅವನ ಸುತ್ತಲೂ ನಡೆಯುತ್ತದೆ. ಅಲ್ಲಿಯವರೆಗೂ ಬೇರೆ ಯಾರ ಮೇಲೂ ಸಂಶಯ ಬರಲಾರದು. ಅವನನ್ನು ರುದ್ರನೇತ್ರ ನಂಬಿದರೆ ಮುಂದಿನ ತನಿಖೆ ಉಳಿದವರ ಮೇಲೆ ನಡೆಯಬಹುದು. ಸುಮಾರು ಇನ್ನೂರು ಮಂದಿ ಅವನ ಕೈ ಕೆಳಗೆ ದುಡಿಯುತ್ತಿದ್ದಾರೆ. ತನ್ನ ಮೇಲೆ ಅವನಿಗೆ ಸಂದೇಹ ಬರಲಾರದು. ಮೂರು ಬಾರಿ ಅವನನ್ನು ಸಾವಿನ ದವಡೆಯಿಂದ ಪಾರು ಮಾಡಿದ್ದೂ ಅಲ್ಲದೆ, ಅವನು ಹೇಳಿದಂತೆ ನಡೆದುಕೊಂಡಿದ್ದ.

ಕಿಟಕಿಯ ಬಳಿ ಕುಳಿತುಕೊಳ್ಳುವ ಮೊದಲು ತನ್ನ ಯೋಜನೆಯನ್ನು ಮನನ ಮಾಡಿಕೊಂಡ. ತಪ್ಪೇನು ಅನಿಸಲಿಲ್ಲ.

ರುದ್ರನೇತ್ರನ ಗಡಸು ಕಂಠ ಮೊಳಗಿದಂತಾಯಿತು. 'ಯಾರೂ ನನ್ನ ವಸ್ತುಗಳನ್ನು ಮುಟ್ಟುವ ಧೈರ್ಯ ಮಾಡಲಾರರು' ಆದರೆ ಯಾರಾದರೊಬ್ಬ ಬುದ್ಧಿವಂತನಿದ್ದಾನೆ! ತಿಲಕರಾಜನ ಬೆರಳು ಅಂಗಿಯೊಳಗೆ ಸರಿದು ಎದೆಯಲ್ಲಿ ನೇತಾಡುತ್ತಿದ್ದ ಪದಕವನ್ನು ಮುಟ್ಟಿತು. ಮುಖದಲ್ಲಿ ಮಂದಹಾಸ ಸುಳಿಯಿತು.

ಅಧ್ಯಾಯ 2

ಗೀತಾ ತಿಲಕರಾಜನ ಪ್ರೇಯಸಿ, ಹುಟ್ಟಿದ್ದು ನೇಪಾಳದ ಬಡ ಕುಟುಂಬವೊಂದರಲ್ಲಿ. ಅವಳ ತಂದೆ ಬೀದಿ ಬದಿ ವ್ಯಾಪಾರಿ. ಸೆಕೆಂಡ್ ಹ್ಯಾಂಡ್ ವಸ್ತುಗಳನ್ನು, ನಕಲಿ ವಸ್ತುಗಳನ್ನು ಮಾರಾಟ ಮಾಡಿ ಜೀವನ ನಡೆಸುತ್ತಿದ್ದವನು. ಅವಳ ತಾಯಿ ಅವರಿವರ ಮನೆ ಕೆಲಸಗಳನ್ನು ಮಾಡಿಕೊಂಡು ಸಂಸಾರವನ್ನು ನಡೆಸುತ್ತಿದ್ದವರು. ಗೀತಾ ಪ್ರವಾಸಿಗರ ಮುಂದೆ ಕೈಯೊಡ್ಡಿ ಅಷ್ಟಿಷ್ಟು ಗಳಿಸುತ್ತಿದ್ದ ಪುಟ್ಟ ಹುಡುಗಿ.

ಗೀತಾಳಿಗೆ ಹದಿನೈದು ತುಂಬುತ್ತಲೇ ಮನೆಯ ಬಡತನವನ್ನು ಕಂಡು ಅವಳ ಅಜ್ಜ ಮುಂಬೈನಲ್ಲಿ ಟೈಲರಿಂಗ್ ವೃತ್ತಿ ನಡೆಸುತ್ತಿದ್ದವನು ಅವಳನ್ನು ತನ್ನ ಜತೆಗೆ ಕರೆದುಕೊಂಡು ಬಂದ. ಅವಳ ತಂದೆ ತಾಯಿಗಾದ ಆನಂದ ಅಷ್ಟಿಷ್ಟಲ್ಲ. ಸಂತೋಷದಿಂದ ಆಕೆಯನ್ನು ಅವನ ಜತೆಗೆ ಕಳುಹಿಸಿಕೊಟ್ಟರು. ಗೀತಾಳಿಗೆ

ಮುಂಬೈ ಹಿಡಿಸಿತಾದರೂ ಅಜ್ಜನ ಜೊತೆಗೆ ಟೈಲರಿಂಗ್ ವೃತ್ತಿ ಹಿಡಿಸಲಿಲ್ಲ. ಅಲೆಮಾರಿಯಂತೆ ನೇಪಾಳದಲ್ಲಿ ಪ್ರವಾಸಿಗರ ಹಿಂದೆ ಸುತ್ತುತ್ತಿದ್ದಂತೆ ಇಲ್ಲಿಯೂ ಇರಬಯಸಿದಳು.

ಮೂರು ವರ್ಷಗಳನ್ನು ಹೇಗೂ ಕಷ್ಟದಲ್ಲಿ ಕಳೆದವಳಿಗೆ ಇದು ತನಗೆ ಹೇಳಿದ ಜೀವನವಲ್ಲವೆನಿಸಿತು. ಅವಳು ಅಜ್ಜನ ಹಣವನ್ನು ಕದ್ದು ಬಾಂದ್ರಾದಿಂದ ಮುಂಬೈ ಸೆಂಟ್ರಲ್‌ಗೆ ಬಂದಳು. ಅಲ್ಲಿ ಯಾವುದೋ ಒಂದು ಮನೆಯಲ್ಲಿ ಕೆಲಸದವಳಾಗಿ ಸೇರಿಕೊಂಡಳು. ಅವಳ ಅಜ್ಜ ಕೂಡ ಅವಳನ್ನು ಹುಡುಕುವ ಪ್ರಯತ್ನ ಮಾಡಲಿಲ್ಲ. ದಿನಾ ಜಗಳ ಕಾಯುತ್ತಿದ್ದ ಅವಳು ಮನೆ ಬಿಟ್ಟು ಹೋದದ್ದು ಒಳ್ಳೆಯದೇ ಆಯಿತೆಂದುಕೊಂಡ. ಆದರೆ ತನ್ನ ಹಣ ನಾಪತ್ತೆಯಾದ ಬಗ್ಗೆ ಅವನಿಗೆ ಬೇಸರವಿತ್ತು.

ಗೌರವರ್ಣದ ಸುಂದರಿ ಸಂಜೆಯ ಹೊತ್ತು ಬೀದಿ ಬೀದಿ ಸುತ್ತುತ್ತಿದ್ದವಳಿಗೆ ನೈಟ್‌ಕ್ಲಬ್‌ವೊಂದರಲ್ಲಿ ಸಪ್ಲಾಯರ್ ಕೆಲಸ ಸಿಕ್ಕಿತು. ಅಲ್ಲಿಯ ಮ್ಯಾನೇಜರ್ ಆತ್ಮೀಯನಾದ. ಅವಳನ್ನು ತನ್ನ ಕಾರಿನಲ್ಲಿ ಸುತ್ತಾಡಿಸತೊಡಗಿದ. ಇದು ಅವಳು ಬಯಸಿದ ಜೀವನ! ಆದರೆ ಆತನ ಅಡಿಯಾಳಾಗಿ ಬದುಕುವ ಜಾಯಮಾನ ಅವಳದಲ್ಲ. ಕೈಯಲ್ಲಿ ಸ್ವಲ್ಪ ಹಣ ಓಡಾಡಲು ಶುರುವಾದ ಮೇಲೆ ಅವನಿಂದ ಬಿಡುಗಡೆ ಹೊಂದಿ ಒಂದು ಸಣ್ಣ ಜೋಪಡಿ ಪಟ್ಟಿಯ ಕೋಣೆಯನ್ನು ಬಾಡಿಗೆಗೆ ಪಡೆದಳು. ನೋಡಲು ಹಾಲು ಬಿಳುಪಿನ ಆಕರ್ಷಕ ಹೆಣ್ಣು. ಹುಡುಗರನ್ನು ಸೆಳೆಯುವಲ್ಲಿ ಸಫಲಳಾದಳು.

ಅಷ್ಟರಲ್ಲಿಯೇ ಪರಿಚಯವಾದವನು ಸ್ಫುರದ್ರೂಪಿ ದಷ್ಟಪುಷ್ಟ ಮೈಕಟ್ಟಿನ ತಿಲಕರಾಜ! ಅವಳ ಜೋಪಡಿ ಪಟ್ಟಿಯ ಕೊಳಕು ಜೀವನ ಕಂಡು ಅವನಿಗೂ ಬೇಸರವಾಯಿತು. ಗೀತಾ ಅವನನ್ನು ಅಷ್ಟೊಂದು ಆಕರ್ಷಿಸಿದ್ದಳು. ಅವನು ಕಾಯಂ ಗಿರಾಕಿಯಂತೆ ವಾರಾಂತ್ಯಕ್ಕೆ ಬಿಟ್ಟು ಉಳಿದೆಲ್ಲಾ ದಿನಗಳಂದು ಅವಳ ಜೋಪಡಿ ಪಟ್ಟಿಯಲ್ಲಿಯೇ ಇರಲಾರಂಭಿಸಿದ. ವಾರದಲ್ಲಿ ಆರು ದಿನ ಇಲ್ಲಿ ಇರುವ ಬದಲು ಗೀತಾಳನ್ನೇ ತನ್ನ ಮನೆಗೆ ಕರೆಯಿಸಿದರೆ ಹೇಗೆ ಅನಿಸಿತು. ಆದರೆ ರುದ್ರನೇತ್ರನ ಜನರಿಗೆ ತಿಳಿದರೆ ಕಷ್ಟವೆಂದುಕೊಂಡು ಗೀತಾಳಿಗೆ ರುದ್ರನೇತ್ರನ ಆಫೀಸಿನ ಎದುರಿಗೆ ಇದ್ದ ಸಣ್ಣ ಅಪಾರ್ಟ್‌ಮೆಂಟ್ ಒಂದನ್ನು ಬಾಡಿಗೆಗೆ ತೆಗೆಸಿಕೊಟ್ಟ.

ಇದರಿಂದಾಗಿ ಗೀತಾಳಿಗೆ ತಿಲಕರಾಜ ಇನ್ನಷ್ಟು ಅಪ್ಯಾಯಮಾನವಾದ. ವಯಸ್ಸಿನಲ್ಲಿ ಗೀತಾಳಿಗಿಂತ ತುಂಬಾ ದೊಡ್ಡವನು. ಆದರೂ ಗೀತಾ ತನಗೆ ಆಸರೆ ನೀಡಿರುವನೆಂದು ಅವನನ್ನು ಖುಷಿ ಪಡಿಸುತ್ತಿದ್ದಳು. ವಾರದಲ್ಲಿ ಆರು ದಿನಗಳು ಗಂಡ ಹೆಂಡಿರಂತೆ 'ಲಿವ್ವಿಂಗ್ ಟುಗೆದರ್' ಜೀವನ ಅವರದ್ದಾಗಿತ್ತು. ಅವನೂ ಬ್ರಹ್ಮಚಾರಿ. ಗೀತಾಳ ಸಾಂಗತ್ಯ ಅವನಿಗೆ ಬದುಕಿನ ಕಹಿ ದಿನಗಳನ್ನು

ಮರೆಸುತ್ತಿತ್ತು. ವಾರಾಂತ್ಯಕ್ಕೆ ಮಾತ್ರ ಆತ ಅವಳಿಗೆ ಸಿಗುತ್ತಿರಲಿಲ್ಲ. ಆದರೂ ಅವಳು ಅವನ ನೆನಪಿನಲ್ಲಿ ಮನೆಯಲ್ಲಿಯೇ ಇದ್ದು ದಿನ ಕಳೆಯುತ್ತಿದ್ದಳು. ಮನೆಗೆ ಬೇಕಾದ ಎಲ್ಲಾ ವಸ್ತುಗಳನ್ನು ತರಿಸಿಕೊಟ್ಟಿದ್ದ. ಹಾಗಾಗಿ ತಿಲಕರಾಜನೆಂದರೆ ಅವಳಿಗೆ ಹೇಳಿಕೊಳ್ಳಲಾರದಷ್ಟು ಪ್ರೀತಿ. ಅವನಿಗೂ ಗೀತಾಳನ್ನು ಬಿಟ್ಟರೆ ಬೇರೆ ಯಾರೂ ಬೇಕಾಗಿರಲಿಲ್ಲ.

ಗೀತಾಳಿಗೂ ಆತ ವಯಸ್ಸಾದ ವ್ಯಕ್ತಿ ತಾನು ತರುಣಿ ಎನ್ನುವ ಅಹಂಕಾರವಿಲ್ಲ. ಅವಳಿಗೆ ಅವನ ಮೇಲಿನ ನಂಬಿಕೆ ಹೇಗಿದೆಯೋ ಹಾಗೆಯೇ ಅವನಿಗೆ ಅವಳ ಮೇಲೆ ನಂಬಿಕೆ. ಹಿಂದೆ ಯಾರೆಲ್ಲಾ ಅವನನ್ನು ಮೋಸ ಮಾಡಿದ್ದಾರೆ ಅವರೆಲ್ಲರಿಗಿಂತಲೂ ಗೀತಾ ಹೆಚ್ಚೆನಿಸಿತು. ಗೀತಾ ತಂಗಾಳಿಯಂತೆ ಅವನ ಬದುಕಿಗೆ ಪ್ರವೇಶಿಸಿದಳು. ಎಲ್ಲಕ್ಕಿಂತಲೂ ಸೌಂದರ್ಯದ ಗಣಿ, ಆಕರ್ಷಕ ರೂಪಸಿ. ತನ್ನಿಚ್ಛೆಗೆ ಎಂದು ವಿರೋಧಿಸಿದವಳಲ್ಲ. ಅವನ ಸಾಂಗತ್ಯದಲ್ಲಿ ಖುಷಿ ಕಂಡವಳು. ಅವನ ಮೌನದಲ್ಲಿ ಮೌನವಾಗಿರುವವಳು. ಅವನು ಮಾತಾಡಿದರೆ ಮಾತಾಡುವವಳು. ಹಾಗಿದ್ದೂ ಅವನನ್ನು ಮದುವೆಯಾಗಲು ಒತ್ತಾಯಿಸಿದವಳಲ್ಲ.

ತಿಲಕರಾಜನಿಗೂ ಮದುವೆಯ ಬಗ್ಗೆ ಆಸಕ್ತಿಯಿಲ್ಲ. ಅವನ ಆಸಕ್ತಿಗಳೇನಿದ್ದರೂ ಹಡಗು, ಮೀನುಗಾರಿಕೆ, ಸಮುದ್ರ ಯಾನ, ಸೆಕ್ಸ್ ಮುಂತಾದವುಗಳು. ಅವನಿಗೆ ಗೊತ್ತು ಇಂದಲ್ಲ ನಾಳೆ ಗೀತಾ ತನ್ನ ಕೈ ಬಿಟ್ಟು ಹೋಗುವವಳು. ಯಾರಾದರೂ ಯುವಕ ಕೈಯಲ್ಲಿ ಸ್ವಲ್ಪ ಹಣದ ಆಮಿಷ ತೋರಿಸಿದರೆ ಅವಳು ಮನಸ್ಸು ಬದಲಾಯಿಸದೆ ಇರುವುದಿಲ್ಲವೆನ್ನುವುದು ಖಾತ್ರಿಯಾಗಿದೆ. ಆದ್ದರಿಂದಲೇ ಅವನು ಯಾವತ್ತೂ ತನ್ನ ಆಸಕ್ತಿಗಳನ್ನು ಅವಳೆದುರು ಬಿಚ್ಚಿಡಲಿಲ್ಲ. ಬಿಚ್ಚಿಟ್ಟರೆ ಮರುಕ್ಷಣವೇ ಆಕೆ ಬೇರೆ ನಿರ್ಧಾರವನ್ನು ತೆಗೆದುಕೊಳ್ಳಬಹುದು. ಅವಳಿಗಾದರೂ ಪುರುಷನ ಸಾಂಗತ್ಯದಲ್ಲಿ ಸುಲಭವಾಗಿ ಎಲ್ಲವನ್ನೂ ಗಿಟ್ಟಿಸಿಕೊಳ್ಳುವ ಆಸೆ. ಈಗ ತನ್ನ ಹಣ ದೋಚುವ ಯೋಜನೆಯನ್ನು ಕೂಡ ಆಕೆಗೆ ಹೇಳಲಾರ. ಅದು ಯಾರ ಕಿವಿಗಾದರೂ ಬಿದ್ದು ರುದ್ರನೇತ್ರ ತನ್ನ ಮೇಲೆ ಸಂಶಯಪಡಬಾರದು. ಆದ್ದರಿಂದಲೇ ಅವನು ಯಾರ ಜೊತೆಗೂ ಸಂಪರ್ಕವನ್ನು ಇಟ್ಟುಕೊಂಡವನಲ್ಲ. ಒಂದು ವೇಳೆ ರುದ್ರನೇತ್ರನೇನಾದರೂ ಅವನಿಗೆ ಹಡಗು ಹೊಂದುವ ಆಸೆಯಿದೆ ಎಂದು ತಿಳಿದರೆ ಆ ಆಸೆಗೆ ವಿದಾಯ ಹೇಳಬೇಕಾದಿತು.

ರುದ್ರನೇತ್ರನ ಗುಂಪಿಗೆ ಗೀತಾ ತಿಲಕರಾಜನ 'ಹೆಣ್ಣು' ಎನ್ನುವುದು ಗೊತ್ತು! ವಾರದಲ್ಲಿ ಮೂರು ದಿನ ಸಿನೆಮಾ, ಪಬ್, ರೆಸ್ಟೊರೆಂಟ್, ಮಾಲ್‌ಗೆಂದು ತಿರುಗಾಡಿಸಿದರೆ ಆತನ ಗುಂಪಿನಲ್ಲಿ ಯಾರಾದರೊಬ್ಬರು ನೋಡದಿರುವುದಿಲ್ಲ. ಇದು ತಿಲಕರಾಜನಿಗೆ ಚಿಂತೆಯುಂಟು ಮಾಡುತ್ತಿತ್ತು. ಆದರೂ ತನ್ನ

ಯೋಜನೆಯೇನೂ ಕೆಡಲಾರದೆನ್ನುವ ಸಮಾಧಾನವಿತ್ತು. ರುದ್ರನೇತ್ರ ಹಣ ಕಳುವಾದ ಬಗ್ಗೆ ತನ್ನನ್ನು ಸಂದೇಹಿಸಲಾರ. ಗೀತಾಳನ್ನು ಬಿಟ್ಟಿರಲಾರ. ಇದು ಪ್ರೀತಿಯೇ? ಈ ಪ್ರೀತಿ ತನಗೆ ಮುಳುವಾಗಬಾರದು. ಇಲ್ಲ, ತಾನು ಗೀತಾಳನ್ನು ಪ್ರೀತಿಸುತ್ತಿಲ್ಲ. ಪ್ರೀತಿ ತನ್ನ ಬದುಕಿನಲ್ಲಿ ಬರಬಾರದು. ಪ್ರೀತಿಯಲ್ಲಿ ಬಿದ್ದರೆ ಅವಳಿಗೆ ಏನಾದರೂ ಅನಾಹುತ ಆಗಬಹುದು. ತನ್ನಿಂದ ಆಕೆಗೆ ತೊಂದರೆಯಾಗಬಾರದು.

ಅವನು ಮತ್ತೊಂದು ಸಿಗರೇಟು ಹಚ್ಚಿದ. ರಸ್ತೆಯಲ್ಲಿ ಯಾರೋ ಹೆಂಗಸು ಮಗುವನ್ನು ಕೂಗಿದ್ದು, ಆ ಹೆಂಗಸು ಇನ್ನೊಂದು ಹೆಂಗಸನ್ನು ಕೂಗಿದ್ದು, ಕಾರುಗಳು ನಿಧಾನವಾಗಿ ಸಾಗುವ ಸದ್ದು, ಎಲ್ಲವೂ ಒಟ್ಟಾಗಿ ಕರ್ಕಶವಾಗಿ ಕೇಳಿಸಿತು. ಆ ಸದ್ದು ಕೇಳುತ್ತಿದ್ದಂತೆ ಸೂರ್ಯ ರಶ್ಮಿಗೆ ಹೊಳೆಯುವ ಸಮುದ್ರ, ಸಮುದ್ರದ ಮೇಲಿನಿಂದ ಬೀಸುವ ಬಿಸಿಗಾಳಿ, ದೋಣಿಗಳ ಯಂತ್ರದ ಮೊರೆತ... ಇವಕ್ಕೆಲ್ಲಾ ಮುಖವೊಡ್ಡಬೇಕೆನಿಸಿತು... ತಾಳ್ಮೆ! ಅವನಷ್ಟಕ್ಕೆ ಅವನು ಹೇಳಿಕೊಂಡ. ಎರಡು ಮೂರು ವರ್ಷಗಳಲ್ಲಿ ತೇಲುವ ಕನಸು ನನಸಾಗುತ್ತದೆ.

ಪ್ರತೀ ವಾರಾಂತ್ಯಕ್ಕೆ ಹಣ ಸಂಗ್ರಹಣೆಯ ಕೆಲಸ ಮುಗಿಸಿ ಗೀತಾಳನ್ನು ಡಿನ್ನರ್‌ಗೆ ಕರೆದುಕೊಂಡು ಹೋಗಿ ಸಿನೆಮಾ ತೋರಿಸುತ್ತಿದ್ದ. ಈ ರಾತ್ರಿ, ಅವಳನ್ನು ಹೊರಗೆ ಸುತ್ತಾಡಿಸಬೇಕು. ಮುಂದಿನ ವಾರ ತೀರಾ ವಿಭಿನ್ನ. ಆದರೆ ಅದನ್ನು ಅವಳಿಗೆ ಹೇಳುವಂತಿಲ್ಲ. ಅವಳು ವಾಚಾಳಿ ಅಲ್ಲದಿದ್ದರೂ ಅವನು ಹೇಳಲಾರ. ಹೇಳಿದರೆ ಅವಳು ಅದನ್ನೇ ಯೋಚಿಸಿ ತಲೆಕೆಡಿಸಿಕೊಳ್ಳಬಹುದು. ತನ್ನ ವಾಚ್ ನೋಡಿಕೊಂಡ.

ಮುಂದಿನ ಎರಡು ಗಂಟೆಗಳಲ್ಲಿ ತನ್ನ ಯೋಜನೆಯ ಪೂರ್ವಾಪರಗಳನ್ನೇ ಆಲೋಚಿಸತೊಡಗಿದ. ಕೊನೆಗೆ ಒಂದು ನಿರ್ಧಾರಕ್ಕೆ ಬಂದಂತೆ ತನ್ನ ಆಲೋಚನೆಗಳಿಗೆ ತೆರೆಯೆಳೆಯುತ್ತಾ ಎದ್ದು ತಣ್ಣೀರಿನ ಶವರಿನಡಿಯಲ್ಲಿ ಬೆತ್ತಲೆಯಾಗಿ ನಿಂತ.

ಒಂದು ಗಂಟೆಯ ಬಳಿಕ ಗೀತಾಳನ್ನು ಅವಳ ಅಪಾರ್ಟ್‌ಮೆಂಟ್‌ನಿಂದ ಕರೆಸಿಕೊಂಡು ಹೊಟೇಲ್ 'ತಾಜ್‌ಮಂಜೂರನ್'ಗೆ ಹೊರಟ. ಕಾರು ವೇಗವಾಗಿ ಓಡುತ್ತಿತ್ತು.

ಅವರಿಬ್ಬರೂ ಒಳ್ಳೆಯ ಬಿರಿಯಾನಿ ತಿಂದರು. ಅವರ ನಡುವೆ ಮೌನ ಆವರಿಸಿತ್ತು. ಗೀತಾ ಯಾವತ್ತೂ ಹಸಿದಿರುವವಳು. ಊಟ ಎದುರಿಗೆ ಇರುವಾಗ ಖುಷಿಯಿಂದ ತಿನ್ನುವುದು ಅವಳ ಸ್ವಭಾವ. ಆ ಮೌನದಲ್ಲಿ ತಿಲಕರಾಜ ಫೆಬ್ರವರಿ 29ರ ಬಗ್ಗೆ ಯೋಚಿಸುತ್ತಲೇ ಊಟದ ತಟ್ಟೆಯನ್ನು ಸರಿಸಿದ. ಸರಿಯಾಗಿ ಊಟ ಮಾಡಲಾಗಲಿಲ್ಲ. ಅವನು ಎದುರು ಕುಳಿತವಳನ್ನೇ ನೋಡುತ್ತಿದ್ದ. ಅವನ ಕಣ್ಣುಗಳು ಅವಳ ಸೌಂದರ್ಯವನ್ನೇ ಸವಿಯುತ್ತಿದ್ದವು.

ಅವಳು ಧರಿಸಿದ ವಸ್ತ್ರದಲ್ಲಿ ತುಂಬಾ ಆಕರ್ಷಕವಾಗಿ ಕಾಣುತ್ತಿದ್ದಳು. ಮೂರು ಗಂಟೆ ಹೊತ್ತು ಸಿನೆಮಾ ಹಾಲ್‌ನಲ್ಲಿ ಕುಳಿತು ಸಮಯ ಹಾಳು ಮಾಡುವುದು ಬೇಡವೆನಿಸಿತು ಅವನಿಗೆ. ಅದಕ್ಕಿಂತ ಮನೆಯಲ್ಲಿ ಅವಳನ್ನು ತೋಳುಗಳಲ್ಲಿ ಬಂಧಿಸಿದರೆ ಚೆನ್ನಾಗಿತ್ತೆನಿಸಿತು.

"ರಾಜ, ನಿನ್ನ ತಲೆಯಲ್ಲಿ ಬೇರೇನೋ ಇದೆ ಅನಿಸ್ತಿದೆ. ಅಲ್ಲವೇ?" ಗೀತಾ ತಲೆಯೆತ್ತಿ ಅವನನ್ನು ನೋಡಿ ತತ್‌ಕ್ಷಣವೇ ಕೇಳಿದಳು. ಅವಳು ತನ್ನ ತಟ್ಟೆಯನ್ನು ಖಾಲಿ ಮಾಡಿ ಮುಂದಿನದಕ್ಕೆ ಕಾದಳು. ಅವಳ ಅಂಗಸೌಷ್ಠವಗಳು ತೆಳು ಬಟ್ಟೆಯಲ್ಲಿ ಎದ್ದು ಕಾಣುತ್ತಿದ್ದವು.

ತಿಲಕರಾಜ ಅವನ ಆಲೋಚನೆಗಳಿಗೆ ತಡೆಯೊಡ್ಡಿ ಅವಳತ್ತ ಮುಗುಳ್ನಗು ಬೀರಿದ.

"ನಿನ್ನ ಸೌಂದರ್ಯವನ್ನೇ ನೋಡುತ್ತಿದ್ದೇನೆ ಬಂಗಾರಿ. ನನಗೂ... ನಿನ್ನ ನೋಡ್ತಾ ಇದ್ರೆ ಮೈ ಬಿಸಿಯೇರುತ್ತೆ" ಎಂದು ತನ್ನ ಕೈಯನ್ನು ಅವಳ ಕೈಯ ಮೇಲಿಟ್ಟ.

ಅವಳ ಮುಖ ನಾಚಿಕೆಯಿಂದ ಕೆಂಪಗಾಯಿತು. ಅವನ ಮಾತಿನಿಂದಲೇ ಮೈ ಬಿಸಿಯೇರತೊಡಗಿತು.

"ನನಗೂ ಹಾಗೆ ಅನಿಸ್ತಿದೆ. ಇವತ್ತು ರಾತ್ರಿ ಸಿನೆಮಾ ಬೇಡ. ಮನೆಗೆ ಹೋಗೋಣ" ಎಂದಳು.

ಅವನಿಗೂ ಅದೇ ಬೇಕಾಗಿತ್ತು. ಅವಳ ಕೈಯನ್ನು ಬಿಗಿಯಾಗಿ ಹಿಡಿದುಕೊಂಡ.

"ಖಂಡಿತಾ ಬಂಗಾರಿ... ನಮ್ಮದೇ ಸಾಮ್ರಾಜ್ಯದಲ್ಲಿ ಮುಳುಗೋಣ."

ಅದಾಗಲೇ ಒಂದು ಕರಿನೆರಳು ಅವರು ಕುಳಿತ ಮೇಜಿನ ಮೇಲೆ ಬಿತ್ತು! ತಿಲಕರಾಜ ತಲೆಯೆತ್ತಿದ. ಮದನ್ ನಿಂತಿದ್ದ!

ಕಪ್ಪಗಿನ ಜ್ಯಾಕೆಟ್ ಒಳಗೆ ಹಳದಿ ಬಣ್ಣದ ಅಂಗಿ ತೊಟ್ಟು ವಿಲನ್‌ನಂತೆ ಗಾಜು ಕಣ್ಣುಗಳನ್ನು ಮಿಟುಕಿಸದೆ ನಿಂತಿದ್ದ.

"ತಿಲಕರಾಜ..." ತಿಲಕರಾಜನನ್ನು ನೋಡುತ್ತಲೇ ಗೊಗ್ಗರು ಧ್ವನಿಯಲ್ಲಿ ಕರೆದವನ ದೃಷ್ಟಿ ಅನಾಯಾಸವಾಗಿ ಗೀತಾಳ ಕಡೆಗೆ ಸರಿಯಿತು.

"ಬಾಸ್ ನಿನ್ನನ್ನು ಕರೆಯುತ್ತಿದ್ದಾರೆ."

ತಿಲಕರಾಜ ಅವನ ನೋಟ ಗೀತಾಳ ಕಡೆಗಿರುವುದನ್ನು ಗಮನಿಸಿ ಕೋಪದಿಂದ ಕೆಂಪಗಾದ. ಅವನ ಕೈಯಲ್ಲಿ ಗನ್ ಇರುವಾಗ ಮದನ್ ಒಳ್ಳೆಯ ವ್ಯಕ್ತಿ. ಮದನ್ ಬಗ್ಗೆ ತಿಲಕರಾಜನಿಗೆ ಒಳ್ಳೆಯ ಅಭಿಪ್ರಾಯವಿಲ್ಲ. ಅವನನ್ನು ತಿರಸ್ಕಾರದಿಂದಲೇ ನೋಡುವುದು ಮದನ್‌ಗೂ ಗೊತ್ತು. ಮದನ್‌ಗೂ ತಿಲಕರಾಜನ ಬಗ್ಗೆ ಒಳ್ಳೆಯ ಅಭಿಪ್ರಾಯವಿರದ್ದು ಇದಕ್ಕೆ ಕಾರಣ.

ಗೀತಾ ಬೆದರಿದ್ದಾಳೆನ್ನುವುದು ತಿಲಕರಾಜನ ಗಮನಕ್ಕೆ ಬಂತು. ಅವಳು ಮದನ್‌ನನ್ನು ನೋಡುವ ನೋಟದಿಂದಲೇ ಬೆದರಿದ ಹರಿಣಿಯಂತೆ ಕಾಣುತ್ತಿದಳು.

"ಬಾಸ್ ನನ್ನನ್ನು ಕರೆಯುತ್ತಿದ್ದಾರೆಯೇ?" ತಿಲಕರಾಜ ನಂಬಿಕೆಬಾರದೆ ಕೇಳಿದ.

ವೇಟರ್ ತಟ್ಟೆಗಳನ್ನು ಎತ್ತಿಕೊಂಡು ಹೋದ ಮೇಲೆ ಟೇಬಲ್‌ಗಳನ್ನು ಶುಚಿಗೊಳಿಸಿದ.

"ನಾನು ಹೇಳಿದ್ದು ಅದನ್ನೇ. ಅವರು ನಿನಗಾಗಿ ಕಾಯುತ್ತಿದ್ದಾರೆ."

ತಿಲಕರಾಜ ದೀರ್ಘವಾದ ಉಸಿರೆಳೆದುಕೊಂಡ.

"ಸರಿ, ಹೋಗುತ್ತೇನೆ... ಎಲ್ಲಿದ್ದಾರೆ?"

"ಈಗಲೇ ಅವರ ಮನೆಗೆ ಹೋಗು. ನಾನು ಈ ಗೊಂಬೆಯನ್ನು ಅವಳ ಅಪಾರ್ಟ್‌ಮೆಂಟ್‌ಗೆ ಬಿಟ್ಟು ಬರಲೇ? ನನಗೆ ಅದು ಖುಷಿ ಕೊಡುವ ಸಂಗತಿ."

"ನಿನ್ನ ಸಣ್ಣತನ ಇಲ್ಲಿ ತೋರಿಸಬೇಡ. ಎದ್ದು ಹೋಗು" ತಿಲಕರಾಜ ಶಾಂತವಾಗಿ ಅಷ್ಟೇ ಗರಂ ಆಗಿ ಉತ್ತರಿಸಿದ.

"ಆಯ್ತು. ನಾನು ಬಾಸ್‌ಗೆ ಹಾಗೆ ಹೇಳುತ್ತೇನೆ. ನಿನ್ನ ಕರ್ಮ ಅನುಭವಿಸು" ಅವನು ರೆಸ್ಟಾರೆಂಟ್‌ನಿಂದ ಹೊರ ನಡೆದ.

ಗೀತಾಳ ಕಣ್ಣುಗಳು ಅಗಲಕ್ಕೆ ತೆರೆದುಕೊಂಡವು.

"ಏನಿದು ರಾಜ?"

ಅವನಿಗೆ ಗೊತ್ತಿದೆ. ಯಾವತ್ತೂ ರುದ್ರನೇತ್ರ ಅವನನ್ನು ಮನೆಗೆ ಕರೆದದ್ದಿಲ್ಲ. ಹಣೆಯಲ್ಲಿ ತಣ್ಣಗೆ ಬೆವರು ಮೂಡಲಾರಂಭಿಸಿತು.

"ಕ್ಷಮಿಸು ಬಂಗಾರಿ. ನಾನೀಗ ಹೋಗ್ಲೇ ಬೇಕು. ನೀನು ಊಟ ಮುಗಿಸಿ ಟ್ಯಾಕ್ಸಿ ಹಿಡಿದು ಮನೆಗೆ ಹೋಗು. ನಾನು ಬೇಗನೆ ಬರುವೆ."

"ಓಹೋ! ಇಲ್ಲ ನಾನು..."

ಅವನು ಎದ್ದು ಮೇಜಿನ ಹತ್ತಿರ ನಿಂತ.

"ದಯವಿಟ್ಟು ಹಠ ಮಾಡ ಬೇಡ, ಬಂಗಾರಿ" ಅವನ ಧ್ವನಿಯಲ್ಲೇ ಅಪಸ್ವರವಿತ್ತು.

ಅವನಿಗೇನೋ ಆಗಬಹುದೆನ್ನುವ ಭಯ ಅವಳಿಗೆ. ಅವನ ಮುಖ ಬಿಳಚಿಕೊಂಡು ಹಣೆಯೆಲ್ಲಾ ವಿಪರೀತ ಬೆವರ ಹನಿಗಳು ಮೂಡಿದವು. ಅವಳು ಬಲವಂತದ ನಗು ನಕ್ಕಳು.

"ಸರಿ ರಾಜ, ನಾನು ನಿನಗಾಗಿ ಕಾಯುತ್ತಿರುತ್ತೇನೆ."

ಅವನು ಬೇರರ್ ಜೊತೆಗೆ ಮಾತನಾಡಿ ಬಿಲ್ ಪಾವತಿಸಿ ಅವಳತ್ತ ಕೈ ಎತ್ತಿ ತೋರಿಸಿ ರೆಸ್ಟಾರೆಂಟ್‌ನಿಂದ ಹೊರ ನಡೆದ. ಅವನಿಗೆ ರುದ್ರನೇತ್ರನ ಮನೆ

ತಲುಪಲು ಆ ವಾಹನದಟ್ಟಣೆಯ ರಸ್ತೆಯಲ್ಲಿ ಅರ್ಧ ಗಂಟೆ ಹಿಡಿಯಿತು. ಕಷ್ಟದಲ್ಲಿ ಪಾರ್ಕಿಂಗ್ ಏನೋ ಸಿಕ್ಕಿತು. ಕಾರು ನಿಲ್ಲಿಸಿ ಮಾರ್ಬಲ್‌ನ ಮೆಟ್ಟಿಲುಗಳೆನ್ನೇರಿ ಮುಂಬಾಗಿಲ ಬಳಿ ಬಂದ. ಅವನು ಕಾರು ಓಡಿಸುತ್ತಿರುವಾಗ ಅವನ ಮೆದುಳು ತೀವ್ರವಾಗಿ ಆಲೋಚಿಸುತ್ತಿತ್ತು. ರುದ್ರನೇತ್ರ ಈ ಹೊತ್ತಿನಲ್ಲಿ ಬರಲು ಹೇಳಿದ್ದುದ್ದೇಕೆ? ಯಾವತ್ತೂ ಅವನು ಹೀಗೆ ಕರೆದದ್ದಿಲ್ಲ. ಬೆಲ್ ಒತ್ತಿದ. ಬಾಗಿಲು ತೆರೆಯಿತು. ಮನೆಯ ಆಳು ನಿಂತಿದ್ದ. ತಿಲಕರಾಜ ವಿಶಾಲವಾದ ಹಜಾರವನ್ನು ಹೊಕ್ಕ. ಎರಡು ಕಡೆಗೂ ಅಪೂರ್ವ ಕಲಾಕೃತಿಗಳನ್ನು ಗೋಡೆಗೆ ತೂಗು ಹಾಕಲಾಗಿತ್ತು.

"ಮುಂದೆ ಹೋಗಿ" ಆಳು ಅವನಿಗೆ ಕೈ ತೋರಿಸಿ ಮಾರ್ಗದರ್ಶನ ನೀಡಿದ.

"ಅಲ್ಲಿಂದ ಮುಂದೆ ಬಲಕ್ಕೆ" ತಿಲಕರಾಜ ಮುಂದೆ ನಡೆದು ದೊಡ್ಡ ಹಾಲ್‌ಗೆ ಬಂದ. ತೇಗದ ಉದ್ದನೆಯ ಸೋಫಾ, ಮರದ ಕುರ್ಚಿಗಳು ಇದ್ದವು. ರುದ್ರನೇತ್ರ ಅಗಲವಾದ ಕುರ್ಚಿಯಲ್ಲಿ ಕುಳಿತು ಸಿಗಾರ್ ತುಟಿಗಿರಿಸಿ ಇನ್ನೊಂದು ಕೈಯಲ್ಲಿ ಪೆಗ್ ಹಿಡಿದಿದ್ದ. ಪಕ್ಕದಲ್ಲಿಯೇ ಮೈಕೆಲ್ ನಿಂತಿದ್ದ.

"ಬಾ ತಿಲಕರಾಜ, ಕುಳಿತುಕೋ. ಏನು ತೆಗೆದುಕೊಳ್ಳುವೇ?" ಎದುರಿಗೆ ಮರದ ಕುರ್ಚಿಯನ್ನು ತೋರಿಸಿದ. ತಿಲಕರಾಜ ಕುಳಿತ.

"ವಿಸ್ಕಿ ಆಗಬಹುದು."

"ಮೈಕೆಲ್, ತಿಲಕರಾಜನಿಗೆ ವಿಸ್ಕಿ ಕೊಟ್ಟು ನೀನು ಹೋಗು."

ಮೈಕೆಲ್ ಗಾಜಿನ ಲೋಟಕ್ಕೆ ವಿಸ್ಕಿ ಸುರಿದು, ನೀರು ಬೆರೆಸಿ ತಿಲಕರಾಜನಿಗೆ ಕೊಟ್ಟು ತನ್ನ ಹರಗೊಳಿಸಿದ ಧಡೂತಿ ದೇಹವನ್ನು ಹೊರಗೆ ಹೊರಳಿಸಿದ.

"ಸಿಗಾರ್?" ರುದ್ರನೇತ್ರ ಸಿಗಾರ್‌ನ ಪ್ಯಾಕೆಟನ್ನು ಮುಂದೆ ಚಾಚಿದ.

"ನೋ, ಥ್ಯಾಂಕ್ಸ್ ಬಾಸ್" ರುದ್ರನೇತ್ರ ಹಲ್ಲು ಕಿಸಿದ.

"ನಿನಗೆ ತೊಂದರೆಯಾಯಿತೇ?"

"ಹೌದು."

ತಿಲಕರಾಜನ ಉತ್ತರಕ್ಕೆ ನಕ್ಕು ಅವನ ಮೊಣಗಂಟಿಗೆ ಬಡಿದ.

"ಇರಲಿ, ಅವಳು ಹತ್ತಿರವಿದ್ದರೆ ನಿನಗೆ ಕುತೂಹಲ ಖುಷಿ ಅಲ್ಲವೇ?"

ತಿಲಕರಾಜ ಏನೂ ಉತ್ತರಿಸಲಿಲ್ಲ. ಬೆವರುವ ಕೈಗಳಿಂದ ಗ್ಲಾಸನ್ನು ಹಿಡಿದುಕೊಂಡು ಕಾಯುತ್ತಿದ್ದ.

ರುದ್ರನೇತ್ರ ಸಿಗಾರ್‌ನ ಹೊಗೆಯನ್ನು ಮೇಲ್ಛಾವಣಿಯತ್ತ ಊದಿ ಕಾಲುಗಳನ್ನು ಮುಂದಕ್ಕಿಟ್ಟ. ಆರಾಮವಾಗಿ ಕೈ ಚೆಲ್ಲಿದಂತೆ ಕುಳಿತ. ಆದರೆ ತಿಲಕರಾಜನಿಗೆ ಹಾಗೆ ಕುಳಿತುಕೊಳ್ಳಲಾಗಲಿಲ್ಲ. ರುದ್ರನೇತ್ರನ ಮನಸ್ಸು ಯಾವ ರೀತಿ ಬದಲಾಗುತ್ತದೆಯೆಂದು ಹೇಳಲಾಗದು.

"ಒಳ್ಳೆಯ ಮನೆ ನನಗೆ ಇಲ್ಲಿ ಸಿಕ್ಕಿದ್ದು ಅದೃಷ್ಟವಲ್ಲವೇ? ಇದನ್ನೆಲ್ಲಾ ಜೋಡಿಸಿದ್ದು ನನ್ನ ಹೆಂಡತಿ. ಈ ಪುಸ್ತಕಗಳು, ಹೂದಾನಿ ಎಲ್ಲಾವೂ ನೋಡಲು ಚೆನ್ನಾಗಿದೆಯಲ್ಲವೇ? ನೀನು ಯಾವತ್ತಾದರೂ ಪುಸ್ತಕಗಳನ್ನು ಓದಿರುವೆಯಾ ತಿಲಕರಾಜ?" ಕೋಣೆಯನ್ನು ನೋಡುತ್ತಾ ಕೇಳಿದ.

"ಇಲ್ಲ" ತಲೆಯಲುಗಿಸಿದ ಬೆವರುತ್ತಿದ್ದ ವ್ಯಕ್ತಿ.

"ನಾನೂ ಕೂಡ ಓದಿಲ್ಲ. ಯಾರು ಅದನ್ನೆಲ್ಲಾ ಓದುವವರು?" ಶಾಂತವಾದ ಕಣ್ಣುಗಳು ತಿಲಕರಾಜನನ್ನು ಸೂಕ್ಷ್ಮವಾಗಿ ಗಮನಿಸುತ್ತಿದ್ದವು.

"ಇರಲಿ ಅದನ್ನು ಬಿಟ್ಟು ಬಿಡು. ನಾನು ನಿನ್ನ ಬಗ್ಗೆ ಯೋಚಿಸುತ್ತಿದ್ದೆ ತಿಲಕರಾಜ. ನೀನು ಇಪ್ಪತ್ತು ವರ್ಷಗಳಿಂದ ನನಗಾಗಿ ದುಡಿಯುತ್ತಿರುವೆ, ಸರಿಯಲ್ವಾ?" ತಿಲಕರಾಜ ಇದನ್ನು ನಿರೀಕ್ಷಿಸಿಯೇ ಇದ್ದ. ಆದರೆ ಇಷ್ಟು ಬೇಗನೆ ಎಂದು ತಿಳಿದಿರಲಿಲ್ಲ.

"ನನಗನಿಸುತ್ತೆ, ಸುಮಾರು ಇಪ್ಪತ್ತು ವರ್ಷಗಳು?"

"ನಾನು ನಿನಗೇನು ಕೊಡುತ್ತಿದ್ದೇನೆ ತಿಲಕರಾಜ?"

"ವಾರಕ್ಕೆ ಹತ್ತು ಸಾವಿರ ಬಾಸ್."

"ಅದು ನನಗೆ ಜನಕ ಹೇಳಿದ್ದಾನೆ. ಹೌದು, ಹತ್ತು ಸಾವಿರ. ಅದನ್ನು ಕೇವಲವೆಂದು ತಿಳಿದುಕೊಂಡಿರುವೆ."

"ನಾನು ಹಾಗೆ ತಿಳಿದುಕೊಂಡಿಲ್ಲ ಬಾಸ್. ಒಬ್ಬ ವ್ಯಕ್ತಿಗೆ ಏನು ಬೇಕೋ ಅದು ನನಗೂ ಸಿಗುತ್ತಿದೆ." ಶಾಂತವಾಗಿ ಉತ್ತರಿಸಿದ. ರುದ್ರನೇತ್ರ ಅವನನ್ನು ಕೂಲಂಕಷವಾಗಿ ಗಮನಿಸುತ್ತಿದ್ದ.

"ಬೇರೆಯವರು ಆ ರೀತಿ ಯೋಚಿಸುತ್ತಿಲ್ಲ. ಅವರಿಗೆ ಹೆಚ್ಚು ಹಣ ಬೇಕಂತೆ" ವಿಸ್ಕಿಯನ್ನು ಹೀರಿ ಮುಂದುವರೆಸಿದ, "ನೀನು ಎರಡು ಮೂರು ವರ್ಷಗಳ ಹಿಂದೆ ಬರುತ್ತಿದ್ದರೆ, ನಿನಗೂ ಹೆಚ್ಚು ಹಣ ಕೊಡುತ್ತಿದ್ದೆ" ಅವನ ಕೈಯಲ್ಲಿದ್ದ ಸಿಗಾರ್‌ನ ಕೆಂಪು ತುದಿ ತತ್‌ಕ್ಷಣವೇ ತಿಲಕರಾಜನತ್ತ ತೋರಿಸಿತು. ಅವನು ಮುಂದುವರೆಸಿದ, "ನೀನ್ಯಾಕೆ ಕೇಳಿಲ್ಲ?"

"ಬಾಸ್, ನಾನು ನಿಮ್ಮನ್ನು ಕೇಳಿದ್ದೆ. ಒಬ್ಬ ವ್ಯಕ್ತಿಗೆ ಎಷ್ಟು ಬೇಕೋ ಅದು ಸಿಕ್ಕಿದೆ. ನಾನು ಹೆಚ್ಚಿಗೇನೂ ಕೇಳಲಾರೆ. ನಾನು ನಿರಂತರ ದುಡಿದು ತಿನ್ನುವವನು. ವಾರಾಂತ್ಯವೆನ್ನುವುದು ದೊಡ್ಡ ದಿನ... ಆದ್ದರಿಂದ..."

"ನೀನು ಮತ್ತು ಅನುದೀಪ್ ಜೊತೆಯಾಗಿ... ಅಲ್ವೇ?"

"ಖಂಡಿತಾ."

"ಅವನು ಪುಕ್ಕಲ. ಅವನಿಗೆ ಈ ಕೆಲಸ ಇಷ್ಟವಿಲ್ಲ ಅಲ್ಲವೇ?"

"ಅವನಿಗೆ ಹಣ ಬೇಕು."

"ಅದು ಸರಿ, ನಾನು ಅವನ ಕೆಲಸವನ್ನು ಬದಲಾಯಿಸಬೇಕೆಂದಿರುವೆ. ನನ್ನ ಬಳಿ ಬೇರೆ ಹುಡುಗರಿದ್ದಾರೆ. ಆದರೆ ಅವರಿಗೆ ಹಣದ ಮೇಲೆ ಮೋಹವಿಲ್ಲ. ನನಗೆ ನಿನ್ನ ದೃಷ್ಟಿಕೋನ ಮುಖ್ಯ. ಬದಲಾವಣೆಯನ್ನು ನೀನು ನಿರೀಕ್ಷಿಸುವೆಯಾ?"

ತಿಲಕರಾಜನ ಮೆದುಳು ವೇಗವಾಗಿ ಆಲೋಚಿಸಿತು. ಇದು ಸರಿಯಾದ ಸಮಯವಲ್ಲ. ಅನುದೀಪ್‌ಗೂ ಕೂಡ. ಮುಂದಿನವಾರ ಸರಿಯಾಗಿ ನಿಯೋಜನೆಯಂತೆ ನಡೆದರೆ ಹೇರಳವಾದ ಹಣ ಸಂಗ್ರಹವಾಗುತ್ತದೆ.

"ಅಗತ್ಯವಿಲ್ಲ ಬಾಸ್, ನಾನು ಅನುದೀಪ್‌ನ ಜೊತೆ ಹೋಗಬಲ್ಲೆ. ಹತ್ತು ವರ್ಷಗಳಿಂದಲೂ ಅದೇ ಕೆಲಸವನ್ನಲ್ಲವೆ ಮಾಡಿಕೊಂಡಿರುವುದು? ನಾನು ಯಾರ ಜೊತೆಗಾದರೂ ಹೋಗಬಲ್ಲೆ."

"ನಾನು ಎಲ್ಲರನ್ನೂ ಬದಲಾಯಿಸಲು ಯೋಚಿಸುತ್ತಿರುವೆ. ನಿನ್ನ ಮತ್ತು ಅನುದೀಪ್‌ನನ್ನು ಕೂಡ. ಹತ್ತು ವರ್ಷಗಳು ನಿಮ್ಮ ನರಕದ ದಿನಗಳಲ್ಲವೇ? ಅನುದೀಪ್‌ಗೆ ಡ್ರೈವಿಂಗ್ ಬರುತ್ತದೆಯೇ?"

"ಖಂಡಿತಾ, ಅವನು ಕಾರು ಓಡಿಸುತ್ತಾನೆ. ಅವನ ಬದುಕು ಆರಂಭವಾಗಿದ್ದೆ ಗ್ಯಾರೇಜ್‌ನಿಂದ."

"ನನಗದು ಗೊತ್ತು. ಅವನು ನನ್ನ ಡ್ರೈವರ್ ಆಗಬಲ್ಲನೇ? ಹೆಂಡತಿಯದ್ದು ಯಾವಾಗಲೂ ಕಿರಿಕಿರಿ. ನಾನು ರೋಲ್ಸ್ ಅನ್ನು ಇಟ್ಟಿರುವುದು ಸರಿಯಲ್ಲವಂತೆ. ಅವಳು ಯಾವಾಗಲು ಕಾರು ಓಡಿಸಲು ಯೂನಿಫಾರ್ಮ್‌ನಲ್ಲಿರುವ ಡ್ರೈವರ್‌ನೇ ಬೇಕೂಂತಾಳೆ. ಅನುದೀಪ್ ಬಳಿ ಯೂನಿಫಾರ್ಮ್ ಇದೆಯಲ್ಲವೇ?"

"ಆಗಬಹುದು ನೀವೇ ಕೇಳಿ ನೋಡಿ."

"ನೀನೊಮ್ಮೆ ಕೇಳಿ ನೋಡು ತಿಲಕರಾಜ. ಅವನು ಎಷ್ಟು ನಿರೀಕ್ಷೆ ಮಾಡ್ತಾನೆ ಕೇಳು."

"ಇಪ್ಪತ್ತು ಸಾವಿರ ಇರಬಹುದು."

"ಅವನಿಗೆ ಹೇಳು ಹದಿನೈದು ಸಾವಿರ ಕೊಡಬಲ್ಲೆ."

"ಸರಿ, ಹೇಳಿ ನೋಡುವೆ."

ದೀರ್ಘ ಮಾತಿನ ಬಳಿಕ ತಿಲಕರಾಜ ತನ್ನ ಹಣೆಬರಹವನ್ನು ತಿಳಿಯುವ ಕುತೂಹಲ ತೋರಿಸಿದ.

"ತಿಲಕರಾಜ, ನಿನಗೆ ಒಳ್ಳೆಯ ಹೆಸರಿದೆ. ಜನರು ನಿನ್ನನ್ನು ಗೌರವಿಸುತ್ತಾರೆ. ಮಾತ್ರವಲ್ಲ, ಇಷ್ಟಪಡುತ್ತಾರೆ. ನೀನೊಬ್ಬನೆ ಹೇಗೆ ಈ ಡಕಾಯಿತಿಯ ಕೆಲ್ಸವನ್ನು ನಿಭಾಯಿಸುವೆ?"

ತಿಲಕರಾಜ ನೆಟ್ಟಗಾದ. ಇದು ಅವನಿಗೆ ನೀಡಿದ ಕೊನೆಯ ಅವಕಾಶ. ಅದನ್ನು ಅವನು ಇಷ್ಟಪಟ್ಟಿದ್ದ ಕೂಡ.

ಬೀರಪ್ಪ ದಪ್ಪನೆಯ ವಯಸ್ಸಾದ ವ್ಯಕ್ತಿ. ರುದ್ರನೇತ್ರನಿಗೆ ಅನುಕೂಲವಾಗುವಂತಹ ಇಡೀ ರ್‍ಯಾಕೆಟನ್ನು ನೋಡಿಕೊಳ್ಳುತ್ತಿದ್ದ. ಕಳೆದ ಐದು ವರ್ಷಗಳಿಂದ ಜನಕ ಪ್ರತೀ ಬಾರಿಯೂ ಸಂಗ್ರಹವಾಗುವ ಹಣವನ್ನು ಚಾತಕ ಪಕ್ಷಿಯಂತೆ ಕಾಯುತ್ತಿದ್ದುದರಿಂದಲೇ ಬೀರಪ್ಪ ಸರಿಯಾಗಿ ತನ್ನ ಕಾರ್ಯ ನಿರ್ವಹಿಸುತ್ತಿದ್ದಾನೆ. ಇದನ್ನು ತಿಲಕರಾಜನಿಗೆ ಮನದಟ್ಟು ಮಾಡಬೇಕಾಗಿತ್ತು. ಅವನು ಬೀರಪ್ಪ ಹೇಗೆ ಬೆವರುತ್ತಿದ್ದಾನೆಂದು ನೆನಪಿಸಿಕೊಂಡ.

"ಈ ಕೆಲಸ ಸುಖವಲ್ಲ ತಿಲಕರಾಜ. ನಿನಗೆ ಇದರ ಬಗ್ಗೆ ತಿಳಿದಿಲ್ಲ. ನಿನಗೆ ಯಾವಾಗಲೂ ಹೊಸ ಗಿರಾಕಿಗಳನ್ನು ಹುಡುಕುವ ಒತ್ತಡ. ನೀನು ಅಲೆದಾಡಿ ಹಣ ಸಂಗ್ರಹಿಸಿದಷ್ಟು ಸುಲಭದ ಕೆಲಸವಲ್ಲ. ಈ ಕೆಲಸವನ್ನು ನೀನು ನಿಲ್ಲಿಸುವಂತಿಲ್ಲ" ತಾನು ಪಟ್ಟ ಕಷ್ಟವನ್ನು ವಿವರಿಸಿದ.

"ಬೀರಪ್ಪ ಹೇಗೆ?" ತಿಲಕರಾಜ ಕೇಳಿದ.

"ಬೀರಪ್ಪ ಕೈ ತೊಳೆದುಕೊಂಡ" ರುದ್ರನೇತ್ರನ ನೋಟ ಬದಲಾಯಿತು.

"ಇನ್ನು ಮುಂದೆ ನೀನೇ ಇವನ್ನೆಲ್ಲಾ ನೋಡಿಕೊಳ್ಳಬೇಕು, ತಿಲಕರಾಜ. ನಿನಗೇನು ತೊಂದರೆಯಾಗದು. ಹೊಸ ಸಂಗ್ರಹವನ್ನು ಮಾಡುವುದಕ್ಕೆ ಜನರು ನಿನಗೆ ಗೌರವ ಕೊಡುತ್ತಾರೆ. ನೀನು ಇದೇ ವೃತ್ತಿಯನ್ನು ಮುಂದುವರೆಸಿದರೆ ನಿನಗೆ ಒಂದುಲಕ್ಷದವರೆಗೂ ಸಿಗುತ್ತೆ. ನೀನು ಏನು ಹೇಳುವೆ?"

ತಿಲಕರಾಜ ಆಲೋಚಿಸಿದ. ಈ ಆಹ್ವಾನವನ್ನು ನಿರಾಕರಿಸುವ ಧೈರ್ಯವಿರಲಿಲ್ಲ. ಪ್ರಯತ್ನಿಸಿದರೆ ಇದು ಕಷ್ಟವೇನಲ್ಲ. ಆದರೆ ಅವನ ಮುಂದಿನ ನಡೆ ಬೇರೆಯೇ ಇದೆ...!!

ರುದ್ರನೇತ್ರನನ್ನು ನೇರವಾಗಿ ನೋಡಿದ.

"ಬಾಸ್, ನಾನು ಯಾವಾಗ ಆರಂಭಿಸಬೇಕು?" ರುದ್ರನೇತ್ರ ಬಾಗಿ ಅವನ ಮೊಣಗಂಟಿನ ಮೇಲೆ ಬಡಿದ.

"ನನಗೆ ಈ ರೀತಿ ಮಾತನಾಡುವವರೆಂದರೆ ಇಷ್ಟ. ನನಗೆ ಗೊತ್ತಿದೆ ನಾನು ಸರಿಯಾದ ವ್ಯಕ್ತಿಯನ್ನೇ ಆರಿಸಿದ್ದೇನೆ. ಆದರೆ ಬೀರಪ್ಪ ಇದನ್ನ ಆಯ್ಕೆ ಮಾಡಿದ್ದಾನೆ. ನೀನು ಜನಕನನ್ನೊಮ್ಮೆ ಮಾತಾಡಿ ನೋಡು. ಆತ ನಿನಗೆ ಸ್ಪಷ್ಟಪಡಿಸುತ್ತಾನೆ" ಅವನು ಎದ್ದು ನಿಂತು ಕೈಗಡಿಯಾರ ನೋಡಿಕೊಂಡ.

"ನಾನು ಹೆಂಡತಿಯನ್ನು ಕರೆದುಕೊಂಡು ಹೊರಗೆ ಹೋಗಬೇಕು. ಸಂತೋಷ ತಿಲಕರಾಜ, ನೀನು ಮುಂದುವರೆಸು. ನಿನಗೆ ವಾರಾಂತ್ಯಕ್ಕೆ ಒಂದು ಲಕ್ಷದವರೆಗೂ ಸಿಗುತ್ತೆ" ಅವನು ದಪ್ಪನೆಯ ತೋಳುಗಳನ್ನು ತಿಲಕರಾಜನ ಭುಜದ ಮೇಲಿರಿಸಿ ಬಾಗಿಲವರೆಗೂ ಕರೆತಂದ.

"ಅನುದೀಪ್‌ಗೂ ಹೇಳು. ಕೆಲಸ ಬೇಕಿದ್ದರೆ ಜನಕನ ಜೊತೆಗೆ ಮಾತಾಡಿ ಯೂನಿಫಾರ್ಮ್ ಅನ್ನು ತೆಗೆದುಕೊಳ್ಳಲಿ. ನೀವಿಬ್ಬರೂ ಮುಂದಿನ

ವಾರಾಂತ್ಯದ ಕೆಲಸ ಮುಗಿಸಿ ನಿಮ್ಮ ಹೊಸ ಕೆಲಸವನ್ನು ಆರಂಭಿಸಿ. ಸರಿ ತಾನೆ?"

"ಸರಿ, ಬಾಸ್" ತಿಲಕರಾಜ ಬಾಗಿಲಿನಿಂದ ಹೊರಗೆ ಬಂದು ದೊಡ್ಡ ಹಜಾರವನ್ನು ಪ್ರವೇಶಿಸಿದ. ಮನೆಯ ಆಳು ಅಲ್ಲಿಯೇ ನಿಂತಿದ್ದ.

"ಮತ್ತೆ ಭೇಟಿಯಾಗೋಣ" ರುದ್ರನೇತ್ರ ಮೆಟ್ಟಿಲುಗಳನ್ನು ಇಳಿದು ಮನಸ್ಸಿನಲ್ಲಿಯೇ ಗೆಲುವಿನ ಸಿಳ್ಳೆ ಹಾಕುತ್ತಾ ತಿಲಕರಾಜನಿಂದ ಕಣ್ಮರೆಯಾದ.

* * *

ತನ್ನ ಕಾರಿನ ಹತ್ತಿರ ಬರುತ್ತಲೇ ತಿಲಕರಾಜ ಹಿಂಜರಿದ. ಕೈ ಗಡಿಯಾರ ನೋಡಿಕೊಂಡ. ಸಮಯ ರಾತ್ರಿ ಒಂಬತ್ತು ಸಮೀಪಿಸುತ್ತಿತ್ತು. ಗೀತಾಳ ಹಸಿವಿನ ವಿಷಯ ತಿಳಿಯದವನೇನಲ್ಲ. ಇನ್ನೊಂದು ಅರ್ಧ ಗಂಟೆ ಹೆಚ್ಚಾಗಿಯೇ ತೆಗೆದುಕೊಳ್ಳುವವಳು. ಅವನು ಬೀರಪ್ಪನನ್ನು ಭೇಟಿಯಾಗಬೇಕೆಂದುಕೊಂಡ.

ಆತ ನಗರದ ಮುಖ್ಯ ರಸ್ತೆಯನ್ನು ದಾಟಿ ಹದಿನೈದು ನಿಮಿಷಗಳಲ್ಲಿ ಬೀರಪ್ಪನ ಅಪಾರ್ಟ್‌ಮೆಂಟ್‌ಗೆ ಬಂದು ತಲುಪಿದ. ಬೀರಪ್ಪ ಮನೆಯಲ್ಲಿಯೇ ಇದ್ದ. ಅವನ ಚಪ್ಪಲಿಗಳು ಹೊರಗಿದ್ದವು. ಆತ ಕೈಯಲ್ಲಿ ಪಾನೀಯ ತುಂಬಿದ ಗ್ಲಾಸನ್ನು ಹಿಡಿದುಕೊಂಡು ಟಿ.ವಿ.ಯನ್ನು ನೋಡುತ್ತಿದ್ದ.

ಬೀರಪ್ಪನ ಹೆಂಡತಿ ದಪ್ಪನೆಯ ಹೆಂಗಸು, ಮುಗುಳ್ನಗುತ್ತಾ ಅವನನ್ನು ಸ್ವಾಗತಿಸಿ, ಕಿಚನ್‌ಗೆ ಹೊರಟಳು. ಅವಳಿಗೆ ತನ್ನ ಗಂಡ ಈತನನ್ನು ವ್ಯವಹಾರದ ವಿಷಯ ಚರ್ಚಿಸಲು ಕರೆಸಿರಬೇಕೆನ್ನುವುದು ತಿಳಿದಿತ್ತು. ಅವಳು ಯಾವತ್ತು ಗಂಡನ ವ್ಯವಹಾರಗಳಿಗೆ ತಲೆ ಹಾಕಿದವಳಲ್ಲ.

ತಿಲಕರಾಜ ಮುಜುಗರಪಡಲಿಲ್ಲ.

ತಕ್ಷಣವೇ ಬೀರಪ್ಪ ಟಿ.ವಿ.ಯನ್ನು ಆರಿಸಿ, ತಿಲಕರಾಜನಿಗೆ ಪಾನೀಯದ ಬಾಟ್ಲಿಯನ್ನು ಮುಂದಕ್ಕೆ ಚಾಚಿದಾಗ ಅವನು ನಿರಾಕರಿಸಿದ.

"ನಾನು ಈಗಷ್ಟೇ ರುದ್ರನೇತ್ರನ ಬಳಿ ಮಾತಾಡಿರುವೆ. ನಿನ್ನ ಕೆಲಸ ಮುಂದೆ ನಾನು ಮಾಡಬೇಕಂತೆ" ಎಂದು ನೇರವಾಗಿ ವಿಷಯಕ್ಕೆ ಬಂದ. ಬೀರಪ್ಪ ಅಪಾದಮಸ್ತಕ ಅವನನ್ನು ನೋಡಿದ.

"ಅರ್ಥವಾಗಲಿಲ್ಲ."

ತಿಲಕರಾಜ ತಾನು ಹೇಳಿದನ್ನು ಮತ್ತೊಮ್ಮೆ ಅವನಿಗೆ ಮನದಟ್ಟಾಗುವಂತೆ ಹೇಳಿದ.

"ನೀನು ನಿಜ ಹೇಳುತ್ತಿರುವೆಯಾ? ತಮಾಷೆಗಲ್ಲ ತಾನೆ?"

"ತಮಾಷೆಯಲ್ಲ. ಸತ್ಯ."

ಬೀರಪ್ಪ ದೀರ್ಘವಾದ ಉಸಿರೆಳೆದುಕೊಂಡ. ಅವನ ಮುಖದ ಸುಕ್ಕುಗಳು ಮಾಯವಾಗಿ ಹತ್ತು ವರ್ಷಗಳಷ್ಟು ಯೌವನ ಕಂಡಿತು.

"ನಿಜವಾಗಿಯೂ ನನಗಿದು ಅದ್ಭುತ ವಾರ್ತೆ. ನಾನು ಇದಕ್ಕಾಗಿ ಒಂದು ವರ್ಷದಿಂದ ಕಾಯುತ್ತಿದ್ದೆ. ನಾನೀಗ ಸ್ವತಂತ್ರ" ಚಪ್ಪಾಳೆ ತಟ್ಟಿ ಹರ್ಷೋದ್ಗಾರ ಮಾಡಿದ.

"ನಾನು ಹೀಗೆ ಆಗಬಹುದೆಂದು ನಿರೀಕ್ಷೆ ಮಾಡಿದ್ದೆ. ಹಾಗಾಗಿ ನಾನು ನೇರವಾಗಿ ಇಲ್ಲಿಗೆ ಬಂದಿರುವೆ. ಬೀರಪ್ಪ ನೀವೇನು ಮಾಡುವಿರಿ? ನೀವು ಸಂಸ್ಥೆಯಿಂದ ಹೊರಗೆ ಹೋಗುವಿರಲ್ಲಾ?"

"ನಾನು?... ಏನು ಮಾಡೋದು?" ಬೀರಪ್ಪ ಸಂತೋಷದಿಂದ ಮನಸಾರೆ ನಕ್ಕು ಮುಂದುವರೆಸಿದ, "ನನ್ನತ್ರ ಗಳಿಸಿರೋ ಹಣ ಇದೆ. ನನ್ನ ಮಾವನಿಗೆ ಕೊಪ್ಪಳದಲ್ಲಿ ಸಾಕಷ್ಟು ಜಮೀನಿದೆ. ನಾನಲ್ಲಿ ದುಡಿದು ತಿನ್ನಬಹುದು. ಆ ಆಸ್ತಿಗೆಲ್ಲಾ ಮುಂದೆ ನಾನೇ ವಾರಸುದಾರ."

"ಹೌದೇ?" ತಿಲಕರಾಜನ ಮೆದುಳು ತನ್ನ ಕನಸಿನ ದೋಣಿ, ಸಮುದ್ರ, ಮೀನು ಶಿಕಾರಿಯತ್ತ ಸುಳಿಯಿತು.

"ನನಗೆ ನಿಮ್ಮ ಕೆಲಸವೇ ಸಿಕ್ಕಿತು ಬೀರಪ್ಪ. ಅದರಿಂದ ಏನು ಪ್ರಯೋಜನ?"

ಬೀರಪ್ಪ ಬರಿದಾದ ಗಾಜಿನ ಲೋಟವನ್ನು ಪಕ್ಕಕ್ಕಿಟ್ಟು ತುಟಿಯನ್ನು ಒರೆಸಿಕೊಂಡ.

"ರುದ್ರನೇತ್ರ ನನಗೆ ಹೆಚ್ಚು ಸಂಬಳಾನೇ ಕೊಡುತ್ತಾನಂತೆ. ಜೊತೆಗೆ ರ್‍ಯಾಕೆಟ್‌ನಲ್ಲಿ ಬರೋ ಸಂಗ್ರಹದಲ್ಲಿ ಒಂದು ಶೇಕಡಾ ಹೆಚ್ಚುವರಿ ಆದಾಯನು ಸಿಗುತ್ತೆ. ಇದರಿಂದ ಏನು ಪ್ರಯೋಜನ? ನಾನು ಜನಕನ ಗುರಿಯನ್ನು ಮುಟ್ಟಲಾಗದಿದ್ದರೆ ಹೇರಳವಾದ ಹಣ ಗೋತಾ. ರುದ್ರನೇತ್ರ ಕೊಡೊ ಹಣ ಏನಕ್ಕೂ ಸಾಲದು. ತಿಲಕರಾಜ, ಈ ಕೆಲಸವೇ ನರಕ. ನಾವು ಗಳಿಸಿದರಲ್ಲಿ ಉಳಿಸಿದರೆ ಮಾತ್ರ ಆಗಬಹುದು. ನಿನಗೂ..."

ತನಗೂ ರುದ್ರನೇತ್ರ ಕೊಟ್ಟ ಆಹ್ವಾನ ಇಷ್ಟೇ!! ಬೀರಪ್ಪನ ಪ್ರಕಾರ ಅದು ಏನಕ್ಕೂ ಸಾಲದು! ತಿಲಕರಾಜನ ಕಣ್ಣುಗಳಲ್ಲಿ ತಣ್ಣನೆಯ ಬೆಂಕಿ ಹೊತ್ತಿತು. ತನ್ನನ್ನು ತಾನು ನಿಗ್ರಹಿಸಿಕೊಂಡ.

"ನೀನು ಒಳ್ಳೆಯ ವ್ಯಕ್ತಿ ತಿಲಕರಾಜ. ನಿನ್ನಲಿರೋ ಕಾರ್ಯಕ್ಷಮತೆ ನನಗೂ ಏನಾದರೂ ಗಳಿಸಿಕೊಡುತ್ತೆ" ಇದನ್ನೇ ತಾನೇ ಆ ಜನಕ ಹೇಳಿದ್ದಲ್ಲವೇ? ಸರಿ, ಜನಕ ನಿನ್ನನ್ನು ನಾನು ಕದಿಯದಿರಲಾರೆ!

ಬೀರಪ್ಪನ ಅಪಾರ್ಟ್‌ಮೆಂಟ್‌ನಿಂದ ಕೆಳಗೆ ಬಂದು ಕಾರು ಪಾರ್ಕ್ ಮಾಡಿದೆಡೆ ನಡೆದ. ಮನಸ್ಸು ಕುದಿಯುತ್ತಿತ್ತು. ಆ ಬಿಸಿಗೆ ಕಾರು ವೇಗವಾಗಿ ಗೀತಾಳ ಅಪಾರ್ಟ್‌ಮೆಂಟ್‌ನತ್ತ ಓಡುತ್ತಿತ್ತು.

* * *

ಮರುದಿನ ಗೀತಾ ಹೊರಗೆ ಹೊರಟ ಮೇಲೆ ತಿಲಕರಾಜ ತನ್ನ ಅಪಾರ್ಟ್‌ಮೆಂಟ್‌ಗೆ ಮರಳಿದ. ಬೆಳಗಿನ ಉಪಹಾರವನ್ನು ತಯಾರಿಸಿಕೊಂಡು ತಿಂದ. ಯಾವುದೋ ಯೋಜನೆಗಳು ತಲೆಗೆ ಬರಲಿಲ್ಲ. ರುದ್ರನೇತ್ರನ ಮಾತುಗಳೇ ತಲೆಯನ್ನು ಕೊರೆಯುತ್ತಿದ್ದವು. ಹಣವನ್ನು ದೋಚುವ ಆಲೋಚನೆ ತಲೆಯಿಂದ ದೂರವಾಗಲಿಲ್ಲ. ಅವನು ಡ್ರೆಸಿಂಗ್ ಟೇಬಲ್‌ನ ಮುಂದೆ ಕುಳಿತಿರುವಾಗ ಮೊಬೈಲ್ ಕೂಗಿತು. ಶಾಪ ಹಾಕುತ್ತಲೇ ಎದ್ದು ಕಿಟಕಿಯ ಬಳಿ ನಡೆದು ಕರೆಯನ್ನು ಸ್ವೀಕರಿಸಿದ. ಮದನ್ ಲೈನ್‌ನಲ್ಲಿದ್ದ.

"ನೋಡು ತಿಲಕರಾಜ, ಇನ್ನು ಮುಂದೆ ನೀನು ಬೀರಪ್ಪನ ಕೆಲಸವನ್ನು ಮಾಡಬೇಕು. ನೀವಿಬ್ಬರೂ ಸೇರಿ ಆತನ ಕೆಲಸವನ್ನು ನಿರ್ವಹಿಸಬೇಕು. ಇವತ್ತೇ ಅವನನ್ನು ಭೇಟಿಯಾಗು. ಅವನು ಕೆಲಸದ ಬಗ್ಗೆ ನಿಮಗೆ ವಿವರಿಸುತ್ತಾನೆ."

"ಸರಿ, ಆಯ್ತು."

"ಸರಿಯಾಗಿ ಕೇಳಿಸ್ಕೋ ತಿಲಕರಾಜ. ಬೀರಪ್ಪ ಸುಳ್ಳು ಸುಳ್ಳೇ ಮಾತಾಡುತ್ತಾನೆ. ನೀನು ಆ ಕೆಲಸ ಪ್ರಾರಂಭಿಸಿದ ಮೇಲೆ ನಮ್ಮ ಸಂಗ್ರಹ ಹೆಚ್ಚಾಗಬೇಕು. ಅವನ ಎಲ್ಲಾ ಮಾತುಗಳನ್ನು ನಂಬುವ ಅಗತ್ಯವಿಲ್ಲ. ಅರ್ಥವಾಯಿತೇ?" ಶಾಂತವಾದ ಧ್ವನಿಯಲ್ಲಿ ಹೇಳಿದ.

"ಎಸ್, ಖಂಡಿತಾ."

"ಸರಿ, ಬೀರಪ್ಪನನ್ನು ಭೇಟಿಯಾಗಿ ಮಾತಾಡು" ಮದನ್ ಫೋನ್ ಕಟ್ ಮಾಡಿದ.

ತಿಲಕರಾಜ ಡೈನಿಂಗ್ ಟೇಬಲ್ ಬಳಿ ಬಂದ. ಕರೆ ಬರುವ ಮೊದಲಿದ್ದ ಹಸಿವು ಮಾಯವಾಗಿತ್ತು.

ಸ್ವಲ್ಪ ಹೊತ್ತಿನಲ್ಲಿಯೇ ಅಂದರೆ ಸುಮಾರು ಹನ್ನೊಂದು ಗಂಟೆಯ ಹೊತ್ತಿಗೆ ಅವನು ಬೀರಪ್ಪನ ಆಫೀಸಿನ ಕಡೆಗೆ ನಡೆದ. ಕೊನೆಯ ಅಂತಸ್ತಿನಲ್ಲಿ ಸಣ್ಣದಾದ ಕೋಣೆ. ಅವನು ಸಿಗ್ನಲ್‌ಗಾಗಿ ಕಾದ. ಸಿಗ್ನಲ್ ಬಿದ್ದ ಕೂಡಲೇ ರಸ್ತೆ ದಾಟಬೇಕೆನ್ನುವಾಗ ಇನ್ನೊಂದು ಬದಿಯಲ್ಲಿ ಅನುದೀಪ್ ನಿಂತಿರುವುದು ಕಂಡಿತು.

"ಅನುದೀಪ್ ಇಲ್ಲೇನು ಮಾಡುತ್ತಿರುವೆ?"

"ನಾನಾ? ಏನೂ ಮಾಡುತ್ತಿಲ್ಲ. ವಾರಾಂತ್ಯದ ಕೆಲಸವೇನಿಲ್ಲ. ಸುಮ್ನೆ ಅಲೆದಾಡುತ್ತಿದ್ದೇನೆ" ಅನುದೀಪ್ ಅಸ್ಪಷ್ಟವಾಗಿ ಹೇಳಿದ.

ತಿಲಕರಾಜನಿಗೆ ಅದು ಭಾನುವಾರವೆನ್ನುವುದು ಮರೆತು ಹೋಗಿತ್ತು. ಅವನಿಗೆ ಭಾನುವಾರವೆಂದರೆ ಆಲಸ್ಯವೆನಿಸುತ್ತಿತ್ತು. ಸಾಮಾನ್ಯವಾಗಿ ಆ ದಿನ ಬೆಳಿಗ್ಗೆ ವಾರ್ತಾಪತ್ರಿಕೆಗಳನ್ನು ಹರಡಿ ಓದುವುದು ಖುಷಿಯ ಸಂಗತಿ. ಮಧ್ಯಾಹ್ನದ ಹೊತ್ತಿಗೆ ಗೀತಾಳನ್ನು ಹುಡುಕಿಕೊಂಡು ಹೋಗುತ್ತಿದ್ದ. ಬೆಳಗ್ಗೆ ಅವಳು ತನ್ನ ಕೆಲಸಗಳಲ್ಲಿ ಮುಳುಗಿರುತ್ತಿದ್ದಳು. ಮನೆಯನ್ನು ಗುಡಿಸಿ, ಒರೆಸಿ, ತಲೆಗೆ ಎರೆದುಕೊಂಡು ತನ್ನ ಲೋಕದಲ್ಲಿಯೇ ಇರುತ್ತಿದ್ದಳು.

"ನಿನಗೆ ಕಾಫಿ?" ತಿಲಕರಾಜ ಕೇಳಿದ.

"ಯಾವಾಗಲೂ ಕಾಫಿಗೆ ಎಸ್ ಅನ್ನು" ಅನುದೀಪ್ ಹೇಳಿದ.

ಮುಖದಲ್ಲಿ ಬಿಗುಮಾನ ತುಂಬಿತ್ತು. ಅನುದೀಪ್‌ಗೆ ತಿಲಕರಾಜನ ಆ ರೀತಿಯ ಸಿಂಡರಿಸಿದ ಮುಖವನ್ನು ನೋಡಲಾಗುತ್ತಿರಲಿಲ್ಲ. ಅವನಿಗೆ ತಲೆಬಿಸಿಯಾಯಿತು.

"ಏನಾದರೂ ತೊಂದರೆಯಾಯಿತೇ?"

"ಮೊದಲು ಕಾಫಿ ಕುಡಿಯೋಣ" ತಿಲಕರಾಜ ಅವನನ್ನು ಕರೆದುಕೊಂಡು ಕೆಫೆಯತ್ತ ನಡೆದ. ಕಾಫಿಗೆ ಆರ್ಡರ್ ಕೊಟ್ಟ.

"ನಿನ್ನೆ ರಾತ್ರಿ ರುದ್ರನೇತ್ರ ಮಾತಾಡುವುದಕ್ಕೆ ಕರೆದಿದ್ದ" ರುದ್ರನೇತ್ರ ಹೇಳಿದನ್ನೆಲ್ಲಾ ಚಾಚೂ ತಪ್ಪದೆ ಗೆಳೆಯನಿಗೆ ಹೇಳಿದ.

"ಈಗ ಹೇಳು, ನೀನು ಅವನ ಡ್ರೈವರ್ ಆಗೋದಿಕ್ಕೆ ಇಷ್ಟಪಡ್ತೀಯಾ?"

ಮಿಂಚು ಸುಳಿದಂತೆ ಅನುದೀಪ್‌ನ ಮುಖ ಬೆಳಗಿತು.

"ಇದು ಸತ್ಯನಾ ತಿಲಕರಾಜ?"

"ಅವನು ಹಾಗೆ ಹೇಳಿದ."

"ಖಂಡಿತಾ ತಯಾರಿದ್ದೇನೆ. ಅಂದ್ರೆ, ಇನ್ನು ಮುಂದೆ ಹಣ ಸಂಗ್ರಹಿಸುವ ಕೆಲಸ ಇಲ್ಲ ತಾನೆ?" ಅನುದೀಪ್ ತನ್ನ ಕೈಗಳೆರಡನ್ನೂ ತಟ್ಟುತ್ತಾ ಕೇಳಿದ.

ಇವನು ಇನ್ನೊಬ್ಬ ಬೀರಪ್ಪ! ತಾನಿಲ್ಲಿ ಕಷ್ಟದ ಕೆಲಸಕ್ಕೆ ನಿಯುಕ್ತಿಯಾದರೆ ಇವರಿಬ್ಬರೂ ಕೈತಟ್ಟಿ ಸಂತೋಷ ವ್ಯಕ್ತಪಡಿಸುತ್ತಿದ್ದಾರೆ.

"ನೀನು ಸಮವಸ್ತ್ರ ಧರಿಸಿ ಅವನ ರೋಲ್ಸ್‌ರಾಯ್ಸ್ ಕಾರನ್ನು ಓಡಿಸಬೇಕು. ಆ ಕೆಲಸ ಇಷ್ಟವೇ?"

"ಖಂಡಿತಾ, ಇದು ಸಂತೋಷದ ಸಂಗತಿ" ಅನುದೀಪ್ ಮಾತು ನಿಲ್ಲಿಸಿ ತಿಲಕರಾಜನತ್ತ ನೋಡಿದ, "ನಾನು ಯಾವತ್ತಿನಿಂದ ಈ ಕೆಲಸ ಮಾಡ್ಬೇಕಂತೆ?" ಎಂದ.

"ಮುಂದಿನ ವಾರಾಂತ್ಯದ ಬಳಿಕ"

ಅನುದೀಪ್‌ನ ಮುಖ ಕಂತಿತು.

"ಅಂದ್ರೆ, ಮುಂದಿನ ವಾರಾಂತ್ಯದ ಹಣ ಸಂಗ್ರಹಕ್ಕೆ ಹೋಗಬೇಕೆ?"

"ಹೌದು."

ಅನುದೀಪ್‌ನ ಕಣ್ಣುಗಳು ಸಂಕುಚಿತಗೊಂಡು ಹಣೆಯಲ್ಲಿ ವಿಪರೀತ ಬೆವರ ಹನಿಗಳು ಮೂಡಿದವು.

"ಬೇರೆಯವರ್ಯಾರು ಆ ಕೆಲಸ ಮಾಡುವುದಿಲ್ಲವೇ? ತಿಲಕರಾಜ, ಆ ಹೊಸ ವ್ಯಕ್ತಿ ಯಾರು?"

"ನನಗೆ ಗೊತ್ತಿಲ್ಲ. ನಾವಿಬ್ಬರೂ ಫೆಬ್ರವರಿ 29ಕ್ಕೆ ಹಣ ಸಂಗ್ರಹಿಸಬೇಕಂತೆ. ಆದ್ದರಿಂದ ಮರ್‍ತು ಬಿಡು" ತಿಲಕರಾಜ ಕಾಫಿಯನ್ನು ಮುಗಿಸಿದ.

"ಸರಿ, ಅದು ಮಾಡಬೇಕಲ್ಲವೇ?" ಅನುದೀಪ್ ಮುಖದ ಮೇಲಿನ ಬೆವರ ಹನಿಗಳನ್ನು ಕರವಸ್ತ್ರದಿಂದ ಒರೆಸಿಕೊಂಡ.

"ಸರಿಯಾಗಿಯೇ ಆಗುತ್ತೆ. ಏನೂ ತೊಂದರೆಯಿಲ್ಲ. ನನಗೆ ಬೇರೆ ಕೆಲಸಗಳಿವೆ. ನೀನು ಮದನ್‌ನನ್ನು ಕಂಡು ಮಾತಾಡು. ಅವನಿಗೆ ನೀನು ಡ್ರೈವರ್ ಆಗುವುದಕ್ಕೆ ಒಪ್ಪಿರುವುದನ್ನು ಹೇಳು. ಅವನು ಎಲ್ಲವನ್ನೂ ಮಾಡಿಕೊಡುತ್ತಾನೆ. ನೀನು ಅದಕ್ಕೆ ಸರಿಯಾದ ಸಂಬಳವನ್ನು ಪಡೆಯುವೆ" ಅನುದೀಪ್‌ನ ಕಣ್ಣುಗಳು ಅಗಲಕ್ಕೆ ತೆರೆದವು.

"ಅಷ್ಟೊಂದು ಹಣ ಸಿಗುತ್ತಾ?"

"ಅದನ್ನೇ ರುದ್ರನೇತ್ರ ಹೇಳಿರೋದು. ನೀನು ಇನ್ನು ನಿನ್ನ ಹಣವನ್ನು ಬೆಡ್‌ನ ಅಡಿಯಲ್ಲಿಯೇ ಇಟ್ಟಿದ್ದೀಯಾ?" ತಿಲಕರಾಜ ಏನನ್ನೋ ಆಲೋಚಿಸುತ್ತಾ ಕೇಳಿದ.

"ಬೇರೆ ಎಲ್ಲಿಡಲಿ? ಅಲ್ಲೇ ಇದೆ."

"ನಾನು ಬ್ಯಾಂಕ್‌ನಲ್ಲಿಡೂಂತ ಹೇಳಿದೆನಲ್ವಾ?"

"ನನಗದು ಇಷ್ಟವಿಲ್ಲ. ಬ್ಯಾಂಕ್ ನನ್ನಂತವರಿಗಲ್ಲ" ಅನುದೀಪ್ ತಲೆಯಲುಗಿಸಿ ಹೇಳಿದ. ತಿಲಕರಾಜ ನಕ್ಕ.

"ಆಯ್ತು, ಮತ್ತೆ ಭೇಟಿಯಾಗೋಣ" ಕಾಫಿಯ ಹಣವನ್ನು ತೆತ್ತು ಕೆಫೆಯಿಂದ ಹೊರಗೆ ನಡೆದ. ಹತ್ತು ನಿಮಿಷದ ಬಳಿಕ ಅವನು ಬೀರಪ್ಪನ ಆಫೀಸಿನಲ್ಲಿದ್ದ.

ಬೀರಪ್ಪ ತನ್ನ ಕುರ್ಚಿಯಲ್ಲಿ ಕುಳಿತು ಏನೋ ಗಾಢವಾಗಿ ಆಲೋಚಿಸುತ್ತಿದ್ದ. ತಿಲಕರಾಜ ಒಳಗೆ ಬಂದದ್ದನ್ನು ನೋಡುತ್ತಲೇ ಸರಿಯಾಗಿ ಕುಳಿತ.

"ಮದನ್ ನಿನ್ನನ್ನು ಭೇಟಿಯಾಗುವುದಕ್ಕೆ ಹೇಳಿದ್ದ. ನೀನು ನನಗೆ ಮಾಹಿತಿಯನ್ನು ಕೊಟ್ಟು ಎಲ್ಲಾ ಕಡೆ ತೋರಿಸಲು ಕರೆದುಕೊಂಡು ಹೋಗುವಿಯಂತೆ."

"ಖಂಡಿತಾ, ಆದರೆ ಇವತ್ತಲ್ಲ. ಇದು ವಾರದ ಆರಂಭ ಅಲ್ವಾ? ವ್ಯವಹಾರ ಇರೋದಿಲ್ಲ. ವಾರಾಂತ್ಯಕ್ಕೆ ನೋಡೋಣ. ಶುಕ್ರವಾರ ಹತ್ತು ಗಂಟೆಗೆ ಬಾ. ನಾನು ಎಲ್ಲಾ ಕಡೆಗೆ ಕರೆದುಕೊಂಡು ಹೋಗಿ ತೋರಿಸುತ್ತೇನೆ. ಆಗದೇ?"

"ನೀನೇನಾದರೂ ಹೇಳುವುದಿದೆಯೇ?" ತಿಲಕರಾಜ ಬಾಗಿಲಿನತ್ತ ದೃಷ್ಟಿಸಿದ.

"ಓಹೋ! ತಿಲಕರಾಜ..." ತಿಲಕರಾಜ ನಿಂತ. ಬೀರಪ್ಪ ಎದ್ದು ನಿಂತು ತನ್ನ ದೊಡ್ಡ ಹೊಟ್ಟೆಯನ್ನು ತುರಿಸುತ್ತಿದ್ದ.

"ಹೇಳು."

"ನನ್ನ ಬಾಯಿ ಬೊಂಬಾಯಿ. ಮದನ್ ನಿನಗೆ ನಾನೆಷ್ಟು ಗಳಿಸುತ್ತಿದ್ದೇನೆಂದು ಹೇಳಬಾರದು ಎಂದಿದ್ದಾನೆ. ನೀನು ಮರೆತಿದ್ದೀಯಾ?" ಬೀರಪ್ಪ ಕುರ್ಚಿಯಲ್ಲಿ ಕುಳಿತು ಹೇಳಿದ. ತಿಲಕರಾಜನ ಕೈ ಅವನ ಮೂಗನ್ನು ಹಿಡಿದುಕೊಂಡು ಸೀನನ್ನು ತಡೆಯಿತು.

"ಖಂಡಿತಾ ನಾನು ಮರೆತಿದ್ದೆ ಬೀರಪ್ಪ. ಶುಕ್ರವಾರ ನಿನ್ನನ್ನು ನೋಡುವೆ" ಅವನು ಆಫೀಸಿನಿಂದ ಹೊರಗೆ ನಡೆದ.

ಐದು ನಿಮಿಷಗಳಲ್ಲಿ ಅವನು ಬಸ್ ನಿಲ್ದಾಣದ ದಾರಿಯಿಂದ ಹಾದು ಮುಂದೆ ನಡೆದ. ಅವನು ನಿಲ್ದಾಣದ ಬಳಿಯಿಂದ ನಿಂತು ರಸ್ತೆಯುದ್ದಕ್ಕೂ ನೋಟ ಹರಿಸಿದ. ಮೇಲೆ ರುದ್ರನೇತ್ರನ ಆಫೀಸು ಕಂಡಿತು. ಯಾರೋ ಆಫೀಸಿನ ಕಿಟಕಿಯ ಪಕ್ಕದಲ್ಲಿ ನಿಂತಿರುವುದು ಕಂಡಿತು. ಯಾರೂ ಇಲ್ಲದಿದ್ದರೂ ಜನಕ ಆ ಸಣ್ಣ ಡಬ್ಬದಂತಹ ಆಫೀಸಿನಲ್ಲಿರುವುದು ಖಂಡಿತಾ!

ಅವನು ವಾಪಾಸು ಬಸ್ ನಿಲ್ದಾಣಕ್ಕೆ ಬಂದ, ಅಲ್ಲಿಯೇ ಪಕ್ಕದಲ್ಲಿ ಲಗೇಜ್ ರೂಂ ಇತ್ತು. ದೂರದೂರುಗಳಿಂದ ಬರುವವರು ತಮ್ಮ ಲಗೇಜುಗಳನ್ನು ಅಲ್ಲಿಟ್ಟು ಫ್ರೆಶ್ ಅಪ್ ಆಗುವುದಕ್ಕು ಅಲ್ಲಿ ಅನುಕೂಲತೆಗಳಿದ್ದವು. ಕೆಲವೊಮ್ಮೆ ಲಗೇಜ್ ಲಾಕರ್‌ಗಳ ಕೀಲಿಕೈಯನ್ನು ತಮ್ಮ ಜೊತೆಗೆ ಕೊಂಡೊಯ್ಯುತ್ತಿದ್ದರು. ಅಲ್ಲಿಯವರೆಗೆ ಆ ಲಾಕರ್‌ಗೆ ಬಾಡಿಗೆ ತೆರಬೇಕಾಗಿತ್ತು. ತಿಲಕರಾಜ ನಿಂತು ಆ ಲಗೇಜು ಕೋಣೆಯನ್ನು ದಿಟ್ಟಿಸಿದ. ಕೋಣೆಯೊಳಗೆ ಕತ್ತಲು ತುಂಬಿತ್ತು. ಕೋಣೆಯ ಒಳಗೆ ಎದುರುಗಡೆ ಸೂಚನಾ ಫಲಕವಿತ್ತು. ಆ ಫಲಕದಲ್ಲಿ ಅಲ್ಲಿಯ ನಿಯಮಗಳನ್ನು ಬರೆಯಲಾಗಿತ್ತು. ಲಗೇಜ್ ಲಾಕರ್‌ನ ಕೀಲಿಕೈಯನ್ನು ತೆಗೆದೊಂಡು ಅಟೆಂಡೆನ್ಸ್‌ನಲ್ಲಿ ಬರೆಯಬೇಕಿತ್ತು. ಆತ ಒಮ್ಮೆ ಸುತ್ತಲೂ ನೋಡಿದ. ಜನ ಸಾಗರದ ಬಸ್ ನಿಲ್ದಾಣದಲ್ಲಿ ತನ್ನನ್ನು ಯಾರೂ ಗಮನಿಸುತ್ತಿಲ್ಲವೆಂದು ದೃಢಪಡಿಸಿಕೊಂಡ. ಅಟೆಂಡರ್‌ನ ಕೌಂಟರ್‌ನ ಸಣ್ಣ ತೂತಿನೊಳಗೆ ಮುಖವಿಟ್ಟು ನೋಡಿದ. ಒಬ್ಬ ದಪ್ಪನೆಯ ವಯಸ್ಸಾದ ದಪ್ಪ ತುಟಿಗಳ ವ್ಯಕ್ತಿ ಕುಳಿತಿದ್ದ.

"ನನಗೊಂದು ಲಾಕರ್ ಬೇಕಿತ್ತು. ಎಷ್ಟಾಗುತ್ತೆ?" ತಿಲಕರಾಜ ದಪ್ಪ ತುಟಿಯ ವ್ಯಕ್ತಿಯನ್ನು ಕೇಳಿದ.

"ಎಷ್ಟು ದಿನಗಳಿಗೆ ಬೇಕು?" ಮರು ಪ್ರಶ್ನೆ ಬಂತು.

"ಮೂರು ವಾರಗಳು ಅಥವಾ ಸ್ವಲ್ಪ ಹೆಚ್ಚು ದಿವಸಗಳಿಗೆ ಬೇಕಾಗಬಹುದು."

ಒಳಗಿರುವಾತ ಕೀಲಿಕೈಯನ್ನು ಚಾಚಿದ.

"ದಿನವೊಂದಕ್ಕೆ ನೂರು ರೂಪಾಯಿಗಳು. ಮೂರು ವಾರದವರೆಗಾದರೆ ನೂರು ಪ್ಲಸ್ ಐವತ್ತು ರೂಪಾಯಿಗಳು."

ತಿಲಕರಾಜ ಹಣ ತೆತ್ತ. ಕೀಲಿಕೈಯನ್ನು ಕಿಸೆಯೊಳಗೆ ಸೇರಿಸಿಕೊಂಡ. ಅದನ್ನು ಜಾಗ್ರತೆಯಾಗಿರಿಸಿಕೊಂಡರೆ ಕ್ಷೇಮ! ತೃಪ್ತಿಯೆನಿಸಿತು. ನೇರವಾಗಿ ತನ್ನ ಅಪಾರ್ಟ್‌ಮೆಂಟ್ ಕಡೆಗೆ ನಡೆದ.

ಮುಂದಿನ ಗಂಟೆಗಳಲ್ಲಿ ಅವನು ತನ್ನ ಇಷ್ಟವಾದ ಸ್ಥಳ ಕಿಟಕಿಯ ಬಳಿ ಕುರ್ಚಿ ಎಳೆದು ಕುಳಿತು ಹೊರಗೆ ನಿಬಿಡ ಸಂಚಾರದ ರಸ್ತೆಯನ್ನೇ ನೋಡುತ್ತಾ ರುದ್ರನೇತ್ರನ ಬಗ್ಗೆ ಆಲೋಚಿಸಿದ. ಸುಮಾರು ಮಧ್ಯಾಹ್ನ ಎರಡು ಗಂಟೆಯ ಹೊತ್ತಿಗೆ ಊಟಕ್ಕೆ ಏನಾದರೂ ಮಾಡಿಕೊಳ್ಳಬೇಕೆಂದುಕೊಂಡಾಗ ಫೋನ್ ರಿಂಗಣಿಸಿತು. ಎದ್ದು ಫೋನ್ ಕರೆಯನ್ನು ಸ್ವೀಕರಿಸಿದ.

"ತಿಲಕರಾಜ?"

"ಹಾ... ಬಂಗಾರಿ" ಗೀತಾಳ ಅನಿರೀಕ್ಷಿತವಾದ ಕರೆಗೆ ಉತ್ತರಿಸಿದ. ರಾತ್ರಿಯ ಊಟಕ್ಕೆ ಅವಳನ್ನು ಕರೆದುಕೊಂಡು ಹೊರಗೆ ಹೋಗುವ ಯೋಚನೆಯಿತ್ತು. ಆ ಬಳಿಕ ರಾತ್ರಿಯೆಲ್ಲಾ ಅವಳ ಅಪಾರ್ಟ್‌ಮೆಂಟ್‌ನಲ್ಲಿಯೇ ಕಳೆಯುವುದೂ ಇತ್ತು!

"ನನಗಂತೂ ಬೋರ್ ಅನಿಸ್ತಿದೆ ರಾಜ. ರಜೆ ದಿವಸ ಒಂಟಿಯಾಗಿರುವುದು ನನ್ನಿಂದಾಗಲ್ಲ. ನನ್ನನ್ನು ಊಟಕ್ಕೆ ಕರೆದುಕೊಂಡು ಹೋಗುವುದನ್ನು ಮರೆತಿರುವೆಯಾ?"

ಹೆಣ್ಣು! ಯಾವಾಗಲು ತಪ್ಪುಗಳನ್ನು ಮಾಡುತ್ತಿರುತ್ತಾಳೆ! ಆದರೆ ಗೀತಾಳನ್ನು ಅವನು ಚೆನ್ನಾಗಿ ಅರ್ಥ ಮಾಡಿಕೊಂಡಿದ್ದ. ಅವಳು ತಿಂಗಳಲ್ಲಿ ಮೂರು ದಿವಸ ಮಾತ್ರ ಇಂತಹ ನೋವಿನ ಮಾತುಗಳನ್ನು ಹೇಳುತ್ತಾಳೆ. ಇದು ಅವನಿಗೆ ನರಕಯಾತನೆಯ ದೀರ್ಘ ಒಂಟಿತನದ ವಾರಾಂತ್ಯ!

"ಆಯ್ತು ಬಂಗಾರಿ. ನನ್ನ ಕ್ಷಮಿಸು. ನಾಳೆ ಅಲ್ಲದಿದ್ದರೆ ಮುಂದಿನ ವಾರ ಹೋಗೋಣ, ಆಗದೇ? ನಾನೇನಾದರೂ ಮಾಡಬೇಕಾ?"

"ಏನಿಲ್ಲ, ನಾನು ಮನೆಗೆ ಹೋದ ಕೂಡಲೇ ಮಲಗಿ ಬಿಡುತ್ತೇನೆ. ನನ್ನಿಂದ ತಡೆಯೋಕಾಗುತ್ತಿಲ್ಲ."

"ನಿನಗೇನಾದರೂ ಊಟ ತಿಂಡಿಯನ್ನು ತರಿಸಿಕೊಡಬೇಕೆ?"

"ಬೇಡ, ನಾನೇನಾದರೂ ತೆಗೆದುಕೊಳ್ಳುವೆ. ನೀನು ಆರಾಮವಾಗಿರು ರಾಜ. ನಾನು ಇದು ಮುಗಿದ ಕೂಡಲೇ ನಿನ್ನನ್ನು ಕರೆಯುತ್ತೇನೆ. ಖುಷಿ ಪಡೋಣ."

"ಹೌದು, ಜಾಗ್ರತೆ ಮಾಡಿಕೋ" ತಿಲಕರಾಜ ಕರೆಯನ್ನು ನಿಲ್ಲಿಸಿದ.

ಅವನು ಕೋಣೆಯಲ್ಲೇ ಶತಪಥ ತಿರುಗಾಡಿದ. ಈ ವಾರವನ್ನು ಕಳೆಯುವುದು ಹೇಗೆ? ಪರ್ಸ್ ತೆರೆದು ಹಣವನ್ನು ಎಣಿಸಿಕೊಂಡ. ಸ್ವಲ್ಪವೇ ಇದೆ. ಮುಂದಿನ ಮೂರು ದಿನಗಳವರೆಗೆ ತೊಂದರೆ ಇಲ್ಲ. ಕಾರು ತೆಗೆದುಕೊಂಡು ಹೀಗೆ ಸುತ್ತಾಡಿ ಬರುವುದು ಉತ್ತಮವೆನಿಸಿತು. ಎಲ್ಲಾದರೂ ಮೊಟೇಲ್‌ಗೆ ಹೋಗಿ ಸಮುದ್ರ ತೀರದಲ್ಲಿ ದೂರದವರೆಗು ನಡೆದರೆ ಹೇಗೆ ಅನಿಸಿತು. ಆದರೆ... ಹಣ?!! ಇವೆಲ್ಲಾ ರುದ್ರನೇತ್ರನಂತವರಿಗೆ... ತನ್ನಂತವರಿಗಲ್ಲ!

ಎದ್ದು ಟಿ.ವಿ.ಯನ್ನು ಹಾಕಿದ. ಯಾವುದೋ ಸೀರಿಸ್ ಪ್ರಸಾರವಾಗುತ್ತಿತ್ತು. ಅದೇ ಡೈಲಾಗ್! ಅದೇ ಸಂಗೀತ! ಏಕತಾನತೆ!

ತತ್‌ಕ್ಷಣವೇ ಕಣ್ಣ ಮುಂದೆ ಸುಳಿದದ್ದು ಕನಸಿನ ದೋಣಿ! ಸಮುದ್ರ! ಮೀನು! ತನ್ನದೇ ಒಂದು ಸಣ್ಣ ದೋಣಿಯನ್ನು ಹೊಂದುವ ಹುಚ್ಚುತನ! ಸಮುದ್ರದ ಮೇಲಿನಿಂದ ಬೀಸಿ ಬರುವ ತಂಗಾಳಿಗೆ ತನ್ನ ಹಡಗಿನ ಡೆಕ್‌ನ ಮೇಲೆ ನಿಂತು ಮುಗಿಲು ನೋಡಿದ ಕನಸು!

ತಾಳ್ಮೆ! ತನ್ನಷ್ಟಕ್ಕೆ ತಾನು ಹೇಳಿಕೊಂಡ. ತಾಳ್ಮೆ!!

ಅಧ್ಯಾಯ 3

ತಿಲಕರಾಜನಿಗೆ ತತ್‌ಕ್ಷಣವೇ ಎಚ್ಚರವಾಯಿತು. ಎದ್ದು ಕೈಗಡಿಯಾರದತ್ತ ನೋಡಿದವನೇ ನೆಮ್ಮದಿಯ ನಿಟ್ಟುಸಿರಿಟ್ಟ. ಸಮಯ ಆರುವರೆ. ಕೆಲವು ಬಾರಿ ತನ್ನಷ್ಟಕ್ಕೆ ಹೇಳಿಕೊಂಡವನು ತನ್ನ ಪಕ್ಕದಲ್ಲಿಯೇ ಮಲಗಿದ್ದ ಗೀತಾಳತ್ತ ನೋಡಿದ. ಅವಳ ಉದ್ದ, ದಪ್ಪನೆಯ ಕೂದಲು ಅವಳ ಅರ್ಧ ಮುಖವನ್ನು ಮುಚ್ಚಿದಂತಿತ್ತು. ಅವಳಿನ್ನೂ ಗಾಢವಾದ ನಿದ್ದೆಯಲ್ಲಿದ್ದಳು. ಅವಳಿಗೆ ತೊಂದರೆಯಾಗದಂತೆ ಜಾಗ್ರತೆಯಿಂದ ಎದ್ದು ಬೆಡ್‌ನ ಬಳಿಯಿದ್ದ ಸಿಗರೇಟ್ ಪ್ಯಾಕೇಟನ್ನು ತೆಗೆದು ಒಂದು ಸಿಗರೇಟು ಎಳೆದು ತುಟಿಗಿರಿಸಿಕೊಂಡ. ಬೆಂಕಿಗಡ್ಡಿ ಗೀರಿ ಸಿಗರೇಟ್‌ಗೆ ಸೋಕಿಸಿ ಶ್ವಾಸಕೋಶದ ತುಂಬಾ ಧಂ ಎಳೆದುಕೊಂಡ.

'ಇವತ್ತು 29ನೇ ತಾರೀಖು' ತನ್ನಷ್ಟಕ್ಕೆ ಹೇಳಿಕೊಂಡ. ಹತ್ತು ಗಂಟೆಗೆಲ್ಲಾ ಕಲೆಕ್ಷನ್ ಆರಂಭವಾಗುತ್ತದೆ.

ಸುಮಾರು ಮೂರು ಗಂಟೆಯ ಹೊತ್ತು ಅವನು ಮತ್ತು ಅನುದೀಪ್ ಸುಮಾರು ಒಂದು ಕೋಟಿ ಅರವತ್ತು ಲಕ್ಷ ಹಣ ಸಂಗ್ರಹವನ್ನು ಮುಗಿಸಿರುತ್ತಾರೆ. ದೊಡ್ಡ ಮೊತ್ತ! ಹದಿನೆಂಟು ಗಂಟೆಗಳ ಕಾಲ! ತನಗೇನಾದರೂ ಅದೃಷ್ಟವಿದ್ದರೆ ಆ ಹಣ ತನ್ನದು! ಅಷ್ಟೂ ಹಣವೆಲ್ಲಾ ತನ್ನದು! ಅದನ್ನು ಜಾಗ್ರತೆಯಿಂದ ಬಸ್ ನಿಲ್ದಾಣದ ಲಗೇಜ್ ಲಾಕರ್‌ನಲ್ಲಿರಿಸಬೇಕು.

ಅದು ತನಗೆ ಅದೃಷ್ಟವಿದ್ದರೆ ಮಾತ್ರ!!

ಅವನು ತನ್ನ ಎದೆಯ ರೋಮದ ಮೇಲೆ ಕೈಯಿಟ್ಟು ಲಾಕೆಟನ್ನು ಮುಟ್ಟಿಕೊಂಡ. ಅಮ್ಮನ ನೆನಪಾಯಿತು. 'ನೀನು ಇದನ್ನು ಧರಿಸಿರುವವರೆಗೂ ನಿನಗೆ ಕೆಟ್ಟದ್ದೇನೂ ಆಗುವುದಿಲ್ಲ'

ಹಾಗೆಯೇ ಇದ್ದವನಿಗೆ ಹಳೆಯದೆಲ್ಲವೂ ಸಿನಿಮಾ ರೀಲ್‌ನಂತೆ ಸರಿದು ಹೋದವು. ತಕ್ಷಣವೇ ಎದ್ದು ಕುಳಿತ. ಸೋಮವಾರ ಮತ್ತೆ ಗೀತಾಳ ಜೊತೆಗೆ ಸುತ್ತಾಟ. ಜನರನ್ನು ಸಂಧಿಸಬೇಕು. ತನ್ನ ಹೊಸ ಕೆಲಸಕ್ಕೆ ತೊಡಗಿಸಿಕೊಳ್ಳಬೇಕು. ಗೀತಾಳ ಸಹಕಾರದಿಂದ ತುಂಬಾ ಮಂದಿಯನ್ನು ಭೇಟಿಯಾಗಿದ್ದ. ರುದ್ರನೇತ್ರ ಅವನನ್ನು ಈ ಕೆಲಸಕ್ಕೆ ಆಯ್ಕೆ ಮಾಡಿದ್ದು ಸರಿಯಾಗಿದೆ. ನಗರದ ಹೆಚ್ಚಿನ ಜನರಿಗೆ ತಿಲಕರಾಜನ ಮೇಲೆ ಗೌರವವಿದೆ. ಅವನು ಕೆಫೆಯೊಳಗೆ ಹೋದ ಕೂಡಲೇ ಸಿಬ್ಬಂದಿಗಳು ಮಾಲೀಕನಿಗೆ ತಿಳಿಸುತ್ತಿದ್ದರು. ಮಾಲೀಕ ಯಾವುದೇ ತಕರಾರುಗಳಿಲ್ಲದೆ 'ಮಾಮೂಲು' ತಂದು ತಿಲಕರಾಜನಿಗೆ ತಲುಪಿಸುತ್ತಿದ್ದ.

ಜನಕ ಕೂಡ ತಿಲಕರಾಜನನ್ನು ಪ್ರೋತ್ಸಾಹಿಸಿ ಇನ್ನಷ್ಟು ಸಂಗ್ರಹವಾಗುವಂತೆ ಸಹಕರಿಸಿದ.

ಈಗ ಫೆಬ್ರವರಿ 29. ಒಂಟಿಯಾಗಿ ಇನ್ನೊಂದು ಹಣ ಸಂಗ್ರಹದ ಕಾರ್ಯಕ್ಕೆ ತೆರಳಬೇಕು. ಬೀರಪ್ಪನನ್ನು ಹೊರಗೆ ಕಳುಹಿಸಿಯಾಗಿದೆ. ನಾಲ್ಕು ದಿವಸಗಳಲ್ಲಿ ಕೆಲಸವೇನೂ ಕೆಟ್ಟದಾಗಿರಲಿಲ್ಲ. ಬೀರಪ್ಪನ ಹಾಗಲ್ಲ. ಅವನಿಗೆ ಗೌರವವಿದೆ. ಇಷ್ಟೊಂದು ಗೌರವಾಧಾರಗಳು ಬೀರಪ್ಪನಿಗೆ ಸಿಗುತ್ತಿರಲಿಲ್ಲ.

ತಿಲಕರಾಜ ಸಿಗರೇಟ್‌ನ ಬೂದಿಯನ್ನು ಕೊಡವಿಕೊಂಡು ಮೇಲ್ಹಾವಣಿಯನ್ನು ದಿಟ್ಟಿಸಿದ. ಅವನಿಗೇನೂ ಭಯ ಅಥವಾ ಆತಂಕದ ಭಾವನೆಯಿರಲಿಲ್ಲ. ಅವನು ಆಲೋಚಿಸುತ್ತಿದ್ದಾಗ ಕೇವಲ ಹಣ ಒಂದುವರೆ ಕೋಟಿ! ಏಕಾಂಗಿಯಾಗಿ ಹಣ ಸಂಗ್ರಹಣೆಯಲ್ಲಿ ಅವನಿಗೆ ವಿಶ್ವಾಸವಿರಲಿಲ್ಲ. ಎರಡು ವರ್ಷಗಳಲ್ಲಿ ದುಡಿಯುತ್ತಿದ್ದ ಅದರಿಂದ ಹೊರಗೆ ಬರಬೇಕು. ತುಂಬಾ ವರ್ಷ ಕಾಯಬೇಕು. ಆದರೆ ತುಂಬಾ ದಿನಗಳವರೆಗೆ ಅಲ್ಲ. ಅವನ ಮೊದಲ ವರ್ಷ ಒಳ್ಳೆಯದಾಗಿತ್ತು. ಎರಡನೇ ವರ್ಷ ಅವನ ಹಿಡಿತ ತಪ್ಪಿತು. ರುದ್ರನೇತ್ರ ಮತ್ತು ಜನಕ ಹೊಸ ಯುವಕನನ್ನು ಆಯ್ಕೆ ಮಾಡುವವನಿದ್ದ. ಮುಂದೊಂದು ದಿನ ಬೀರಪ್ಪನನ್ನು ಹೊರಗೆ ಅಟ್ಟಿದಂತೆ ತನ್ನನ್ನೂ...?!

ಗೀತಾ ಹೊರಳಿ ಅರೆ ಕಣ್ಣು ತೆರೆದು ನೋಡಿದಳು. ತತ್‌ಕ್ಷಣವೇ ಎದ್ದು ಕುಳಿತ.

"ನಿನಗೆ ಕಾಫಿ ಬೇಕೇನು?" ನಿದ್ದೆಗಣ್ಣಿನಲ್ಲಿಯೇ ಕೇಳಿದಳು.

ಅವನು ಸಿಗರೇಟನ್ನು ಹೊಸಕಿ ಅವಳತ್ತ ಬಾಗಿದ.

"ಇನ್ನೂ ಸಮಯವಿದೆ" ಅವಳ ತೋಳುಗಳನ್ನು ಬಳಸಿ ಕೆನ್ನೆಗೆ ಮುತ್ತನ್ನಿಟ್ಟ. ಅವಳು ಅವನ ಕುತ್ತಿಗೆಯ ಸುತ್ತಾ ತೋಳುಗಳನ್ನು ಬಳಸಿ ಎಳೆದುಕೊಂಡಳು.

ಆ ಬಳಿಕ ಅವರು ಉಪಹಾರ ಮಾಡುವಾಗ ತಿಲಕರಾಜ ತೀರಾ ಸಾಮಾನ್ಯವಾಗಿ, "ಇವತ್ತು ರಾತ್ರಿ ಓಶನ್‌ಪರ್ಲ್‌ಗೆ ಹೋಗೋಣ" ಎಂದ. ಅವಳು ಸಂತೋಷದಿಂದ ಒಪ್ಪಿಗೆಯಿತ್ತು ಮುಗುಳ್ನಕ್ಕಳು. ಅವನು ಆಲೋಚಿಸಿದ. ಅವಳಿಗೆ ತನ್ನ ಯೋಜನೆಯನ್ನು ಹೇಳಬಾರದು ಎಂದು ನಿರ್ಧರಿಸಿದ. ಹೇಳಿದರೂ ಅರ್ಧಸತ್ಯವನ್ನು ಮಾತ್ರ ಹೇಳಬೇಕು.

"ಬಂಗಾರಿ, ಇವತ್ತು ರಾತ್ರಿ ನನಗೆ ಕೆಲಸವಿದೆ. ನಾನು ಹೇಳಿದ್ದು ಕೇಳಿಸ್ತಾ?" ಪ್ಲೇಟನ್ನು ಕೈಯಲ್ಲಿ ಹಿಡಿದುಕೊಂಡು ಕೇಳಿದ. ಅವಳು ಮುಖವೆತ್ತಿದಳು. ಅವಳ ಗಲ್ಲವನ್ನು ಹಿಡಿದುಕೊಂಡ. ಅವಳು ಆಪ್ಯಾಯತೆಯಿಂದ ಒಪ್ಪಿಗೆಯಿತ್ತಳು.

"ನಾನು ಮಾಡ್ತಾ ಇರೋ ಕೆಲಸ ನನ್ನ ಬಾಸ್‌ಗಾಗಿ ಅಲ್ಲ. ಇದು ನನ್ನ ಸ್ವಂತದ ಕೆಲಸ. ಇದರಿಂದ ನನಗೆ ಸ್ವಲ್ಪ ಹಣ ಸಿಗುತ್ತೆ. ನಾನು ಮಾಡ್ತಾ ಇರೋ ಕೆಲಸ ರುದ್ರನೇತ್ರನಿಗೆ ತಿಳಿದಿಲ್ಲ" ಅವನು ಮಾತು ನಿಲ್ಲಿಸಿ ಗೀತಾಳತ್ತ ನೋಡಿದ. ಅವಳು ತನ್ಮಯತೆಯಿಂದ ಕೇಳಿಸಿಕೊಳ್ಳುತ್ತಿದ್ದಳು. ಅವಳ ಕಪ್ಪು ಕಣ್ಣುಗಳಲ್ಲಿ ನಿರಾಶೆ ಕಂಡಿತು. ಅವಳಿಗೆ ರುದ್ರನೇತ್ರನೆಂದರೆ ಭಯವೇ. ತಿಲಕರಾಜ ಅವನಿಗೆ ಕೆಲಸ ಮಾಡುವುದು ಅವಳಿಗೆ ಸ್ವಲ್ಪವೂ ಇಷ್ಟವಿರದ ಸಂಗತಿ.

"ಚಿಂತೆ ಮಾಡುವಂತ್ತದ್ದೇನಿಲ್ಲ. ಅದೇನೂಂತ ನಿನಗೆ ಗೊತ್ತೇ?" ಅವನ ಧ್ವನಿ ಮೃದುವಾಗಿ ಪಿಸು ಮಾತಿನಂತಿತ್ತು. ಅವಳು ಕೈಯಲ್ಲಿದ್ದ ಚಮಚವನ್ನು ಕೆಳಗಿಟ್ಟು ಇಲ್ಲವೆನ್ನುವಂತೆ ತಲೆಯಲುಗಿಸಿದಳು.

"ನನಗೆ ಇದು ಅನಿವಾರ್ಯ ಕೆಲಸ. ಇಲ್ಲಿ ಕೇಳು, ಇವತ್ತು ರಾತ್ರಿ ನಾನು ಇಲ್ಲಿಗೆ ಬರುವೆ. ಇಬ್ಬರೂ 'ಓಶನ್‌ಪರ್ಲ್'ನಲ್ಲಿ ಊಟ ಮುಗಿಸಿ ಮತ್ತೆ ಇಲ್ಲಿಗೆ ಬರೋಣ. ನನ್ನ ಕಾರು ನಿನ್ನ ಅಪಾರ್ಟ್‌ಮೆಂಟ್ನಲ್ಲಿಯೇ ಇರುತ್ತೆ. ಮಧ್ಯರಾತ್ರಿ ಒಂದು ಅರ್ಧಗಂಟೆ ಹೊತ್ತು ನಾನು ಇಲ್ಲಿಂದ ಹೊರಡಬೇಕು. ಆ ಸಮಯದಲ್ಲಿ ಕೆಲಸ ಮುಗಿಸಿ ಬರುತ್ತೇನೆ. ಮತ್ತೇನಾದರೂ ನೀನು ಉತ್ತರಿಸಬೇಕಾಗಿ ಬಂದರೆ ಊಟ ಮುಗಿಸಿ ನಾವು ಇಲ್ಲಿಯೇ ಇದ್ದೆವು ಎಂದು ಹೇಳಬೇಕು. ಸರಿಯೇ?"

ಗೀತಾ ತಲೆಗೆ ಕೈ ಹಚ್ಚಿಕೊಂಡಳು. ತಿಲಕರಾಜನ ಮಾತುಗಳು ಅನುಮಾನಾಸ್ಪದವಾಗಿದ್ದವು. ಅವಳಿಗೆ ಊಟ ರುಚಿಸಲಿಲ್ಲ.

"ಏನು ಕೆಲಸ?" ಅವಳು ನಿರಾಸೆಯ ಧ್ವನಿಯಲ್ಲಿ ಕೇಳಿದಳು.

ಅವನಿಗೂ ತಿನ್ನುವುದಕ್ಕೆ ಮನಸಾಗಲಿಲ್ಲ. ತಟ್ಟೆಯನ್ನು ಪಕ್ಕಕ್ಕೆ ಜರುಗಿಸಿ ಸಿಗರೇಟು ಉರಿಸಿದ.

"ಅದೆಲ್ಲ ನಿನಗೆ ಅರ್ಥವಾಗದ ವಿಷಯಗಳು ಬಂಗಾರಿ. ಯಾರೇ ಏನೇ ನಿನ್ನ ಬಳಿ ಬಂದು ಕೇಳಿದರೆ ನಾವಿಬ್ಬರೂ ರಾತ್ರಿ ಒಟ್ಟಿಗೆ ಇದ್ದೆವು ಎನ್ನಬೇಕು. ನಿನ್ನನ್ನು ಅರೆಘಳಿಗೆಯೂ ಬಿಟ್ಟಿರಲಿಲ್ಲವೆಂದು ಹೇಳಬೇಕು. ಹೇಳುವೆಯಲ್ಲ?"

ಅವಳು ಅರ್ಥವಾಗದೆ ಅವನತ್ತ ನೋಡಿದಳು. ಅವಳ ನೋಟದಲ್ಲಿ ಭಯದ ಕರಿನೆರಳಿತ್ತು.

"ಹಾಗೆ ಯಾರು ಕೇಳ್ತಾರೆ?"

"ಯಾರೂ ಕೇಳುವ ಸಾಧ್ಯತೆಯಿಲ್ಲ ಬಂಗಾರಿ" ಬಲವಂತದ ನಗು ತಂದುಕೊಂಡು ಹೇಳಿದ, "ಯಾರಾದರೂ ಕೇಳಿದರೆ... ಅಂದ್ರೆ ರುದ್ರನೇತ್ರ ಕೇಳ್ತಾನೆಂತ ಇಟ್ಕೊ."

ಆ ಮಾತುಗಳನ್ನು ಕೇಳುತ್ತಲೇ ಬೆದರಿದ ಹರಿಣಿಯಂತಾದಳು.

"ರಾಜ, ನಾನು ಅಂತಹ ತೊಂದರೆ ತೆಗೆದುಕೊಳ್ಳುವುದಕ್ಕೆ ರೆಡಿಯಿಲ್ಲ. ಹಾಗೆ ಮಾಡೂಂತ ನನ್ನನ್ನು ಒತ್ತಾಯಿಸಬೇಡ."

ಅವನು ಕುರ್ಚಿಯನ್ನು ಹಿಂದಕ್ಕೆ ದೂಡಿ ಎದ್ದು ನಿಂತ. ಅವನು ಇದನ್ನು ನಿರೀಕ್ಷಿಸಿರಲಿಲ್ಲ. ಗೀತಾ ತಾನು ಹೇಳಿದ್ದನ್ನು ಸುಲಭದಲ್ಲಿ ಒಪ್ಪಿಕೊಳ್ಳುತ್ತಾಳೆಂದುಕೊಂಡಿದ್ದ. ಅವನು ಕಿಟಕಿಯ ಬಳಿ ಸರಿದು ಹಾವಿನಂತೆ ನಿಧಾನವಾಗಿ ಚಲಿಸುತ್ತಿರುವ ವಾಹನಗಳನ್ನು ನೋಡಿದ. ತಾನು ಹೇಳಿದನ್ನು ಅವಳು ಸುಲಭದಲ್ಲಿ ಒಪ್ಪಿಕೊಳ್ಳಬಹುದೆನ್ನುವ ಭರವಸೆಯಿತ್ತು. ಆದರೆ... ಅವಳನ್ನು ಉತ್ತೇಜಿಸಲೇಬೇಕು. ಕಾರ್ಯವಾಸಿ ಕತ್ತೆ ಕಾಲು!

ದೀರ್ಘವಾಗಿ ಆಲೋಚಿಸಿದ ಬಳಿಕ ಹಿಂದಕ್ಕೆ ಬಂದು ಕುರ್ಚಿಯನ್ನೆಳೆದು ಕುಳಿತ.

"ನಾನು ಯಾವತ್ತಾದರೂ ಯಾವ ಕೆಲಸವನ್ನಾದರೂ ನನ್ನ ಪರವಾಗಿ ಮಾಡೂಂತ ನಿನ್ನನ್ನು ಕೇಳಿದ್ದಿದೆಯೇ? ಯಾವತ್ತು ಇಲ್ಲ ಬಂಗಾರಿ. ನಾನು ನಿನಗೋಸ್ಕರ ಏನೆಲ್ಲಾ ಮಾಡಿದ್ದೇನೆ. ಈ ಅಪಾರ್ಟ್‌ಮೆಂಟ್, ಮಂಚ, ಪೀಠೋಪಕರಣಗಳು, ಮನೆ ತುಂಬ ವಸ್ತುಗಳನ್ನು ಕೊಡಿಸಿದ್ದೇನೆ. ಆದರೆ ಯಾವತ್ತೂ ನನ್ನ ಕೆಲಸ ಮಾಡಿಕೊಡೂಂತ ಕೇಳಿಲ್ಲ. ಈಗ ನಾನು ಕೇಳ್ತಾ ಇದ್ದೇನೆ. ಅದು ಮುಖ್ಯವಾದ ಕೆಲಸ ಬಂಗಾರಿ."

ಗೀತಾ ಅವನನ್ನೇ ದಿಟ್ಟಿಸಿದಳು.

"ನೀನು ರಾತ್ರಿಯೆಲ್ಲಾ ನನ್ನ ಜೊತೆಗೆ ಇದ್ದೆ, ಇಲ್ಲಿಂದ ಎಲ್ಲೂ ಹೊರಗೆ ಹೋಗ್ಲಿಲ್ಲಾ ಅನ್ಬೇಕು. ಹಾ! ಹೌದು, ನಾವು ಡಿನ್ನರ್ ಮುಗಿಸಿ ನೇರವಾಗಿ ಇಲ್ಲಿಗೆ ಬಂದೆವು. ನಾವೆಲ್ಲೂ ಹೋಗಿಲ್ಲ ಅನ್ನು. ಬೆಳಿಗ್ಗೆ ಎಂಟು ಗಂಟೆಯವರೆಗೆ ಇಲ್ಲೆ

ಇದ್ದೆ ಅನ್ನು. ತಿಳಿಯಿತೇ? ರಾತ್ರಿ ಹತ್ತರಿಂದ ಬೆಳಗ್ಗೆ ಎಂಟರ ತನಕ ನಾನು ಇಲ್ಲಿಯೇ ಇದ್ದೆ ಅನ್ನು. ಪ್ಲೀಸ್ ಬಂಗಾರಿ."

ಗೀತಾ ತಣ್ಣಗಾದ ತನ್ನ ತಟ್ಟೆಯಲ್ಲಿದ್ದ ತಿಂಡಿಯತ್ತ ನೋಡಿದಳು.

"ಆಯ್ತು, ಅದು ಅಷ್ಟೊಂದು ಮುಖ್ಯವಾದ ವಿಷಯವಾದರೆ ಹೇಳುವೆ" ಅವಳಿಗೆ ಇನ್ನೂ ಅನುಮಾನವಿತ್ತು.

"ಸರಿ, ಹಾಗಾದರೆ ನೀನು ನಾನು ಹೇಳಿದಂತೆ ಮಾಡುವಿಯಲ್ಲವೇ?" ಅದು ಎಷ್ಟೊಂದು ಮುಖ್ಯವಾದ ಕೆಲಸವೆಂದು ಅವಳಿಗೆ ಮನವರಿಕೆ ಮಾಡುವಲ್ಲಿ ಸಫಲನಾದ.

"ನನಗೆ ಹಾಗೆಲ್ಲ ಸುಳ್ಳು ಹೇಳುವುದು ಇಷ್ಟವಿಲ್ಲ. ಆದರೂ ಹೇಳುವೆ."

ಅವನು ತನ್ನ ಉದ್ವೇಗವನ್ನು ಹತ್ತಿಕ್ಕಿಕೊಳ್ಳಲು ತನ್ನ ತಲೆಗೂದಲಿನಲ್ಲಿ ಕೈಯಾಡಿಸಿದ.

"ಬಂಗಾರಿ, ಇದು ತುಂಬಾ ಗಂಭೀರವಾದ ವಿಷಯ. ಅದು ನಿನ್ನನ್ನು ತಟ್ಟಬಹುದು. ಅದಕ್ಕೆ ಹೇಗೆ ಪ್ರತಿಕ್ರಿಯಿಸುವೆ ಅನ್ನುವುದು ಮುಖ್ಯ. ರುದ್ರನೇತ್ರ ನಿನ್ನನ್ನು ಕೆಣಕಬಹುದು. ಆದರೆ ನೀನು ಹೆದರದೆ ನಾನು ಹೇಳುವುದನ್ನು ಅವನಿಗೆ ಹೇಳಿಬಿಡು. ಅರ್ಥವಾಯಿತೇ?"

"ಆಯ್ತು ರಾಜ, ಇಲ್ಲವೆನ್ನಲಾರೆ. ಮಾಡುವೆ" ಅವನು ಆತ್ಮವಿಶ್ವಾಸ ತುಂಬುವಂತೆ ಅವಳ ಕೈಯನ್ನು ಬಿಗಿಯಾಗಿ ಹಿಡಿದುಕೊಂಡ.

"ಇದಕ್ಕೆ ತಕ್ಕುದಾದ ಪ್ರತಿಫಲ ನಿನಗೆ ಸಿಗುತ್ತೆ ಬಂಗಾರಿ. ನನಗೆ ಸಹಾಯ ಮಾಡಲಾರೆಯಾ?"

ದೀರ್ಘವಾಗಿ ಅವನನ್ನೇ ದಿಟ್ಟಿಸಿದಳು. ಅವಳ ಕಣ್ಣುಗಳಲ್ಲಿ ಭಯ ಮಾತ್ರ ಮಾಸಲಿಲ್ಲ. ಅವಳು ಇನ್ನೊಂದು ಕೈಯನ್ನು ಅವನ ಕೈಯ ಮೇಲಿರಿಸಿದಳು. ಅದನ್ನು ಮೆತ್ತಗೆ ಒತ್ತಿದಳು.

"ಆಯ್ತು ರಾಜ, ಮಾಡುವೆ" ಅವಳ ಮಾತಿನಲ್ಲಿ ಅವಳು ಮಾಡುವಳೆಂಬ ಭರವಸೆ ತುಂಬಿತ್ತು. ಅವನು ನಿರಾಳನಾದ.

ಅವನು ಎದ್ದು ನಿಂತಾಗ ಅವಳೂ ಅವನ ಪಕ್ಕಕ್ಕೆ ಒತ್ತಾಗಿ ನಿಂತಳು. ಅವನು ಅವಳನ್ನು ಬರಸೆಳೆದುಕೊಂಡು ಮುತ್ತಿಟ್ಟ.

"ನಾನೀಗ ಹೊರಡುತ್ತೇನೆ. ಮತ್ತೆ ನನ್ನ ನಿನ್ನ ಭೇಟಿ ರಾತ್ರಿಗೆ. ಚಿಂತಿಸಬೇಡ. ಇದೆಲ್ಲಾ ಏನೂ ಅಲ್ಲ. ಒಂದು ಸಣ್ಣ ಸುಳ್ಳು ಅಷ್ಟೇ?"

ಅವಳಿಂದ ಬೀಳ್ಕೊಟ್ಟು ಅವನು ಮೆಟ್ಟಿಲಿಳಿದು ತನ್ನ ಕಾರಿನತ್ತ ನಡೆದ. ಹತ್ತು ನಿಮಿಷಗಳಲ್ಲಿ ತನ್ನ ಅಪಾರ್ಟ್‌ಮೆಂಟ್‌ಗೆ ಬಂದ. ಮುಖ ಕ್ಷೌರ ಮಾಡಿ ಶವರ್‌ನ ಕೆಳಗೆ ನಿಂತ. ಗೀತಾಳಿಗೆ ರುದ್ರನೇತ್ರನನ್ನು ಎದುರಿಸುವ ತಾಕತ್ತು ಇಲ್ಲದಿದ್ದರೆ ತನ್ನ ಯೋಜನೆಯೆಲ್ಲಾ ತಲೆಕೆಳಗಾದಿತು. ಅವಳು ತಾನು ಹೇಳಿದ್ದನ್ನು ಮಾಡಬಹುದು. ಅವನು ಪದಕವನ್ನು ಮುಟ್ಟಿಕೊಂಡ.

ಹಣ ದೋಚುವ ತನ್ನ ಈ ಯೋಜನೆ ರುದ್ರನೇತ್ರನಿಗೆ ಅನುಮಾನ ಮೂಡಿಸಲಾರದು.

ತಿಲಕರಾಜ ರುದ್ರನೇತ್ರನ ಆಫೀಸಿಗೆ ಕಾರನ್ನು ಓಡಿಸಿದ. ಹತ್ತು ಗಂಟೆಯ ಹೊತ್ತಿಗೆ ಅಲ್ಲಿಗೆ ತಲುಪಿದ. ಮದನ್ ಹಾಗೂ ಮೈಕೆಲ್ ಅದಾಗಲೇ ಅಲ್ಲಿದ್ದರು. ಇಬ್ಬರ ಕೈಯಲ್ಲಿಯೂ ಸಿಗರೇಟು ಉರಿಯುತ್ತಿತ್ತು. ತಿಲಕರಾಜ ಒಳಗೆ ಬರುವಾಗ ಅನುದೀಪ್ ಕೂಡ ಒಳಗೆ ಪ್ರವೇಶಿಸಿದ.

"ಹಾಯ್! ಇವತ್ತು ಅದೃಷ್ಟದ ದಿವಸ. ನೀನು ಯೂನಿಫಾರ್ಮ್‌ನ ಕೆಲಸವನ್ನು ಒಪ್ಪಿಕೊಂಡಂತೆಯೇ?" ತಿಲಕರಾಜ ನಕ್ಕ.

ಅನುದೀಪ್‌ನ ಮುಖದಲ್ಲಿ ಅದಾಗಲೇ ಬೆವರಹನಿಗಳು ಟಿಸಿಲೊಡೆದವು. ಅವನ ಮುಖ ಬಿಳಚಿಕೊಂಡಿತು. ತಿಲಕರಾಜನಿಗೆ ಅನುದೀಪ್‌ನ ನೋವು ಏನೆಂದು ಗೊತ್ತು. ಅವನಿಗೆ ಸಾವಿನ ಭಯ! ಇದು ಹಣ ಸಂಗ್ರಹಕ್ಕೆ ಹೊರಟಾಗ ಸಾಮಾನ್ಯ!

"ಜನಕ ಅದನ್ನು ಸ್ಪಷ್ಟವಾಗಿ ಹೇಳಿದ್ದಾನೆ" ಅನುದೀಪ್ ಮೆತ್ತನೆ ಹೇಳಿ ಆಫೀಸಿನ ಒಳಗಡೆ ಹೋದ.

ಮದನ್ ಹಾಗೂ ಮೈಕೆಲ್ ಅವರನ್ನು ಸ್ವಾಗತಿಸಿದರು. ನಾಲ್ವರೂ ಸ್ವಲ್ಪ ಹೊತ್ತು ಅಲ್ಲಿಯೇ ನಿಂತರು.

ಜನಕ ತನ್ನ ಕ್ಯಾಬಿನ್‌ನಿಂದ ಎರಡು ದೊಡ್ಡ ಚೀಲಗಳನ್ನು ಹಿಡಿದುಕೊಂಡು ಹೊರಗೆ ಬಂದ. ಎರಡು ಚೀಲಗಳಿಗೂ ಕೈಗವಸುಗಳಿದ್ದವು. ಮತ್ತೊಂದು ಜೋಡಿ ಕೈಗವಸನ್ನು ಅನುದೀಪ್‌ನ ಕೈಗೆ ತೊಡಿಸಿದ. ಅದು ಚೀಲಕ್ಕೆ ಹೊಂದಿಕೊಂಡಂತೆ ಇತ್ತು.

"ನಾನು ಎಷ್ಟು ಸಾವಿರ ಕೊಟ್ಟರೂ ನೀನು ಮಾಡುವ ಕೆಲಸ ಮಾಡಲಾರೆ" ಮದನ್ ಅನುದೀಪ್‌ನ ಭಯದ ಮುಖವನ್ನೇ ದಿಟ್ಟಿಸಿ ವ್ಯಂಗ್ಯವಾಗಿ ಹೇಳಿದ, "ಅಲ್ವೋ, ಯಾರಾದರೂ ಕತ್ತಿಯಿಂದ ನಿನ್ನ ಕೈಯನ್ನೇ ಕಡಿದರೆ ಏನು ಮಾಡುವೇ?"

"ಕಡಿಯಲಿ, ಯಾರ ಬಳಿಯೂ ಕತ್ತಿಯಿಲ್ಲ" ತಿಲಕರಾಜ ಅಷ್ಟೇ ವ್ಯಂಗ್ಯದಲ್ಲಿ ಉತ್ತರಿಸಿದ.

ರುದ್ರನೇತ್ರ ಆಫೀಸು ಪ್ರವೇಶಿಸುವಾಗ ಅಲ್ಲಿ ಮೌನ ನೆಲೆಸಿತ್ತು.

"ಎಲ್ಲಾ ಸರಿಯಾಗಿದೆಯಲ್ಲವೇ?" ಜನಕನನ್ನು ಪ್ರಶ್ನಿಸಿದ ಬಾಸ್.

"ಹೌದು, ಅವರು ಹೊರಟಿದ್ದಾರೆ."

"ಸರಿ" ತಿಲಕರಾಜನತ್ತ ನೋಡಿದ ರುದ್ರನೇತ್ರ, "ಹಾಗೆ..." ತಿಲಕರಾಜ ಅವನ ಮುಖಚಹರೆಯನ್ನು ಗಮನಿಸಿದ.

"ಇದು ಕೊನೆಯ ಸಂಗ್ರಹ. ಇನ್ನು ಮುಂದೆ ನೀನು ಡ್ರೈವರ್. ಎಲ್ಲಾ ಒಳ್ಳೆಯದಾಗಲಿ. ನಿಮ್ಮ ಕೊನೆಯ ಹಣ ಸಂಗ್ರಹದ ಕೆಲಸಕ್ಕೆ ಶುಭಕೋರುವೆ" ಅವನು ಅನುದೀಪ್‌ನತ್ತ ನೋಡಿ ಹೇಳಿದವನೇ ತನ್ನ ಕ್ಯಾಬಿನ್‌ನತ್ತ ನಡೆದ.

ಮದನ್ ಮತ್ತು ಮೈಕೆಲ್ ಅನುದೀಪ್‌ನನ್ನು ಹಿಂಬಾಲಿಸಿಕೊಂಡು ಹೊರ ನಡೆದಾಗ ರುದ್ರನೇತ್ರ ತಿಲಕರಾಜನನ್ನು ಕರೆದ. ತಿಲಕರಾಜ ನಿಂತ.

"ತಿಲಕರಾಜ, ನಿನ್ನ ಪದಕ ಇದೆಯಲ್ಲವೇ?" ರುದ್ರನೇತ್ರ ಅವನ ಎದೆಯನ್ನು ನೋಡಿ ನಕ್ಕ.

"ನಾನು ಯಾವತ್ತೂ ಅದನ್ನು ಬಿಟ್ಟಿರೋದಿಲ್ಲ ಬಾಸ್" ರುದ್ರನೇತ್ರ ತಲೆಯಲುಗಿಸಿದ.

"ಕಾಯ್ತಾ ಇರು. ನಿನ್ನ ಕೊನೆಯ ಪಯಣಕ್ಕೆ ಅದು ಅಗತ್ಯ."

"ನಾವು ಮೂವರಿದ್ದೇವೆ ಬಾಸ್" ತಿಲಕರಾಜ ಶಾಂತವಾಗುತ್ತರಿಸಿದ.

ನಾಲ್ವರೂ ಮೆಟ್ಟಲಿಳಿದು ತಿಲಕರಾಜನ ಕಾರಿನ ಬಳಿ ಬಂದರು.

* * *

ಯಾವುದೇ ಅಡೆತಡೆಯಿಲ್ಲದೆ ದೀರ್ಘ ಐದು ಗಂಟೆಯ ಹಣ ಸಂಗ್ರಹಣೆಯ ಕಾರ್ಯ ಮುಕ್ತಾಯವಾಯಿತು. ತಿಲಕರಾಜ 'ನೋ ಪಾರ್ಕಿಂಗ್'ನಲ್ಲಿ ಕಾರು ನಿಲ್ಲಿಸುವಾಗಲೂ ಪೊಲೀಸರ ಸಹಕಾರವಿತ್ತು. ಹಣ ಚೀಲದೊಳಗೆ ಉರುಳುತ್ತಿತ್ತು. ಅನುದೀಪ್‌ಗೆ ಯಾರೋ ರಿವ್ವಾಲ್ವರ್ ತನ್ನತ್ತ ತೋರಿಸಿ ತನ್ನ ಮೇಲೆ ಗುಂಡು ಹಾರಿಸಿದಂತೆ ಅನಿಸುತ್ತಿತ್ತು. ತಿಲಕರಾಜ ಹೆಗಲ ಮೇಲೆ ಕೈಯಿಟ್ಟಾಗ ಅನುದೀಪ್ ಬೆಚ್ಚಿ ಬಿದ್ದ.

"ಮುಗಿಯಿತಲ್ಲ. ಇನ್ನು ಮುಂದೆ ನೀನು ಕಾರ್ ಡ್ರೈವರ್."

ಇನ್ನು ಅನುದೀಪ್‌ಗೆ ಸುರಕ್ಷಿತವಲ್ಲವೆನಿಸಿತು. ಬ್ಯಾಗ್‌ಗಳನ್ನು ಎಳೆದುಕೊಂಡು ತೀರ ಬದಿಯಲ್ಲಿಯೇ ನಡೆಯುತ್ತಿದ್ದ. ಕೊನೆಗೂ ರುದ್ರನೇತ್ರನ ಸ್ವರ್ಗದಂತಹ ಆಫೀಸನ್ನು ತಲುಪಿದ.

ತಿಲಕರಾಜ ಅವನ ಪಕ್ಕದಲ್ಲಿ ಕಾರಿನಿಂದ ಇಳಿದು ನಿಂತ. ಮದನ್, ಮೈಕೆಲ್ ಅವನ ಅತ್ತಿತ್ತ ಬಾಡಿಗಾರ್ಡ್‌ಗಳಂತೆ ನಿಂತಿದ್ದರು. ತುಂತುರು ಮಳೆ ಜಿನುಗುತ್ತಿತ್ತು. ಅವರು ಆಫೀಸಿನ ಮೆಟ್ಟಿಲೇರಿ ಒಳಗೆ ನಡೆದರು.

"ಇಷ್ಟು ಭಾರವಾದ ಚೀಲಗಳನ್ನು ಹೊತ್ತುಕೊಂಡು ಬರುವಾಗ ನಿನಗೇನನಿಸಿತು ಅನುದೀಪ್?"

ಅನುದೀಪ್ ಅವನತ್ತ ನೋಡಿ ದೃಷ್ಟಿಯನ್ನು ಬೇರೆಡೆ ಹೊರಳಿಸಿದ. ನಾಳೆಯಿಂದ ತಾನು ಸುರಕ್ಷಿತವೆಂದುಕೊಂಡ. ಯೂನಿಫಾರ್ಮ್ ತೊಟ್ಟು ತಲೆಗೆ ಬಿಳಿಯ ಟೋಪಿಯನ್ನು ಧರಿಸಿ ರೋಲ್ಸ್‌ರಾಯ್ಸ್ ಕಾರ್ ಓಡಿಸುವುದು. ಹತ್ತು ವರ್ಷಗಳಿಂದ ತನ್ನ ಕೈಯನ್ನು ಯಾರೂ ಕಡಿಯಲಿಲ್ಲವೆನ್ನುವ ಭಯ ಮಾಯವಾಯಿತು.

ರುದ್ರನೇತ್ರ ಆಫೀಸಿನ ಒಳಗಡಿಯಿಡುತ್ತಲೇ ಪಕ್ಕದಲ್ಲಿದ್ದ ತಿಲಕರಾಜನನ್ನು ನೋಡಿ ಭಾರವಾದ ಎರಡು ಚೀಲಗಳನ್ನು ರುದ್ರನೇತ್ರನ ಮೇಜಿನ ಮೇಲಿಟ್ಟ.

ಜನಕ ಅವನಿಗಾಗಿ ಕಾಯುತ್ತಿದ್ದ. ರುದ್ರನೇತ್ರನ ಬಾಯಿಯಲ್ಲಿ ಆರಿದ ಸಿಗಾರ್ ಇತ್ತು. ಜನಕ ಅವನ ಕೈಗವಸನ್ನು ತೆಗೆದ. ರುದ್ರನೇತ್ರ ಹುಬ್ಬುಗಳನ್ನು ಏರಿಸಿ ತಿಲಕರಾಜನತ್ತ ಸಂಜ್ಞೆ ಮಾಡಿದ. ಅದು 'ತೊಂದರೆಯಾಗಲಿಲ್ಲವೇ?' ಎನ್ನುವ ಮೌನ ಪ್ರಶ್ನೆ. ತಿಲಕರಾಜ ಇಲ್ಲವೆನುವಂತೆ ತಲೆಯಲುಗಿಸಿದ.

ಮಾಮೂಲಿನಂತೆ ಜನಕ ಸಂಗ್ರಹವಾದ ಹಣವನ್ನು ಎಣಿಸತೊಡಗಿದ. ಸ್ವಲ್ಪ ಸಮಯ ಹಿಡಿಯಿತು. ಕೊನೆಗೆ ಜನಕ ರುದ್ರನೇತ್ರನತ್ತ ನೋಡಿದ. ತನ್ನ ತೆಳುವಾದ ತುಟಿಗಳನ್ನು ಅಲುಗಿಸಿ, "ರುದ್ರನೇತ್ರ, ಅಭಿನಂದನೆಗಳು. ದೊಡ್ಡ ಮೊತ್ತವೇ ಸಂಗ್ರಹವಾಗಿದೆ. ಸುಮಾರು ಒಂದುಕೋಟಿ ಎಂಬತ್ತಾರು ಲಕ್ಷಗಳು!"

ತಿಲಕರಾಜನ ಬೆನ್ನಹುರಿಯಲ್ಲಿ ತಣ್ಣಗಿನ ರಕ್ತ ಹರಿದಂತಾಯಿತು. ಜಾಕ್‌ಪಾಟ್! ಸ್ವಲ್ಪ ಸಮಯದಲ್ಲಿಯೇ ಇಷ್ಟೊಂದು ಹಣ ಸಂಗ್ರಹವಾಗಿದೆ! ದೋಣಿ! ತನ್ನ ಕನಸಿನ ದೋಣಿ! ಈಗ ಹೊಸ ಯೋಜನೆ ತಯಾರಾಗಬೇಕಿದೆ. ದೊಡ್ಡ ಹಡಗನ್ನೇ ಖರೀದಿಸಿದರೆ?!

ಅವನು ಜನಕ ಎರಡು ಚೀಲಗಳನ್ನು ಮತ್ತೆ ಕಟ್ಟುವುದನ್ನೇ ನೋಡುತ್ತಾ ಇದ್ದ. ಸ್ವಲ್ಪ ಹೊತ್ತಿನಲ್ಲಿಯೇ ಆ ಭಾರವಾದ ಚೀಲಗಳನ್ನು ಎಳೆದುಕೊಂಡು ಹಳೆಯ ತಿಜೋರಿಯ ಒಳಗಿಟ್ಟು ಬಾಗಿಲು ಹಾಕಿದ ಸದ್ದು ಕೇಳಿಸಿತು.

ರುದ್ರನೇತ್ರ ಡ್ರಾವರ್ ಎಳೆದು ಮದ್ಯದ ಶೀಷೆಯನ್ನು ಹೊರಗೆ ತೆಗೆದ. ಮದನ್ ಎರಡು ಗ್ಲಾಸ್‌ಗಳಿಗೆ ಸುರಿದು ಬಾಸ್‌ನ ಮುಂದಿಟ್ಟ. ಬಾಸ್ ತಿಲಕರಾಜನತ್ತ ಚಾಚಿದ.

"ಮುಂದುವರಿಸು ತಿಲಕರಾಜ, ಇಪ್ಪತ್ತು ವರ್ಷಗಳ ದೀರ್ಘವಾದ ನಿನ್ನ ಸೇವೆಗೆ ಸರಿಯಾದ ಕೆಲಸವನ್ನು ಗಳಿಸಿಕೊಳ್ಳುವೆ, ಅಭಿನಂದನೆಗಳು."

ಬಾಟಲಿಯಲ್ಲಿ ಉಳಿದಿದ್ದನ್ನು ಮೈಕೆಲ್ ಇನ್ನೊಂದು ಗ್ಲಾಸಿಗೆ ಸುರಿದು ಅನುದೀಪ್‌ನತ್ತ ಚಾಚಿದ. ಅವನು ನಿರಾಕರಿಸಿದ. ಸ್ವಲ್ಪ ಸಮಯ ಮೌನ ಕವಿಯಿತು. ಅವರೆಲ್ಲರೂ ಅಲ್ಲಿಯೇ ಕುಳಿತಿದ್ದರು. ಅಷ್ಟರಲ್ಲಿಯೇ ಟೆಲಿಫೋನ್ ರಿಂಗಾಯಿತು. ರುದ್ರನೇತ್ರ ಎಲ್ಲರತ್ತಲೂ ಕೈಬೀಸಿ ಎದ್ದ.

ತಿಲಕರಾಜ ಮತ್ತು ಅನುದೀಪ್ ಮೆಟ್ಟಿಲಿಳಿದು ಕೆಳಗೆ ಬಂದರು.

"ತುಂಬಾ ಕಷ್ಟದ ಕೆಲಸವಾಗಿತ್ತು ತಿಲಕರಾಜ. ಕ್ಷಮಿಸು, ಇನ್ನು ಮುಂದೆ ನಾವಿಬ್ಬರು ಒಟ್ಟಿಗೆ ಕೆಲಸ ಮಾಡುವುದಕ್ಕಿಲ್ಲ. ನೀನು ಒಳ್ಳೆಯ ಗೆಳೆಯನಾಗಿದ್ದಿ ನನಗೆ. ಮಾತ್ರವಲ್ಲ, ನನಗೆ ತುಂಬಾ ಸಹಾಯ ಮಾಡಿದ್ದಿ. ನಿನಗೆ ಹೇಗೆ ಧನ್ಯವಾದ ಹೇಳಬೇಕೋ ಗೊತ್ತಾಗ್ತಾ ಇಲ್ಲ."

"ಬಾ, ಎಲ್ಲಾದರೂ ಕೆಫೆಗೆ ಹೋಗೋಣ" ಹಾಗೆ ಹೇಳುತ್ತಾ ಅವನು ತುಂತುರು ಮಳೆಗೆ ಇಳಿದ. ಸಮುದ್ರದ ನೀರೇ ತುಂತುರಾಗಿ ಮುಖದ ಮೇಲೆ

ಸಿಡಿಯುವಂತೆ ಕಂಡಿತು. ತತ್‌ಕ್ಷಣವೇ ನೆನಪಾಗಿದ್ದು ದೋಣಿ! ತನ್ನ ಕನಸಿನ ದೋಣಿ!

ಕೆಫೆಯಲ್ಲಿ ಕುಳಿತು ಕಾಫಿ ಸೇವಿಸಿದರು.

"ಶುಭವಿದಾಯ ಹೇಳೋಣ ಅನುದೀಪ್. ನೀನು ಎಷ್ಟೊಂದು ಹೆದರಿಕೊಂಡಿದ್ದಿ. ಇಷ್ಟು ವರ್ಷಗಳಲ್ಲಿ ಏನೂ ಆಗಲಿಲ್ಲ ನಿನಗೆ."

"ಏನ್ಮಾಡೋದು ನನ್ನ ಸ್ವಭಾವವೇ ಹಾಗಿದೆ. ನೀನಾದರೆ ಯಾವುದಕ್ಕೂ ಚಿಂತೆ ಮಾಡುವವನಲ್ಲ."

ತಿಲಕರಾಜ ಹಣ ದೋಚುವ ಯೋಜನೆ ಹಾಕಿಕೊಂಡಿದ್ದ. ಚಿಂತೆ ಇಲ್ಲ!! ಸಾವಿನ ದಾರಿಯ ಅರ್ಥಕ್ಕೆ ಬಂದಾಗಿದೆ. ತನಗೀಗ ನಲವತ್ತೆರಡು. ಒಂದು ವೇಳೆ ತನ್ನ ಯೋಜನೆ ವಿಫಲವಾದರೂ ತನಗೆ ಅದೃಷ್ಟವಿರಲಿಲ್ಲವೆಂದುಕೊಳ್ಳ ಬೇಕಷ್ಟೆ. ಅದಕ್ಕೆ ಚಿಂತಿಸಿ ಏನು ಪ್ರಯೋಜನ? ಬದುಕಿನಲ್ಲೊಂದು ಗುರಿ ಇದೆ. ಅದರೆ ಅದು ಕಹಿಯಾಗಬಾರದು.

ಮಳೆಯಲ್ಲಿ ಹೆಜ್ಜೆ ಹಾಕುತ್ತಾ ಇಬ್ಬರೂ ಪರಸ್ಪರ ನೋಡಿಕೊಂಡರು. ಸ್ವಲ್ಪ ಹೊತ್ತು ಮೌನ. ಅನಂತರ ತಿಲಕರಾಜ ಕೈ ಮುಂದಕ್ಕೆ ಚಾಚಿದ.

"ಸರಿ, ಅನುದೀಪ್, ನನ್ನನ್ನು ಮರೆಯಬೇಡ" ಇಬ್ಬರೂ ಹಸ್ತಲಾಘವ ಮಾಡಿಕೊಂಡರು.

"ನೀನು ಹಣವನ್ನು ಉಳಿತಾಯ ಮಾಡು. ನಿನಗೆ ನನ್ನಿಂದಲೇನಾದರೂ ಸಹಾಯ ಬೇಕಾದರೆ ಖಂಡಿತಾ ತಿಳಿಸು. ನಾನು ಸಹಾಯ ಮಾಡುವೆ" ತಿಲಕರಾಜ ಭಾವುಕನಾಗಿ ಹೇಳಿದ. ಅನುದೀಪ್‌ನ ಕಣ್ಣುಗಳು ತುಂಬಿ ಬಂದವು.

"ನನಗೆ ಗೊತ್ತಿದೆ ತಿಲಕರಾಜ. ನೀನು ನನ್ನ ಗೆಳೆಯ. ನಿನ್ನನ್ನು ಮರೆಯಲು ಸಾಧ್ಯವಿಲ್ಲ. ನಾನು ನಿನ್ನ ಗೆಳೆಯನಲ್ಲವೇ?"

ತಿಲಕರಾಜ ಅವನ ಎದೆಗೆ ಮೆಲ್ಲಗೆ ಪಂಚ್ ಕೊಟ್ಟು ಮುನ್ನಡೆದ. ನಡೆಯುತ್ತಿರುವಾಗ ಒಂದು ಬಾಗಿಲು ಮುಚ್ಚಿದಂತೆ, ಬದುಕಿನ ಒಂದು ಭಾಗ ತುಂಡರಿಸಿದಂತಾಯಿತು. ಆದರೆ ಮೆದುಳು ಅವನ ಮುಂದಿನ ಯೋಜನೆಯನ್ನು ನೆನಪಿಸಿತು.

ನಿಧಾನವಾಗಿ ಕಾರನ್ನು ಓಡಿಸಿಕೊಂಡು ತನ್ನ ಅಪಾರ್ಟ್‌ಮೆಂಟ್‌ಗೆ ಬಂದ. ಸಮಯ ಸಂಜೆ ಐದು ಮೂವತ್ತು! ಏನಾದರೂ ಸೇವಿಸಬೇಕೆನಿಸಿತು. ಇಲ್ಲ, ಮದ್ಯವನ್ನು ಮುಟ್ಟಬಾರದು! ಮನಸ್ಸು ಎಚ್ಚರಿಸಿತು. ಕರ್ತವ್ಯದ ಕರೆ ಅದು! ಗಂಟೆಗಳನ್ನು ಲೆಕ್ಕ ಹಾಕಿದ. ತನ್ನ ಪೂರ್ವ ಯೋಜನೆಯಂತೆ ಎಲ್ಲವೂ ನಡೆಯಬೇಕು. ಗೀತಾಳ ಜೊತೆಗೆ ರಾತ್ರಿ ಡಿನ್ನರ್! ಕಿಟಕಿಯ ಪಕ್ಕಕ್ಕೆ ನಿಂತ. ಕೆಳಗೆ ದಿಟ್ಟಿಸಿದ. ಟ್ರಾಫಿಕ್‌ನಲ್ಲಿ ವಾಹನಗಳು ಕಂಬಳಿ ಹುಳಗಳಂತೆ ನಿಧಾನವಾಗಿ ಚಲಿಸುತ್ತಿದ್ದವು. ಬಟ್ಟೆ ಬಿಚ್ಚಿ ಶವರ್ ಅಡಿಗೆ ನಿಂತ. ಮನಸ್ಸು ಪ್ರಫುಲ್ಲವಾಯಿತು. ಬಟ್ಟೆ ಬದಲಾಯಿಸಿ ವಾಚ್ ನೋಡಿಕೊಂಡ. ಸಮಯ

ನಿಧಾನವಾಗಿ ಚಲಿಸುತ್ತಿರುವಂತೆ ಭಾಸವಾಯಿತು. ಇಲ್ಲ, ಸಮಯ ಓಡುತ್ತಿದೆ. ಗಂಟೆ ಆರು!

ಹಳೆಯ ದಿನ ಪತ್ರಿಕೆ, ರಬ್ಬರ್ ಶೀಟ್, ಒಂದು ಜೊತೆ ಗ್ಲೌಸ್, ಸಿಗರೇಟ್ ಲೈಟರ್, ತಿಜೋರಿಯ ಕೀಲಿಕೈ, ಲಗೇಜ್ ಲಾಕರ್‌ನ ಕೀಲಿಕೈ ಎಲ್ಲವನ್ನೂ ತೆಗೆದುಕೊಂಡು ಮೇಜಿನ ಮೇಲಿರಿಸಿದ ತಿಲಕರಾಜ. ಇನ್ನೇನೂ ಬಾಕಿಯಿಲ್ಲವೆನ್ನುವುದನ್ನು ಖಚಿತಪಡಿಸಿಕೊಂಡ. ಅಂಗಿಯ ಒಳಗೆ ಕೈ ಹಾಕಿ ಎದೆಯಲ್ಲಿ ನೇತಾಡುತ್ತಿದ್ದ ಪದಕವನ್ನು ಮುಟ್ಟಿಕೊಂಡ. ಇನ್ನು ಎರಡು ವರ್ಷಗಳಲ್ಲಿ ತಾನು ಹಡಗಿನ ಮಾಲೀಕ! ಸೂರ್ಯ ರಶ್ಮಿಗೆ ಹೊಳೆಯುವ ಸಮುದ್ರದಲ್ಲಿ ತನ್ನ ಪಯಣ! ದೋಣಿ! ತನ್ನ ಕನಸಿನ ದೋಣಿ!

ಕಿಟಕಿಯ ಬಳಿ ಕುಳಿತುಕೊಳ್ಳುವ ಮೊದಲು ಕೆಳಗೆ ಟ್ರಾಫಿಕ್‌ನ ಸದ್ದು ಕೇಳಿಸಿಕೊಂಡ. ಸಮಯ ಏಳು ಮೂವತ್ತು! ಎದ್ದು ನಿಂತ. ಒಂದೊಂದೆ ವಸ್ತುಗಳನ್ನು ಜೀನ್ಸ್ ಪ್ಯಾಂಟ್‌ನ ಜೇಬಿಗಿಳಿಸಿದ. ಹೊರಗೆ ಹೊರಡಲು ತಯಾರಿ ನಡೆಸಿದ.

ಸುಮಾರು ಎಂಟು ಗಂಟೆಯ ಹೊತ್ತಿಗೆ ಅವನು ಗೀತಾಳ ಅಪಾರ್ಟ್‌ಮೆಂಟ್‌ಗೆ ಬಂದ. ಅವಳು ಬಾಗಿಲಲ್ಲೇ ಅವನಿಗಾಗಿ ಕಾದು ನಿಂತಿದ್ದಳು. ಕಾರು ನಿಲ್ಲಿಸಿ ಒಳಗೆ ಬಂದ ತಿಲಕರಾಜ ಅವಳನ್ನು ಎಳೆದುಕೊಂಡ.

"ಬಂಗಾರಿ! ಎಲ್ಲವೂ ಸರಿಯಾಗಿದೆಯಲ್ಲವೇ?" ತನ್ನ ಸ್ವರವನ್ನು ತಹಬಂದಿಯಲ್ಲಿರಿಸಿಕೊಂಡು ಕೇಳಿದ.

"ಹೌದು" ಅವಳ ಉತ್ತರ ಮಾತ್ರ ನೀರಸವಾಗಿತ್ತು. ಅವಳು ಮನಸ್ಸು ಬದಲಾಯಿಸಿದ್ದಾಳೆನೋ ಎಂದು ಸಂದೇಹ ಅವನಿಗೆ. ಓಶನ್‌ಪರ್ಲ್ ಹೊಟೇಲ್‌ಗೆ ಬಂದಾಗ ಊಟಕ್ಕೆ ಏನೂ ಕೊರತೆಯಾಗದಂತೆ ಅವನು ಆರ್ಡರ್ ಕೊಟ್ಟ. ತಿಲಕರಾಜನಿಗೂ ಊಟದಲ್ಲಿ ಆಸಕ್ತಿಯಿರಲಿಲ್ಲ. ಅವನಿಗೆ ತನ್ನ ಯೋಜನೆಯದ್ದೇ ಯೋಚನೆ. ಕಾವಲುಗಾರನನ್ನು ತಪ್ಪಿಸಿ ಎರಡು ಚೀಲಗಳನ್ನು ಕದ್ದು ತಂದು ಲಗೇಜ್ ಲಾಕರ್‌ನಲ್ಲಿ ಇರಿಸುವುದು ಸುಲಭದ ಕೆಲಸವಲ್ಲ! ಈ ಕೆಲಸ ಮಾಡಬೇಕಿದ್ದರೆ ಕಾವಲುಗಾರ ನಿದ್ದೆ ಮಾಡುವ ಸಮಯಕ್ಕೆ ಆಗಬೇಕು. ಆತ ಅಲ್ಲಿಂದ ಹೊರಡುವುದು ರಾತ್ರಿ ಎರಡು ಗಂಟೆಗೆ! ತನ್ನ ಕೆಲಸ ಕಾರ್ಯಗತ ಮಾಡಬೇಕಾದದ್ದು ಎರಡು ಮೂರು ಗಂಟೆಯ ಒಳಗೆ! ಎಲ್ಲವೂ ಅದೃಷ್ಟದ ಮೇಲೆ ಅವಲಂಬಿತವಾಗಿದೆ. ತಟ್ಟೆಯನ್ನು ಪಕ್ಕಕ್ಕೆ ಸರಿಸಿ ಎದೆಯ ಪದಕವನ್ನು ಮುಟ್ಟಿಕೊಂಡ.

"ರಾಜ, ನೀನು ಯಾವ ಕೆಲಸವನ್ನು ಮಾಡಲು ಹೋಗುತ್ತಿರುವೆ? ನನಗೆ ಹೇಳುವುದಿಲ್ಲವೇ?" ಗೀತಾ ತಿನ್ನುತ್ತಿದ್ದ ತಿಂಡಿಯನ್ನು ಅರ್ಧಕ್ಕೆ ನಿಲ್ಲಿಸಿ ಅನಿರೀಕ್ಷಿತವಾಗಿ ಪ್ರಶ್ನಿಸಿದಳು.

"ಅದೊಂದು ಕೆಲಸ. ಅದನ್ನು ಮರೆತು ಬಿಡು. ನೀನು ಅದನ್ನು ತಿಳಿದುಕೊಂಡು ಏನಾಗಬೇಕು? ಕಾಫಿ ಬೇಕೆ?"

"ಬೇಡಾ."

"ಊಟ ಆದ್ರೆ ಸಿನೆಮಾ ನೋಡಿಕೊಂಡು ಹೋಗೋಣ. ಅದನ್ನು ನೀನು ಮರ್ರು ಬಿಡು. ಅದು ಅದರಷ್ಟಕ್ಕೆ ನಡೆಯುತ್ತೆ."

ಸಿನೆಮಾಕ್ಕೆ ಹೋಗುವುದು ಒಳ್ಳೆಯದೆನಿಸಿತು. ಸ್ವಲ್ಪ ಹೊತ್ತು ಸಿನೆಮಾ ನೋಡಿದರೆ ಟೆನ್ಶನ್ ಮಾಯವಾಗಬಹುದು.

ಅವರಿಬ್ಬರೂ ಮಧ್ಯರಾತ್ರಿಗೆ ಗೀತಾಳ ಅಪಾರ್ಟ್‌ಮೆಂಟ್‌ಗೆ ಬಂದರು. ಎದುರು ಮನೆಯ ಹುಡುಗಿ ಅವರ ಮುಂದಿನಿಂದ ಓಡಿ ಹೋದಳು. ಅವರಿಬ್ಬರೂ ತತ್‌ಕ್ಷಣವೇ ನಿಂತರು. ಆ ಹುಡುಗಿಗೆ ತಿಲಕರಾಜ ಪರಿಚಿತ. ಅವಳಿಗೆ ಗೀತಾ ಮತ್ತು ತಿಲಕರಾಜನ ಸಂಬಂಧವೂ ಗೊತ್ತು.

"ನನ್ನ ಅದೃಷ್ಟ!" ತಿಲಕರಾಜನ ಮುಖದಲ್ಲಿ ಗೆಲುವಿನ ನಗುವಿತ್ತು. ಯಾರಾದರೂ ವಿಚಾರಿಸಿದರೆ ತಾನು ಗೀತಾಳ ಜೊತೆಗಿದ್ದುದ್ದನ್ನು ಈ ಹುಡುಗಿ ಹೇಳುತ್ತಾಳೆ. ಇದಕ್ಕಿಂತ ಒಳ್ಳೆಯ ಸಾಕ್ಷಿ ಬೇರೇನಿದೆ? ಇಬ್ಬರೂ ಮನೆಯೊಳಗೆ ಪ್ರವೇಶಿಸಿದರು.

"ಕಾಫಿ ಮಾಡಲೇ?" ಗೀತಾ ಬಟ್ಟೆ ಬದಲಾಯಿಸುತ್ತಾ ಕೇಳಿದಳು.

"ಬೇಕು, ಮಾಡು. ನಾನೀವಾಗ ಎರಡು ತಾಸು ಇಲ್ಲಿ ಎಚ್ಚರವಾಗಿರಬೇಕು."

ಗೀತಾ ಕಾಫಿಯ ಫ್ಲಾಸ್ಕ್ ತಂದಿಸಿರಿ ಕಪ್‌ಗೆ ಕಾಫಿ ಸುರಿದು ಅವನತ್ತ ಚಾಚಿದಳು.

"ಥ್ಯಾಂಕ್ಸ್, ಬಂಗಾರಿ. ಈಗ ನೀನು ಹೋಗಿ ಮಲಗು. ಏನೂ ಚಿಂತೆ ಮಾಡಬೇಡ. ಹೋಗು ಮಲಗು... ಮಲಗು."

ಅವಳು ಅಳುಕುತ್ತಲೇ ಎದ್ದು ನಿಂತು ಅವನತ್ತ ನೋಡಿದಳು. ಮೌನವಾಗಿ ಮಲಗುವ ಕೋಣೆಗೆ ಹೋಗಿ ಬಾಗಿಲು ಮುಚ್ಚಿದಳು. ಅವನು ಮುಖ ಗಂಟಿಕ್ಕಿಕೊಂಡು ಕಾಫಿಯನ್ನು ಹೀರಿದ. ಸಮಯ ಎರಡುವರೆಯಾಗುವವರೆಗೆ ಕಾಫಿಯನ್ನು ಹೀರುತ್ತಲೇ ಕುಳಿತ. ಆ ಬಳಿಕ ಎದ್ದು ಮೌನವಾಗಿ ಬೆಡ್‌ರೂಂನ ಬಾಗಿಲು ತೆರೆದ. ಒಳಗಿನ ಕತ್ತಲೆಯನ್ನು ದಿಟ್ಟಿಸಿದ.

"ನೀನು ಹೋಗ್ತಾ ಇದ್ದೀಯಾ?" ಗೀತಾಳ ನಡುಗುವ ಧ್ವನಿ ಕತ್ತಲೆಯಲ್ಲಿ ಮೂಡಿ ಬಂತು.

"ನಿನಗಿನ್ನೂ ನಿದ್ದೆ ಬಂದಿಲ್ವೇ?"

"ಇಲ್ಲ, ನನಗೆ ನಿದ್ದೆ ಬರ್ತಾ ಇಲ್ಲ. ನನಗೆ ಚಿಂತೆಯಾಗಿದೆ ರಾಜ."

ಹೆಂಗಸು! ಅಂದುಕೊಂಡ. ಈ ಕಾರ್ಯಾಚರಣೆಗೆ ಬೇರೆ ಯಾರನ್ನಾದರೂ ಕರೆಸಿಕೊಳ್ಳಬಹುದಿತ್ತು. ಬೇರೆಯವರನ್ನು ಕರೆಸಿಕೊಂಡರೆ ಏನು ಪ್ರಯೋಜನ?

ಬೇರೆಯವರ ಅಗತ್ಯವಿದೆಯೇ? ಯೋಜನೆ ಹೇಗೂ ಸಂಪೂರ್ಣವಾಗಿದೆ. ಹಣವನ್ನು ಎಗರಿಸಿದರೆ ರುದ್ರನೇತ್ರನಿಗೆ ತನ್ನ ಮೇಲೆ ಅನುಮಾನ ಬಾರದು.

"ಅರ್ಧಗಂಟೆಯಲ್ಲಿ ಹಿಂದಕ್ಕೆ ಬರ್ತೇನೆ ಬಂಗಾರಿ. ಆರಾಮವಾಗಿರು... ನಿದ್ದೆ ಮಾಡು" ಬಾಗಿಲು ಮುಚ್ಚಿದ.

ಅವನು ಅಪಾರ್ಟ್‌ಮೆಂಟ್‌ನಿಂದ ಕೆಳಗಿಳಿದು ಬಂದ. ರಸ್ತೆ ನಿರ್ಜನವಾಗಿತ್ತು. ದೀಪದ ನೆರಳಿನಲ್ಲಿ ವೇಗವಾಗಿ ಹೆಜ್ಜೆ ಹಾಕುತ್ತಾ ರುದ್ರನೇತ್ರನ ಆಫೀಸಿನತ್ತ ನಡೆದ!

ವೇಗದ ನಡಗೆ ಹತ್ತು ನಿಮಿಷಗಳಲ್ಲಿಯೇ ಅವನನ್ನು ರುದ್ರನೇತ್ರನ ಆಫೀಸಿನ ಕಟ್ಟಡದೆದುರು ನಿಲ್ಲಿಸಿತು. ರಸ್ತೆಯಿಂದ ಹಿಂಭಾಗಕ್ಕೆ ಬಂದಾಗ ಜನಕನ ಆಫೀಸಿನಲ್ಲಿ ದೀಪ ಉರಿಯುತ್ತಿರುವುದು ಕಂಡಿತು. ಅದರ ಅರ್ಥ ಕಾವಲುಗಾರ ಇನ್ನೂ ಎಚ್ಚರವಾಗಿಯೇ ಇದ್ದಾನೆ! ಆತ ಒಂದೋ ಮಲಗಿರುತ್ತಾನೆ, ಇಲ್ಲ ಸಿಗರೇಟು ಸೇದುತ್ತಾ ಮೇಲ್ಭಾವಣಿಯನ್ನು ದಿಟ್ಟಿಸುತ್ತಾ ಇರಬಹುದು.

ತಿಲಕರಾಜ ಎಡ ಬಲ ನೋಡಿಕೊಂಡ. ಬೀದಿ ನಿರ್ಜನವಾಗಿತ್ತು. ರಸ್ತೆ ದಾಟಿ ಬಾಗಿಲಿನ ಬಳಿ ನಿಂತ. ನಿಧಾನಕ್ಕೆ ಮೆಟ್ಟಿಲೇರಿ ನಾಲ್ಕನೆ ಅಂತಸ್ತಿಗೆ ಬಂದ. ಈಗ ಅವನು ರುದ್ರನೇತ್ರನ ಆಫೀಸಿನ ಎದುರು ಮರೆಯಲ್ಲಿ ನಿಂತ.

ಕಾರ್ಯಾಚರಣೆಯನ್ನು ಆದಷ್ಟು ಬೇಗ ಮುಗಿಸಬೇಕು. ಮೆದುಳು ಜಾಗ್ರತವಾಯಿತು. ಕರವಸ್ತ್ರವನ್ನು ಹೊರಗೆ ತೆಗೆದು ರುದ್ರನೇತ್ರನ ಆಫೀಸಿನಲ್ಲಿದ್ದ ಕಾರಿಡಾರ್‌ನಲ್ಲಿದ್ದ ಎರಡು ಬಲ್ಬ್‌ಗಳನ್ನು ಜಾಗರೂಕತೆಯಿಂದ ತೆಗೆದ. ಜನಕನ ಆಫೀಸಿನಿಂದ ಬರುತ್ತಿರುವ ಮಂದವಾದ ಬೆಳಕು ತನ್ನ ಕೆಲಸವನ್ನು ಮುಗಿಸಲು ಸಾಕು. ಕಿಸೆಯಿಂದ ಮಡಚಿಟ್ಟಿದ್ದ ದಿನ ಪತ್ರಿಕೆಯನ್ನು ತೆಗೆದ. ಅದನ್ನು ಜನಕನ ಆಫೀಸಿನ ಬಾಗಿಲಿಗೆ ಬಲವಾಗಿ ತೂರಿ ಲೈಟರ್ ತೆಗೆದು ಪೇಪರ್‌ಗೆ ಬೆಂಕಿ ಸೋಕಿಸಿದ. ಸಣ್ಣ ಉರಿ ಹೊಗೆಯುಗುಳಿತು. ಬಾಗಿಲಿನ ರಬ್ಬರ್ ಬೀಡಿಂಗ್ ಕರಗುತ್ತಿತ್ತು.

ಅವನು ತುಂಬಾ ಹೊತ್ತು ಕಾಯಬೇಕಾಗಲಿಲ್ಲ. ಹಿಡಿ ಶಾಪ ಹಾಕುತ್ತಾ ಸೆಕ್ಯುರಿಟಿಯಾತ ಬಾಗಿಲನ್ನು ತೆರೆದು ಹೊರಗೆ ಬಂದ. ಬಾಗಿಲ ಬಳಿಯ ಹೊಗೆ ನೋಡಿ ಹೌಹಾರಿದ. ಕೂಲಂಕಷವಾಗಿ ಪರಿಶೀಲಿಸಿದ. ಪೇಪರ್ ಬೂದಿಯಾಗಿತ್ತು. ತಿಲಕರಾಜ ಅವನು ಬಾಗಿಲು ತೆರೆಯುತ್ತಲೇ ಗೋಡೆಗೆ ಅಂಟಿಕೊಂಡಂತೆ ನಿಂತ. ಕಾವಲುಗಾರ ಸುತ್ತಲೂ ನೋಡಿ ಮತ್ತೆ ಬಾಗಿಲನ್ನು ಪರಿಶೀಲಿಸಿದ. ಇದೇ ಸರಿಯಾದ ಸಮಯವೆಂದುಕೊಂಡ ತಿಲಕರಾಜ ಆತನ ತಲೆಗೆ ಹಿಂಭಾಗದಿಂದ ರಬ್ಬರ್‌ನ ಸುತ್ತಿಗೆಯಿಂದ ಬಲವಾಗಿ ಬಡಿದ. ಆತ ದೊಪ್ಪನೆ ಬಿದ್ದ!

ತಿಲಕರಾಜ ತಡಮಾಡದೆ ಅವನನ್ನು ದೂರಕ್ಕೆ ಎಳೆದು ಹಾಕಿ ತನ್ನ ಕಿಸೆಯಲ್ಲಿದ್ದ ತಿಜೋರಿಯ ಕೀಲಿಕೈಯನ್ನು ತೆಗೆದ. ಅದನ್ನು ತೆರೆದು ಎರಡು

ಚೀಲಗಳನ್ನು ಹೊರಕ್ಕೆಳೆದ. ಅವನ ನಿರೀಕ್ಷೆಗಳಿಗಿಂತಲು ಅವು ಭಾರವಾಗಿದ್ದವು. ತಿಜೋರಿಯನ್ನು ಯಥಾ ಪ್ರಕಾರ ಮುಚ್ಚಿ ಕೀಲಿಕೈಯನ್ನು ತೆಗೆದು ಚೀಲಗಳನ್ನು ಹಿಡಿದುಕೊಂಡು ಪ್ರಜ್ಞೆ ಇಲ್ಲದೆ ಬಿದ್ದಿದ್ದ ಕಾವಲುಗಾರನನ್ನು ದಾಟಿ ಬೂದಿಯಾದ ಪೇಪರ್‌ನತ್ತ ನೋಡಿ ಮೆಟ್ಟಿಲುಗಳನ್ನು ಇಳಿದು ಬಂದ. ಮರುಭೂಮಿಯಂತೆ ರಸ್ತೆ ನಿರ್ಜನವಾಗಿತ್ತು. ಯಾರೂ ಇಲ್ಲದಿದ್ದದ್ದು ಅನುಕೂಲವೇ ಆಯಿತು. ಚೀಲಗಳನ್ನು ಎಳೆದುಕೊಂಡು ಬಂದು ಬಸ್ ನಿಲ್ದಾಣದ ಲಗೇಜ್ ಲಾಕರ್‌ನತ್ತ ನಡೆದ.

ಅಲ್ಲಿಯ ಸೆಕ್ಯುರಿಟಿಯಾತ ಮಲಗಿದ್ದ. ತಿಲಕರಾಜ ತಾನು ಬಾಡಿಗೆಗೆ ಪಡೆದಿದ್ದ ತಿಜೋರಿಯನ್ನು ತೆರೆದು ಭಾರವಾದ ಎರಡು ಚೀಲಗಳನ್ನು ಅದರೊಳಗೆ ತಳ್ಳಿದ. ಯಥಾಪ್ರಕಾರ ಬಾಗಿಲು ಮುಚ್ಚಿ ಬಿಗ ಜಡಿದು ಬಸ್ ನಿಲ್ದಾಣಕ್ಕೆ ಬಂದ.

ತನ್ನ ಕಾರ್ಯಾಚರಣೆಯ ಮೊದಲ ಹೆಜ್ಜೆ ನಿರ್ವಿಘ್ನವಾಗಿ ನೆರವೇರಿದ ಸಂತಸ ಅವನ ಮುಖದಲ್ಲಿತ್ತು. ಅವನು ಏನೂ ಆಗಿಲ್ಲವೆನ್ನುವಂತೆ ಜೀನ್ಸ್‌ನ ಕಿಸೆಯೊಳಗೆ ಕೈಗಳನ್ನು ತೂರಿ ಓಡು ನಡಗೆಯಲ್ಲಿ ನಡೆದ. ಒಂದು ಕೋಟಿ ಎಂಬತ್ತಾರು ಲಕ್ಷ! ಗೆಲುವಿನ ಹೆಜ್ಜೆ! ರುದ್ರನೇತ್ರನಿಗೆ ಯಾವತ್ತೂ ತನ್ನ ಮೇಲೆ ಸಂದೇಹ ಬರಲಾರದು. ಅವನು ಓಡುತ್ತಲೇ ಗೀತಾಳನ್ನು ನೆನಪಿಸಿಕೊಂಡ. ಇನ್ನು ಗೀತಾಳನ್ನು ತಬ್ಬಿಕೊಂಡು... ತೃಪ್ತಿಪಡಿಸಬೇಕು.

ಕೊನೆಗೂ ಗೀತಾಳ ಅಪಾರ್ಟ್‌ಮೆಂಟ್‌ಗೆ ಬಂದ. ತನ್ನನ್ನು ಯಾರೂ ಗಮನಿಸುತ್ತಿಲ್ಲವೆಂದು ಖಚಿತಪಡಿಸಿಕೊಂಡು, ವೇಗವಾಗಿ ಮೆಟ್ಟಿಲೇರಿ ಗೀತಾಳ ಮನೆಯ ಮುಂದೆ ನಿಂತು ಸುತ್ತಲೂ ನೋಡಿ ಇನ್ನೊಮ್ಮೆ ತನ್ನನ್ನು ಯಾರೂ ಗಮನಿಸುತ್ತಿಲ್ಲವೆಂದು ಖಚಿತ ಪಡಿಸಿಕೊಂಡ.

ಅವನು ಬಾಗಿಲಿನ ಮೇಲೆ ಮೆತ್ತಗೆ ಕುಟ್ಟಿದ! ಸ್ವಲ್ಪ ಹೊತ್ತು ಕಳೆಯಿತು. ವಾಚ್ ನೋಡಿಕೊಂಡ ತನ್ನ ಕೆಲಸಕ್ಕೆ ಅರ್ಧಗಂಟೆ ತೆಗೆದುಕೊಂಡೆ! ಆತನ ಊಹೆ ಸರಿಯಾಗಿತ್ತು.

“ರಾಜ” ಗೀತಾ ಬಾಗಿಲು ತೆರೆದು ಮೆತ್ತಗೆ ಅವನನ್ನು ಕರೆದಳು. ರಾತ್ರಿಯ ತುಂಡುಡುಗೆಯಲ್ಲಿ ಆಕರ್ಷಕವಾಗಿ ಕಂಡಳು. ಅವನು ಮುಖದಲ್ಲಿ ನಗು ತಂದುಕೊಂಡ.

“ನಾನು ಹೇಳಿದ ಹಾಗೆ ಅರ್ಧಗಂಟೆಯಲ್ಲಿಯೇ ಬಂದಿದ್ದೇನೆ, ಚಿಂತೆಯೇನಿಲ್ಲ...” ಅವಳು ಭಯ ತುಂಬಿದ ಕಣ್ಣುಗಳನ್ನು ಇನ್ನಷ್ಟು ಅಗಲಿಸಿ ನೋಡಿದಳು.

“ಏನಾಯ್ತು?”

“ನಾನು ಹೇಳಿದ್ನಲ್ಲಾ ಚಿಂತೆ ಬೇಡಾಂತ” ಅವಳನ್ನು ಬರಸೆಳೆದುಕೊಂಡು ಮುತ್ತಿಟ್ಟ.

"ಆದರೆ ಏನೋ ಒಂದು ಘಟನೆ ಈಗ ನಡೆಯಬಹುದು... ಏನೂಂತ ಊಹಿಸು" ಅವಳನ್ನು ಉನ್ಮತ್ತನಂತೆ ಎತ್ತಿಕೊಂಡು ಮಲಗುವ ಕೋಣೆಗೆ ಬಂದು ಮೆತ್ತಗೆ ಹಾಸಿಗೆಯಲ್ಲಿ ಮಲಗಿಸಿದ.

"ಏನೂ ಇಲ್ಲ ಬಂಗಾರಿ" ಜ್ಯಾಕೆಟ್ ತೆಗೆದಿರಿಸಿದ. ಕಿಸೆಯಲ್ಲಿದ್ದ ವಸ್ತುಗಳನ್ನೆಲ್ಲಾ ತೆಗೆದಿರಿಸಿದ. ಅವನ ಒತ್ತಡಗಳೆಲ್ಲಾ ಮಾಯವಾದ ಖುಷಿಗೆ ಅವಳನ್ನು ಯಾವತ್ತೂ ಇಲ್ಲದಷ್ಟು ತೃಪ್ತಿ ಪಡಿಸಬೇಕೆಂದುಕೊಂಡ. ಅವಳು ಮಲಗಿದಲ್ಲಿಂದಲೇ ಅವನನ್ನು ನೋಡುತ್ತಿದ್ದಳು.

"ನಾನು ನೀನು ಇಬ್ಬರೇ ಬಂಗಾರಿ" ಪ್ಯಾಂಟ್‌ನ ಜಿಪ್ ಅನ್ನು ಕೆಳಗೆ ಜಾರಿಸಿದ. ಶರ್ಟ್ ತೆಗೆದು ಎಸೆದ. ಅವನೊಳಗಿನ ಆಸೆಯ ಬೆಂಕಿ ಪ್ರಜ್ವಲಿಸಿತು. ಆ ಬೆಂಕಿಯನ್ನು ತಣಿಸಲು ನಿಧಾನವಾಗಿ ಅವಳತ್ತ ಬಾಗಿದ.

"ನಿನ್ನ ಪದಕ?!" ತತ್‌ಕ್ಷಣವೇ ಗೀತಾ ಉದ್ಗರಿಸಿದಳು.

ಅವನು ಎದ್ದು ನಿಂತ. ರೋಮಭರಿತವಾದ ಎದೆಯನ್ನು ನೋಡಿದ. ಅವನ ಬೆಳ್ಳಿಯ ಚೈನಿನಲ್ಲಿದ್ದ ಪದಕ ನಾಪತ್ತೆ! ನಡುಗುವ ಕೈಗಳಿಂದ ಚೈನನ್ನು ಎತ್ತಿದ. ಪದಕದ ಕೊಕ್ಕೆ ತೆರೆದುಕೊಂಡಿತ್ತು! ಬದುಕಿನಲ್ಲಿ ಮೊತ್ತ ಮೊದಲ ಬಾರಿಗೆ ಇಷ್ಟೊಂದು ಹೆದರಿಕೊಂಡಿದ್ದು!

"ಹುಡುಕು" ಅವನ ಧ್ವನಿಗೆ ಬೆಚ್ಚಿ ಬಿದ್ದ ಅವಳ ಮೂಡ್ ಬದಲಾಯಿತು. ಬೆದರುವ ಕಣ್ಣುಗಳಿಂದಲೇ ಎದ್ದು ಕುಳಿತಳು. ಇಬ್ಬರೂ ಬೆಡ್‌ರೂಂನಲ್ಲಿ ಹುಡುಕಿದರು. ಹಜಾರ, ಬಾಗಿಲ ಬಳಿ ಹುಡುಕಿದರು. ಇಲ್ಲ! ಪದಕ ಸಿಗಲಿಲ್ಲ!

ಮತ್ತೆ ಬೆಡ್‌ರೂಂಗೆ ಓಡಿದ. ಶರ್ಟ್ ಪ್ಯಾಂಟ್ ಜ್ಯಾಕೆಟ್‌ಗಳನ್ನು ಧರಿಸಿಕೊಂಡ.

"ಏನಿದು ರಾಜ, ಹೇಳು?"

"ನೀನು ಹೋಗಿ ಮಲಗು... ಈಗ ಬರ್ತೇನೆ" ಅವನು ಅಪಾರ್ಟ್‌ಮೆಂಟಿನಿಂದ ಕೆಳಗೆ ಓಡಿದ. ಓಡುವಾಗ ಕಾರಿಡಾರ್‌ನಲ್ಲಿ, ಮೆಟ್ಟಿಲುಗಳಲ್ಲಿ ಹುಡುಕಿದ. ಪದಕದ ಸುಳಿವಿಲ್ಲ!

ರಸ್ತೆಯುದ್ದಕ್ಕೂ ಅವನು ಹಿಂತಿರುಗಿದ ದಾರಿಯಲ್ಲಿಯೇ ಹುಡುಕುತ್ತಾ ಸಾಗಿದ! ಭಯದಿಂದ ನಡುಗುತ್ತಿದ್ದ! ಒತ್ತಡವನ್ನು ನಿಯಂತ್ರಿಸಿಕೊಳ್ಳಲು ದೀರ್ಘವಾದ ಶ್ವಾಸವನ್ನು ಎಳೆದುಕೊಂಡ. ಯಾಕೆ ಹೀಗಾಯ್ತು? ಪದಕ ಎಲ್ಲಿ ಕಳೆದು ಹೋಯ್ತು? ಕಾರಿನ ಬಾಗಿಲು ತೆರೆದು ಡ್ರೈವರ್ ಸೀಟ್‌ನಲ್ಲಿ ಹುಡುಕಾಡಿದ. ಪದಕ ಇಲ್ಲ! ಕಾರಿನ ಬಾಗಿಲು ಮುಚ್ಚಿ ಲಾಕ್ ಮಾಡಿ ಆಲೋಚಿಸುತ್ತಾ ನಿಂತ. ಎಲ್ಲಿ ಬಿದ್ದಿಯೋ ಏನೋ? ಜನಕನ ಆಫೀಸಿನಲ್ಲಿ ಬಿದ್ದಿದ್ದಾದರೆ!! ಭಯದಿಂದ ಕಂಪಿಸಿದ. ಬೆವತು ನೀರಿಳಿಯಿತು. ಎರಡು ವರ್ಷಗಳಲ್ಲಿ ತನ್ನ ಕನಸು ನನಸಾಗುವುದಿತ್ತು. ರುದ್ರನೇತ್ರನಿಗಂತು ತನ್ನ ಮೇಲೆ

ಸಂಶಯವೇ ಬರುತ್ತಿರಲಿಲ್ಲ. ಆದರೆ ಈಗ ಪದಕ ಕೈ ಕೊಟ್ಟಿದೆ. ಪದಕ ಜನಕನ ಆಫೀಸಿನಲ್ಲಿ ಬಿದ್ದಿದ್ದರೆ!? ಸಾಕ್ಷಿ ಸಮೇತ ತಾನು ಸಿಕ್ಕಿ ಹಾಕಿಕೊಳ್ಳುವೆ!

ದೋಣಿ! ತನ್ನ ಕನಸಿನ ದೋಣಿ!

ಒಂದು ಸಾಧ್ಯತೆ ಇತ್ತು. ಕಾರನ್ನು ಚಾಲನೆಗೆ ತಂದು ಮತ್ತೆ ನಿಲ್ಲಿಸಿದ. ಇದು ಮೂರ್ಖತನ! ಏನೂ ಆಗಲಾರದು. ಕಾರನ್ನು ಯಥಾಪ್ರಕಾರ ನಿಲ್ಲಿಸಿ ಇಳಿದ. ಸಾಹಸದ ಒಂದು ಭಾಗ! ರಸ್ತೆಯುದ್ದಕ್ಕೂ ದೃಷ್ಟಿ ಹಾಯಿಸಿದ. ಅದೇ ನಿರ್ಜನ ರಸ್ತೆ.

ಜನಕನ ಆಫೀಸಿನಲ್ಲಿ ಪದಕ ಬಿದ್ದಿಲ್ಲವೆನ್ನುವುದನ್ನು ಖಚಿತಪಡಿಸಿಕೊಳ್ಳಬೇಕು. ಮೆಟ್ಟಿಲುಗಳಲ್ಲಿ, ರುದ್ರನೇತ್ರನ ಆಫೀಸಿನಲ್ಲಿ ಬಿದ್ದಿದ್ದರೆ ಸಮಸ್ಯೆಯೇನಿಲ್ಲ. ತಾನು ಓಡಾಡಿದ ಮಾಮೂಲು ಸ್ಥಳ! ಆದರೆ... ಜನಕನ ಆಫೀಸಿನಲ್ಲಿ ಬಿದ್ದಿದ್ದರೆ!? ಅಲ್ಲಿ ಜನಕನಿಗೆ ಮಾತ್ರ ಪ್ರವೇಶ!

ದೀರ್ಘ ಶ್ವಾಸ ಎಳೆದುಕೊಂಡು ರಸ್ತೆಯ ಕೊನೆಯನ್ನು ತಲುಪಿದ. ನೇರವಾಗಿ ರುದ್ರನೇತ್ರನ ಆಫೀಸಿಗೆ ಹೋಗಬೇಕು. ಅಷ್ಟರಲ್ಲಿಯೇ ಪೊಲೀಸ್ ಗಸ್ತು ಕಾರು ಆಫೀಸಿನ ಬಿಲ್ಡಿಂಗ್ ಎದುರು ನಿಂತಿರುವುದು ಕಂಡಿತು!

ತಿಲಕರಾಜ ಮರೆಗೆ ನಿಂತ. ಸೆಕ್ಯುರಿಟಿಯಾತ ಎಚ್ಚರವಾಗಿ ಪೊಲೀಸರಿಗೆ ಸುದ್ದಿ ಮುಟ್ಟಿಸಿದ್ದಾನೆ. ಮದನ್ ಮೈಕೆಲ್ ಇಬ್ಬರೂ ಕಟ್ಟಡವನ್ನು ಶೋಧಿಸುತ್ತಿದ್ದಾರೆ!

ಪದಕ ಎಲ್ಲಿ ಬಿದ್ದು ಹೋಯಿತು?

'ಪದಕ ಇರುವವರೆಗೂ ಏನೂ ತೊಂದರೆಯಾಗದು' ಅಮ್ಮನ ಮಾತುಗಳು ನೆನಪಾದವು. ಈಗ ತನ್ನ ಬಳಿ ಪದಕವಿಲ್ಲ. ಆಪತ್ತಿಗೆ ಕಾರಣವಾಗಿದೆ. ಜನಕನ ಆಫೀಸಿನ ತಿಜೋರಿಯ ಬಳಿ ಬಿದ್ದಿರದಿದ್ದರೆ ತನಗೆ ಒಳಿತು. ಇದ್ದರೆ ಹಣ ದೋಚಿದ್ದು ತಾನೇ ಎನ್ನುವುದಕ್ಕೆ ಬಲವಾದ ಸಾಕ್ಷಿ ಅದು! ಅವನ ಕಣ್ಣುಗಳು ಲಗೇಜ್ ಲಾಕರ್‌ನತ್ತ ಹೊರಳಿತು. ಅಲ್ಲಿಗೆ ಹೋಗುವಂತೆಯೂ ಇರಲಿಲ್ಲ. ಆ ಎರಡು ಭಾರವಾದ ಚೀಲಗಳನ್ನು ತೆಗೆದುಕೊಳ್ಳಲು ಸಾಧ್ಯವಿಲ್ಲ. ಮದನ್ ಮೈಕೆಲ್ ಇಬ್ಬರೂ ಆಫೀಸಿನ ಕಿಟಕಿಯಿಂದ ತನ್ನನ್ನು ನೋಡುವ ಸಾಧ್ಯತೆ ಇದೆ. ಈಗ ಅವನಿಗೆ ಕಾರನ್ನು ತೆಗೆಯುವ ಧೈರ್ಯವೂ ಇಲ್ಲವಾಯಿತು. ಇಲ್ಲದಿದ್ದರೆ ಕಾರು ತಂದು ಲಗೇಜ್ ಲಾಕರ್‌ನಿಂದ ಚೀಲಗಳನ್ನು ಎತ್ತಿ ಕಾರಿನಲ್ಲಿಟ್ಟುಕೊಂಡು ಹೋಗಬಹುದಿತ್ತು. ಈಗ ಇಡೀ ಗ್ಯಾಂಗ್ ತನ್ನತ್ತ ನೋಡುವ ಸಾಧ್ಯತೆ ಇದೆ. ತಾನು ತಾಳ್ಮೆಯಿಂದ ಕಾಯಬೇಕು. ಒಮ್ಮೆ ಎಲ್ಲವೂ ತಣ್ಣಗಾದ ಬಳಿಕವಷ್ಟೇ ಮುಂದುವರಿಯಬೇಕು.

ದೋಣಿ! ಕನಸಿನ ದೋಣಿ!

ಪೊಲೀಸ್ ಕಾರಿನ ಸೈರನ್ ಮೊಳಗುತ್ತಲೇ ಇನ್ನಷ್ಟು ಪೊಲೀಸ್ ವಾಹನಗಳು ಬಂದು ನಿಂತವು. ತಿಲಕರಾಜ ಸಂಪೂರ್ಣ ಮರೆಗೆ ನಿಂತ!

ಅವನ ಎದೆ ನಗಾರಿಯಂತೆ ಬಾರಿಸತೊಡಗಿತು. ರುದ್ರನೇತ್ರನ ರೋಲ್ಸ್‌ರಾಯ್ಸ್ ಕೂಡ ಬಂದು ನಿಂತಿತು. ಅವನು ಇಳಿಯುವವರೆಗೂ ಕಾದ. ಮೊದಲ ಬಾರಿಗೆ ರುದ್ರನೇತ್ರ ಅಷ್ಟೊಂದು ವೇಗವಾಗಿ ಮೆಟ್ಟಿಲು ಹತ್ತಿಕೊಂಡು ಹೋಗುವುದನ್ನು ನೋಡಿದ.

ಇನ್ನು ತಡ ಮಾಡುವಂತಿಲ್ಲ. ತತ್‌ಕ್ಷಣವೇ ಸುರಕ್ಷಿತವಾಗಿ ಊರು ಬಿಡಬೇಕು. ಹಣ ಕೈಗೆಟಕುವಷ್ಟು ಹತ್ತಿರದಲ್ಲಿದೆ. ಅದನ್ನು ತೆಗೆದುಕೊಳ್ಳಲು ಸಮಯಾವಾಕಾಶವಿಲ್ಲ. ಈಗ ಇರುವುದು ಒಂದೇ ದಾರಿ. ಆದಷ್ಟು ಬೇಗ ಇಲ್ಲಿಂದ ಕಣ್ಮರೆಯಾಗಬೇಕು.

ಗೀತಾ?! ಅವಳ ಬಳಿ ಹಣವಿಲ್ಲ. ತಾನು ಊರು ಬಿಡಬೇಕಾದರೆ ಸ್ವಲ್ಪ ಹಣ ಬೇಕು. ಅವನ ಮೆದುಳು ಆಲೋಚಿಸಿತು. ವ್ಯಥೆ ಪಡುವುದಕ್ಕೆ ಕಾರಣವಿಲ್ಲ. ಪದಕ ಎಲ್ಲಿ ಬೇಕಾದರೂ ಬಿದ್ದಿರಬಹುದು. ಆದರೆ ಅದು ಜನಕನ ಆಫೀಸಿನಲ್ಲಿ ಬಿದ್ದಿರಬೇಕೆನ್ನುವ ಶಂಕೆ ಬಲವಾಯಿತು.

ಅನುದೀಪ್! ಅವನ ಬಳಿ ಬೆಡ್‌ನ ಕೆಳಗೆ ಹಣವಿದೆ! ತಿಲಕರಾಜನ ಹಣವಿದೆ! ರುದ್ರನೇತ್ರನಿಂದ ಮುಚ್ಚಿಡಲಾಗಲಿಲ್ಲ! ಆದರೆ...

ಅವನು ಹಿಂಭಾಗದ ರಸ್ತೆಯಿಂದ ಓಟಕ್ಕಿಳಿದ. ಅನುದೀಪ್‌ನ ಮನೆ ಅಲ್ಲಿಂದ ಬಹಳ ದೂರದ ದಾರಿ. ನಗರದ ಗಂಟೆ ಮೊಳಗಿತು. ಅನುದೀಪ್‌ನ ಅಪಾರ್ಟ್‌ಮೆಂಟ್‌ನ ಮೆಟ್ಟಿಲುಗಳನ್ನು ಏರಿ ಏದುಸಿರು ಬಿಡುತ್ತಾ, ಬಾಗಿಲ ಬಳಿ ನಿಂತು ಕರೆಗಂಟೆ ಒತ್ತಿದ. ಉತ್ತರವಿಲ್ಲ! ಕಿವಿಗೊಟ್ಟು ಉತ್ತರಕ್ಕಾಗಿ ಕಾದ. ಮತ್ತೊಮ್ಮೆ ಬಾಗಿಲ ಮೇಲೆ ಬಡಿದ. ಆಗಲೂ ಉತ್ತರವಿಲ್ಲ! ಅಚ್ಚರಿಯಿಂದ ಬಾಗಿಲ ಪಿಡಿಯನ್ನು ತಿರುಗಿಸಿದ. ಬಾಗಿಲು ತೆರೆದುಕೊಂಡಿತು!

"ಅನುದೀಪ್" ಅವನ ಬೆರಳುಗಳು ಸ್ವಿಚ್‌ಗಾಗಿ ತಡಕಾಡಿದವು. ಸ್ವಿಚ್ ಅದುಮಿದ. ಸಣ್ಣ ಕೋಣೆ, ಮೂಲೆಗೆ ಮಂಚ, ಒಂದೆಡೆ ಕಿಚನ್‌ನ ಪರಿಕರಗಳು, ಟಿ.ವಿ. ಮರದ ಕುರ್ಚಿ ಎಲ್ಲವೂ ಇದ್ದವು. ಆದರೆ ಅನುದೀಪ್? ತಿಲಕರಾಜನಿಗೆ ತಕ್ಷಣ ನೆನಪಾಯಿತು. ಹಣ ಸಂಗ್ರಹಣೆಯ ಮರುದಿನ ಅವನು ಹೆಂಡತಿಯ ಕೈಗೊಂಬೆ!

ಅವನು ಕೋಣೆಯೊಳಗೆ ಹೊಕ್ಕು ಬಾಗಿಲು ಭದ್ರಪಡಿಸಿದ. ಮೊಣಕಾಲಿನ ಮೇಲೆ ಕುಳಿತು ಬೆಡ್‌ನ ಅಡಿಯಲ್ಲಿ ಹಣದ ಪೆಟ್ಟಿಗೆಗಾಗಿ ತಡಕಾಡಿದ. ಕಬ್ಬಿಣದ ಸಣ್ಣ ಪೆಟ್ಟಿಗೆ ಕಾಣಿಸಿತು. ಅದನ್ನು ಎಳೆದು ಅವನ ಉಳಿತಾಯದ ಹಣವನ್ನು ಅದರಲ್ಲಿರಿಸಿರುವುದು ಗೊತ್ತು. ಆದರೆ ಅದಕ್ಕೆ ಬೀಗ ಹಾಕಲಾಗಿತ್ತು. ಬಲವಂತವಾಗಿ ತೆರೆದ. ನೋಟಿನ ಕಂತೆಯಿತ್ತು. ತಾನು ತಡ ಮಾಡಿದಷ್ಟು ತಪ್ಪಿಸಿಕೊಳ್ಳುವ ಅವಕಾಶ ಕಡಿಮೆಯಾಗುತ್ತದೆ. ತತ್‌ಕ್ಷಣವೇ ಹಣವನ್ನೆಲ್ಲಾ ಜೇಬಿಗೆ ಇಳಿಸಿದ. ಖಾಲಿ ಪೆಟ್ಟಿಗೆಯನ್ನು ಬೆಡ್‌ನ ಕೆಳಗೆ ನೂಕಿದ. ಇದಕ್ಕೆ ಅನುದೀಪ್‌ನ ಪ್ರತಿಕ್ರಿಯೆ ಏನಿರಬಹುದು? ತಾನು ಅವನಿಂದ ಸಾಲ

ತೆಗೆದುಕೊಂಡದೆಂದು ಹೇಳಬಹುದು. ಅವನು ಹೇಳಿದಷ್ಟು ಬಡ್ಡಿಯ ಜೊತೆಗೆ ಹಿಂತಿರುಗಿಸಬೇಕು.

ಮನೆಯಿಂದ ಹೊರಗೆ ಬಂದು ಬಾಗಿಲು ಮುಚ್ಚಿದ. ಮೆಟ್ಟಲಿಳಿದು ನಗರದಿಂದ ಆದಷ್ಟು ಬೇಗ ಹೊರಗೆ ಹೋಗಬೇಕೆಂದುಕೊಂಡ. ಗ್ಯಾಂಗ್ ತನ್ನನ್ನು ಹುಡುಕಾಡಲು ಆರಂಭಿಸಿರಬೇಕು. ಹಿಂದಿನ ಜೇಬಿನಲ್ಲಿರಿಸಿದ ರಿವ್ಹಾಲ್ವರ್ ಅನ್ನು ಮುಟ್ಟಿ ನೋಡಿದ. ಮುಂದಿನ ದಾರಿ ಎಲ್ಲಿಗೆ? ರಸ್ತೆಗಿಳಿದು ವೇಗವಾಗಿ ನಡೆಯುತ್ತಿದ್ದ. ತಕ್ಷಣವೇ ನೆನಪಿಗೆ ಬಂದವನು ಆದಿಲ್! ತಂದೆಯ ಆಪ್ತ ಸ್ನೇಹಿತ! ಈಗ ಆತ ಎಪ್ಪತ್ತು ದಾಟಿರಬಹುದು. ಗೋವಾದ ಬೀಚ್ ಒಂದರಲ್ಲಿ ರೆಸ್ಸಾರ್ಟ್ ನಡೆಸುತ್ತಿದ್ದವನು. ಈಗ ಅವನು ಸತ್ತಿರಬಹುದು. ಆದರೆ ಆತನ ಮಗ ಫಾಝಿಲ್!? ಆತನನ್ನು ಭೇಟಿಯಾಗಬೇಕು. ಸದ್ಯ ತನಗೆ ಆಶ್ರಯ ನೀಡಬಹುದು. ಅಲ್ಲಿಗೆ ಹೋಗುವುದು ಹೇಗೆ? ರೈಲು ದೀರ್ಘ ಪಯಣ! ತಪ್ಪಿಸಿಕೊಳ್ಳುವಂತಿಲ್ಲ.

ಯಾರದಾದರೂ ಕಾರನ್ನು ಕದಿಯಬಹುದು. ಅಲ್ಲಿಂದ ನೇರ ರೆಡ್ಡಿಯ ಕೆಫೆ ತಲುಪಿದರೆ ಅಲ್ಲಿಂದ ದಕ್ಷಿಣದ ಕಡೆಗೆ ಹೋಗುವ ಟ್ರಕ್ಕುಗಳು ಸಿಗುತ್ತವೆ. ಟ್ರಕ್‌ಗಳು ಊಟಕ್ಕೆ ನಿಲ್ಲುವುದು ರೆಡ್ಡಿಯ ಕೆಫೆಯಲ್ಲಿ. ಅಲ್ಲಿಂದ ಯಾರನ್ನಾದರೂ ರಿಕ್ವೆಸ್ಟ್ ಮಾಡಿ ಗೋವಾಕ್ಕೆ ತೆರಳಬೇಕು.

ತಿಲಕರಾಜ ಅಳುಕಿನಿಂದಲೇ ಅತ್ತಿತ್ತ ನೋಡಿ ರಸ್ತೆ ಬದಿಯಲ್ಲಿ ನಿಲ್ಲಿಸಿದ ಕಾರುಗಳತ್ತ ನಡೆದ. ನಿಂತು ಉದ್ದಕ್ಕೂ ನಿಂತ ಕಾರುಗಳನ್ನು ಗಮನಿಸಿದ. ತತ್‌ಕ್ಷಣವೇ ಒಂದು ಕಾರಿನ ಹೆಡ್ ಲೈಟ್‌ನ ಬೆಳಕು ರಸ್ತೆಯ ಕಡೆಗೆ ಬಿದ್ದಾಗ ಹಿಂದಕ್ಕೆ ಸರಿದು ಮರೆಯಲ್ಲಿ ನಿಂತ. ಕಾರು ನಿಧಾನವಾಗಿ ಅವನು ಅಡಗಿ ನಿಂತ ಸ್ಥಳಕ್ಕೆ ಬಂದು ನಿಂತಿತು. ಅದರಿಂದ ತೆಳ್ಳಗಿನ ವ್ಯಕ್ತಿಯೊಬ್ಬ ಇಳಿದ. ಆತ ಆ ಯುವಕನನ್ನು ಗಮನಿಸಿದ. ಏನೋ ಹುಡುಕುತ್ತಿರುವಂತೆ ಕಂಡಿತು. ಆತನನ್ನು ದೀಪದ ಬೆಳಕಿನಲ್ಲಿ ಗಮನಿಸಿದ. ಅವನ ನಾಡಿ ಮಿಡಿತ ಅರಿತುಕೊಂಡು ತಿಲಕರಾಜ ಧೈರ್ಯದಿಂದ ಅವನ ಹತ್ತಿರ ಬಂದ.

"ಹಣದ ಅವಶ್ಯಕತೆಯಿದೆಯೇ?" ತಿಲಕರಾಜ ಮುಗುಳ್ನಗುತ್ತಾ ಯುವಕನಿಗೆ ಕೇಳಿದ.

"ಅದಕ್ಕೆ ನಾನೇನ್ಮಾಡ್ಬೇಕು?"

"ನನ್ನನ್ನು ರೆಡ್ಡಿಯ ಕೆಫೆಯವರೆಗೆ ತಲುಪಿಸು."

"ಅದು ಇಲ್ಲಿಂದ ಐವತ್ತು ಕಿಲೋ ಮೀಟರ್ ದೂರದಲ್ಲಿದೆ."

"ನೀನು ಹೇಳಿದಷ್ಟು ಕೊಡಬಲ್ಲೆ. ಮೀಟರ್‌ಗೆ ಎರಡರಷ್ಟು" ಯುವಕ ಒಪ್ಪಿಗೆಯಿತ್ತ. ತಿಲಕರಾಜ ಮುಂಗಡ ಹಣವನ್ನು ಕೊಟ್ಟ.

"ಬಾಕಿ ಹಣವನ್ನು ನಾವು ಅಲ್ಲಿಗೆ ತಲುಪಿದ ಮೇಲೆ ಕೊಡುತ್ತೇನೆ."

"ಸರಿ, ನನ್ನ ಹೆಸರು ಗಿರೀಶ್. ತಾವು?"

"ನಾನು ರಾಜೇಶ್. ನಡಿ ಹೋಗೋಣ" ಅವನು ಗಿರೀಶ ಕಾರಿನ ಬಾಗಿಲು ತೆರೆಯುವವರೆಗೂ ಕಾದ. ಬಾಗಿಲು ತೆರೆಯುತ್ತಲೇ ಹಿಂಬದಿಯ ಸೀಟ್‌ನಲ್ಲಿ ಕುಳಿತ. ಗಿರೀಶ್ ಡ್ರೈವಿಂಗ್ ಸೀಟ್‌ನಲ್ಲಿ ಕುಳಿತ.

"ಗಿರೀಶ್, ಇಲ್ಲಿ ಕೇಳು. ಹಿಂಬದಿಯ ರಸ್ತೆಯಿಂದ ಹೋಗು. ಆದಷ್ಟು ವೇಗವಾಗಿ ಹೋಗು... ಅಂದ್ರೆ ಅತಿಯಾದ ವೇಗ ಬೇಡ."

ಗಿರೀಶ್ ನಕ್ಕ.

"ಹಾಗಾ... ಸರಿ ರೊಯ್ಯ್ಂತ ಕೊಂಡ್ಹೋಗ್ತೀನಿ."

"ನೀನು ಮಾತಾಡಿದ್ದಕ್ಕೆ ಹಣ ಕೊಡ್ತಾ ಇಲ್ಲ" ಶಾಂತವಾಗಿ ಹೇಳಿದ ಅವನ ವ್ಯಂಗ್ಯದ ಮಾತಿಗೆ. ಗಿರೀಶ್ ಗಂಭೀರನಾದ. ಕೊನೆ ಪಕ್ಷ ಈತನಿಗೆ ಈ ನಗರ ಗೊತ್ತಿದೆ. ಬಹಳ ದೂರವೆಂದರೂ ಸುರಕ್ಷಿತವಾಗಿ ರೆಡ್ಡಿಯ ಕೆಫೆಯವರೆಗೆ ತಲುಪಿಸಬಲ್ಲ. ಹದಿನೈದು ನಿಮಿಷದಲ್ಲಿ ನಗರದಿಂದ ಕಾರು ಹೊರವಲಯ ತಲುಪಿತು.

ಇನ್ನೆಲ್ಲಿ ಅಪಾಯ ಕಾದಿದೆಯೋ? ತಿಲಕರಾಜ ತನ್ನ ರಿವ್ಹಾಲ್ವರ್ ಅನ್ನು ಮುಟ್ಟಿಕೊಂಡ. ನಗರ ಬಿಟ್ಟ ಮೇಲೆ ತನ್ನನ್ನು ಹುಡುಕಲು ರಸ್ತೆಗೆ ಏನೆಲ್ಲಾ ತಡೆ ಹಾಕಿದ್ದರೋ ಗೊತ್ತಿಲ್ಲ. ಹೊರ ವಲಯದಲ್ಲಿ ಕಾರು ಇನ್ನಷ್ಟು ವೇಗ ಪಡೆದುಕೊಂಡು ಓಡುತ್ತಿತ್ತು.

ಪೊಲೀಸ್ ಕಮಿಶನರ್ ಊರಲ್ಲಿರಲಿಲ್ಲ. ಅಸಿಸ್ಟೆಂಟ್ ಪೊಲೀಸ್ ಕಮಿಶನರ್ ರುದ್ರನೇತ್ರನಿಗೆ ಸಮಯಕೊಡಲು ಪುರುಸೋತ್ತಿರಲಿಲ್ಲ. ಅವನು ಸ್ವಲ್ಪ ಕಾನೂನು ಬಾಹಿರ ವ್ಯವಹಾರಗಳಿಗೆ ವಿರೋಧಿ. ಬಹಳ ನಿಷ್ಣಾತ ಅಧಿಕಾರಿ. ರುದ್ರನೇತ್ರನ ವ್ಯವಹಾರ ಅವನಿಗೆ ಹಿಡಿಸುತ್ತಿರಲಿಲ್ಲ.

ರುದ್ರನೇತ್ರನಿಗೆ ಕೋಪ ಉಕ್ಕೇರುತ್ತಿತ್ತು. ಪೊಲೀಸ್ ಅಧಿಕಾರಿ ತನ್ನಿಂದ ಮಕ್ಕಳ ವಿದ್ಯಾಭ್ಯಾಸಕ್ಕಾಗಲಿ, ಐಷಾರಾಮಿ ಜೀವನಕ್ಕಾಗಲಿ ಅಥವಾ ಇನ್ಯಾವುದೇ ಉಪಕಾರವನ್ನು ಪಡೆದುಕೊಂಡಿಲ್ಲ.

ಕಾರು ರೆಡ್ಡಿಯ ಕೆಫೆಯ ಬಳಿ ನಿಂತಿತು. ತಿಲಕರಾಜ ಕಾರಿನಿಂದ ಇಳಿದು ಗಿರೀಶ್‌ನ ಬಾಕಿ ಹಣವನ್ನು ಕೊಟ್ಟ, ರೆಡ್ಡಿಯ ಕೆಫೆಯತ್ತ ನಡೆದ. ಸಾಲಿಗೆ ಲಾರಿಗಳು ದಕ್ಷಿಣದ ಕಡೆಗೆ ಮುಖ ಮಾಡಿ ನಿಂತಿದ್ದವು. ಅವನ ಮಾನಸಿಕ ನೋವು ಕಡಿಮೆಯಾಯಿತು. ಎಲ್ಲವೂ ಸುಸೂತ್ರವಾಗಿ ನಡೆಯುತ್ತದೆ!

ಮುಂದೆ ಫಾಝಿಲ್‌ನ ಭೇಟಿ! ಸುರಕ್ಷಿತ ತಾಣ!

ಅಧ್ಯಾಯ 4

ಟೆಲಿಫೋನ್‌ನ ಅಲೆಅಲೆಯಾದ ಮೊರೆತ ರುದ್ರನೇತ್ರನನ್ನು ಎಚ್ಚರಿಸಿತು. ಅವನು ಹಾಸಿಗೆಯ ಬಳಿಯಿದ್ದ ಲ್ಯಾಂಪ್ ಬೆಳಗಿಸಿ, ಗಡಿಯಾರ ನೋಡಿಕೊಂಡ. ಸಮಯ ಮೂರು ಹದಿನೈದು. ತತ್‌ಕ್ಷಣವೇ ಏನೋ ನಡೆದಿದೆಯೆನ್ನುವುದು ಅರಿವಾಯಿತು. ತುರ್ತು ಪರಿಸ್ಥಿತಿಯನ್ನು ಹೊರತು ಪಡಿಸಿ ಯಾರಿಗೂ ಅವನ ನಿದ್ದೆಯನ್ನು ಭಂಗ ಪಡಿಸುವ ಧೈರ್ಯವಿರಲಿಲ್ಲ. ರಿಸೀವರನ್ನು ಎಳೆದುಕೊಂಡು ಎದ್ದು ಕಾಲುಗಳನ್ನು ಕೆಗಳಡೆಗೆ ಬಿಟ್ಟ. ಹೊದಿಕೆಯನ್ನೂ ಸರಿಸಿದ. ಅವನ ಹೆಂಡತಿ ಅರೆ ಎಚ್ಚರಿಕೆಯಿಂದ ಎದ್ದು ಬಂದು ನಿಂತಳು.

"ಹೇಳಿ" ರುದ್ರನೇತ್ರನ ಧ್ವನಿ ಮೊಳಗಿತು.

"ಬಾಸ್, ನಾನು ಅಯ್ಯಪ್ಪ, ಕಾವಲುಗಾರ. ಎಲ್ಲಾ ಹಾಳಾಯ್ತು. ನನ್ನನ್ನು ಮೋಸ ಮಾಡಿದ್ರು. ನಾನೇನು ಮಾಡ್ಲಿ ಬಾಸ್?"

ರುದ್ರನೇತ್ರನಿಗೆ ಕಾವಲುಗಾರನ ಮಿತಿ ಏನು ಅನ್ನುವುದು ಗೊತ್ತಿದೆ. ಅವನು ಕುಡಿಯುವುದರಲ್ಲಿ ನಿಸ್ಸೀಮ. ಕೊನೆ ಪಕ್ಷ ಒಂದು ಮಾಹಿತಿಯನ್ನಾದರೂ ಕಳುಹಿಸಿದ್ದಾನೆ. ರುದ್ರನೇತ್ರನಿಗೆ ಅವನನ್ನು ಕೊಂದು ಬಿಡುವಷ್ಟು ಕೋಪ ಬಂದರೂ ಅದನ್ನು ನಿಗ್ರಹಿಸಿಕೊಂಡ.

“ನೀನು ಪೊಲೀಸ್ ಸ್ಟೇಶನ್‌ಗೆ ಫೋನ್ ಮಾಡಿ ತಿಳಿಸು. ನಾನೀವಾಗ ಹೊರಟೆ” ಅವನು ಫೋನನ್ನು ಕುಕ್ಕಿ ಪ್ಯಾಂಟ್ ಏರಿಸಿ ತಯಾರಾದ. ರುದ್ರನೇತ್ರನ ಹೆಂಡತಿಗೆ ಸಂಪೂರ್ಣ ಎಚ್ಚರವಾಯಿತು. ಅವನಿಗಿಂತಲೂ ಪ್ರಾಯದಲ್ಲಿ ಹದಿನೈದು ವರ್ಷ ಕಿರಿಯಳಾದರೂ ಜವಾಬ್ದಾರಿಯಲ್ಲಿ ಹಿರಿಯಳು.

“ಏನಾಯ್ತು? ನೀವು ಈ ಹೊತ್ತಿನಲ್ಲಿ ಎಲ್ಲಿಗೆ ಹೊರಟಿರಿ?”

“ಹೊರಡುವಾಗ ಅಪಶಕುನ ಮಾತಾಡ್ಬೇಡ” ಬಟ್ಟೆ ತೊಟ್ಟುಕೊಂಡು ಜ್ಯಾಕೇಟ್ ಏರಿಸಿ ನಿಂತ.

“ಸಭ್ಯತನದಿಂದಲೇ ಕೇಳಿದೆ. ನೀವೊಬ್ಬ ಮನುಷ್ಯನ ಹಾಗೆ ವರ್ತಿಸಿ” ಅವನ ಉತ್ತರಕ್ಕೆ ಸಮಾಧಾನವೆನಿಸದೆ ಅವಳು ಮತ್ತೆ ಬ್ಲ್ಯಾಂಕೆಟ್ ಹೊದ್ದು ಮಗ್ಗುಲಾಗಿ ಮಲಗಿದಳು.

ರುದ್ರನೇತ್ರ ಬೆಡ್‌ರೂಂನ ಬಾಗಿಲನ್ನು ದಢಾರನೆ ಮುಚ್ಚಿ ಹಜಾರಕ್ಕೆ ಬಂದ. ಜನಕನಿಗೆ ಫೋನಾಯಿಸಿ ವಿಷಯ ತಿಳಿಸಿದ. ಅವನ ಧ್ವನಿ ಲೈನ್‌ನಲ್ಲಿ ಬರುವವರೆಗೂ ಸುಮ್ಮನೆ ತಾಳ್ಮೆಯಿಂದ ಕಾದ.

“ಹಣವನ್ನು ಯಾರೋ ದೋಚಿದ್ದಾರೆ. ತಕ್ಷಣವೇ ನೀನು ಅಲ್ಲಿಗೆ ಹೊರಡು. ಜೊತೆಗೆ ಹುಡುಗರನ್ನು ಕರೆದುಕೊಂಡು ಹೋಗು” ರುದ್ರನೇತ್ರ ಉದ್ವೇಗದಿಂದ ಹೇಳಿದ.

ಕೆಳಗಿಳಿದು ಪೋರ್ಟಿಕೋಗೆ ಬಂದು ರೋಲ್ಸ್‌ರಾಯ್ಸ್ ಅನ್ನು ಹೊರಗೆ ತೆಗೆದು ಸಿಟಿಯಿಂದ ಮೂರು ಮೈಲುಗಳಾಚೆ ಇದ್ದ ತನ್ನ ಆಫೀಸಿನ ಕಡೆಗೆ ಓಡಿಸಿದ.

ಆಫೀಸಿನ ಕಟ್ಟಡದೆದುರು ಪೊಲೀಸ್ ಜೀಪು ನಿಂತಿತ್ತು. ಜೊತೆಗೆ ಮದನ್‌ನ ಕಾರು ಕೂಡ ನಿಂತಿತ್ತು. ಸದ್ಯ ಏನಾದರೊಂದು ಕ್ರಮ ತೆಗೆದುಕೊಂಡಿದ್ದಾನೆ ಎನ್ನುವ ಸಮಾಧಾನವಾಯಿತು. ಅವನು ಕಾರನ್ನು ನಿಲ್ಲಿಸಿ, ಲಿಫ್ಟ್‌ನ ಮೂಲಕ ಆರನೇ ಅಂತಸ್ತಿಗೆ ಬರುವಾಗ ಆಫೀಸಿನ ಎದುರು ಇಬ್ಬರು ಪೊಲೀಸ್ ಪೇದೆಗಳು ಕಾಯುತ್ತಿದ್ದರು. ರುದ್ರನೇತ್ರನನ್ನು ನೋಡುತ್ತಲೇ ಸೆಲ್ಯೂಟ್ ಹೊಡೆದರು. ರುದ್ರನೇತ್ರನಿಗೆ ಇಬ್ಬರೂ ಪರಿಚಿತರೇ. ಗಂಭೀರ ಮುಖದ ಅವರಿಗೆ ಪ್ರತಿಕ್ರಿಯಿಸಿ ಜನಕ ಆಫೀಸಿನೊಳಗೆ ನಡೆದ.

ಸೆಕ್ಯುರಿಟಿಯಾತನನ್ನು ಕುರ್ಚಿಯಲ್ಲಿ ಕುಳ್ಳಿರಿಸಿದ್ದರು. ಮುಖದಲ್ಲಿ ರಕ್ತ ಸುರಿಯುತ್ತಿತ್ತು. ಕಣ್ಣುಗಳು ಊದಿಕೊಂಡಿದ್ದವು... ಮದನ್ ಕಿಟಕಿಯ ಬಳಿ ನಿಂತಿದ್ದ. ಮೈಕೆಲ್ ತಿಜೋರಿಯ ಬಳಿ ಇದ್ದ.

"ಏನಾಗಿದೆ?" ರುದ್ರನೇತ್ರ ಕೇಳಿದ. ಕಾವಲುಗಾರ ಎದ್ದು ನಿಲ್ಲುವ ಪ್ರಯತ್ನ ಮಾಡಿ ಸೋತು ಹೋದ.

"ಬೆಂಕಿ ಕಾಣಿಸಿಕೊಂಡಿತ್ತು ಬಾಸ್. ಬಾಗಿಲಿನತ್ತ ಓಡಿದೆ. ನ್ಯೂಸ್ ಪೇಪರ್ ಉರಿಯುತ್ತಿತ್ತು. ನಾನು ಅದನ್ನು ತೆಗೆಯುವಷ್ಟರಲ್ಲಿ ನನ್ನನ್ನು ಯಾರೋ ಮುಸುಕಿನೊಳಗೆ ಹಾಕಿ ಬಿಟ್ಟರು" ಭಾರವಾದ ತಲೆಯ ಮೇಲೆ ಕೈಯಿಟ್ಟು ನೋವಿನಿಂದ ಮುಖ ಕಿವುಚಿದ.

"ಯಾರು ಮಾಡಿದ್ದು ಅದನ್ನು?" ರುದ್ರನೇತ್ರ ಅರಚಿದ.

"ನನಗೆ ಗೊತ್ತಿಲ್ಲ... ನಾನು ನೋಡಿಲ್ಲ... ಯಾರು ಇರಲಿಲ್ಲ. ನನ್ನನ್ನು ಉಸಿರುಗಟ್ಟಿಸಿದ್ದು ತಿಳಿಯಿತು."

ರುದ್ರನೇತ್ರ ತಿಜೋರಿಯತ್ತ ನಡೆದ. ಒಳಗೆ ಪರಿಶೀಲಿಸಿದ. ಬೀಗವನ್ನು ಕೂಲಂಕಷವಾಗಿ ಗಮನಿಸಿದ. ಆ ಬಳಿಕ ಟೆಲಿಫೋನ್‌ನತ್ತ ನಡೆದ. ಅವನು ಯಾವುದೋ ಸಂಖ್ಯೆಯನ್ನು ಡಯಲಿಸುವಾಗ ಮದನ್, ಮೈಕೆಲ್, ಸೆಕ್ಯುರಿಟಿಯಾತ ಮತ್ತು ಇಬ್ಬರು ಪೊಲೀಸ್ ಪೇದೆಗಳು ಗಮನಿಸುತ್ತಿದ್ದರು.

ಹೆಂಗಸಿನ ನಿದ್ರಾವಶದ ಮಾತುಗಳು ಕೇಳಿದಾಗ, "ನನಗೆ ರಾಜಧಾನಿ ಬೇಕಿತ್ತು. ರುದ್ರನೇತ್ರ ಮಾತಾಡ್ತಾ ಇದ್ದೀನಿ" ಎಂದ.

"ಓ! ರುದ್ರನೇತ್ರ ಅವರಾ?" ಹೆಣ್ಣು ಸಂಪೂರ್ಣ ಎಚ್ಚೆತ್ತ ಧ್ವನಿಯಲ್ಲಿ ಉದ್ಗಾರ ತೆಗೆದು, "ರಾಜಧಾನಿಯವರು ದೆಹಲಿಯಲ್ಲಿ ನಡೆಯೋ ಕಾನ್‌ಫರೆನ್ಸ್‌ಗೆ ಹೋಗಿದ್ದಾರೆ, ಊರಲಿಲ್ಲ" ಎಂದಿತು.

ರುದ್ರನೇತ್ರ ಶಪಿಸುತ್ತಾ ರಿಸೀವರನ್ನು ಕುಕ್ಕಿದ. ಪರ್ಸ್ ತೆಗೆದು ಒಂದು ಕಾರ್ಡನ್ನು ತೆಗೆದು ಅದರಲ್ಲಿದ್ದ ಸಂಖ್ಯೆಗೆ ಫೋನ್ ಮಾಡಿದ.

ಅಸಿಸ್ಟೆಂಟ್ ಪೊಲೀಸ್ ಕಮಿಶನರ್ ಜಾನ್‌ಚಂದ್ರ ಉತ್ತರಿಸಿದರು. ಅರೆ ನಿದ್ರೆಯಿಂದ ಎದ್ದವನೆ ಸಿಟ್ಟಿನಿಂದ ಅಬ್ಬರಿಸಿದ, "ಯಾರು ತಲೆಕೆಟ್ಟವನು ಈ ಹೊತ್ತಿನಲ್ಲಿ?"

"ರುದ್ರನೇತ್ರ... ಕೇಳು ನನಗೆ ನನ್ನ ಹಣ ಮುಖ್ಯ. ರಸ್ತೆಗಳಲ್ಲಿ ಬಂದೋಬಸ್ತು ಮಾಡು. ರೈಲ್ವೇ ಸ್ಟೇಶನ್, ಬಸ್ ನಿಲ್ದಾಣ, ವಿಮಾನ ನಿಲ್ದಾಣ ಎಲ್ಲವೂ... ಎರಡು ಚೀಲ ಹಣವನ್ನು ಯಾರೋ ಕೊಳ್ಳೆಹೊಡೆದಿದ್ದಾರೆ. ತತ್‌ಕ್ಷಣ ಕಾರ್ಯಾಚರಣೆ ನಡೆಯಲಿ. ಇಡೀ ನಗರವನ್ನು ಬಂದ್ ಮಾಡಿಬಿಡು."

"ನೀನು ಯಾರತ್ರ ಮಾತಾಡ್ತಾ ಇದ್ದೀಯಾಂತ ಜ್ಞಾನವಿದೆಯಾ?" ಜಾನ್‌ಚಂದ್ರ ಕೇಳಿದ, "ಹೆಡ್ ಕ್ವಾರ್ಟರ್ಸ್. ನನ್ನ ಬಗ್ಗೆ ಆಲೋಚಿಸಬೇಡ.

ಕೇಳು ರುದ್ರನೇತ್ರ, ನೀನು ದೊಡ್ಡ ಜನ ಆಗಿರಬಹುದು. ಆದರೆ ನನಗೆ ನೀನು ಯಃಕಶ್ಚಿತ್ ಒಂದು ಗಾಳಿಯಂತ್ರದ ರೆಕ್ಕೆ ಅಷ್ಟೇ!" ಎಂದು ಹೇಳಿ ಫೋನ್ ಕರೆಯನ್ನು ನಿಲ್ಲಿಸಿದ.

ರುದ್ರನೇತ್ರನ ಮುಖ ಕೋಪದಿಂದ ಕೆಂಪಗಾಯಿತು. ಅಲ್ಲಿದ್ದ ಇಬ್ಬರು ಪೊಲೀಸರಿಗೆ ಅಬ್ಬರಿಸಿದ, "ತತ್‌ಕ್ಷಣವೇ ಹೊರಡಿ ಕೆಲಸಕ್ಕೆ ಬಾರದ ಪ್ರಾಣಿಗಳೇ. ಯಾರಾದರೂ ಕೆಲಸ ಮಾಡುವವರನ್ನು ಇಲ್ಲಿಗೆ ಕರೆಸಿ. ಕೇಳಿಲ್ಲಿ."

ಅವರಲ್ಲಿ ಒಬ್ಬ ವಯಸ್ಸಾದ ಪೇದೆ ಕೂಡಲೇ ಫೋನ್‌ನತ್ತ ನಡೆದ. ಜನಕ ಒಳಗೆ ಬಂದ. ಅವನು ಆತುರವಾಗಿ ಒಳಗೆ ಬಂದು ಏದುಸಿರಿಟ್ಟ. ಅವನು ಮನೆಯಲ್ಲಿ ಉಡುವ ಬಟ್ಟೆಗಳಲ್ಲಿಯೇ ಬಂದಿದ್ದ. ಮೇಲೊಂದು ಜ್ಯಾಕೆಟ್ ಇತ್ತು.

ಅವನು ತಿಜೋರಿಯನ್ನು ಗಮನಿಸಿ, ಬಳಿಕ ಬೀಗವನ್ನು ಪರಿಶೀಲಿಸಿದ. ರುದ್ರನೇತ್ರನ ಕೆಂಪಾದ ಕಣ್ಣುಗಳನ್ನು ಗಮನಿಸಿದ.

"ಇದು ಒಳಗಿನವರದ್ದೇ ಕೆಲಸ. ಅವನು ಓಡಿ ಹೋಗಲು ಯತ್ನಿಸಿರಬಹುದು. ಅವನ ಬಳಿ ಕೀಲಿಕೈ ಇದೆ" ಎಂದ.

"ನೀನು ನನಗೆ ಹೇಳುತ್ತಿದ್ದೀಯಾ? ನೀನು ನನ್ನನ್ನು ಕುರುಡನೆಂದು ಕೊಂಡಿದ್ದೀಯಾ? ರಾಜಧಾನಿ ಊರಲಿಲ್ಲ. ಆ ಹುಚ್ಚ ಜಾನ್‌ಚಂದ್ರ ಸಹಾಯ ಮಾಡ್ತಾ ಇಲ್ಲ."

ವಯಸ್ಸಾದ ಪೇದೆ ರಿಸೀವರನ್ನು ಇಟ್ಟು, "ರುದ್ರನೇತ್ರ, ಇಲ್ಲಿ ಕೇಳು. ಇನ್ಸ್‌ಪೆಕ್ಟರ್ ವಿನೋದ್ ಅವರ ಸಹಾಯಕರೊಂದಿಗೆ ಬರ್ತಿದ್ದಾರೆ."

ರುದ್ರನೇತ್ರ ಸಿಟ್ಟಿಗೆದ್ದ ಗೂಳಿಯಂತೆ ಇಡೀ ಕೋಣೆಯನ್ನು ನೋಡಿದ.

"ತಿಲಕರಾಜ ಎಲ್ಲಿದ್ದಾನೆ? ನನ್ನ ಆಪ್ತ ಕೆಲಸಗಾರ, ಸಲಹೆಗಾರ. ನನಗೆ ಅವನ ಅವಶ್ಯಕತೆಯಿದೆ ಈಗ."

"ನಾನು ಅವನ ಲ್ಯಾಂಡ್‌ಲೈನ್‌ಗೆ ಫೋನ್ ಮಾಡುವಾಗ ಸಿಗಲಿಲ್ಲ. ಮೊಬೈಲ್ ನಾಟ್ ರೀಚಬಲ್ ಬರ್ತಿದೆ. ಅವನು ಮನೆಯಲ್ಲಿಲ್ಲಾನ್ಸತ್ತೆ."

"ನನಗೆ ಈಗ ಅವನು ಅಗತ್ಯವಾಗಿ ಬೇಕು. ಇಲ್ಲಿಗೆ ಕರೆಸಿ. ಅವನ ಮೊಬೈಲ್‌ಗೆ ಪ್ರಯತ್ನಿಸಿ. ಪ್ರೇತಗಳ ಹಾಗೆ ಇಲ್ಲಿ ನಿಲ್ಲಬೇಡಿ. ನನಗೆ ತಿಲಕರಾಜ ಬೇಕು" ಮದನ್‌ನನ್ನು ನೋಡುತ್ತಾ ಆವೇಶದಲ್ಲಿ ನುಡಿದ.

ಮದನ್ ಆಫೀಸಿನಿಂದ ಹೊರಗೆ ಬಂದ. ಜನಕ ಶಾಂತ ಸ್ವರದಲ್ಲಿ ಹೇಳಿದ, "ನಾನು ರುದ್ರನೇತ್ರನ ಹತ್ತಿರ ಮಾತನಾಡುವುದು ಒಳ್ಳೆಯದು."

ರುದ್ರನೇತ್ರ ಹೂಂಕರಿಸಿದ. ಮೈಕೆಲ್‌ನತ್ತ ತಿರುಗಿ ಹೇಳಿದ, "ಕೂಡಲೇ ಸೆಕ್ಯುರಿಟಿಯವನನ್ನು ಆಸ್ಪತ್ರೆಗೆ ಕರೆದುಕೊಂಡು ಹೋಗು" ಆಫೀಸಿನಿಂದ

ಹೊರಗೆ ಬಂದು ಪ್ಯಾಸೇಜ್ ದಾಟಿ ತನ್ನ ಆಫೀಸಿನ ಕೋಣೆಯ ಬಾಗಿಲು ತೆರೆದು ಒಳಗೆ ನಡೆದ. ಜನಕ ಅವನನ್ನು ಹಿಂಬಾಲಿಸಿದ.

ಜನಕ ಮೂಲೆಯ ಕುರ್ಚಿಯನ್ನೆಳೆದು ಕುಳಿತ.

"ನಾವೀಗ ತೊಂದರೆಯಲ್ಲಿದ್ದೇವೆ. ನೆನ್ನೇನೇ ಬ್ಯಾಂಕ್‌ಗೆ ಜಮಾ ಮಾಡಬೇಕಿತ್ತು. ಈಗ ದರೋಡೆ ನಡೆದಿದೆ. ನಾವೀಗ ಅದನ್ನು ಪಡೆಯದಿದ್ದರೆ ಮುಳುಗಿದ ಹಾಗೆ. ಪತ್ರಿಕೆಯವರಿಗೇನಾದರೂ ಗೊತ್ತಾದರೆ ಕಷ್ಟ. ಪೊಲೀಸ್ ಅಧಿಕಾರಿಗೂ ತೊಂದರೆಯೇ."

"ಅದಕ್ಕೆ?"

"ಈಗ ನಮಗಿರೋದು ಒಂದೇ ದಾರಿ. ನಾವು ನೇರವಾಗಿ ಮಸ್ತಾನನಿಗೆ ತಿಳಿಸೋದು ಒಳ್ಳೆಯದು."

ರುದ್ರನೇತ್ರನಿಗೆ ತಲೆ ಸಿಡಿದು ಹೋಗುವಂತಾಗಿತ್ತು. ಜನಕ ಹೇಳುವುದರಲ್ಲಿ ಸಂದೇಹವಿಲ್ಲ. ಅಷ್ಟರಲ್ಲಿಯೇ ಪೊಲೀಸ್ ಜೀಪ್‌ನ ಸೈರನ್ ಕೇಳಿಸಿತು.

"ನೀನು ಇನ್ಸ್‌ಪೆಕ್ಟರ್ ವಿನೋದ್ ಜತೆ ಮಾತಾಡು. ಮೊದಲು ನಗರವನ್ನು ಬಂದೋ ಬಸ್ತ್ ಮಾಡಲಿ. ನಾನು ಮಸ್ತಾನನ ಬಳಿ ಮಾತಾಡುತ್ತೇನೆ."

"ಯಾರೋ ಹಣ ದೋಚಿದ್ರೂ ಅವನು ಈಗ ನಗರದಿಂದ ಹೊರಗೆ ಹೋಗಿರಬಹುದು. ಆದರೆ ನಾವು ಸುಮ್ಮನೆ ಕೈಕಟ್ಟಿ ಕುಳಿತುಕೊಳ್ಳುವಂತಿಲ್ಲ" ಜನಕ ಹಾಗೆನ್ನುತ್ತಾ ಹೊರಗೆ ಬಂದು ಬಾಗಿಲು ಮುಚ್ಚಿದ.

ರುದ್ರನೇತ್ರ ಟೆಲಿಫೋನನ್ನು ತನ್ನತ ಎಳೆದ. ಹಿಂಜರಿದ... ಆಮೇಲೆ ನಂಬರನ್ನು ಡಯಲಿಸಿದ. ಅವನು ಹಾಗೆ ಮಾಡುವಾಗ ತನ್ನ ಎದುರಿಗೆ ಇದ್ದ ಗಡಿಯಾರವನ್ನು ನೋಡಿದ. ಸಮಯ ನಾಲ್ಕು ಇಪ್ಪತ್ತೈದು ತೋರಿಸುತ್ತಿತ್ತು.

ಮಸ್ತಾನ, ನಗರದ ಮಾಫಿಯಾ ದೊರೆ! ಮಾಫಿಯಾ ಎನ್ನುವ ಅಕ್ಟೋಪಸ್‌ನ ಒಂದು ತೋಳು ಮಸ್ತಾನ! ಪ್ರಭಾವಿ ವ್ಯಕ್ತಿ. ರುದ್ರನೇತ್ರ ಅವನಿಗೆ ವಾರವಾರ ಒಂದಿಷ್ಟು ಹಣವನ್ನು ವ್ಯವಸ್ಥಿತ ರೀತಿಯಲ್ಲಿ ತಲುಪಿಸುತ್ತಿದ್ದ. ಆದ್ದರಿಂದಲೇ ಅವನ ರ್‍ಯಾಕೆಟ್ ಯಾವುದೇ ತೊಂದರೆಗಳಿಲ್ಲದೆ ನಡೆಯುತ್ತಿತ್ತು.

ಮಸ್ತಾನನೇ ಲೈನ್‌ಗೆ ಬಂದ. ಅವನು ರುದ್ರನೇತ್ರನೇ ಲೈನ್‌ನಲ್ಲಿರುವುದು ಕೇಳಿ ಸಂತಸಪಟ್ಟ. ಈ ಸಮಯದಲ್ಲಿ ಅವನ ಮನೆಯ ಫೋನ್ ರಿಂಗಣಿಸುವುದೇ ಇಲ್ಲ. ಅಂತಹ ತುರ್ತು ಪರಿಸ್ಥಿತಿ ಯಾರಿಗಿದೆ? ಯಾವತ್ತೂ ತುರ್ತು ಪರಿಸ್ಥಿತಿಯನ್ನು ಎದುರಿಸಬಲ್ಲ ಚಾಣಾಕ್ಷ. ಅವನು ರುದ್ರನೇತ್ರ ಹೇಳುವುದನ್ನೆಲ್ಲಾ ಕೇಳಿಸಿಕೊಂಡು ಅದಕ್ಕೆ ಸರಿಯಾದ ಪ್ರತಿಕ್ರಿಯೆಯ ಉತ್ತರವನ್ನು ಯಾವ ಮುಲಾಜಿಲ್ಲದೆ ನೀಡಿದ.

"ಸರಿ ರುದ್ರನೇತ್ರ, ಹಣದ ಚಿಂತೆ ಮಾಡಬೇಡ. ಹತ್ತು ಗಂಟೆಯೊಳಗೆ ನಿನ್ನ ಹಣ ವಾಪಾಸಾಗುತ್ತೆ. ನಾನವರನ್ನು ಹುಡುಕಿಕೊಡುತ್ತೇನೆ" ಸ್ವಲ್ಪ

ಹೊತ್ತು ಮೌನ. ಬಳಿಕ, "ನಿನಗೆ ಸ್ವಲ್ಪ ಖರ್ಚಾಗಬಹುದು. ಆದರೆ ಅದನ್ನು ಗಳಿಸುವುದು ನಿನಗೇನು ಕಷ್ಟವೇನಲ್ಲ. ಆದ್ದರಿಂದ ನೀನು ಅದಕ್ಕೆ ಸ್ವಲ್ಪ ಹಣ ವ್ಯಯಿಸಬೇಕಾದಿತು."

"ಹೇ... ಈಗ ತಾಳು" ರುದ್ರನೇತ್ರ ಲೆಕ್ಕ ಹಾಕಿದ, "ಕಳೆದು ಹೋದುದನ್ನು ಹುಡುಕಲು ತನಗೆ ಒಂದು ಲಕ್ಷ ಖರ್ಚಿದೆ!"

"ತುಂಬಾ ಹೆಚ್ಚಾಯಿತು. ನೋಡು, ಅದನ್ನು ನನ್ನ ಕೈಯಿಂದಲೇ ಕೊಡಬೇಕು. ಇಪ್ಪತ್ತೈದು ಶೇಕಡಾ ಸಾಧ್ಯವಿಲ್ಲ. ಇಪ್ಪತ್ತೈದು ಸಾವಿರ ನೀಡಬಲ್ಲೆ."

"ಇಲ್ಲ ನಲವತ್ತು... ಹತ್ತು ಗಂಟೆಯೊಳಗೆ ನಿನ್ನ ಆಫೀಸಿಗೆ ಬರುವ ಹಾಗೆ ಮಾಡಬಲ್ಲೆ. ಎಲ್ಲಿದ್ದರೂ ನಿನ್ನ ಹಣ ಬರುತ್ತೆ. ಈಗ... ಯಾರು ಮಾಡಿದ್ದು ಅದನ್ನು?"

"ನನ್ನ ಪ್ರಕಾರ ಅದು ಒಳಗಿನವರದ್ದೇ ಕೆಲಸ. ಅದು ಈಗಷ್ಟೇ ನಡೆದಿದೆ. ನಾನು ಯಾರು ದೋಚಿದ್ದಾರೇಂತ ತಿಳಿದುಕೊಳ್ಳಬೇಕು. ನೀನು ನಿನ್ನ ಜೀವವನ್ನು ಪಣಕ್ಕಿಟ್ಟು ತಿಳಿದುಕೋ. ನಗರವನ್ನು ಬಂದೋಬಸ್ತ್ ಮಾಡಲು ಹೇಳಿದ್ದೇನೆ. ಪೊಲೀಸರು ಕೈ ಜೋಡಿಸಿದ್ದಾರೆ. ಆದರೆ ದರೋಡೆ ಮಾಡಿದವರು ಈಗಾಗಲೇ ನಗರ ಬಿಟ್ಟು ಓಡಿರಬಹುದು."

"ನಿನಗೆ ಗೊತ್ತಾದ ಕೂಡಲೇ ತಿಳಿಸು. ಗ್ಯಾಂಗನ್ನು ಅದರ ಎದುರು ನಿಲ್ಲಿಸಿ ಬಿಡುತ್ತೇನೆ. ಸದ್ಯ ನನಗೆ ಅವನ ಹೆಸರು ಏನು ಹೇಳು. ಅವನನ್ನು ಹುಡುಕುತ್ತೇನೆ."

"ಆಯ್ತು, ಅದು ನಮ್ಮಲ್ಲೊಬ್ಬರ ಕೆಲಸ, ಧನ್ಯವಾದ ಮಸ್ತಾನ. ನನಗೆ ನಿನ್ನ ಮೇಲೆ ನಂಬಿಕೆಯಿದೆ" ಮಾತು ನಿಂತಿತು.

"ನಿನ್ನ ನಲವತ್ತು ಶೇಕಡಾ ಏನು ನಿರ್ಧಾರ ಮಾಡಿದೆ?"

ಮಸ್ತಾನ ಮೌನಿಯಾದ.

"ನಿನಗೆ ಗೊತ್ತಿದೆ ರುದ್ರನೇತ್ರ, ನಾನು ನಿಯಮ ಪ್ರಕಾರ ಕೆಲಸ ಮಾಡುವವನು. ನಿನ್ನ ಹಣಕ್ಕೆ ಒಪ್ಪಿಗೆ. ಆದರೆ ಇದು ಮುಂಬೈನ ಹಣ" ರಿಸೀವರನ್ನು ಕುಕ್ಕಿದ.

ರುದ್ರನೇತ್ರ ತುಂಬಾ ಹೊತ್ತು ಸುಮ್ಮನೆ ಕುಳಿತ. ಅವನ ಮುಖ ಕೋಪದಿಂದ ಕಪ್ಪಿಟ್ಟಿತು. ಕುರ್ಚಿಯಲ್ಲಿ ಹಿಂದಕ್ಕೊರಗಿ ಕುಳಿತ. ಘಳಿಗೆಗೊಮ್ಮೆ ಜನಕನ ಆಫೀಸಿನತ್ತ ನೋಟ ಬದಲಾಯಿಸುತ್ತಿದ್ದ.

ಇನ್ಸ್‌ಪೆಕ್ಟರ್ ವಿನೋದ್ ದಪ್ಪನೆಯ ಅಗಲ ಮುಖದ ಮನುಷ್ಯ. ತಿಜೋರಿಯನ್ನು ಪರೀಕ್ಷಿಸುತ್ತಿದ್ದ. ಇಬ್ಬರೂ ಸಿವಿಲ್ ಡ್ರೆಸ್‌ನಲ್ಲಿದ್ದ ಪತ್ತೇದಾರರು ಬೆರಳಚ್ಚು ಪರಿಶೀಲಿಸುತ್ತಿದ್ದರು. ಕಾವಲುಗಾರ ಮತ್ತು ಮೈಕೆಲ್ ಆಸ್ಪತ್ರೆಗೆ ಹೋಗಿದ್ದರು. ಜನಕ ಬಾಗಿಲಿನ ಬಳಿ ಬೆರಳುಗಳನ್ನು ಉಜ್ಜುತ್ತಾ ನಿಂತಿದ್ದ.

"ಬಂದೋಬಸ್ತ್ ಯಶಸ್ವಿಯಾಗಿ ನಡೆದಿದೆ ರುದ್ರನೇತ್ರ. ಅವನು ಇಷ್ಟರವರೆಗೆ ಹೋಗದಿದ್ದರೆ ಇನ್ನು ನಗರದಿಂದ ಹೊರಗೆ ಹೋಗಲಾರ" ಇನ್ಸ್‌ಪೆಕ್ಟರ್ ವಿನೋದ್ ನುಡಿದ.

ಮುಖ್ಯವಾದ ಮೂವತ್ತು ನಿಮಿಷಗಳು ವ್ಯರ್ಥವಾಗಿದ್ದವು. ರುದ್ರನೇತ್ರ ಪತ್ತೇದಾರನತ್ತ ನೋಡಿ ನೆಲದ ಕಡೆಗೆ ನೋಟ ಹರಿಸಿದ.

* * *

ಮದನ್ ತಿಲಕರಾಜನನ್ನು ಹುಡುಕುವಂತೆ ಹೇಳಿದ. ಅವನು ಹೆಚ್ಚಾಗಿ ಅವನ ಗೆಳತಿ ಗೀತಾಳ ಅಪಾರ್ಟ್‌ಮೆಂಟ್‌ನಲ್ಲಿರುವುದು ಅವನಿಗೆ ಗೊತ್ತಿದೆ. ಮದನ್‌ಗೆ ತಿಲಕರಾಜನ ಮೇಲೆ ಮತ್ಸರ. ಅದು ಗೀತಾಳಂತಹ ಗೆಳತಿ ಅವನಿಗೆ ಸಿಕ್ಕಿದ್ದಕಿರಬಹುದು. ಅವನು ಬಾಗಿಲು ಬಡಿದಾಗ ತಿಲಕರಾಜನೇ ಬೆಡ್‌ನಲ್ಲಿ ಅವಳ ಅಪ್ಪುಗೆಯನ್ನು ಬಿಡಿಸಿಕೊಂಡು ಬರಬಹುದು ಅಥವಾ ಅವಳೇ ಹೊರಗೆ ಬರಬಹುದು.

ಮದನ್‌ಗೆ ಅವಳು ಎಲ್ಲಿದ್ದಾಳೆ ಮತ್ತು ಅವಳ ಹೆಸರೇನೆನ್ನುವುದು ಗೊತ್ತು. ಒಮ್ಮೆ ಅವರಿಬ್ಬರೂ 'ಓಶನ್‌ಪರ್ಲ್'ನಿಂದ ಹಿಂತಿರುಗುವಾಗ ಆತ ಅವರನ್ನು ಹಿಂಬಾಲಿಸಿಕೊಂಡು ಅವಳ ಅಪಾರ್ಟ್‌ಮೆಂಟ್‌ವರೆಗೂ ಹೋಗಿದ್ದ.

ಹೊರಗೆ ಅವನಿಗೆ ಗೀತಾಳ ಅಪಾರ್ಟ್‌ಮೆಂಟ್‌ಗೆ ಬರಲು ಹೇಳಿ ಸಮಯ ಹಿಡಿಸಲಿಲ್ಲ. ಅವನಿಗೆ ತಿಲಕರಾಜನ ಕಾರು ಅಲ್ಲಿ ನಿಂತಿರುವುದು ಕಂಡಿತು. ಅವನು ಕಾರಿಗೆ ಒಂದು ಸುತ್ತು ಬಂದು ಪರಿಶೀಲಿಸಿದ.

ತಿಲಕರಾಜ ಅವಳ ಮನೆಯಲ್ಲಿರುವುದು ಖಚಿತ! ಮದನ್ ಪಕ್ಕದಲ್ಲಿಯೇ ನಡೆಯಲು ನಿರ್ಧರಿಸಿದ ವ್ಯಕ್ತಿ! ಅವನು ಆಘಾತಕ್ಕೊಳಗಾಗಿರಬಹುದು.

ಅವನು ಲಿಫ್ಟ್ ಕಡೆಗೆ ನಡೆದ. ಅವನು ಗೀತಾಳ ಅಪಾರ್ಟ್‌ಮೆಂಟ್‌ನ ಬಾಗಿಲಿನ ಬಳಿ ನಿಂತು ಬೆರಳಿನಿಂದ ಕಾಲಿಂಗ್ ಬೆಲ್ ಒತ್ತಿದ.

ತುಂಬಾ ಹೊತ್ತಿನ ಮೇಲೆ ಬಾಗಿಲು ತೆರೆಯಿತು. ಗೀತಾ ಎದೆಗೆ ಬಟ್ಟೆಯನ್ನು ಮುಚ್ಚಿ ಹಿಡಿದು ಅವನತ್ತ ಬೆದರಿಕೆಯ ನೋಟ ಹರಿಸಿದಳು.

"ಏನದು?" ನಡುಗುವ ಸ್ವರದಲ್ಲಿ ಕೇಳಿದಳು.

"ಏನಾಗ್ತಾ ಇದೆ?" ಮದನ್‌ಗೆ ಅವಳ ನಡತೆ ಕಂಡು ಅಚ್ಚರಿಯಾಯಿತು. ಅವಳೇಕೆ ಕಣ್ಣುಗಳನ್ನು ಭಯದಿಂದ ಮುಚ್ಚುತ್ತಿದ್ದಾಳೆ?

"ನನಗೆ ತಿಲಕರಾಜ ಬೇಕು. ಬೇಗನೆ ಅವನನ್ನು ಎಬ್ಬಿಸು. ಬಾಸ್ ತಕ್ಷಣವೇ ಅವನನ್ನು ಕರೆದುಕೊಂಡು ಬರಲು ಹೇಳಿದ್ದಾರೆ."

"ಅವನು ಇಲ್ಲಿಲ್ಲ" ಅವಳು ಬಾಗಿಲು ಮುಚ್ಚಲು ಹೋದಾಗ ಮದನ್ ಕಾಲನ್ನು ಮುಂದಕ್ಕಿಟ್ಟು ತಡೆದ.

"ಅವನು ಇಲ್ಲಿಯೇ ಇದ್ದಾನೆ. ನನಗೆ ಸುಳ್ಳು ಹೇಳ್ಬೇಡ. ಅವನ ಕಾರು ಕೆಳಗಿದೆ. ಅವನು ಅರ್ಜೆಂಟಾಗಿ ಬೇಕು."

ಅವನು ಧ್ವನಿ ಏರಿಸಿ, "ಏ! ತಿಲಕರಾಜ. ಬಾಸ್ ನಿನ್ನನ್ನು ಕರೆಯುತ್ತಿದ್ದಾರೆ" ಎಂದ.

"ನಾನು ನಿನಗೆ ಹೇಳ್ತಾ ಇದ್ದೇನೆ. ಅವನು ಇಲ್ಲಿಲ್ಲ. ಇಲ್ಲಿಂದ ಹೋಗು. ಅವನು ಇಲ್ಲಿಲ್ಲಾಂತ ಹೇಳಿದ್ನಲ್ಲಾ" ಗೀತಾ ಅರಚಿದಳು.

"ಸತ್ಯನಾ?" ಮದನ್ ಮುಂದಕ್ಕೆ ಬಂದು ಅವಳನ್ನು ತಳ್ಳಿದ.

"ಹಾಗಾದರೆ ಎಲ್ಲಿದ್ದಾನೆ?"

"ನಂಗೆ ಗೊತ್ತಿಲ್ಲ."

"ಅವನ ಕಾರು ಪಾರ್ಕಿಂಗ್‌ನಲ್ಲಿದೆ."

"ನಾನು ಹೇಳ್ತಾ ಇದ್ದೀನಲ್ಲಾ. ನನಗೆ ಗೊತ್ತಿಲ್ಲಾಂತ. ಹೋಗು ಇಲ್ಲಿಂದ ಹೊರಟು ಹೋಗು" ಕೈ ಏರಿಸಿ ಬಾಗಿಲಿನತ್ತ ತೋರಿಸಿದಳು.

ಮದನ್‌ನ ತಲೆಯಲ್ಲಿ ಸಂಶಯದ ಕಿಡಿ ಹೊತ್ತಿಕೊಂಡಿತು. ಅವಳ್ಯಾಕೆ ಹೆದರುತ್ತಿದ್ದಾಳೆ? ಅವನು ಇಲ್ಲಿಲ್ಲವಾದರೆ ಅವನ ಕಾರು ಇಲ್ಯಾಕಿದೆ?

ಅವಳನ್ನು ಪಕ್ಕಕ್ಕೆ ತಳ್ಳಿ ಬೆಡ್‌ರೂಂಗೆ ಹೋಗಿ ದೀಪ ಉರಿಸಿದ. ಸುತ್ತಲೂ ನೋಡಿದ. ತಿಲಕರಾಜನ ಟೈ ನೆಲದ ಮೇಲಿತ್ತು!

"ಇಲ್ಲಿದ್ದ. ಈಗ ಎಲ್ಲಿಗೆ ಹೋದ?" ಗೀತಾ ಬೆಡ್‌ರೂಂನ ಬಾಗಿಲಿಗೆ ಬಂದು ನಿಂತಾಗ ಮದನ್ ಪ್ರಶ್ನಿಸಿದ.

"ನಂಗೆ ಗೊತ್ತಿಲ್ಲ. ನನಗೇನೂ ಗೊತ್ತಿಲ್ಲ. ಇಲ್ಲಿಂದ ಹೊರಗೆ ಹೋಗು."

ತಿಲಕರಾಜ ಇಲ್ಲಿಲ್ಲ! ತಿಲಕರಾಜ ಇಲ್ಲ! ಅವನು ಅವಳ ಮಣಿಗಂಟನ್ನು ಹಿಡಿದೆಳೆದು ಹಾಸಿಗೆಗೆ ನೂಕಿ ಅವಳತ್ತ ಬಾಗಿದ.

"ನೀನು ಹೇಳುವವರೆಗೂ ಬಿಡುವುದಿಲ್ಲ. ಅವ್ನು ಎಲ್ಲಿಗೆ ಹೋದ?"

ಗೀತಾ ಹೊರಳಿ ಏಳಲು ಪ್ರಯತ್ನಿಸಿದಳು. ಮದನ್ ಅವಳ ಮುಖಕಕ್ಕೆ ಕೈಯಿಟ್ಟು ಬಲವಾಗಿ ತಳ್ಳಿ ಎಳೆದಂತೆ ಹಿಡಿದ.

"ಅವನೆಲ್ಲಿದ್ದಾನೆ?" ಮತ್ತೊಮ್ಮೆ ಪ್ರಶ್ನಿಸಿದ.

"ನನಗೆ ಗೊತ್ತಿಲ್ಲ" ಗೀತಾ ಗಟ್ಟಿಯಾಗಿ ಹೇಳಿದಳು. ಅವನು ಎರಡು ಬಾರಿ ಅವಳ ಕೆನ್ನೆಗೆ ಬಾರಿಸಿದ. ತಲೆಯನ್ನು ಅತ್ತಿತ್ತ ಅಲುಗಾಡಿಸಿದ.

"ಅವನೆಲ್ಲಿದ್ದಾನೆ? ಬೇಗ ಹೇಳು" ಅವನು ಹತಮಾರಿಯಂತೆ ಅವಳನ್ನು ಅತ್ತಿತ್ತ ಅಲುಗಾಡಿಸಿ ಕೇಳಿದ. ಅವಳ ಬಲವಾದ ಹೊಡೆತಕ್ಕೆ ತತ್ತರಿಸಿ ದೊಪ್ಪನೆ ಬಿದ್ದಳು.

"ನನಗೇನೂ ಗೊತ್ತಿಲ್ಲ" ಮುಖವನ್ನು ತಿರುಗಿಸಿ ನೋವಿನಿಂದ ಹೇಳಿದಳು, "ನನಗೇನೂ ಗೊತ್ತಿಲ್ಲ."

ಮದನ್ ಅರೆಕ್ಷಣ ಹಿಂಜರಿದ. ಅವಳು ಸುಳ್ಳು ಹೇಳುತ್ತಿದ್ದಾಳೆಂದು ಅವನಿಗೆ ಗೊತ್ತು. ಆದರೆ ತಿಲಕರಾಜನ ಗೆಳತಿಗೆ ನಿಜವಾದ ತೊಂದರೆಯ ಕಾವು ತಟ್ಟಿತು.

ಒಂದು ವೇಳೆ ತಿಲಕರಾಜ ತಕ್ಷಣವೇ ಒಳಗೆ ಬಂದರೆ ತನ್ನನ್ನು ಕೊಲ್ಲಬಹುದು. ಮದನ್‌ಗೆ ಅದರ ಬಗ್ಗೆ ಸಂದೇಹವಿಲ್ಲ.

"ಬೇಗನೆ ಬಟ್ಟೆ ಹಾಕಿಕೋ. ನಾನು ಮತ್ತು ನೀನು ಹೊರಗೆ ತಿರುಗಾಡಲು ಹೋಗೋಣ."

"ನಾನು ನಿನ್ನ ಜೊತೆಗೆ ಬರಲಾರೆ. ಹೋಗು ಇಲ್ಲಿಂದ" ಗೀತಾ ಕಿರುಚಿದಳು. ಅವಳು ಹೊರಳಿ ಅವನಿಂದ ತಪ್ಪಿಸಿಕೊಂಡು ಹಜಾರಕ್ಕೆ ಓಡಿ ಬಂದಳು. ಮದನ್ ಶಪಿಸುತ್ತಾ ಅವಳ ಹಿಂದೆಯೇ ಬಂದ. ಮುಂಬಾಗಿಲ ಬಳಿ ಅವಳನ್ನು ಹಿಡಿದ. ಅವಳನ್ನು ಮತ್ತೆ ಎಳೆದು ಬೆಡ್‌ರೂಂಗೆ ತಂದ. ತನ್ನ ರಿವಾಲ್ವರ್ ತೆಗೆದು ಅವಳ ಎದೆಗೆ ಗುರಿಯಿಟ್ಟ.

"ಬಟ್ಟೆ ಬದಲಾಯಿಸು" ಒತ್ತಾಯಿಸಿದ. ಅವಳು ರಿವಾಲ್ವರ್‌ನತ್ತ ಬೆದರು ನೋಟ ಹಾಕಿದಳು. ಆ ಬಳಿಕ ಅವನಿಗೆ ಏನೂ ತೊಂದರೆಯಾಗಲಿಲ್ಲ. ಇಪ್ಪತ್ತು ನಿಮಿಷಗಳಲ್ಲಿ ಅವಳನ್ನು ರುದ್ರನೇತ್ರನ ಆಫೀಸಿಗೆ ಕರೆತಂದ.

"ಇಲ್ಲಿ ಸ್ವಲ್ಪ ಏನೋ ವಾಸನೆ ಇದೆ ಬಾಸ್" ಮೊದಲು ರುದ್ರನೇತ್ರನಿಗೆ ಹೇಳಿ ಗೀತಾಳತ್ತ ಕ್ರೂರವಾಗಿ ನೋಡಿದ.

"ನೀವೇ ಇವಳ ಹತ್ತಿರ ಮಾತಾಡಿ" ಅವನು ನಡೆದುದೆಲ್ಲವನ್ನು ಚಾಚೂ ತಪ್ಪದೆ ಹೇಳಿದ. ತಿಲಕರಾಜ ಕಣ್ಮರೆಯಾದದ್ದನ್ನು ತಿಳಿಸಿದ.

"ನೀನು ನನಗೇನು ಹೇಳಲು ಬಯಸುತ್ತಿರುವೆ? ನೀನು ಹೇಳ್ತಿರೋದು ತಿಲಕರಾಜ ಹಣವನ್ನು ದೋಚಿದ್ದಾನೆಂತನಾ?" ರುದ್ರನೇತ್ರ ನಂಬಲಾರದವನಂತೆ ಪ್ರಶ್ನಿಸಿದ.

"ನಾನೇನೂ ಹೇಳ್ತಿಲ್ಲ ಬಾಸ್. ಎಲ್ಲವನ್ನೂ ಇವಳೇ ನಿಮಗೆ ಹೇಳ್ತಾಳೆ."

ರುದ್ರನೇತ್ರ ರಕ್ತವರ್ಣದ ಕಣ್ಣುಗಳಿಂದ ಅವಳನ್ನು ನೋಡಿದ. ಅವಳು ತರಗೆಲೆಯಂತೆ ತರತರ ಕಂಪಿಸುತ್ತಿದ್ದಳು.

"ತಿಲಕರಾಜ ಎಲ್ಲಿದ್ದಾನೆ? ."

ಅವಳು ಅಳಲಾರಂಭಿಸಿದಳು.

"ನನಗೆ ಗೊತ್ತಿಲ್ಲ. ಅವನು ಕೆಲಸಕ್ಕೆ ಹೋಗಿದ್ದಾನೆ. ಅವನು ಹೋಗುವ ಮೊದಲು ನನ್ನನ್ನು ಮುಟ್ಟಬೇಡ. ನಾನು ತೊಂದರೆಯಲ್ಲಿದ್ದೇನೆ. ನನ್ನ ಪದಕ ಕಳೆದು ಹೋಗಿದೇಂತ ಹೇಳಿದ್ದ."

ರುದ್ರನೇತ್ರ ದೀರ್ಘ ಶ್ವಾಸ ಎಳೆದುಕೊಂಡ.

"ಕುಳಿತುಕೋ... ಮದನ್, ಅವಳಿಗೊಂದು ಕುರ್ಚಿ ಕೊಡು" ಆ ಬಳಿಕ ಅವನು ಪ್ರಶ್ನೆಗಳನ್ನು ಕೇಳಲಾರಂಭಿಸಿದ.

ಕೆರಳಿದ ಕೆಂಪು ಕಣ್ಣುಗಳ, ದಪ್ಪನೆಯ ಕಲ್ಲಿನ ಮುಖವನ್ನು ಕಂಡು ಅವಳು ಇನ್ನಷ್ಟು ಬೆದರಿದಳು.

"ಆಯ್ತು, ಅವಳನ್ನು ಮನೆಗೆ ಕರೆದುಕೊಂಡು ಹೋಗು ಮದನ್" ಕೊನೆಗೆ ರುದ್ರನೇತ್ರ ಹೇಳಿದ ಮೇಲೆ ಅವನು ಎದ್ದು ಜನಕನ ಕೋಣೆಯಲ್ಲಿದ್ದ ಇನ್ಸ್‌ಪೆಕ್ಟರ್ ವಿನೋದ್‌ನನ್ನು ಕಾಣಲು ಹೋದ. ರುದ್ರನೇತ್ರ ಅವನನ್ನು ಪಕ್ಕಕ್ಕೆ ಕರೆದ.

"ನೀನು ಮೊದಲು ತಿಲಕರಾಜನನ್ನು ಹಿಡೀಬೇಕು. ನಿನ್ನ ಎಲ್ಲಾ ಸಿಬ್ಬಂದಿಗಳಿಗೂ ಹೇಳು. ವಿಷಯ ಏನೂಂತ ಯಾರಿಗೂ ಏನೂ ಹೇಳ್ಬೇಡ. ಅರ್ಥವಾಯಿತೇ?"

ವಿನೋದ್ ಅವನತ್ತ ಅಚ್ಚರಿಯಿಂದ ನೋಡಿದ.

"ತಿಲಕರಾಜ... ಇದರ ಹಿಂದಿದ್ದಾನೆ ಅಂದುಕೊಳ್ಳುತ್ತೀಯಾ?"

ರುದ್ರನೇತ್ರ ತೋಳದಂತೆ ನೋಡಿದ.

"ನನಗೆ ಗೊತ್ತಿಲ್ಲ. ಆದರೆ ನಾಲ್ಕೈದು ಗಂಟೆಗಳಲ್ಲಿ ಅವನನ್ನು ಹಿಡಿಯಬೇಕು. ಎಲ್ಲವನ್ನೂ ಬದಿಗಿರಿಸು. ಮೊದಲು ತಿಲಕರಾಜ... ಉಳಿದದ್ದೆಲ್ಲಾ ಆಮೇಲೆ."

* * *

ಹತ್ತು ಗಂಟೆಯ ಹೊತ್ತಿಗೆ ಮಸ್ತಾನ ಕ್ಯಾಡಿಲಾಕ್ ಕಾರಿನಲ್ಲಿ ಬಂದಿಳಿದ. ಮೂವರೂ ಬಾಡಿಗಾರ್ಡ್‌ಗಳ ಜೊತೆಗೆ ಶುಷ್ಕ ನಗೆಯೊಂದಿಗೆ ಅವರನ್ನು ನೋಡುತ್ತಿದ್ದ. ಎರಡು ದೊಡ್ಡ ಸೂಟ್‌ಕೇಸಗಳನ್ನು ರುದ್ರನೇತ್ರನ ಮೇಜಿನ ಮೇಲಿರಿಸಿದ.

ಮಸ್ತಾನ ಕುಳ್ಳ, ಬಕ್ಕ ತಲೆಯ ಸಣ್ಣ ಕಣ್ಣುಗಳ ದಪ್ಪ ತುಟಿಯ ಮೊಂಡು ಮೂಗಿನ ಅಗಲ ಹಣೆಯ ವ್ಯಕ್ತಿ. ರುದ್ರನೇತ್ರನಿಗೆ ಹಸ್ತಲಾಘವ ನೀಡಿದ. ತನ್ನ ಅನುಚರರನ್ನು ಹೊರಗೆ ನಿಲ್ಲುವಂತೆ ಸೂಚಿಸಿದ. ಜನಕನತ್ತ ಕೈಯೆತ್ತಿ ತೋರಿಸಿದ. ಆತ ಹಣವನ್ನು ಎಣಿಸುವುದರಲ್ಲಿ ಮಗ್ನನಾಗಿದ್ದ.

"ಅಲ್ಲಿ ಹಣವಿದೆ ರುದ್ರನೇತ್ರ. ನೀನು ಕೇಳದೆ ತೆಗೆದುಕೋ. ಸೇವೆ ಹೇಗಿದೆ?" ರುದ್ರನೇತ್ರ ತಲೆಯಲುಗಿಸಿದ.

"ಥ್ಯಾಂಕ್ಸ್."

"ಬಾಸ್ ನನ್ನತ್ರ ಫೋನ್‌ನಲ್ಲಿ ಮಾತಾಡಿದ್ರು. ಅವರು ಒತ್ತಾಯಿಸಿಲ್ಲ. ನಿನಗೆ ಗೊತ್ತಿದೆಯಲ್ಲವೇ. ಇದು ಒಳ್ಳೆಯದಲ್ಲವೇ..."

"ನಾನು ಹೊಸತೊಂದು ಯೋಜನೆ ಹಾಕಿಕೊಂಡಿರುವೆ."

"ನನಗೆ ಗೊತ್ತು. ನೀನು ಹಾಗೆ ಮಾಡಬಹುದು. ಈಗ ಯಾರು ಹಣವನ್ನು ದೋಚಿದ್ದಾರೇಂತ?"

"ಇನ್ನೂ ಖಚಿತವಾಗಿಲ್ಲ. ಅದು ತಿಲಕರಾಜನತ್ತ ಬೆರಳು ತೋರಿಸುತ್ತಿದೆ. ಅವನೂ ಕಾಣೆಯಾಗಿದ್ದಾನೆ" ರುದ್ರನೇತ್ರ ಹೇಳಿದ.

"ತಿಲಕರಾಜ!? ನನಗೆ ತಿಳಿದ ಹಾಗೆ ಆತ ನಿನ್ನ ಆಪ್ತ ವ್ಯಕ್ತಿಯಲ್ಲವೇ?"

"ಹೌದು" ರುದ್ರನೇತ್ರನ ಮುಖ ಕೆಂಪಗಾಯಿತು. ಅವನ ಕಣ್ಣುಗಳು ಕಿರಿದಾದವು.

"ಆದರೆ ಅವನನ್ನು ತೋರಿಸುತ್ತಿದೆ" ಅವನು ಗೀತಾ ಹೇಳಿದ ವಿಷಯ, ಮದನ್ ಸಂಗ್ರಹಿಸಿದ ವಿಷಯವನ್ನೆಲ್ಲಾ ತಿಳಿಸಿದ.

"ಖಂಡಿತವಾಗಿಯೂ ಆ ಹುಡುಗಿಗೆ ಏನೂ ಗೊತ್ತಿಲ್ಲವೇ?"

"ನನಗೆ ಖಂಡಿತಾ ಗೊತ್ತು... ಆ ಹುಡುಗಿಯೂ ಇದರಲ್ಲಿ ಭಾಗಿಯಾಗಿರಬಹುದು."

"ಹಾಗಾದರೆ ನೀನೇನು ಮಾಡ್ಬೇಕೂಂತ ಇದ್ದೀಯಾ?" ರುದ್ರನೇತ್ರ ಕೈಗಳೆರಡನ್ನೂ ಮುಚ್ಚಿದ.

"ಅವನು ಊರು ಬಿಟ್ಟರೆ ಗ್ಯಾಂಗ್ ಅವನನ್ನು ಹುಡುಕಬೇಕು. ಅವನು ಊರಲ್ಲಿಯೇ ಇದ್ದರೆ ನಾನೇ ಅವನನ್ನು ವಿಚಾರಿಸುವೆ."

"ಅವನೂ ಬಹಳ ಜಾಗರೂಕತೆಯಿಂದ ಇರಬಹುದು. ಆಯ್ತು, ನಿನಗೆ ಹಾಗಾದರೆ ನಮ್ಮ ಗ್ಯಾಂಗ್‌ನ ಸಹಾಯ ಬೇಕಲ್ಲವೇ?"

"ಅವನು ಊರು ಬಿಟ್ಟಿದ್ದರೆ ಖಂಡಿತಾ ನಿಮ್ಮ ಗ್ಯಾಂಗ್‌ನ ಸಹಾಯ ಬೇಕು."

"ರುದ್ರನೇತ್ರ, ಹಾಗಾದರೆ ನಾನು ಇವಾಗ್ಲೇ ಏನೂ ತಯಾರಿ ಮಾಡ್ಬೇಕೂಂತ ಇಲ್ಲ. ಒಮ್ಮೆ ನಾವು ಕೆಲಸಕ್ಕಿಳಿದರೆ ಅದು ಖರ್ಚಿನ ವಿಷಯ. ಒಂದು ವೇಳೆ ಅವನು ಊರು ಬಿಟ್ಟಿದ್ದಾದರೆ ದಯವಿಟ್ಟು ನಮಗೆ ತಿಳಿಸು, ಸರಿನಾ?"

"ಖಂಡಿತಾ..."

ಮಸ್ತಾನ ಮುಗುಳ್ನಕ್ಕ.

ಮಸ್ತಾನ ಹೊರಗೆ ಹೋದ ಬಳಿಕ ಮದನ್ ಮತ್ತೆ ಮೈಕೆಲ್‌ರನ್ನು ಆಫೀಸಿಗೆ ಕರೆಸಿದ.

"ಹೋಗಿ, ತಿಲಕರಾಜ ಮನೆಯಲ್ಲಿದ್ದಾನಾ ನೋಡಿ. ಹುಡುಕಿ..." ಅವನು ಆಜ್ಞೆ ಮಾಡಿದ.

"ನನಗೆ ಆತನ ಪ್ರತಿಯೊಂದು ನಡೆಯೂ ಬೇಕು. ಸಣ್ಣ ಪೇಪರ್‌ನ ತುಂಡು ಅಲ್ಲಿ ಸಿಕ್ಕರೂ ನನಗೆ ಬೇಕು. ನೀವು ನಮ್ಮ ಕೆಲವು ಹುಡುಗರನ್ನು ಕೂಡ ಕಳಿಸಿ. ನನಗೆ ಅವನ ಗೆಳೆಯರೆಲ್ಲಾ ಯಾರೂಂತ ಬೇಕು."

ಅವರು ಹೊರಗೆ ಹೋದ ಬಳಿಕ ರುದ್ರನೇತ್ರ ಇನ್ಸ್‌ಪೆಕ್ಟರ್ ವಿನೋದ್‌ನಿಗೆ ಫೋನ್ ಮಾಡಿದ.

"ಏನಾದರೂ ತಿಳಿಯಿತೇ?" ವಿನೋದ್ ಲೈನ್‌ಗೆ ಬಂದಾಗ ಕೇಳಿದ.

"ಅವನು ಊರು ಬಿಟ್ಟು ಹೋಗಿದ್ದಾನೆ. ಖಚಿತವಾಯಿತು. ಅವನು ಇಲ್ಲೆಲ್ಲಿಯೂ ಕಾಣಿಸುತ್ತಿಲ್ಲ. ನಾವು ಅವನ ರೆಕಾರ್ಡನ್ನೆಲ್ಲಾ ಕೆದಕಿದೆ. ಅವನ ಫೋಟೋ, ಫಿಂಗರ್ ಪ್ರಿಂಟ್ಸ್, ಅವುಗಳೇನಾದರೂ ನಿನ್ನ ಸಹಾಯಕ್ಕೆ ಬರಬಹುದೇ?"

"ಹೌದು... ನಿನ್ನತ್ರ ಏನೆಲ್ಲಾ ಇದೆಯೋ ಅವೆಲ್ಲಾ ನನಗೆ ಬೇಕು."

"ಖಂಡಿತಾ ಅದರ ಜೆರಾಕ್ಸ್ ಪ್ರತಿಗಳನ್ನು ನನ್ನ ಪೇದೆಯ ಮೂಲಕ ಕಳುಹಿಸುತ್ತೇನೆ ರುದ್ರನೇತ್ರ."

"ಅವನಿಗೆ ಬೇರೆ ಯಾರಾದರೂ ಸಂಬಂಧಿಕರಿದ್ದಾರೆಯೇ?"

"ಅವನ ರೆಕಾರ್ಡ್ ಪ್ರಕಾರ ಯಾರೂ ಇಲ್ಲ. ಅವನ ತಂದೆ ಆರು ವರ್ಷಗಳ ಹಿಂದೆ ತೀರಿಹೋಗಿದ್ದಾರೆ."

"ಬೇರೇ ಏನಾದರೂ ಅವನ ಬಗ್ಗೆ?"

"ಅವನು ಬೇರೆಲ್ಲಿಂದಲೋ ಮುಂಬೈಗೆ ಬಂದವನು. ತಂದೆ ಒಂದು ಸಣ್ಣ ಜ್ಯೂಸ್ ಅಂಗಡಿಯಲ್ಲಿ ಕೆಲಸಕ್ಕಿದ್ದ."

ರುದ್ರನೇತ್ರ ಒಂದು ಕ್ಷಣ ಆಲೋಚಿಸಿದ.

"ಹಾಗಾದರೆ ಅವನು ತನ್ನ ಊರಿಗೆ ಹಿಂತಿರುಗಿರಬಹುದು."

"ಇರಬಹುದು, ನಾನು ಅಲ್ಲಿಯ ಪೊಲೀಸರಿಗೆ ವಿಷಯ ತಿಳಿಸುವೆ."

ರುದ್ರನೇತ್ರ ಒಂದರೆಗಳಿಗೆ ಯೋಚಿಸಿದ. ಬಳಿಕ, "ಬೇಡ, ನಾನೇ ಇದನ್ನು ವಿಚಾರಿಸಿಕೊಳ್ಳುವೆ. ಆದರೆ ಅವನ ಬೇಟೆ ಮುಂದುವರೆಯಲಿ" ಸ್ವಲ್ಪ ಹೊತ್ತಿನ ಮೌನದ ಬಳಿಕ ರುದ್ರನೇತ್ರ ಹೇಳಿದ.

"ಇನ್ನೊಮ್ಮೆ ಈ ಕಡೆಗೆ ಬರುವಾಗ ಜನಕನನ್ನು ಭೇಟಿಯಾಗುವುದು ಮರಿಬೇಡ. ನಿನ್ನಲ್ಲೇನೋ ಕೇಳಬೇಕೆಂದುಕೊಂಡಿದ್ದಾನೆ."

ವಿನೋದ್ ಧನ್ಯವಾದ ಹೇಳಬೇಕೆನ್ನುವಷ್ಟರಲ್ಲಿ ರುದ್ರನೇತ್ರ ಫೋನ್ ಇಟ್ಟು ಬಿಟ್ಟ.

* * *

ಸಂಜೆ ಏಳು ಗಂಟೆಯ ಹೊತ್ತಿಗೆ ರುದ್ರನೇತ್ರ ತನ್ನ ಕಚೇರಿಯಲ್ಲಿ ಕುಳಿತಿದ್ದ. ಇನ್ಸ್‌ಪೆಕ್ಟರ್ ವಿನೋದ್ ಕಳುಹಿಸಿದ ರೆಕಾರ್ಡ್‌ಗಳನ್ನು, ವಸ್ತುಗಳನ್ನು ಪರಿಶೀಲಿಸುತ್ತಿದ್ದ. ಮದನ್ ಮೈಕೆಲ್ ಇಬ್ಬರೂ ತಿಲಕರಾಜನ ಅಪಾರ್ಟ್‌ಮೆಂಟ್‌ನಿಂದ ತಂದ ವಸ್ತುಗಳನ್ನೂ ನೋಡುತ್ತಿದ್ದ.

ಜನಕ ಅವನ ಹಿಂದೆ ನಿಂತು ಗಮನಿಸುತ್ತಿದ್ದ. ರುದ್ರನೇತ್ರನ ಉದ್ದೇಶ ಏನೆನ್ನುವುದನ್ನು ಕುತೂಹಲದಿಂದ ನೋಡುತ್ತಿದ್ದ.

"ನಿಮಗೇನು ಸಿಕ್ಕಿತು?" ತಕ್ಷಣವೇ ರುದ್ರನೇತ್ರ ಕೇಳಿದ.

"ಅವನು ನಮ್ಮ ಜನ. ಈಗ ಈ ಪ್ರಶ್ನೆ ಬೇಡ. ಅವನು ಊರು ಬಿಟ್ಟು ಹೋಗಿರಬಹುದು" ಜನಕ ಹೇಳಿದ.

"ಯಾರು ಇದನ್ನು ಊಹಿಸಿದ್ದಾರೆ ತಿಲಕರಾಜ ನಮಗೆ ಹೀಗೆ ಮಾಡ್ತಾನೆಂತ?" ಕುರ್ಚಿಯನ್ನು ಹಿಂದಕ್ಕೆ ತಳ್ಳುತ್ತಾ ಕೇಳಿದ.

"ನಾಯಿ ಮಗ! ಆಯ್ತು, ನಾನು ಈ ವಿಷಯವನ್ನು ಗ್ಯಾಂಗ್‌ಗೆ ಕೊಟ್ಟು ಬಿಡುತ್ತೇನೆ. ಸ್ವಲ್ಪ ಸಮಯ ತೆಗೆದುಕೊಳ್ಳಬಹುದು. ಅವರೇ ಅವನನ್ನು ನೋಡಿಕೊಳ್ಳಲಿ. ಅವನು ಹುಟ್ಟೇ ಇಲ್ಲ ಅನ್ನುವ ಹಾಗೆ ಮಾಡ್ತಾರೆ."

ಜನಕ ಮೇಜಿನ ಬಳಿ ಬಂದ.

"ನನಗೆ ಆಸಕ್ತಿ ಹುಟ್ಟಿದೆ ರುದ್ರನೇತ್ರ" ಹಡಗು ಮತ್ತು ದೋಣಿಯ ಟೆಕ್ನಿಕಲ್ ಮ್ಯಾಗಝೀನ್ ತೆಗೆದುಕೊಂಡು ನೋಡಿದ. ಅದು ತಿಲಕರಾಜನ ಅಪಾರ್ಟ್‌ಮೆಂಟ್‌ನಲ್ಲಿ ದೊರೆತ ಪುಸ್ತಕ.

"ತಿಲಕರಾಜನಿಗೆ ಇದು ಯಾಕೆ ಬೇಕು? ಅವನಿಗೆ ಈ ಪುಸ್ತಕದಿಂದ ಏನು ಪ್ರಯೋಜನ?"

"ಅದು ನನಗೆ ಹೇಗೆ ಗೊತ್ತಾಗಬೇಕು? ಅಂದ್ರೆ ಏನೂ ಗೊತ್ತಿಲ್ಲ" ರುದ್ರನೇತ್ರ ಗೊಣಗಿದ.

ಜನಕ ಪುಸ್ತಕದ ಪುಟಗಳನ್ನು ತಿರುವುತ್ತಿದ್ದವನು ತಕ್ಷಣ ಒಂದೆಡೆ ನಿಲ್ಲಿಸಿದ. ಒಂದು ಯಾಂತ್ರಿಕ ಬೋಟ್‌ನ ಚಿತ್ರವನ್ನು ಪೆನ್ಸಿಲ್‌ನಿಂದ ಗುರುತು ಮಾಡಲಾಗಿತ್ತು.

"ಇದನ್ನು ನೋಡು."

ರುದ್ರನೇತ್ರ ಅವನತ್ತ ನೋಡಿದ.

"ಏನದು?"

"ನಿನಗೆ ತಿಲಕರಾಜ ದೋಣಿಗಳ ಬಗ್ಗೆ ಆಸಕ್ತಿ ಹೊಂದಿದ್ದ ಅನ್ಸುತ್ತಾ? ಅವನ ಯೋಜನೆ ದೋಣಿಗಳತ್ತ ಜಿಗಿಯುವುದೆನ್ನುವುದು ನಿನಗೆ ಗೊತ್ತಿದೆಯಾ?"

ರುದ್ರನೇತ್ರ ಚುರುಕಾದ.

"ಹೌದಾ?... ಇದು ದಕ್ಷಿಣದ ಕಡೆಗೆ ಅವನು ಓಡುವುದಕ್ಕೆ ಸಾಕ್ಷಿ."

"ಮತ್ತೆ ಇದು?"

ಒಂದು ಗ್ರೀಟಿಂಗ್ಸ್ ಕಾರ್ಡ್ ಅನ್ನು ಎತ್ತಿ ತೋರಿಸಿದ. ಅದರ ಒಳಗೆ 'ಮುಂದೆ ಭೇಟಿಯಾಗೋಣ ಫಾಝಿಲ್' ಎಂದಿತ್ತು.

"ಫಾಝಿಲ್ ಯಾರು? ಎಲ್ಲಿದ್ದಾನೆ? ಇದು ಅತೀ ಮುಖ್ಯವೆನಿಸುತ್ತದೆ."

"ಆತ ಗೋವಾದಲ್ಲಿರುವ ವ್ಯಕ್ತಿ. ಆತನಿಗೊಂದು ಕ್ರೂಸರ್ ಇದೆ" ಮತ್ತೆ ಟೆಲಿಫೋನ್ ರಿಂಗಾಯಿತು. ಮೈಕೆಲ್ ಲೈನ್‌ನಲ್ಲಿದ್ದ.

"ಬಾಸ್, ಮಾಹಿತಿ ಸಿಕ್ಕಿದೆ" ಆತುರವಿತ್ತು ಧ್ವನಿಯಲ್ಲಿ.

"ಒಬ್ಬ ಕಾರಿನ ಡ್ರೈವರ್‌ನನ್ನು ವಿಚಾರಿಸಿದೆ. ತಿಲಕರಾಜನ ಚಹರೆಯನ್ನು ಹೋಲುವ ವ್ಯಕ್ತಿಯನ್ನು ರೆಡ್ಡಿ ಕೆಫೆಗೆ ಡ್ರಾಪ್ ಮಾಡಿರುವುದಾಗಿ ಹೇಳಿದ."

"ಅವನನ್ನು ಇಲ್ಲಿಗೆ ಕರೆದುಕೊಂಡು ಬಾ. ನಾನು ತಿಲಕರಾಜನ ಫೋಟೋವನ್ನು ಅವನಿಗೆ ತೋರಿಸಿದೆ" ರುದ್ರನೇತ್ರ ರಿಸೀವರನ್ನು ಇಟ್ಟು ಜನಕನತ್ತ ನೋಡಿದ.

"ನೋಡು, ತಿಲಕರಾಜ ಊರು ಬಿಟ್ಟು ಹೋದದ್ದು ಸತ್ಯ. ಅವನು ರೆಡ್ಡಿ ಕೆಫೆಯಲ್ಲಿ ಇಳಿದದ್ದು ತಿಳಿಯಿತು. ಮುಂದೆ ದಕ್ಷಿಣಕ್ಕೆ ಹೋಗೋ ಟ್ರಕ್‌ನಲ್ಲಿ ಆತ ಪ್ರಯಾಣ ಮುಂದುವರೆಸಬಹುದು, ಅಲ್ಲವೇ?"

"ಹೌದು."

"ದಕ್ಷಿಣಕ್ಕೆ! ಅಂದರೆ ಅವನ ಗುರಿ ದಕ್ಷಿಣದ ಕಡೆಗೆ? ಆ ಹುಚ್ಚ ಅಲ್ಲಿಗೆ ಹೋಗಿದ್ದಾನೆ?" ರುದ್ರನೇತ್ರ ಅರಚಿದ.

ಹದಿನೈದು ನಿಮಿಷಗಳ ಬಳಿಕ ಮೈಕೆಲ್ ಡ್ರೈವರ್ ಗಿರೀಶನ ಜೊತೆಗೆ ಬಂದ. ಬಹಳ ಕಷ್ಟದಲ್ಲಿ ಆಫೀಸಿಗೆ ಬಂದ. ರುದ್ರನೇತ್ರ ಅವನ ಫೋಟೋವನ್ನು ಮೇಜಿನ ಮೇಲೆ ಎಸೆದ.

"ಇವನೆಯಾ?" ಗಿರೀಶ ಫೋಟೋವನ್ನು ಕೂಲಂಕಷವಾಗಿ ಗಮನಿಸಿ ತಲೆಯಲುಗಿಸಿದ.

"ಹೌದು ಸರ್."

"ಸರಿ."

ರುದ್ರನೇತ್ರ ತನ್ನ ಪರ್ಸ್ ತೆಗೆದು ಎರಡು ಸಾವಿರದ ಒಂದು ನೋಟು ತೆಗೆದು ಡ್ರೈವರ್‌ಗೆ ನೀಡಿದ.

"ಅವನ ಹೆಸರು ಮತ್ತು ವಿಳಾಸ ತೆಗೆದುಕೊಂಡು ಅವನನ್ನು ಕಳುಹಿಸಿ" ಮೈಕೆಲ್‌ಗೆ ಹೇಳಿದ ರುದ್ರನೇತ್ರ.

ಗಿರೀಶ ಬಾಗಿಲಿನತ್ತ ನಡೆಯುವಾಗ ಜನಕ, "ನಿಲ್ಲು" ಎಂದ.

"ನಿನ್ನ ಕಾರಿನಲ್ಲಿ ಬಂದ ವ್ಯಕ್ತಿಯ ಕೈಯಲ್ಲಿ ಎರಡು ಭಾರವಾದ ಚೀಲಗಳಿದ್ದವಲ್ಲವೇ?"

"ಅವನ ಕೈಯಲ್ಲಿ ಏನೂ ಇರಲಿಲ್ಲ" ಗಿರೀಶ ತಲೆಯಲುಗಿಸಿದ.

"ಆತನ ಹತ್ತಿರ ಒಂದು ಬ್ಯಾಗೂ ಇರಲಿಲ್ಲವೇ."

"ಏನೂ ಇರಲಿಲ್ಲ."

"ಸರಿ, ಹೋಗು. ಅವನು ಎರಡು ಬ್ಯಾಗುಗಳನ್ನೂ ದೋಚಿಕೊಂಡು ಹೋಗಿದ್ದಾನೆಯೇ?" ಡ್ರೈವರ್ ಅರ್ಥವಾಗದೆ ನೋಡಿದವನೇ ತಲೆಯನ್ನು ಅಡ್ಡಲಾಗಿ ಆಡಿಸಿದ.

"ನಿಜವಾಗಿಯೂ ಸರ್, ಯಾವ ವಸ್ತುವೂ ಅವನ ಹತ್ತಿರವಿರಲಿಲ್ಲ" ಆಫೀಸಿನ ಬಾಗಿಲು ಮುಚ್ಚಿಕೊಂಡಾಗ ರುದ್ರನೇತ್ರ ಜನಕನತ್ತ ನೋಡಿದ.

"ನಿನಗೆ ಇನ್ನು ಆ ಹಣ ಇಲ್ಲಿಯೇ ಇದೆ ಅನಿಸ್ತಿದೆಯಾ?"

"ಇಲ್ಲ, ರುದ್ರನೇತ್ರ. ಇದನ್ನು ನೋಡುವಾಗ ಹಾಗೆ ಅನಿಸುವುದಿಲ್ಲ. ಅವಸರ ಮಾಡಬೇಡ."

ಜನಕ ಮೇಲೆ ಕೆಳಗೆ ನೋಡುವಾಗ ರುದ್ರನೇತ್ರನಿಗೆ ಈತ ಸಾಮಾನ್ಯ ವ್ಯಕ್ತಿಯಲ್ಲವೆಂದು ಗೊತ್ತಾಯ್ತು. ಅವನ ತಾಳ್ಮೆಯನ್ನು ಅಪಾರ್ಥ ಮಾಡಿಕೊಳ್ಳಲಾರ ರುದ್ರನೇತ್ರ. ಜನಕ ಸುಮ್ಮನಾದ.

"ತಿಲಕರಾಜ ಸಾಲಗಾರ. ಅವನಿಗೆ ಯಾರೂ ಗೆಳೆಯರಿಲ್ಲ. ನಾವು ಇನ್ನು ಆಳಕ್ಕೆ ಇಳಿಯಬೇಕು. ಈ ಗ್ರೀಟಿಂಗ್ಸ್ ಕಾರ್ಡ್ ಅವನಿಗೆ ಯಾರೋ ಗೆಳೆಯರು ಕಳುಹಿಸಿರಬೇಕು. ಅದ್ದರಿಂದ ಅವನಿಗೆ ಯಾರೋ ಆತ್ಮೀಯ ಗೆಳೆಯನಿದ್ದಾನೆ. ಅವನು ಅಪಹರಿಸಿರಬಹುದು. ಆದರೆ ಅವನ ಬಳಿಯಲ್ಲಿ ಹಣವಿಲ್ಲ. ಊರು ಬಿಟ್ಟಿದ್ದಾನೆ ಎಂದರೆ ಮತ್ತೆ ಹಿಂತಿರುಗುವ ಧೈರ್ಯ ಅವನಿಗಿಲ್ಲ. ಅವನ ಪರವಾಗಿ ಬೇರೆ ಯಾರೋ ಈ ಕೆಲಸ ಮಾಡುತ್ತಿರಬಹುದು ರುದ್ರನೇತ್ರ" ಜನಕ ಮಾತು ನಿಲ್ಲಿಸಿ ಮತ್ತೆ ಮುಂದುವರೆಸಿದ, "ಒಂದು ವೇಳೆ ಬೇರೆ ಯಾರಾದರೂ ಹಣವನ್ನು ತೆಗೆದಿರುತ್ತಿದ್ದರೆ ತಿಲಕರಾಜ ತನ್ನ ಕಳೆದು ಹೋದ ಪದಕಕ್ಕೆ ತಲೆ ಕೆಡಿಸಿಕೊಳ್ಳುತ್ತಿದ್ದನೇ? ನನ್ನ ಮಾತುಗಳು ನಿನಗೆ ಅರ್ಥವಾಗುತ್ತಿದೆಯಲ್ಲವೇ ರುದ್ರನೇತ್ರ? ತಿಲಕರಾಜ ಮತ್ತು ಇನ್ನೊಬ್ಬ ವ್ಯಕ್ತಿ ಈ ಕೆಲಸ ಮಾಡುತ್ತಿರಬೇಕು. ಆ ಇನ್ನೊಬ್ಬ ವ್ಯಕ್ತಿ ಹಣ ತೆಗೆದುಕೊಂಡಿರಬೇಕು. ಈತ ಊರಿಗೆ ಹೋಗಿದ್ದಾನೆ. ಅವನ ಉಪಾಯ ಏನೂಂತಂದ್ರೆ ನಾವ್ಯಾರು ಆತನ ಬಗ್ಗೆ ಸಂದೇಹಿಸಬಾರದೆನ್ನುವುದಿರಬೇಕಲ್ಲವೇ? ಅನಂತರ ಅವನಿಗೆ ಪದಕ ಕಳೆದು ಹೋಗಿದೇಂತ ಗೊತ್ತಾಗಿದ್ದು. ಅವನಿಗೆ ಆ ಪದಕ ನನ್ನ ಆಫೀಸಿನಲ್ಲಿ ಬಿದ್ದು ಹೋಗಿದ್ದರೆ ಎನ್ನುವ ಭಯ. ಆತನಿಗೆ ಗೊತ್ತಿದೆ. ಇಲ್ಲಿ ಕಾವಲುಗಾರ ಅವನಿಗೆ ತಡೆಯಾಗಿದ್ದ. ಅದಕ್ಕೆ ಅವನು ಊರಿಗೆ ಹೋಗೋ ಉಪಾಯ ಹೂಡಿದ್ದಾನೆ. ಅಲ್ಲಿ ಅವನ ಗ್ರೀಟಿಂಗ್ಸ್ ಕಾರ್ಡ್ ಕಳುಹಿಸಿದ ಗೆಳೆಯನನ್ನು ಭೇಟಿಯಾಗಿದ್ದಾನೆ. ಫಾಝಿಲ್ ಅವನ ಗೆಳೆಯನಿರಬೇಕು."

ರುದ್ರನೇತ್ರ ದುರುಗುಟ್ಟಿಕೊಂಡು ಅವನನ್ನು ನೋಡಿದ.

"ನಿನ್ನ ಅಭಿಪ್ರಾಯದಲ್ಲಿ ಅದು ಫಾಝಿಲ್. ಕೇವಲ ಗ್ರೀಟಿಂಗ್ಸ್ ಕಾರ್ಡ್ ಕಳುಹಿಸಿದ ಕೂಡಲೇ ಆತನೇ ಇವನ ಈ ಯೋಜನೆಯಲ್ಲಿ ಪಾಲುದಾರ ಅಂತ ಹೇಗೆ ಹೇಳ್ತೀಯಾ?"

"ನನಗೆ ಗೊತ್ತಿಲ್ಲ. ತಿಲಕರಾಜ ಯಾವತ್ತೂ ಒಬ್ಬಂಟಿ. ಆದರೆ ಇನ್ಯಾರೋ ಅವನ ಜೊತೆಗೆ ಕೈಜೋಡಿಸಿದ್ದಾರೆ ಖಂಡಿತಾ. ಆತ ದಕ್ಷಿಣದ ಕಡೆಯವನಿರಬೇಕು."

ರುದ್ರನೇತ್ರ ಅನುಮಾನಿಸಿದ.

"ಸರಿ, ಇರಬಹುದು. ನಾನು ವಿನೋದ್‌ನಿಗೆ ತಿಳಿಸಿದ್ದೇನೆ. ಅವನು ಅಲ್ಲಿಯ ಪೊಲೀಸರಿಗೆ ಮಾಹಿತಿಯನ್ನು ತಿಳಿಸಲಿ. ಅವರು ಫಾಝಿಲ್‌ನನ್ನು ವಿಚಾರಿಸಲಿ."

"ಒಂದು ನಿಮಿಷ ರುದ್ರನೇತ್ರ. ಮಸ್ತಾನನಿಗೆ ಹೇಳುವುದು ಬೇಡ. ನಾವೇ ಇದನ್ನು ನೋಡಿಕೊಳ್ಳುವ. ನಿನಗೆ ಅವರು ಅಷ್ಟೊಂದು ಮೊತ್ತವನ್ನು ಕೇಳುತ್ತಿದ್ದಾರೆನ್ನುವುದು ಗೊತ್ತಿಲ್ಲವೇ? ತಿಲಕರಾಜ ತೆಗೆದುಕೊಂಡು ಹೋದ ಹಣದ ಅರ್ಧದಷ್ಟು! ಅದಕ್ಕಿಂತಲು ಹೆಚ್ಚಾಗಬಹುದು. ನಮಗೆ ಅವರ ಗ್ಯಾಂಗ್ ಹೇಗೆ ವ್ಯವಹರಿಸುತ್ತಿದೆಯೆನ್ನುವುದು ಗೊತ್ತಿಲ್ಲವೇ? ಒಂದು ವೇಳೆ ಯಾವ ವ್ಯಕ್ತಿಯ ಕಡೆಗೆ ಬೆರಳು ತೋರಿಸುತ್ತಾನೋ ಆತ ಸತ್ತ ಹಾಗೆ! ಅದು ಎರಡು ವರ್ಷಗಳು ಬೇಕಾದರು ತೆಗೆದುಕೊಳ್ಳಬಹುದು. ಒಮ್ಮೆ ಗುರುತಿಸಿದರೆ ಆ ವ್ಯಕ್ತಿ ಸತ್ತ ಹಾಗೆ. ಆದೇ ನಾವು ಮೈಕೆಲ್ ಮದನ್‌ರನ್ನು ಕಳುಹಿಸಿದರೆ ಈ ಕೆಲಸಕ್ಕೆ ಅವರು ನಮ್ಮ ಜನರು. ನಮಗೆ ಅಷ್ಟು ಹಣ ಉಳಿಯುತ್ತದೆ. ಒಂದು ವೇಳೆ ತಿಲಕರಾಜ ಸಿಗಲಿಲ್ಲ. ಫಾಝಿಲ್ ಸಾಚಾ ವ್ಯಕ್ತಿಯಾದರೆ ನಾವು ಅದನ್ನು ಮಸ್ತಾನ ಕೈಗೆ ವಹಿಸಿಕೊಡುವ. ನಿನಗೇನಿಸುತ್ತದೆ?"

ರುದ್ರನೇತ್ರನಿಗೆ ಒಪ್ಪಿಗೆಯಾಯಿತು. ಆತ ತಲೆಯಲುಗಿಸಿದ.

"ಈಗ ನೀನು ನಿನ್ನ ತಲೆ ಉಪಯೋಗಿಸುತ್ತಿರುವೆ ಜನಕ. ಸರಿ, ಅವರಿಬ್ಬರನ್ನು ಮೊದಲು ವಿಮಾನದಲ್ಲಿ ಕಳುಹಿಸುವ. ಫಾಝಿಲ್‌ನನ್ನು ಹುಡುಕಲಿ."

* * *

ಸುಮಾರು ಹನ್ನೊಂದು ಗಂಟೆಯ ಹೊತ್ತಿಗೆ ಮದನ್, ಮೈಕೆಲ್ ಇಬ್ಬರೂ ಗೋವಾ ಏರ್‌ಪೋರ್ಟ್‌ನಲ್ಲಿ ಬಂದಿಳಿದರು. ತಕ್ಷಣವೇ ಅವರು ತಮ್ಮ ಓಡಾಟಕ್ಕೆ ಓಲಾ ಕಂಪನಿಯ ಕಾರನ್ನು ಗೊತ್ತು ಮಾಡಿಕೊಂಡರು. ಕಾರಿಗೆ

ಕಾಯುತ್ತಿರುವಾಗ ಪಕ್ಕದಲ್ಲಿ ನಿಂತಿದ್ದ ಯುವತಿಯನ್ನು ಅಲ್ಲಿಗೆ ಹತ್ತಿರದ ದಾರಿ ಯಾವುದೆಂದು ವಿಚಾರಿಸಿದರು.

"ನೇರವಾಗಿ ಮಹಾರಾಷ್ಟ್ರ ಗೋವಾ ಹೈವೆಯೇ ಸರಿಯಾದ ದಾರಿ. ಇಲ್ಲಿಂದ ಸುಮಾರು ಅರವತ್ತು ಕಿಲೋ ಮೀಟರ್ ದೂರ. ಆ ರಸ್ತೆ ಚೆನ್ನಾಗಿದೆ."

ಮೈಕೆಲ್ ಹಿಂದಿನ ಸೀಟ್‌ನಲ್ಲಿ ಕುಳಿತ. ಬೇರೇನಾದರೂ ಕೆಲಸಗಳಿದ್ದರೆ ಅವರು ಹೀಗೆ ಮಾಡುತ್ತಿದ್ದರು. ಮದನ್ ಅವನಿಗಿಂತಲೂ ಐದು ವರ್ಷ ಕಿರಿಯ ಅವನು ಎದುರು ಕುಳಿತ. ಕಾರು ಹೈವೆಯನ್ನು ಹಿಡಿದು ಓಡುತ್ತಿತ್ತು.

ಕಾರು ವೇಗವಾಗಿ ಓಡುತ್ತಿತ್ತು.

"ನಾವು ಹೀಗೆ ಯೋಜನೆ ಹಾಕಿಕೊಳ್ಳುವ. ತಿಲಕರಾಜ ಕಂಡ ಕೂಡಲೇ ನಾನು ಅವನ ಬಗ್ಗೆ ಕಾಳಜಿ ವಹಿಸುತ್ತೇನೆ. ಅದೇ ಫಾಝಿಲ್ ಕಂಡರೆ ನೀನು ಕಾಳಜಿ ವಹಿಸಬೇಕು. ಸರಿನಾ?"

ಮದನ್ ಚುರುಕಾದ.

"ಎಲ್ಲಿ ನಮಗೆ ಸಿಕ್ತಾನೆ? ನಾನು ಅವನ ಕಾಳಜಿಯನ್ನು ತೆಗೆದುಕೊಳ್ಳಬೇಕು?"

ಮೈಕೆಲ್ ಅದನ್ನು ಮುಚ್ಚಿಟ್ಟ.

"ಅದಕ್ಕೆ ನೀನೇ ಮುಖ್ಯ ಅಲ್ವಾ? ನೀನು ಯಾವಾಗಲು ಹಣದ ವಿಷಯದಲ್ಲಿ ತಿಲಕರಾಜನನ್ನು ಮೀರಿಸಬೇಕೂಂತಿದ್ದೆ. ನಿನಗಿದು ಒಂದು ಸದಾವಕಾಶ. ನನ್ನನ್ನು ನೋಡು ನಾವೀಗ ನೇರವಾಗಿ ಅವನಿರುವಲ್ಲಿಗೆ ಹೋಗ್ತಾ ಇದ್ದೇವೆ. ಇದು ನಿನಗೆ ಸಿಕ್ತಿರೋ ಅವಕಾಶ. ನೀನು ಅದನ್ನು ಉಪಯೋಗಿಸುವುದರಲ್ಲಿ ಆತನಿಗಿಂತ ಹೆಚ್ಚೂಂತ ತೋರಿಸಿಕೊಳ್ಳಲು ಇದು ಒಳ್ಳೆಯ ಅವಕಾಶ."

ಮದನ್ ದೀರ್ಘ ಉಸಿರೆಳೆದುಕೊಂಡ. ತಿಲಕರಾಜನ ಹಿಂದಿನ ಗೌರವ ಅವನಿಗೆ ಕಡಿಮೆಯಾದಂತೆ ಈಗಲೂ ಅವನನ್ನೇ ಹಿಡಿದುಕೊಂಡಿದೆ.

"ನಾವಿಬ್ಬರೂ ಅವನ ಬಗ್ಗೆ ಕಾಳಜಿವಹಿಸೋಣ. ಅವನನ್ನು ಗುರಿಯಾಗಿಸಬೇಕು."

"ಆಗಬಹುದಾ? ಮಾಡ್ತೀಯಾ?" ಮೈಕೆಲ್ ನಿರಾಳನಾದ.

"ನೀನೇ ಕಳೆದ ವಾರ ಹೇಳಿದ್ದೆ. ಆತನಿಗೆ ವಯಸ್ಸಾಯಿತು ಅಂತ. ನೀನೇ ಅವನ ಬಗೆ ಕಾಳಜಿವಹಿಸುವುದು ಒಳ್ಳೆಯದು. ಫಾಝಿಲ್ ಕೂಡ ತಿಲಕರಾಜನಷ್ಟೇ ಚುರುಕಾಗಿರಬಹುದು."

ಮದನ್‌ನ ಹಣೆಯಲ್ಲಿ ಬೆವರಿಳಿಯತೊಡಗಿತು.

"ಹಾಗೆ ಆಗಲಿ ಅಲ್ಲವೇ? ಮೊದಲು ಗುರಿಯಿಡೋಣ ಆಮೇಲೆ ಮಾತು" ಮೈಕೆಲ್ ಮುಗುಳ್ನಗುತ್ತಾ ಹೇಳಿದ.

ಮದನ್ ಏನೂ ಹೇಳಲಿಲ್ಲ. ಅವನಿಗೆ ಆ ವ್ಯಕ್ತಿಯ ಭಯವಿತ್ತು. ಅವನು ಮೌನವಾಗಿ ಹತ್ತು ನಿಮಿಷಗಳನ್ನು ಕ್ರಮಿಸಿದ. ಮೈಕೆಲ್ ನಿದ್ದೆಯಲ್ಲಿದ್ದ.

"ತಿಲಕರಾಜ ಎಲ್ಲವನ್ನು ದೋಚಿಕೊಂಡು ಹೋಗಿದ್ದಾನೆಂತ ನಿನಗನಿಸುತ್ತಾ?"

ಮೈಕೆಲ್‌ಗೆ ಎಚ್ಚರವಾಯಿತು.

"ಯಾಕಿಲ್ಲ?" ಸಿಗರೇಟು ಹೊತ್ತಿಸಿದ.

"ನಾನು ಹಾಗೆ ಹಣವನ್ನು ಉಪಯೋಗಿಸಬಹುದಾ? ನಿನಗೆ ಗೊತ್ತಿದೆ ಮದನ್, ಅವನಿಗೆ ನಿನಗಿಂತ ಹೆಚ್ಚು ತಾಕತ್ತಿದೆ."

"ಇರಬಹುದು. ನಾವು ಮಾಡುವುದಕ್ಕಿಂತ ಹೆಚ್ಚಾಗಿ ಅವನು ಮಾಡುತ್ತಿದ್ದಾನೆ. ಹಾಗಾಗಿ ಅವನು ಅದನ್ನು ತೆಗೆದುಕೊಂಡಿರುವ ಸಾಧ್ಯತೆ ಹೆಚ್ಚು."

ಮದನ್ ತನ್ನ ಜತೆಗಾರನನ್ನು ನೋಡಿದ.

"ನೀನು ಏನೂ ಅಲ್ಲ. ಗ್ಯಾಂಗ್ ಮಾಡುವ ಕೆಲಸ ಬೇರೆಯಾರಿಂದಲು ಮಾಡಲು ಸಾಧ್ಯವಿಲ್ಲ. ವರ್ಷಗಳು ಕಳೆದರೂ ಹುಡುಕದೆ ಬಿಡುವುದಿಲ್ಲ."

"ಅಷ್ಟೊಂದು ಹಣದಿಂದ ಅವನೇನು ಮಾಡ್ತಾನೆ?"

"ಹಣವೆಂದರೆ ನರಕ! ನಾವು ಅದಕ್ಕಿಂತ ಬದುಕುತ್ತಿರುವುದೇ ಮೇಲು."

"ಇನ್ನು ಕೇವಲ ಐದು ಮೈಲುಗಳು" ಮೈಲುಗಲ್ಲು ತೋರಿಸಿ ಹೇಳಿದ ಮೈಕೆಲ್.

"ನನಗೂ ಓದುವುದಕ್ಕೆ ಬರುತ್ತೆ. ನೋಡಿದೆ" ಮದನ್ ಹೇಳಿದ. ಭಯದ ಗಂಟು ಅವನ ಧೈರ್ಯವನ್ನು ಅಲುಗಾಡಿಸಿತು.

ಗಡಿಬಿಡಿಯ ಇರುವೆಗಳಂತೆ ಜನಸಾಗರದಿಂದ ತುಂಬಿ ಹೋಗಿದ್ದ ಗೋವಾ ಸಿಟಿಯ ಮುಖ್ಯ ರಸ್ತೆಯಲ್ಲಿ ನಿಧಾನವಾಗಿ ಕಾರು ಓಡುತ್ತಿತ್ತು. ಮದನ್‌ಗೆ ಯಾವುದೋ ವಿದೇಶಕ್ಕೆ ಬಂದಂತಹ ಅನುಭವವಾಯಿತು. ವಿಸ್ತಾರದಲ್ಲಿ ದೊಡ್ಡದಾದ ರಾಜ್ಯವಲ್ಲವಾದರೂ ತಿಲಕರಾಜನನ್ನು ಹುಡುಕುವುದು ಹುಲ್ಲಿನ ಮೆದೆಯಲ್ಲಿ ಬಿದ್ದ ಸೂಜಿಯನ್ನು ಹುಡುಕಿದಂತೆ.

ಕಾರನ್ನು ಇನ್ನೊಂದು ಗಲ್ಲಿಗೆ ತಿರುಗಿಸಿದ. ಸಣ್ಣ ಶುಚಿಯಾದ ಹೊಟೇಲ್, ಪೋಸ್ಟ್ ಆಫೀಸು, ಜನರಲ್ ಸ್ಟೋರ್, ಬಾರ್‌ಗಳನ್ನು ದಾಟಿ ಒಂದು ಕೆಫೆಯ ಬಳಿ ನಿಲ್ಲಿಸಿದ. ಕೆಫೆ ಬರಿದಾಗಿತ್ತು.

"ಇಲ್ಲಿಯೇ ಏನಾದರೂ ತೆಗೆದುಕೊಳ್ಳೋಣ. ಫಾಯಿಲ್ ಇಲ್ಲಿಯೇ ಇರಬೇಕು."

"ಬೇಡ, ಬಾರ್‌ಗೆ ನಡಿ."

ರಸ್ತೆಯಲ್ಲಿ ಓಡಾಡುವ ಜನರು ಅದರಲ್ಲು ವಿದೇಶಿ ವಯಸ್ಸಾದ ಮಹಿಳೆಯರು, ಗಂಡಸರು ಕುತೂಹಲದಿಂದ ಇವರನ್ನು ಪ್ರಾಣಿ ಸಂಗ್ರಹಾಲಯದಿಂದ ತಪ್ಪಿಸಿಕೊಂಡು ಬಂದ ಪ್ರಾಣಿಗಳನ್ನು ನೋಡುವಂತೆ ನೋಡುತ್ತಿದ್ದರು.

ಸಪ್ಲಾಯರ್ ಬೊಕ್ಕ ತಲೆಯ ಧಡೂತಿ ದೇಹದ ಕೆಂಪಗಿನ ವ್ಯಕ್ತಿ, ಮುಗುಳ್ನಗುತ್ತಾ ಅವನ ಹತ್ತಿರಕ್ಕೆ ಬಂದ.

"ಮಾರ್ನಿಂಗ್, ನಿಮಗೇನು ತರಲಿ?" ಆತ್ಮೀಯತೆಯಿಂದ ಕೇಳಿದ.

"ಬಿಯರ್" ಮೈಕೆಲ್ ಹೇಳಿದ.

"ನೀವು ಊರಿಗೆ ಹೊಸಬರಿದ್ದೀರಿ?" ಅವರ ಡ್ರೆಸ್ ನೋಡಿ ಮುಗುಳ್ನಗುತ್ತಾ ಹೇಳಿ, "ನಾನು ಪೀಟರ್ ಜಾನ್" ಎಂದು ತನ್ನನ್ನು ಪರಿಚಯಿಸಿಕೊಂಡ.

ಪೀಟರ್ ಜಾನ್‌ನ ವಿಚಿತ್ರ ನೋಟ ಮುಗುಳ್ನಗು ಕಂಡು ಮೈಕೆಲ್‌ಗೂ ಸಂಕೋಚವಾಯಿತು.

"ನಾವು ಕೂಡ ಇಲ್ಲಿಗೆ ಬರುವಾಗ ಶಾರ್ಟ್ಸ್ ಹಾಕಿಕೊಂಡು ಅರೆಬರೆ ದೇಹ ಪ್ರದರ್ಶಿಸಿಕೊಂಡು ಬರಬೇಕಾಗಿತ್ತು ಅಲ್ಲವೇ? ನೋಡು, ಜನರೆಲ್ಲ ನಮ್ಮನ್ನು ಹೇಗೆ ನೋಡುತ್ತಿದ್ದಾರೆ. ಗಮನಿಸು."

"ಹೌದೇನೋ... ನಾವು ಬಂದಿರೋದು ಬೇರೆ ಕೆಲಸಕ್ಕೆ. ಇಲ್ಲಿ ಸಮಯ ಕಳೆಯುವುದಕ್ಕಲ್ಲ, ನೆನಪಿರಲಿ."

ಮೈಕೆಲ್ ಎಚ್ಚೆತ್ತವನಂತೆ ಅವನತ್ತ ನೋಡಿ ಮುಗುಳ್ನಕ್ಕು ಅವನ ಮಾತು ಸರಿಯೆನ್ನುವಂತೆ ತಲೆಯಲುಗಿಸಿದ.

"ಸುಂದರವಾದ ನಗರ. ಜನ ತಮ್ಮ ಪಾಡಿಗೆ ತಾವು ಲವಲವಿಕೆಯಿಂದ ಖುಷಿಯಿಂದ ಇದ್ದಾರೆ ನೋಡು."

"ಕೆಟ್ಟದಾಗೇನಿಲ್ಲ, ಸ್ವಲ್ಪ ಗಡಿಬಿಡಿಯ ಜನರು. ಹೆಚ್ಚಾಗಿ ವಿದೇಶಿಯರೇ ತುಂಬಿದ್ದಾರೆ ನೋಡು. ಇಲ್ಲಿಯ ಸಮುದ್ರ ದಂಡೆಗಳು ಅವರಿಗೆ ಬಿಸಿಲು ಕಾಯಿಸಲು ಮುಕ್ತವಾಗಿವೆ."

"ಹೌದು, ಸುಂದರವಾದ ಬೀಚ್‌ಗಳು. ಕೇವಲ ಮುದುಕರು ಮಾತ್ರವಲ್ಲ ಸಂಜೆ ಹೊತ್ತಿಗೆ ಜೋಡಿ ಯುವಕ ಯುವತಿಯರು ಹೇಗಿರ್ತಾರೆ ಗಮನಿಸು."

"ಅಪ್ಪ ಅಮ್ಮ ಮಾಡಿರೋ ಹಣ ಇಲ್ಲಿ ದುಂದುವೆಚ್ಚ ಮಾಡಿ ಮುಕ್ತವಾಗಿ ಓಡಾಡ್ತಾರೆ. ಅವರ ಪರ್ಸ್‌ಗಳು ತುಂಬಿ ತುಳುಕುತ್ತಿದೆ. ಇಲ್ಲಿ ಟೂರಿಸಂನ ವರಮಾನವೇ ಹೆಚ್ಚು."

ಇಬ್ಬರೂ ಪೇಯ ಮುಗಿಸಿ ಎದ್ದರು. ಮೈಕೆಲ್‌ನೇ ಹಣ ತೆತ್ತ.

"ಇದು ನನಗಾ?" ಪೀಟರ್ ಜಾನ್ ಕೇಳಿದ, "ಹೌದು ಅದು ನಿನಗೆ. ಒಮ್ಮೆ ನೋಡಿಕೋ."

ಪೀಟರ್ ಜಾನ್ ಕೌಂಟರ್‌ನ ಹಿಂದೆ ನಡೆದು ಬೆಳಕಿಗೆ ಹಿಡಿದು ನೋಡಿದ. ಓದಿದ ಮೇಲೆ ಒಮ್ಮೆ ಮದನ್‌ನನ್ನು ಮತ್ತೊಮ್ಮೆ ಮೈಕೆಲ್‌ನನ್ನು ನೋಡಿದ. ಅವನು ಮತ್ತೊಮ್ಮೆ ಮನನ ಮಾಡಿಕೊಳ್ಳುವಂತೆ ನೋಡಿದ.

ದಾರುಸಿಂಗ್ ಡಿಟೆಕ್ಟಿವ್ ಏಜನ್ಸೀಸ್, ಬೈಕಲಾ, ಮುಂಬೈ

ಪ್ರೊ: ದಾರು ಸಿಂಗ್

ಅವನು ಕಣ್ಣುಗಳನ್ನು ಕಿರಿದುಗೊಳಿಸಿ ಇಬ್ಬರತ್ತಲೂ ನೋಡಿದ.

"ಇದು ನೀವಾ?" ಕಾರ್ಡನ್ನು ತೋರಿಸುತ್ತಾ ಮೈಕೆಲ್‌ನನ್ನು ಕೇಳಿದ.

"ಹೌದು, ಇದು ನನ್ನ ಅಸಿಸ್ಟೆಂಟ್ ಡಿಟೆಕ್ಟಿವ್ ಗಬ್ಬರ್ ಸಿಂಗ್."

ಪೀಟರ್ ಜಾನ್ ಮೆತ್ತಗೆ ಸಿಳ್ಳೆ ಹಾಕಿದ. ಅವನಿಗೆ ಅವರಿಬ್ಬರನ್ನು ಕಂಡು ಸಂತಸವಾಯಿತು.

"ನಿಮಗೆ ವಿಷಯ ಗೊತ್ತೇನು? ನಿಮ್ಮಿಬ್ಬರಿಗೂ ನಾನು ಹೊಸ ವಿಷಯ ಹೇಳಬೇಕಿದೆ. ನೀವು ಪತ್ತೇದಾರರಲ್ಲವೇ?" ಅವನ ಮಾತು ವಿಚಿತ್ರವಾಗಿತ್ತು.

"ಖಾಸಗಿ ಪತ್ತೇದಾರರು. ನೀನು ನಮಗೆ ಸಹಾಯ ಮಾಡಬಹುದು" ಮೈಕೆಲ್ ಹೇಳಿದ

ಪೀಟರ್ ಜಾನ್ ಒಂದು ಹೆಜ್ಜೆ ಹಿಂದಕ್ಕೆ ನಡೆದ. ಮುಖದಲ್ಲಿ ಚಿಂತೆಯ ಗೆರೆಗಳು ಮೂಡಿದವು.

"ಈ ಸಣ್ಣ ನಗರದಲ್ಲಿ ವಿಶೇಷವಾದುದೇನಿಲ್ಲ. ನಾನು ನಿಮಗೆ ಭರವಸೆ ನೀಡಬಲ್ಲೆ."

"ನಮಗೆ ಇನ್ನೊಂದೊಂದು ತಾ. ನೀನೂ ನಮಗೆ ಕಂಪನಿ ಕೊಡು."

ಪೀಟರ್ ಜಾನ್ ಹಿಂಜರಿದ. ಆಮೇಲೆ ಮೂರು ಬಿಯರ್ ತಂದಿರಿಸಿದ.

"ನಾವು ಎಲ್ಲಾ ತರಹದ ಕೆಲಸವನ್ನು ಮಾಡುತ್ತೇವೆ. ನಿನಗೆ ಗೊತ್ತಿಲ್ಲ. ನೀನು ಫಾಝಿಲ್ ಬಗ್ಗೆ ಕೇಳಿದ್ದೀಯಾ?"

"ಹೌದು ಗೊತ್ತಿದೆ. ಅವನು ನಿಮಗೇನಾಗಬೇಕು?" ಪೀಟಾರ್ ಜಾನ್ ಗಂಭೀರನಾದ. ಅವನ ಕಣ್ಣುಗಳು ಇಬ್ಬರನ್ನೂ ಅಳೆದವು. ಮೈಕೆಲ್ ಅದನ್ನು ಕೇಳಿ ಪುಳಕಿತನಾದ.

"ನಮಗೇನೂ ಆಗಬೇಕಾಗಿಲ್ಲ. ಪೀಟರ್ ಜಾನ್, ಅವನ ಬಗ್ಗೆ ತುಂಬಾ ಕೇಳಿದ್ದೇವೆ. ಅವನು ಇಲ್ಲಿರುವುದಿಲ್ಲವೇ?"

ಪೀಟರ್ ಜಾನ್‌ನ ಮುಖ ಇನ್ನಷ್ಟು ಗಂಭೀರವಾಯಿತು.

"ನಿಮಗೇನಾದರೂ ಫಾಝಿಲ್ ಬಗ್ಗೆ ಮಾಹಿತಿ ಬೇಕಾದರೆ ದಯವಿಟ್ಟು ಪೊಲೀಸ್ ಸ್ಟೇಶನ್‌ನಲ್ಲಿ ವಿಚಾರಿಸಿ. ಅವನು ಬಹಳ ಸಾಧು ಮನುಷ್ಯ. ನೀವು ಪೊಲೀಸರನ್ನು ವಿಚಾರಿಸಿದರೆ ಅವನ ಬಗ್ಗೆ ಹೆಚ್ಚಿನದ್ದು ತಿಳಿದಿತು. ದಯವಿಟ್ಟು ಇಲ್ಲಿಗೆ ಬಂದು ಪ್ರಶ್ನಿಸಬೇಡಿ."

ಮೈಕೆಲ್ ಬಿಯರ್ ಹೀರಿ ನಕ್ಕ.

"ಪೀಟರ್ ಜಾನ್, ನೀನು ನಮ್ಮನ್ನು ತಪ್ಪಾಗಿ ತಿಳಿದುಕೊಂಡಿದ್ದಿ. ನಮ್ಮ ಕೆಲಸ ಕೇವಲ ಫಾಝಿಲ್‌ನನ್ನು ಹುಡುಕುವುದಷ್ಟೇ. ನಮಗೆ ಆತ ಒಳ್ಳೆಯ ವ್ಯಕ್ತಿ ಅನ್ನೋದು ಗೊತ್ತಿದೆ. ನಾವು ಅವನಿಗೆ ಸಹಾಯ ಮಾಡುವವರು. ನಮ್ಮ ಹತ್ತಿರ ಮಾತ್ರ ಇರಲಿ. ಅವನ ಸಂಬಂಧಿಕರು ಅವನಿಗೆ ಹಣ ತಲುಪಿಸಲು ಹೇಳಿದ್ದಾರೆ. ಅವನ ಅತ್ತೆ ಕಳೆದ ವರ್ಷ ತೀರಿಕೊಂಡ್ರು. ಅವನ ಎಸ್ಟೇಟ್‌ನ ಹಣ ಅವನ ತಂದೆಗೆ ಕೊಡಬೇಕು."

ಪೀಟರ್ ಜಾನ್ ಅಲ್ಲಿಂದ ಎದ್ದು ಹೋದ. ಮತ್ತೆ ಬಂದವನು ಅವರೆದುರು ಸಂಕೋಚದಿಂದ ನಿಂತ.

"ಅದು ಹೌದಾ? ಫಾಝಿಲ್‌ನ ತಂದೆಗೆ ಹಣ ಸಿಗುತ್ತಾ?"

"ಹೌದು ಖಂಡಿತಾ. ನಾನು ನಿನಗೆ ಎಷ್ಟು ಹಣ ಅನ್ನೋದನ್ನು ಹೇಳುವ ಅವಶ್ಯಕತೆಯಿಲ್ಲ!" ಮೈಕೆಲ್ ಕಣ್ಣು ಮಿಟುಕಿಸಿದ.

"ನನಗೆ ಅವನು ಇಲ್ಲಿದ್ದಾನೆಂತ ಗೊತ್ತು. ಆದರೆ ನಮ್ಮತ್ರ ಅವನ ವಿಳಾಸವೇ ಇಲ್ಲ. ನಾನು ಹೇಳಿದ್ನಲ್ಲ. ನಾವೆಲ್ಲಾ ಕೆಲಸಾನೂ ಮಾಡ್ತಿವೀಂತ. ಹಾಗೇನೇ ಇದೊಂದು ಒಳ್ಳೆಯ ಕೆಲಸ ಮಾಡ್ತಿದ್ದೀವಿ."

ಮೈಕೆಲ್‌ನ ಚರ್ವಿತ ಚರ್ವಣದ ಮಾತುಗಳನ್ನು ಕೇಳಿ ಮದನ್ ಬೆರಗಾದ. ತನ್ನಿಂದ ಈ ತರದ ಮಾತುಗಳು ಸಾಧ್ಯವಿಲ್ಲವೆಂದುಕೊಂಡ.

"ಸಂತೋಷ, ಫಾಝಿಲ್ ನನ್ನ ಒಳ್ಳೆಯ ಗೆಳೆಯ. ಈಗ ಅವನು ಇಲ್ಲಿಲ್ಲ. ಅವನು ಉತ್ತರ ಭಾರತದ ಕಡೆಗೆ ಟೂರ್ ಹೋಗಿದ್ದಾನೆ" ಮೈಕೆಲ್ ಕುಡಿಯುವುದನ್ನು ನಿಲ್ಲಿಸಿದ.

"ಅದು ನಿಜನಾ? ಅವನು ಹಿಂತಿರುಗುವುದಕ್ಕೆ ಎಷ್ಟು ದಿನವಾಗುತ್ತೆ?"

"ಇಲ್ಲ ಸರ್, ಅವನು ಯಾವಾಗಲೂ ಹೋಗ್ತಾ ಬರ್ತಾ ಇರ್ತಾನೆ. ಕೆಲವೊಮ್ಮೆ ಒಂದು ವಾರ ಇನ್ನು ಕೆಲವೊಮ್ಮೆ ತಿಂಗಳಾನುಗಟ್ಟಲೆ ಬರುವುದಿಲ್ಲ. ಆದರೆ ಬಂದೇ ಬರ್ತಾನೆ. ಅವನಿಗೊಂದು ಸಣ್ಣ ಮನೆ ಇದೆ. ಕ್ರೂಸರ್ ಕೂಡ ಇದೆ."

"ಉತ್ತರ ಭಾರತ? ಅಂದ್ರೆ ಎಲ್ಲಿಗೆ?"

ಪೀಟರ್ ಜಾನ್ ಗೊತ್ತಿಲ್ಲದವರಂತೆ ತಲೆಯಲುಗಿಸಿದ.

"ನನಗೂ ನಿಖರವಾಗಿ ಗೊತ್ತಿಲ್ಲ. ಫಾಝಿಲ್ ಯಾವತ್ತೂ ಅದನ್ನು ಹೇಳಿಲ್ಲ. ಅವನು ಟೂರ್‌ನಿಂದ ಹಿಂತಿರುಗಿದ ಮೇಲೆ ಇಲ್ಲಿಗೆ ಬಂದು ಬಿಯರ್ ಕುಡಿಯುತ್ತಾ ನಾನು ಉತ್ತರ ಭಾರತಕ್ಕೆ ಟೂರ್ ಹೋಗ್ತೇನೆ ಅಂತಾನೆ. ಮತ್ತೇನೂ ಹೇಳುವುದಿಲ್ಲ. ಯಾವತ್ತೂ ಅವನು ಅವ್ನ ಬಗ್ಗೆ ಹೇಳಿಕೊಂಡಿಲ್ಲ. ನಾನೂ ಆತನನ್ನು ಪ್ರಶ್ನಿಸುವುದಿಲ್ಲ."

ಮೈಕೆಲ್ ಸಿಗರೇಟ್ ಹಚ್ಚಿದ.

"ಅವನು ಪ್ರವಾಸ ಹೋದಾಗ ಅವನ ಕ್ರೂಸರನ್ನು ಯಾರು ನಡೆಸ್ತಾರೆ?"

ಪೀಟರ್ ಜಾನ್ ನಕ್ಕ.

"ಇಲ್ಲ, ಯಾರೂ ನಡೆಸುವುದಿಲ್ಲ. ಅದು ಲಂಗರು ಹಾಕಿರುತ್ತೆ. ಅದು ತುಂಬಾ ದೂರದಲ್ಲಿದೆ. ಅಲ್ಲದೆ ಜನ ಹೋಗೋದು ವಿರಳ."

"ಹೌದಾ? ಅದರಿಂದ ಅವನಿಗೇನು ಲಾಭ? ಅಂತಹ ಕೊಂಪೆ ಗೋವಾದಲ್ಲಿ ಎಲ್ಲಿದೆ?"

"ಗುಡ್ಡದ ಕಡೆಗೆ ಇದೆ. ಅಲ್ಲಿ ಕಬ್ಬಿಣದ ಅದಿರು ನಿಕ್ಷೇಪ ಕೂಡ ಇದೇಂತ ಸುದ್ದಿ. ಅಲ್ಲಿಗೆ ಕಾಡು ಸುತ್ತೋಕೆ ಬರೋರು ಹೋಗ್ತಾರೆ. ಅಲ್ಲಿ ಮಾಂಡೋವಿ ಹರಿತಿದೆ. ನೀವು ಇಲ್ಲಿಗೆ ಹೊಸಬರು. ನಿಮಗೆ ಗೊತ್ತಿರಲಿಕ್ಕಿಲ್ಲ."

ಅವನ ಮಾತಿಗೆ ಮೈಕೆಲ್ ಒಪ್ಪಿಗೆ ಸೂಚಿಸಿದ.

"ನೀನು ಕೊಟ್ಟ ಮಾಹಿತಿ ನಮಗೆ ಸಹಾಯವಾಗಬಹುದು."

"ಸರಿ, ನೀವು ಹೆದ್ದಾರಿಯಲ್ಲಿಯೇ ದಕ್ಷಿಣಕ್ಕೆ ಸಾಗಿದರೆ ಮುಂದೆ ಮಾಂಡೋವಿ ಸೇತುವೆ ಇದೆ. ಅದನ್ನು ದಾಟಿ ಎಡಕ್ಕೆ ಸಾಗಿದರೆ ಪರ್ವತಶ್ರೇಣಿ. ನಿಮ್ಮ ಬಲಭಾಗಕ್ಕೆ ಫಾಝಿಲ್‌ನ ಮನೆ ಸಿಗುತ್ತೆ. ತೀರಾ ಸಣ್ಣ ಮನೆ. ಅಂದ್ರೆ ಅಷ್ಟೊಂದು ಚಿಕ್ಕದಾಗಿದೆ. ಪಕ್ಕದಲ್ಲಿಯೇ ಅವನ ಕ್ರೂಸರ್ ನದಿಯ ಮೇಲೆ ಲಂಗರು ಹಾಕಿರುತ್ತೆ."

"ನಾವು ಅವನಿಗೆ ಫೋನ್ ಮಾಡಿದರೆ?"

"ಇಲ್ಲಿ, ಅವನು ಇನ್ನೂ ಸ್ಮಾರ್ಟ್ ಫೋನ್ ಇಟ್ಟುಕೊಂಡವನಲ್ಲ. ಪ್ರವಾಸ ಮಾಡುವಾಗ ಯಾರೊಂದಿಗೂ ಮಾತನಾಡುವುದಿಲ್ಲ."

"ಅವನ ಮನೆ ವಿಳಾಸ ಬರೆದು ಕೊಡಬಹುದೇ?"

"ಅವನಿಗೆ ನೀವು ಸಂತಸದ ವಿಷಯ ಹೇಳುವುದಕ್ಕೆ ಹೊರಟಿದ್ದೀರಿ. ಅವನ ಪೂರ್ವಜರ ಹಣ ಅವನಿಗೆ ಸಿಗುತ್ತಿದೆ. ಅವನ ಅತ್ತೆ? ಓ! ದೇವರೇ! ಅವಳು ಎಷ್ಟು ಮುದುಕಿಯಾಗಿರಬಹುದು? ಫಾಝಿಲ್‌ನ ತಂದೆಗೆ ಸುಮಾರು ಎಪ್ಪತ್ತು ವರ್ಷ ವಯಸ್ಸು. ನೀವು ಹೊರಟಿರೋ ಸ್ಥಳದಲ್ಲೂ ಸಿಗ್ನಲ್ ಸಿಗದಿರಬಹುದು. ಅದು ಅಂತಹ ಕೊಂಪೆ."

"ಎಪ್ಪತ್ತು?" ಮೈಕೆಲ್ ನಾಲಗೆ ಕಚ್ಚಿಕೊಂಡ.

"ಹೌದು, ಮೊನ್ನೆಯಷ್ಟೇ ಅವನ ಎಪ್ಪತ್ತೆರಡನೆ ಹುಟ್ಟುಹಬ್ಬವನ್ನು ಆಚರಿಸಿಕೊಂಡ. ಆದರೆ ಅವನು ಗಟ್ಟಿಮುಟ್ಟಾಗಿದ್ದಾನೆ."

"ಸಂತೋಷ ಪೀಟರ್ ಜಾನ್. ನಿನ್ನನ್ನು ಭೇಟಿಯಾಗಿದ್ದು ನಮಗೆ ಖುಷಿಕೊಟ್ಟಿದೆ."

ಹಸ್ತಲಾಘವ ಮಾಡಿದ ಬಳಿಕ ಮೈಕೆಲ್ ಮದನ್‌ನನ್ನು ಅನುಸರಿಸಿ ಹೊರಗೆ ಬಂದಾಗ ಸೂರ್ಯಕಿರಣಗಳು ಪ್ರಖರವಾಗಿದ್ದವು.

"ಏನಾದರಾಗಲಿ ತಿಂಡಿ ಪಾನೀಯಗಳನ್ನು ಕಟ್ಟಿಕೊಳ್ಳುವುದು ಒಳ್ಳೆಯದು."

"ಏನಕ್ಕೆ?" ಮದನ್ ಪ್ರಶ್ನಿಸಿದ.

"ಅದೊಂದು ಕೊಂಪೆ ಅಂತಾನೆ. ನಮಗೆ ಎರಡು ದಿವಸಕ್ಕೆ ಬೇಕಾಗೋ ಆಹಾರವನ್ನು ತೆಗೆದುಕೊಂಡು ಹೋಗೋದು ಒಳ್ಳೆಯದಲ್ಲವೆ?"

"ಸರಿ."

"ಹೋಗು, ಎರಡು ದಿವಸಕ್ಕಾಗೊ ತಿಂಡಿಗಳನ್ನು ಕಟ್ಟಿಕೊಂಡು ಬಾ" ಮೈಕೆಲ್ ಹೇಳಿದ.

"ಆ ಮುದಿಗೂಬೆಗಳೆಲ್ಲಾ ನಮ್ಮನ್ನೇ ನೋಡೋದಿಲ್ವಾ?"

ಮದನ್ ಜನರಲ್ ಸ್ಟೋರ್‌ನತ್ತ ನಡೆದ. ಮೈಕೆಲ್ ಕಾರಿನ ಹಿಂಬದಿಯಲ್ಲಿ ಕುಳಿತ. ಹ್ಯಾಟನ್ನು ಕಣ್ಣಿನವರೆಗೂ ಎಳೆದು ಸೀಟಿಗೊರಗಿಕೊಂಡ.

ಸ್ವಲ್ಪ ಸಮಯದಲ್ಲಿಯೇ ಮದನ್ ಬಂದ. ಕೈಯಲ್ಲಿ ದೊಡ್ಡ ಚೀಲವಿತ್ತು. ಹಿಂಬದಿಯ ಸೀಟ್‌ನಲ್ಲಿ ಮೈಕೆಲ್‌ನ ಪಕ್ಕಕ್ಕೆ ಅದನ್ನಿಟ್ಟ. ಅವನು ಸ್ಟೀರಿಂಗ್ ಹಿಡಿದ.

"ಈಗೇನು?"

"ನಾವೀಗ ಬೆಟ್ಟದ ಕಡೆಗೆ ಹೋಗಬೇಕು. ಮಾಂಡೋವಿ ಬ್ರಿಡ್ಜ್ ದಾಟಿ" ಮೈಕೆಲ್ ಹೇಳಿದ.

"ಅದರಿಂದ ಪ್ರಯೋಜನವಿದೆಯಾ?"

"ಮೊದಲು ಇಲ್ಲಿಂದ ಹೊರಡು. ಅಲ್ಲಿಯೇ ಫಾಝಿಲ್ ಮತ್ತು ತಿಲಕರಾಜ ಸಿಗಬಹುದು. ಇಲ್ಲಿಂದ ಎರಡು ಮೂರು ತಾಸುಗಳ ಪ್ರಯಾಣ ಇರಬಹುದು. ನನಗನಿಸುತ್ತೆ ಅವರು ಹಣದ ಚೀಲವನ್ನು ಇಲ್ಲಿಗೆ ತಂದಿದ್ದಾರೆ. ನಾವು ಇಲ್ಲಿಗೆ ಬಂದಿರುವುದು ಅವರಿಗೆ ಅಚ್ಚರಿಯಾಗಬೇಕು."

ಮದನ್ ಎಲ್ಲವನ್ನೂ ಕೇಳಿಸಿಕೊಂಡ ಮೇಲೆ 'ಹುಂ'ಗುಟ್ಟಿದ.

ಕಾರು ನಗರದ ರಸ್ತೆಯನ್ನು ದಾಟಿ ಹೈವೆ ಸೇರಿತು. ಏಕಾಏಕಿ ವೇಗವನ್ನು ಪಡೆದುಕೊಂಡು ಓಡುತ್ತಿತ್ತು. ರಸ್ತೆಯಂಚಿನ ಗಿಡ ಮರಗಳು ವೇಗವಾಗಿ ಓಡುತ್ತಿದ್ದವು! ಕಾರು ಮಾತ್ರ ಅದೇ ವೇಗದಲ್ಲಿ ಮಾಂಡೋವಿ ಸೇತುವೆಯತ್ತ ಸಾಗಿತು.

ಅಧ್ಯಾಯ 5

ತಿಲಕರಾಜ ಸಣ್ಣ ಟೇಬಲ್‌ನ ಮುಂದೆ ಕುಳಿತಿದ್ದ. ಅವನ ಎದುರಿಗೆ ಬಿಸಿ ಕಾಫಿಯ ಕಪ್ ಕುಳಿತಿತ್ತು. ಅವನು ಜನದಟ್ಟಣೆಯ ಕೆಫೆಯನ್ನೊಮ್ಮೆ ದಿಟ್ಟಿಸಿದ. ಟ್ರಕ್ ಡ್ರೈವರ್‌ಗಳ ಕರ್ಕಶ ಸದ್ದು, ಒಬ್ಬರಿಗೊಬ್ಬರು ದೊಡ್ಡ ಧ್ವನಿಯಲ್ಲಿ ಸ್ವಾಗತಿಸುವುದು, ಇಡೀ ಪರಿಸರವನ್ನು ಬಿಝಿಯಾಗಿಸಿತ್ತು. ತಿಂಡಿಯ ಪ್ಲೇಟುಗಳ, ಕಾಫಿ ಕಪ್, ಸಾಸರ್‌ಗಳ ಸದ್ದು ಇಡೀ ಪ್ರದೇಶವನ್ನು ಗದ್ದಲವೆಬ್ಬಿಸಿತ್ತು. ಒಂದು ಟ್ರಕ್ ಹೋದ ಬಳಿಕ ಇನ್ನೊಂದು ಟ್ರಕ್ ಬಂದು ನಿಲ್ಲುತ್ತಿತ್ತು. ಸದಾ ಕೆಫೆ ಗದ್ದಲದಿಂದ ಕೂಡಿತ್ತು.

ತಿಲಕರಾಜ ಕೈಗಡಿಯಾರ ನೋಡಿಕೊಂಡ. ಸಮಯ ಐದು ಇಪ್ಪತ್ತೈದು. ತತ್‌ಕ್ಷಣವೇ ಹೊರಡಬೇಕಿತ್ತು. ತನ್ನಷ್ಟಕ್ಕೆ ತಾನು ಅದನ್ನು ಗೊಣಗಿಕೊಂಡ. ಪ್ರತಿಯೊಬ್ಬ ಟ್ರಕ್ ಡ್ರೈವರ್‌ಗೂ

ಇನ್ನೊಬ್ಬ ಟ್ರಕ್ ಡ್ರೈವರ್ ಪರಿಚಿತರಂತೆ ವರ್ತಿಸುತ್ತಿದ್ದರು. ತಾನು ಯಾರನ್ನು ಕೇಳಬೇಕೆನ್ನುವ ಜಿಜ್ಞಾಸೆಗೊಳಗಾದ. ಪಕ್ಕದಲ್ಲಿಯೇ ನಿಂತುಕೊಂಡು ತಿಂಡಿ ಸೇವಿಸುತ್ತಿದ್ದ ಡ್ರೈವರ್‌ನ ಬಳಿ ಬಂದು ಕೇಳಿದ ಆತ ಇಲ್ಲವೆನ್ನುವಂತೆ ತಲೆಯಲುಗಿಸಿದ.

"ಕಂಪನಿಯ ನಿಯಮದಂತೆ ನಾವು ಜನರನ್ನು ಕರೆದುಕೊಂಡು ಹೋಗುವಂತಿಲ್ಲ."

ಅಷ್ಟರಲ್ಲಿಯೇ ಒಬ್ಬ ಪೈಲ್ವಾನನಂತ ವ್ಯಕ್ತಿ ಟ್ರಕ್‌ನಿಂದ ಬಂದಿಳಿದ. ಆತನನ್ನು ಯಾರೂ ಎದುರುಗೊಳ್ಳಲಿಲ್ಲ. ಆತನು ಯಾರಿಗೂ ಏನೂ ಕೈ ತೋರಿಸಲಿಲ್ಲ, ಮಾತಾಡಲಿಲ್ಲ. ಗಂಭೀರ ಮುಖದಿಂದಲೇ ಕೆಫೆಯ ಒಳಗೆ ನಡೆದ. ತಿಂಡಿಗೆ ಆರ್ಡರ್ ಕೊಟ್ಟು ಖಾಲಿ ಮೇಜಿಗಾಗಿ ಸುತ್ತಲೂ ನಿಟ್ಟಿಸಿದ.

ತಿಲಕರಾಜ ಅವನನ್ನು ಗುರುತಿಸಿ ಕೈ ಎತ್ತರಿಸಿ ತನ್ನ ಮೇಜು ಖಾಲಿಯಾಗಿರುವುದನ್ನು ಸೂಚಿಸಿದ. ಆ ವ್ಯಕ್ತಿ ಅಲ್ಲಿಗೆ ಬಂದು ಕುಳಿತ.

ತಿಲಕರಾಜ ಅವನನ್ನು ಗಮನಿಸಿದ. ಆತ ಮಾಜಿ ಪೈಲ್‌ವಾನನಂತೆ ಇದ್ದ. ಚಪ್ಪಟೆ ಮುಖ, ಹೊಡೆತದ ಗುರುತುಗಳು ಸುಲಭದಲ್ಲಿ ಅವನನ್ನು ಗುರುತಿಸುವಂತಿದ್ದವು. ಮುಖದಲ್ಲಿ ನೆರಿಗೆಗಳಿದ್ದು ಚಿಂತಿಸುವಂತೆ ಕಾಣುತ್ತಿದ್ದ ಅವನು ಇಷ್ಟಪಡುವಂತೆಯೇ ಇದ್ದ.

"ಹಾಯ್, ನಾನು ನೀಲಕಂಠ. ಈ ಸ್ಥಳ ಯಾವಾಗಲೂ ತುಂಬಿ ತುಳುಕುತ್ತಿರುತ್ತದೆ" ಅವನು ತಿಂಡಿಯನ್ನು ಮೆಲ್ಲುತಾ ಹೇಳಿದ.

"ನಾನು ಪಾವುಲ್" ತಿಲಕರಾಜ ಸುಳ್ಳು ಹೇಳಿದ.

ನೀಲಕಂಠ ತಿಂಡಿಯನ್ನು ತಿನ್ನಲಾರಂಭಿಸಿದಾಗ ತಿಲಕರಾಜ ಸಿಗರೇಟು ಹಚ್ಚಿದ. ಮತ್ತೊಮ್ಮೆ ತನ್ನ ವಾಚ್ ನೋಡಿದ. ಸಮಯ ಓಡುತ್ತಿತ್ತು. ಅವನಿಗೆ ಆಶ್ಚರ್ಯವಾಯಿತು. ಗ್ಯಾಂಗ್ ಕಾರ್ಯ ತತ್ಪರವಾದರೆ ತಾನೇನು ಮಾಡಬೇಕು?

"ದಕ್ಷಿಣದ ಕಡೆಗೆ ಹೋಗುತ್ತಿದ್ದೀಯಾ?" ತಿಲಕರಾಜ ಕೇಳಿದ. ನೀಲಕಂಠ ತಲೆಯೆತ್ತಿದ.

"ಹೌದು, ನೀನು ಟ್ರಕ್ ಡ್ರೈವರ್ ಅಲ್ವಾ?"

"ಟ್ರಕ್‌ಗಾಗಿ ಕಾಯುತ್ತಿದ್ದೇನೆ. ನಾನು ಹಣ ಕೊಡುತ್ತೇನೆ. ನೀನು ಗೋವಾ ಕಡೆಗೆ ಹೋಗುವವನಲ್ಲವೇ?" ತಿಲಕರಾಜ ಕೇಳಿದ.

"ಹೌದು, ಮಂಗಳೂರು ಹೆದ್ದಾರಿಯಲ್ಲಿ ಹೋಗೋದು. ಖಂಡಿತಾ ನಾನು ಕರೆದುಕೊಂಡು ಹೋಗಬಲ್ಲೆ. ನನಗೇನೂ ನೀನು ಕೊಡಬೇಕಾಗಿಲ್ಲ. ನನಗೊಬ್ಬ ಕಂಪನಿ ಸಿಕ್ಕಂತಾಯಿತು."

"ಥ್ಯಾಂಕ್ಸ್, ನೀವು ಈಗ್ಲೇ ಹೊರಡ್ತೀರಾ?" ತಿಲಕರಾಜ ಕಾಫಿಯನ್ನು ಮುಗಿಸಿದ.

"ಈ ತಿಂಡಿ ನನ್ನ ಗಂಟಲೊಳಗೆ ಇಳಿದ ಕೂಡಲೇ ಹೊರಡುತ್ತೇನೆ."

"ಹಾಗಾದರೆ ನಾನು ಹೊರಗೆ ಕಾಯುತ್ತಿರುತ್ತೇನೆ. ವಾಶ್ ರೂಮ್ ಕಡೆ ಹೋಗಿ ಬರುವೆ" ತಿಲಕರಾಜ ಎದ್ದು ನಿಂತ.

ಕಾಫಿಗೆ ಹಣವನ್ನು ತೆತ್ತು ತಿಲಕರಾಜ ಟಾಯಲೆಟ್ ಕಡೆಗೆ ನಡೆದ. ಮುಖ ತೊಳೆದುಕೊಂಡು ಫ್ರೆಶ್ ಆಗಿ ಹೊರಗೆ ಬಂದ. ಅಲ್ಲಿಯೇ ನಿಂತು ಸುತ್ತಲೂ ನೋಡಿದ. ಟ್ರಕ್ಕುಗಳು ಘರ್ಜಿಸುತ್ತಾ ರಸ್ತೆಯಿಂದ ಇಳಿಜಾರಿಗೆ ರೊಯ್ಯಂನೆ ಮುನ್ನುಗ್ಗುತ್ತಿದ್ದವು. ಎಂತಹ ಕಷ್ಟದ ಕೆಲಸ! ತತ್‌ಕ್ಷಣವೇ ರುದ್ರನೇತ್ರನ ನೆನಪಾಯಿತು. ಅವ್ಯಕ್ತ ಭಯ ಉಂಟಾಯಿತು. ಗ್ಯಾಂಗ್‌ನವರು ಅವರ ಜನರನ್ನು ಮರೆಯುವುದಿಲ್ಲ. ಸಿಕ್ಕಿದರೆ ಕೊಲ್ಲಲೂ ಹೇಸುವುದಿಲ್ಲ!

ಇದೇ ಮೊದಲ ಬಾರಿಗೆ ತನ್ನಷ್ಟಕ್ಕೆ ತಾನು ಹೇಳಿಕೊಂಡ. ಯಾರಿಗೆ ಗೊತ್ತು? ತಾನು ಚರಿತ್ರೆಯನ್ನೇ ಸೃಷ್ಟಿಸಬಹುದು. ನಾನೇ ಮಾಫಿಯಾವನ್ನು ಎದುರಿಸುವ ಮೊದಲ ವ್ಯಕ್ತಿಯಾಗಿರಬಹುದು. ತಂಪು ಗಾಳಿ ಬೀಸಿ ಆಹ್ಲಾದಕವಾಗಿತ್ತು ಆ ಪರಿಸರ. ಅವನಿಗೆ ವಿಶ್ವಾಸ ಮೂಡಿತು.

ನೀಲಕಂಠ ಕೆಫೆಯಿಂದ ಹೊರಗೆ ಬರುವಾಗ ತಿಲಕರಾಜ ಅವನನ್ನು ಸೇರಿಕೊಂಡ. ಅವರಿಬ್ಬರೂ ಹಳೆಯ ಮಾದರಿಯ ಟ್ರಕ್‌ನ ಬಳಿ ಬಂದರು. ಖಾಲಿಯಾದ ಹಣ್ಣಿನ ಕ್ರೇಟುಗಳು ತುಂಬಿದ್ದವು.

"ಇಲ್ಲಿದೆ ನನ್ನ ವೈಯಾರಿ. ನನ್ನತ್ರ ಇನ್ನೊಂದು ಇದೆ. ಹೊಸತೊಂದನ್ನು ಖರೀದಿಸಬೇಕು. ಈಕೆ ತುಂಬ ಕಿಲೋಮೀಟರುಗಳನ್ನು ಓಡಿದ್ದಾಳೆ" ತನ್ನ ಟ್ರಕ್‌ನ ಬಗ್ಗೆ ಹೆಮ್ಮೆಯಿಂದ ಹೇಳಿಕೊಂಡ.

ಅವನು ಜಿಗಿದು ಟ್ರಕ್ಕನ್ನು ಹತ್ತಿ ಕುಳಿತ. ತಿಲಕರಾಜ ಇನ್ನೊಂದು ಬದಿಯಿಂದ ಹತ್ತಿ ಕುಳಿತ. ಟ್ರಕ್‌ನ ಒಳಗೆ ಬೆವರು, ಎಣ್ಣೆ, ಸಿಗರೇಟ್‌ನ ಕಮಟು ವಾಸನೆ ತುಂಬಿತ್ತು. ಸೀಟ್‌ನ ಸ್ಪ್ರಿಂಗ್ ಅವನ ಹಿಂಭಾಗವನ್ನು ಚುಚ್ಚುತ್ತಿತ್ತು. ಇದೊಂದು ನರಕದ ಯಾತ್ರೆ ಎಂದುಕೊಂಡ ತಿಲಕರಾಜ.

ನೀಲಕಂಠ ಟ್ರಕ್ಕನ್ನು ಚಾಲನೆಗೆ ತಂದ. ಇಂಜಿನ್ ಮೊರಗುಟ್ಟಿತು. ಇಂಜಿನ್‌ನ ಕಡೆಯುವ ಸದ್ದು ಮೊಳಗಿತು. ಅದರ ಜೊತೆಗೆ ವಿಚಿತ್ರ ಶಬ್ದವೂ ಸೇರಿಕೊಂಡಂತೆ ಟ್ರಕ್ ಸದ್ದು ಮಾಡಿತು.

"ಶಬ್ದದ ಬಗ್ಗೆ ಚಿಂತೆ ಮಾಡ್ಬೇಡ. ತುಂಬಾ ಶಕ್ತಿವಂತ ಟ್ರಕ್ ಇದು. ನಮ್ಮನ್ನು ಆರಾಮವಾಗಿ ತಲುಪಿಸುತ್ತದೆ" ನೀಲಕಂಠ ಗೇರ್ ಬದಲಿಸುತ್ತಾ ರಸ್ತೆಗಿಳಿದ. ಇಳಿಜಾರಿಗೆ ಸೊಂಯ್ಯನೆ ಓಡಿತು ಟ್ರಕ್!

ತಿಲಕರಾಜನ ಇಡೀ ದೇಹವೇ ಕಂಪಿಸಿತು. ಟ್ರಕ್‌ನ ಘರ್ಜನೆ ಮಾತಾಡದಂತೆ ತಡೆಯಿತು. ಓಡುವ ಗಿಡ, ಮರ, ಮೈಲುಗಲ್ಲುಗಳನ್ನು ನೋಡುತ್ತಾ ಕ್ರಮಿಸಬೇಕಾದ ದೂರವನ್ನು ಊಹಿಸಿದ.

"ಹಳೇ ಹುಲಿ" ಗಟ್ಟಿಯಾದ ಧ್ವನಿಯಲ್ಲಿ ಹೇಳಿ ತಿಲಕರಾಜನತ್ತ ನೋಡಿದ. ಅವನು ಹೌದೆನ್ನುವಂತೆ ತಲೆಯಲುಗಿಸಿದ. ಚಕ್ರ ಕಿಲೋಮೀಟರುಗಳನ್ನು ನುಂಗುತ್ತಿದ್ದಂತೆ ಇಬ್ಬರೂ ಮೌನವಾಗಿ ಕುಳಿತರು. ಕಾರು ಟ್ರಕ್ಕುಗಳು ಇವರನ್ನು ಹಿಂದಿಕ್ಕಿ ಓಡುತ್ತಿದ್ದವು. ಅರವತ್ತು ಕಿಲೋಮೀಟರ್ ವೇಗದಲ್ಲಿ ಓಡುತ್ತಿದ್ದ ಇಂಜಿನ್‌ನ ಸದ್ದು ಇದ್ದಕ್ಕಿದ್ದಂತೆ ಬದಲಾಯಿತು. ತಿಲಕರಾಜನತ್ತ ನೋಟ ಬೀರಿದ ನೀಲಕಂಠ ಮಾತು ತೆಗೆದ, "ಹೀಗೆ ವೇಗವಾಗಿ ಹೋಗುವಾಗ ಇದು ಸಾಮಾನ್ಯ. ಕೆಲವೊಮ್ಮೆ ಎಷ್ಟು ಆ್ಯಕ್ಸಿಲರೇಟರ್ ಒತ್ತಿದರೂ ಇದು ಓಡೋದು ಹೀಗೆಯೇ" ಇಂಜಿನ ಸದ್ದು ಕಡಿಮೆಯಾದಾಗ ತಿಲಕರಾಜನಿಗೆ ನೀಲಕಂಠನ ಮಾತುಗಳು ಸ್ಪಷ್ಟವಾಗಿ ಕೇಳುತ್ತಿದ್ದವು.

ಅವನೇನೋ ಮಾಡಿಕೊಂಡಾಗ ತಿಲಕರಾಜನಿಗೆ ಅಚ್ಚರಿಯಾಯಿತು. ಬಲಗೈಯಿಂದ ಹಣೆಯನ್ನು ಗಟ್ಟಿಯಾಗಿ ತಾಡಿಸಿಕೊಂಡ. ಹಾಗೆಯೇ ಮೂರು ಬಾರಿ ಮಾಡಿಕೊಂಡ. ಬಲವಾಗಿ ತಾಡಿಸಿಕೊಂಡ ತಿಲಕರಾಜ ಆತನನ್ನೇ ನೋಡಿದ.

"ಯಾಕೆ ನಿನಗೆ ನೀನೇ ಅಷ್ಟು ಜೋರಾಗಿ ಹಣೆಗೆ ಹೊಡೆದುಕೊಳ್ಳುತ್ತಿರುವೇ?" ತಿಲಕರಾಜ ಅಚ್ಚರಿಯಿಂದ ಕೇಳಿದ. ನೀಲಕಂಠ ಅವನನ್ನು ದಿಟ್ಟಿಸಿ ನೋಡಿದ. ನಿರ್ಲಿಪ್ತ ಭಾವ ಮುಖದಲ್ಲಿ!

"ನನ್ನ ತಲೆನೋವಿಗೆ ಇದೇ ಸರಿಯಾದ ಮದ್ದು. ಈ ತಲೆನೋವು ತಿಂಗಳಿಂದ ಕಾಡಿಸ್ತಿದೆ. ಏನೂ ಮಾಡಿದ್ರೂ ನಿಲ್ಲೋದಿಲ್ಲ. ಬಿಟ್ಟು ಬಿಡು ಅದನ್ನು."

"ನೀನು ತಲೆನೋವಿನಿಂದ ಬಳಲ್ತಾ ಇದ್ದೀಯಾ?" ತಿಲಕರಾಜ ಕೇಳಿದ.

"ಹೌದಪ್ಪ, ನೀನು ನನ್ನ ಹಾಗೆ ಒದ್ದಾಡ್ತಿದ್ರೆ ನಿನಗೂ ಆ ಅನುಭವ ಆಗ್ತಿತ್ತು" ನೀಲಕಂಠ ಟ್ರಕ್‌ನ ವೇಗವನ್ನು ಏರಿಸಿದ.

"ನೀನು ನಂಬ್ತಿಯಾ ಬಿಡ್ತೀಯಾ ಗೊತ್ತಿಲ್ಲ. ಕೆಲವೊಮ್ಮೆ ಭಾರವಾದ ವಸ್ತು ತಲೆಯಲ್ಲಿ ಹೊತ್ತಂತೆ ಆಗುತ್ತದೆ. ಎಲ್ಲಾ ಬಿಟ್ಟ ವೈರಾಗಿ ತರಹ ಇದ್ದೇನೆ."

ತಿಲಕರಾಜನಿಗೆ ಅರ್ಥವಾಯಿತು. ಈ ವ್ಯಕ್ತಿ ಅದೇಕೋ ಹುಚ್ಚುಚ್ಚಾಗಿ ಮಾತಾಡ್ತಾ ಇದ್ದಾನೆ! ಏನೋ ಎಡವಟ್ಟಾಗಿದೆ. ತತ್‌ಕ್ಷಣವೇ ಅವನಿಗೆ ನೆನಪಿಗೆ ಬಂತು. ರೆಡ್ಡಿ ಕೆಫೆಯಲ್ಲಿ ಯಾರೂ ಈತನನ್ನು ಕೇರ್ ಮಾಡಲಿಲ್ಲ, ಮಾತಾಡಿಸಿರಲಿಲ್ಲ. ಈತನೂ ಯಾರೊಂದಿಗೂ ಬೆರೆಯಲಿಲ್ಲ.

"ಈಗ ನಿಂಗೆ ತಲೆ ನೋಯುತ್ತಿದೆಯೇ?"

"ಏನಿಲ್ಲ... ಸರಿ ಹೋಗುತ್ತೆ."

ತಿಲಕರಾಜ ಸಿಗರೇಟು ಹೊತ್ತಿಸಿದ.

"ನಿನಗೆ ಬೇಕಾ?"

"ನನಗೆ ಅಭ್ಯಾಸವಿಲ್ಲ. ನಾನು ಯಾವತ್ತೂ ಸೇದಿಲ್ಲ. ಸೇದೋದು ಇಲ್ಲ. ನೀನು ಎಲ್ಲಿಂದ ಬರ್ತಾ ಇದ್ದೀಯಾ?"

"ಮುಂಬೈನಿಂದ. ನಾನು ಮೊದಲ ಬಾರಿಗೆ ಗೋವಾಕ್ಕೆ ಹೋಗ್ತಾ ಇದ್ದೇನೆ. ನೋಡ್ಬೇಕು ಅನಿಸಿತು" ತಿಲಕರಾಜ ಹೇಳಿದ.

"ಪ್ರಯಾಣದ ಹುಚ್ಚು!"

"ಹಾ! ನಾನು ಇಷ್ಟ ಪಡೋದು ರೈಲು ಪ್ರಯಾಣ."

"ಮತ್ಯಾಕೆ ಟ್ರಕ್‌ನಲ್ಲಿ ಹೋಗಬೇಕನಿಸಿತು?"

"ಹೊಸ ಅನುಭವ ಪಡೆಯೋದಿಕ್ಕೆ. ನೀನು ಯಾವತ್ತಾದರೂ ಮುಂಬೈಗೆ ಬಂದಿದ್ದೀಯಾ?"

"ದಿನಾ ಮುಂಬೈವರೆಗೆ ಹೋಗಿ ಹಣ್ಣುಗಳನ್ನು ಇಳಿಸಿ ವಾಪಾಸು ಹೋಗೋದು ನನ್ನ ಕೆಲಸ."

ತಿಲಕರಾಜನಿಗೆ ಮುಂದೆ ದಾರಿ ಅಸ್ಪಷ್ಟವಾಗಿ ಗೋಚರಿಸುವಂತೆ ರಸ್ತೆ ತುಂಬಾ ಧೂಳಿನ ಮೋಡ ಕವಿಯಿತು. ತನ್ನ ವಾಚ್ ನೋಡಿಕೊಂಡ. ಸಮಯ ಏಳು ಮೂವತ್ತು ತೋರಿಸುತ್ತಿತ್ತು.

"ಇನ್ನೆಷ್ಟು ದೂರವಿದೆ?"

"ಇದು ಇದೇ ರೀತಿ ಓಡ್ತಾ ಇದ್ರೆ ಇನ್ನು ಹತ್ತು ಗಂಟೆ ಬೇಕು. ನಿನಗೆ ಅರ್ಜೆಂಟಿದೆಯಾ?"

"ಹಾಗೇನಿಲ್ಲ."

ಇಬ್ಬರ ನಡುವೆಯೂ ದೀರ್ಘ ಮೌನ ಕವಿಯಿತು. ಟ್ರಕ್ ಅದೇ ಸದ್ದಿನಿಂದ ಒಂದೇ ಸಮನೆ ಓಡುತ್ತಿತ್ತು.

"ನಿನಗೆ ಮದುವೆಯಾಗಿದೆಯೇ?"

"ನನಗಾ? ಇಲ್ಲ."

"ನನಗೆ ಗೊತ್ತಾಯ್ತು. ಹಾಗಿದ್ದರೆ ನೀನು ಇಂತಹ ಪ್ರಯಾಣವನ್ನು ಇಷ್ಟ ಪಡುತ್ತಿರಲಿಲ್ಲ. ನಿನಗೆ ಗೊತ್ತಾ? ಒಬ್ಬ ವ್ಯಕ್ತಿಗೆ ಒಳ್ಳೆ ಹೆಂಗಸು ಅಥವಾ ಕೆಟ್ಟ ಹೆಂಗಸು ಸಿಗಬಹುದು. ನನಗೆ ಆ ಭಾಗ್ಯ ಇಲ್ಲ."

ತಿಲಕರಾಜ ಏನೂ ಮಾತಾಡಲಿಲ್ಲ.

"ನೀನು ಪುಣ್ಯವಂತ. ನಿನಗೆ ಮಕ್ಕಳಿಲ್ಲ. ನನಗೊಬ್ಬಳು ಮಗಳಿದ್ದಾಳೆ. ಅವಳ ಆಲೋಚನೆ ಅವಳ ತಾಯಿಗಿಲ್ಲ" ನೀಲಕಂಠ ಗಟ್ಟಿಯಾಗಿ ಹಣೆಯನ್ನು ಬಡಿದುಕೊಂಡ.

"ಏನು ಮಾಡೋದು. ನಾನು ಇಬ್ಬರಿಗೂ ಬುದ್ಧಿವಾದ ಹೇಳಿದರೆ ಕೇಳುವುದೇ ಇಲ್ಲ. ಬಾರಿಸಿದರೆ ಪೊಲೀಸರು ನನ್ನನ್ನು ಹುಡುಕಿಕೊಂಡು ಬರಬಹುದು."

ತಿಲಕರಾಜನಿಗೆ ತತ್‌ಕ್ಷಣವೇ ಗೀತಾ ನೆನಪಾದಳು. ಅವಳೀಗ ಹೇಗಿರಬಹುದು? ರುದ್ರನೇತ್ರನೇನಾದರೂ...? ಬಲವಂತವಾಗಿ ಆ ನೆನಪುಗಳನ್ನು ಕೊಡವಿಕೊಂಡ.

"ಬಿಸಿಯಾಗ್ತಿದೆ ಈ ದರಿದ್ರ ಇಂಜಿನ್" ಎಡಗೈಯ ಹಿಂಭಾಗದಿಂದ ಮುಖದ ಬೆವರನ್ನು ಒರೆಸಿಕೊಂಡ. ಆ್ಯಕ್ಸಿಲರೇಟರ್ ಒತ್ತಿ ಎಪ್ಪತ್ತು ಕಿಲೋಮೀಟರ್‌ಗೇರಿಸಿದ. ಅವರೀಗ ಕಾಡಿನಂತಹ ಪ್ರದೇಶದಲ್ಲಿ ಪ್ರಯಾಣಿಸುತ್ತಿದ್ದರು.

"ಇದು ನನಗೆ ಇಷ್ಟವಿಲ್ಲದ ದಾರಿ. ಕಾಡು... ಬರೀ ಕಾಡು, ಹಾವುಗಳು, ಪ್ರಾಣಿಗಳು ಅಡ್ಡ ಬರುತ್ತಿರುತ್ತವೆ. ಇನ್ನು ಮುಂದಕ್ಕೆ ದಕ್ಷಿಣದ ಭಾಗ ತುಂಬಾ ಸುಂದರ. ಮಾಂಡೋವಿ ನದಿ... ಸೇತುವೆ... ಕಡಿದಾದ ಬೆಟ್ಟ ಪ್ರದೇಶ...

ವಿಚಿತ್ರವಾಗಿ ವರ್ತಿಸುತ್ತಿದ್ದ ಅಜಾನುಬಾಹುವನ್ನೇ ನೋಡುತ್ತಿದ್ದ ತಿಲಕರಾಜ. ಏನೋ ವಿಚಿತ್ರ ನೋಟವಿತ್ತು ಆತನ ಕಣ್ಣುಗಳಲ್ಲಿ. ಏನೋ ಆಗಲಿದೆ ಎನ್ನುವುದು ತಿಲಕರಾಜನಿಗೆ ತಿಳಿದು ಹೋಯಿತು.

"ಇಂತಹ ರಸ್ತೆಯಲ್ಲಿ ಯಾಕೆ ಇಷ್ಟು ವೇಗದಲ್ಲಿ ಹೋಗುತ್ತಿರುವೆ? ನಿಧಾನವಾಗಿ ಓಡಿಸು" ಅವನು ಗಟ್ಟಿಯಾಗಿ ಹೇಳಿದ.

"ಇದು ಅತೀ ವೇಗಾಂತ ಹೇಳ್ತೀಯಾ?" ನೀಲಕಂಠ ಅವನನ್ನು ನೋಡಿ ಕೇಳಿದಾಗ ತಿಲಕರಾಜನ ಬೆನ್ನ ಹುರಿಯಲ್ಲಿ ಚಳಿಯಾಡಿದಂತಾಯಿತು. ಸಣ್ಣ ಕಣ್ಣುಗಳು ಕಲೆಯ ಮುಖದಲ್ಲಿ ಕುರುಡುತನ ಕಂಡಿತು.

"ಅತಿವೇಗ! ನನಗೆ... ಅವನು ಹಿಂದೆ ಬರ್ತಿದ್ದಾನೆ!"

"ರಸ್ತೆಯನ್ನು ನೋಡಿಕೊಂಡು ಓಡಿಸು ನೀಲಕಂಠ" ತಿಲಕರಾಜ ಕಿರುಚಿದ.

ನೀಲಕಂಠ ನಿರ್ಲಕ್ಷ್ಯಿಸಿದ. ತನ್ನ ಕೈಗಳನ್ನು ಸ್ಟೀರಿಂಗ್‌ನಿಂದ ಬಿಟ್ಟು ತಲೆಯನ್ನು ಗಟ್ಟಿಯಾಗಿ ಎರಡೂ ಕೈಗಳಿಂದ ತಟ್ಟಿಕೊಂಡ. ತಿಲಕರಾಜ ತತ್‌ಕ್ಷಣ ಸ್ಟೀರಿಂಗ್ ಹಿಡಿದ. ಆದರೆ ತಡವಾಗಿತ್ತು! ಟ್ರಕ್ ಘರ್ಜಿಸುತ್ತಾ ರಸ್ತೆಯನ್ನು ಬಿಟ್ಟು ಎಡಕ್ಕೆ ವಾಲಿ ಕಾಡಿನೊಳಗೆ ನುಸುಳಿತು. ತಿಲಕರಾಜನ ಕಡೆಯ ಬಾಗಿಲು ತೆರೆಯಿತು. ಅವನು ಜಾರಿ ಕೆಳಗುರುಳಿದ. ತೆವಳಿಕೊಂಡು ಒಂದು ಪೊದೆಯೊಳಗೆ ಬಿದ್ದ!

ಅವನು ಎದ್ದು ನೋಡುತ್ತಿದ್ದಂತೆ ಟ್ರಕ್ ಅಗಲವಾದ ಕಮರಿಗೆ ಬಿದ್ದು ಬಂಡೆಯೊಂದಕ್ಕೆ ಬಡಿದ ಶಬ್ದ ಕೇಳಿಸಿತು. ಟ್ರಕ್‌ನ ಗ್ಯಾಸ್ ಟ್ಯಾಂಕ್ ಸಿಡಿದು ಬಗ್ಗನೆ ಬೆಂಕಿ ಹೊತ್ತಿಕೊಂಡಿತು.

ತಿಲಕರಾಜ ಅಸಹಾಯಕನಂತೆ ನಿಂತು ಬಿಟ್ಟ. ತನ್ನನ್ನು ರಕ್ಷಿಸಿಕೊಳ್ಳುವ ಸಂಯಮ ಎಚ್ಚೆತ್ತಿತ್ತು. ಇನ್ನೇನು ಪೊಲೀಸ್ ವಾಹನ ಬರಬಹುದು. ಪೊಲೀಸರು ತನ್ನನ್ನು ಗುರುತಿಸಿದರೆ ಮುಗಿದೇ ಹೋಯಿತು. ಅವರು ಪ್ರಶ್ನಿಸುತ್ತಾರೆ, ಹುಡುಕಾಡುತ್ತಾರೆ. ಆಗ ಅವರಿಗೆ ತನ್ನ ಬಳಿಯಿರುವ ರಿವಾಲ್ವರ್

ಹಾಗೂ ಅನುದೀಪ್‌ನಿಂದ ಅಪಹರಿಸಿದ ಹಣ ಪತ್ತೆಯಾಗುತ್ತದೆ. ಅಲ್ಲಿಗೆ ಕಥೆ ಮುಗಿದಂತೆ!

ಅವನು ಕೆಳಗಿನ ಅಗಲ ಕಿರಿದಾದ ದಾರಿಯನ್ನು ಹಿಡಿದು ಕಾಡಿನೊಳಗೆ ನಡೆದ. ನಡಗೆ ಕುಂಠಿತವಾಗಿತ್ತು. ಅಪಘಾತ ತನ್ನ ಮೊಣಗಾಲಿಗೆ ಗಾಯ ಮಾಡಿದೆ. ಅವನು ಪ್ರಯತ್ನಪೂರ್ವಕವಾಗಿ ನಡೆಯಲು ಯತ್ನಿಸುತ್ತಿದ್ದ. ಆದರೆ ಕಾಲಿಗೆ ಬಲವಾದ ಏಟು ಬಿದ್ದಿದೆ.

ಅವನು ಸ್ವಲ್ಪ ದೂರ ನಡೆದಿದ್ದಾನಷ್ಟೆ; ಪೊಲೀಸ್ ಸೈರನ್ ಕೇಳಿಸಿತು. ಅವನು ನೋವಿನ ಕಾಲನ್ನು ಎಳೆದುಕೊಂಡು ಜೋರಾಗಿ ಓಡಿದವನೇ ಮಕಾಡೆ ನೆಲದ ಮೇಲೆ ಬಿದ್ದ!

ನರಕ! ಎಂದು ಯೋಚಿಸಿದ. ಎದ್ದು ನಿಲ್ಲುವ ಪ್ರಯತ್ನ ಮಾಡಿದ. ಕಾಲು ನೋವಿನಿಂದ ನಡೆಯಲಾರದಂತಾಯಿತು. ಆದರೂ ಅನಿವಾರ್ಯತೆಯಿಂದ ಕಾಲನ್ನು ಎಳೆದುಕೊಂಡು ನಡೆದ. ತಣ್ಣನೆಯ ಬೆವರು ಮೈಯೊಳಗಿಳಿಯ ತೊಡಗಿತು. ಇನ್ನು ಸ್ವಲ್ಪವೂ ಮುಂದೆ ನಡೆಯಲಾರೆ ಎನಿಸಿತು. ಆದರೂ ಎದುರಿಗೆ ಕಂಡ ಖಾಲಿ ಜಾಗದತ್ತ ನಡೆದ. ದೊಪ್ಪನೆ ಕುಸಿದ. ಯಾರಾದರೂ ಈ ಬಯಲಿನಲ್ಲಿ ತನ್ನನ್ನು ಕಾಣದಿರಲಾರರು. ಅವನು ನೋವಿನ ಕಾಲನ್ನು ಮುಂದಕ್ಕೆ ಚಾಚಿ ಕಾದು ಕುಳಿತ.

* * *

ತಿಲಕರಾಜನಿಗೆ ಆಶ್ಚರ್ಯವಾಯಿತು. ಈ ಅಪಘಾತ ಅದು ಹೇಗೆ ತನ್ನನ್ನು ರಕ್ಷಿಸಿತೆಂದು! ನೀಲಕಂಠ ತನ್ನನ್ನು ಗೋವಾಕ್ಕೆ ಬಿಡುತ್ತಿದ್ದರೂ ಅಲ್ಲಿ ತನಗಾಗಿ ಕಾದು ಕೂತಿದ್ದ ಮದನ್ ಮತ್ತು ಮೈಕೆಲ್‌ರ ಕೈಗೆ ಸಿಗುತ್ತಿದ್ದನೇನೋ?

ಅವನಿಗೆ ಗೊತ್ತಿಲ್ಲ. ಆದರೂ ಅವನು ತನ್ನ ದೌರ್ಭಾಗ್ಯಕ್ಕೆ ಶಪಿಸಿದ. ಕಾಲು ಈಗ ಸ್ವಾಧೀನ ಕಳೆದುಕೊಂಡಂತೆ ಭಾಸವಾಯಿತು. ನಾಲ್ಕು ಗಂಟೆ ಹೊತ್ತು ಅಲ್ಲಿಯೇ ಕಾದು ಕುಳಿತ. ಕಾಲು ಅಲುಗಾಡದಂತೆ ತಟಸ್ಥವಾಯಿತು.

ಪೊಲೀಸ್, ಆ್ಯಂಬ್ಯುಲನ್ಸ್ ಮತ್ತು ಅಪಘಾತವಾದ ಟ್ರಕ್ಕು ಕಣ್ಣ ಮುಂದೆ ಸುಳಿದಂತಾಯಿತು. ಕಾಡು ತಂಪಾಗಿತ್ತು. ಆದರೆ ತಿಲಕರಾಜ ನಡುಗುತ್ತಿದ್ದ. ಅಲ್ಲಿಯೇ ಕಾಯುವುದಲ್ಲದೆ ಬೇರೆ ದಾರಿ ಕಾಣಲಿಲ್ಲ. ನರಳಿದ. ಅವನ ಕಾಲು ಕೆಂಪಾಗಿ ಬಾತುಕೊಂಡಿತು. ಕಾಲು ಮುರಿದಿದೆ?! ಅಥವಾ ಅಷ್ಟೊಂದು ಏಟಾಗಿದೆ? ಅದರ ಮೇಲೆ ಭಾರ ಹಾಕುವ ಪ್ರಯತ್ನ ಮಾಡಿದ.

ಆಮೇಲೆ ಬಾಯಾರಿಕೆಯಾಯಿತು. ತನ್ನ ವಾಚ್ ನೋಡಿಕೊಂಡ. ಸಮಯ ಮಧ್ಯಾಹ್ನ ಒಂದು ಐದು. ಅವನು ಎದ್ದು ರಸ್ತೆಯಾಚೆ ನಡೆಯಲು

ಯತ್ನಿಸಿದ. ಎದ್ದು ಅತ್ತ ನಡೆದರೆ ಏನಾದರೂ ವಾಹನಗಳು ಸಿಗಬಹುದು. ಹೇಗಾದರೂ ಗೋವಾಕ್ಕೆ ತೆರಳಬೇಕು!

ಮೆಲ್ಲಗೆ ತೆವಳಿಕೊಂಡು ರಸ್ತೆಯ ಕಡೆಗೆ ಸಾಗಿದ. ಟ್ರಕ್‌ನ ಸುಟ್ಟವಾಸನೆ ಬಂತು. ತೆವಳಿಕೊಂಡು ಅತ್ತ ಸಾಗಿದವನು ಜಬರ್ದಸ್ತಿಯಿಂದ ಎದ್ದು ನಿಲ್ಲುವ ಪ್ರಯತ್ನ ಮಾಡಿದ. ತನ್ನ ದೇಹದ ಭಾರವನ್ನು ನೋವಿನ ಕಾಲಿಗೆ ಹಾಕಿದ. ನೋವಿನ ತೀವ್ರತೆ ಕಾಲಿನಿಂದ ತಲೆಯವರೆಗೂ ಏರಿತು.

ದೇವರೇ! ಎಂತಹ ತೊಂದರೆ ತಂದೊಡ್ಡಿದೆ?! ಅಲ್ಲಿಯೇ ಕುಸಿದು ಕುಳಿತ. ಬೆವರಿನ ಮಣಿಗಳು ಹಣೆಯನ್ನು ಅಲಂಕರಿಸಿದವು. ತಲೆ ಸುತ್ತು ಬಂದಂತಾಯಿತು.

ಕಾಯುವುದೇ ಒಳಿತೆನಿಸಿತವನಿಗೆ. ಮೊತ್ತ ಮೊದಲಿನ ಸ್ಥಳಕ್ಕೆ ಹೋಗುವುದೇ ಕ್ಷೇಮವೆನಿಸಿತು. ಆಮೇಲೆ ನಡೆಯಬಹುದೆನಿಸಿತು.

ಮತ್ತೆ ಮೊದಲಿನ ಸ್ಥಳಕ್ಕೆ ತೆವಳಿಕೊಂಡು ಬಂದ. ಅಲ್ಲೊಂದು ಹಾವು ಕಂಡಿತು! ಎಂಟು ಫೀಟ್ ಅಂತರದಲ್ಲಿ ಸುರುಳಿ ಸುತ್ತಿ ಕುಳಿತಿತ್ತು. ಸೀಳು ನಾಲಗೆ ಹೊರಗೆ ಚಾಚಿ ಅವನತ್ತ ನೋಡಿತು.

ತಿಲಕರಾಜನಿಗೆ ಚಳಿ ಹಿಡಿದಂತಾಯಿತು. ಕಾಲಿನ ನೋವು ಮರೆತು ಹೋಯಿತು. ಅವನಿಗೆ ಹಾವುಗಳೆಂದರೆ ಭಯ. ಅವನು ಅಲುಗಾಡದೆ ಅಲ್ಲಿಯೇ ಕುಳಿತ. ಕಣ್ಣರೆಪ್ಪೆ ಅಲುಗಾಡಿಸದೆ ಹಾವನ್ನೇ ನೋಡುತ್ತಿದ್ದ. ಅದೂ ಹಾಗೆಯೇ ಕುಳಿತಿತ್ತು.

ನಿಮಿಷ ಕಳೆಯಿತು. ತಿಲಕರಾಜನಿಗೆ ರಿವ್ಹಾಲ್ವರ್‌ನ ನೆನಪಾಯಿತು. ಹಾವನ್ನು ಸಾಯಿಸಲೇ? ಆಮೇಲೆ ಅಪಾಯದ ಅರಿವಾಯಿತು. ಯಾರಾದರೂ ರಿವ್ಹಾಲ್ವರ್ ಸದ್ದು ಕೇಳಿ, ಬಂದು ತನಿಖೆ ನಡೆಸಬಹುದು. ಅದಕ್ಕಿಂತ ಸ್ವಲ್ಪ ಹೊತ್ತು ಕಾದರೆ ಹಾವು ಹರಿದುಕೊಂಡು ಹೋಗಬಹುದು. ಅದು ಆಕ್ರಮಣ ಮಾಡಿತೇ? ಅದು ನಿರಪಾಯಕಾರಿ. ಅವನಿಗೆ ಹಾವಿನ ಬಗ್ಗೆ ಗೊತ್ತಿಲ್ಲ.

ನಿಧಾನಕ್ಕೆ ಸುರುಳಿ ಬಿಡಿಸುತ್ತಾ ಮುಂದೆ ಹೋಗುವುದನ್ನೇ ಅವನು ಸಂಯಮದಿಂದ ಗಮನಿಸುತ್ತಿದ್ದ. ಅವನು ಅವಿತಿದ್ದ ಜಾಗದಿಂದ ತೆವಳಿಕೊಂಡು ಹೋಯಿತು. ಅವನು ಮುಖದ ಮೇಲಿನ ಬೆವರನ್ನು ಒರೆಸಿಕೊಂಡ. ಇನ್ನು ಅಲ್ಲಿಂದ ಹೊರಡಬೇಕೆಂದುಕೊಂಡ.

ಸೂರ್ಯನ ಕಿರಣಗಳು ದಟ್ಟವಾದ ಮರಗಳೆಡೆಯಿಂದ ತೂರಿ ಬರುತ್ತಿದ್ದವು. ಕುಡಿಯಲು ಏನೂ ಸಿಗಲಾರದೇ? ಕಾಡು ಹಾವುಗಳಿಂದ ತುಂಬಿದೆ. ಅವನು ಒಂಟಿ ಕಾಲಿನ ಮೇಲೆ ಭಾರ ಹಾಕಿದ. ಮೆಲ್ಲಗೆ ರಸ್ತೆಯತ್ತ ನಡೆಯತೊಡಗಿದ. ನಾಲ್ಕು ಹೆಜ್ಜೆ ನಡೆದನಷ್ಟೇ; ದೇಹದ ಭಾರ ಸಂಪೂರ್ಣ ನೋವಿನ ಕಾಲಿನ ಮೇಲೆಯೇ ಬಿತ್ತು. ಸಮತೋಲನ ಕಳೆದುಕೊಂಡ. ನೋವಿನಿಂದ ಚಿತ್ಕಾರ

ತೆಗೆದ. ದೊಪ್ಪನೆ ಮರದ ಬೊಡ್ಡೆಯ ಮೇಲೆ ಬಿದ್ದ ರಭಸಕ್ಕೆ ತಲೆಗೆ ಬಲವಾದ ಏಟು ಬಿತ್ತು. ತಲೆ ಸುತ್ತು ಬಂದು ಕಣ್ಣು ಕತ್ತಲಿಟ್ಟಿತು!

* * *

"ಅವರು ಬರುವ ಹಾಗಿದ್ದರೆ ಅವರೀಗ ಇಲ್ಲಿರಬೇಕಿತ್ತು" ಮೈಕೆಲ್ ಹೇಳಿದ. ಈಗಷ್ಟೇ ಊಟ ಮುಗಿಸಿದ್ದ ಅವನು ಮತ್ತು ಮದನ್ ಫಾಝಿಲ್‌ನ ಮನೆ ಕಾಣುವಂತೆ ಕುಳಿತಿದ್ದರು. ಅವರ ಕಾರು ಮರದ ಮರೆಯಲ್ಲಿ ನಿಂತಿತ್ತು. ಅದು ಕೊರಕಲು ಮಣ್ಣಿನ ರಸ್ತೆ.

"ಆಯಿತು, ಏನೀವಾಗ?" ಮದನ್ ಸ್ವಲ್ಪ ಕುಡಿದು ಕೇಳಿದ. ಬಾಟಲಿಯನ್ನು ಎಸೆದು ಬಿಟ್ಟ.

"ನಾನು ಸಿಟಿಗೆ ಹೋಗಿ ಬಾಸ್‌ಗೆ ಫೋನ್ ಮಾಡ್ತೀನಿ. ಅವನಿಗೆ ನಾವೇನು ಮಾಡ್ತಿದ್ದೇವೇಂತ ಅಚ್ಚರಿಯಾಗಬಹುದು. ನಾವು ಈ ಕೊಂಪೆಯಲ್ಲಿ ಎಂಟು ಗಂಟೆಯಿಂದ ಕಾಯ್ತಿದ್ದೀವಿ" ಮೈಕೆಲ್ ಹೇಳಿದ.

"ಏನಾಯ್ತು?" ಮದನ್ ಪುನರುಚ್ಚರಿಸಿದ.

"ಅವರು ಇಲ್ಲಿಗೆ ಬರಬಹುದು. ನೀನು ಇಲ್ಲೇ ಇರು ಮೈಕೆಲ್. ಸುಮ್ನೆ ಏನೇನೋ ಆಲೋಚನೆ ಮಾಡ್ಬೇಡ" ಅವನು ಮತ್ತೊಂದು ಡ್ರಿಂಕ್ಸ್‌ನ ಟಿನ್ ತೆಗೆದುಕೊಳ್ಳಲು ಮುಂದೆ ಬಾಗಿದ.

"ಅವರು ಎಷ್ಟು ಹೊತ್ತಿಗಾದರೂ ಇಲ್ಲಿಗೆ ಬರಬಹುದು" ಮೈಕೆಲ್ ಎದ್ದು ನಿಂತ.

"ನಾನು ಹೋಗ್ತೇನೆ. ನೀನು ಇಲ್ಲಿಯೇ ಇರು."

"ಸತ್ತು ಹೋಗಲಿ ಬಿಡು" ಮದನ್ ತಿಲಕರಾಜನಿಗೋಸ್ಕರ ಕಣ್ಣರೆಪ್ಪೆ ಮುಚ್ಚದೆ ಕಾಯುತ್ತಿದ್ದ.

"ನೀನು ಇಲ್ಲೇ ಇರು. ಇನ್ನೆರಡು ತಾಸು ಕಾಯೋಣ. ಆಮೇಲೆ ನಾವಿಬ್ಬರೂ ಸಿಟಿಗೆ ಹೋಗೋಣ."

"ಬಾಯ್ಮುಚ್ಚು, ನೀನೇ ಇರು" ಮೈಕೆಲ್ ಅಲ್ಲಿಂದ ಎದ್ದು ಮೇಲೆ ನಡೆದ. ಕಾರು ಎಲ್ಲಿ ನಿಲ್ಲಿಸಿದ್ದರೋ ಆ ಮರದ ರಸ್ತೆಯಂಚಿನಲ್ಲಿಯೇ ನಡೆದುಕೊಂಡು ಹೋದ.

ಇಪ್ಪತ್ತು ನಿಮಿಷಗಳ ತರುವಾಯ ಅವನು ರುದ್ರನೇತ್ರನ ಜೊತೆಗೆ ಮಾತನಾಡಿದ. ಅವನು ಪರಿಸ್ಥಿತಿಯನ್ನು ವಿವರಿಸಿದ.

"ಈಗಷ್ಟೇ ನಾವು ಫಾಝಿಲ್‌ನ ಮನೆಯ ಹತ್ತಿರದಿಂದ ಈಚೆಗೆ ಬಂದೆವು. ಎಂಟು ಗಂಟೆಗಳಿಂದ ಕಾಯುತ್ತಿದ್ದೇವೆ. ನಾಲ್ಕು ತಾಸು ಮೊದಲೇ

ಅವರು ಇಲ್ಲಿರಬೇಕಿತ್ತು. ಮದನ್ ಹೇಳ್ತಾ ಇದ್ದಾನೆ. ಅವರು ಇಲ್ಲಿ ಬಂದು ಹೋಗಿರಬಹುದೂಂತ ಅಥವಾ ಇನ್ನು ಬರಬಹುದೂಂತನೋ ಗೊತ್ತಿಲ್ಲ. ಈಗೇನು ಮಾಡೋದು?"

"ಮದನ್ ಹೇಳೋದು ಸರಿ. ಸ್ವಲ್ಪ ಹೊತ್ತು ಅಲ್ಲಿಯೇ ಇರಿ ಮೈಕೆಲ್. ನಾಳೆ ಎಂಟು ಗಂಟೆಯವರೆಗೂ ಬಾರದಿದ್ದರೆ ನೀವು ಹಿಂದಕ್ಕೆ ಬನ್ನಿ."

"ಬಾಸ್ ಬೇರೇನಾದರೂ ಹೇಳುವುದಿದೆಯೇ?" ಮೈಕೆಲ್ ಕೇಳಿದ. ಆ ಕೊಂಪೆಯಲ್ಲಿ ರಾತ್ರಿಯನ್ನು ಕಳೆಯುವುದು ಅವರಿಗೆ ಇಷ್ಟವಿಲ್ಲದ ವಿಷಯ.

ರುದ್ರನೇತ್ರ ಫೋನನ್ನು ಕುಕ್ಕಿದವನೇ ಜನಕನತ್ತ ನೋಡಿದ. ಆತ ಆಫೀಸಿನಲ್ಲಿ ಶತಪಥ ತಿರುಗುತ್ತಿದ್ದ. ಅವನು ಮೈಕೆಲ್ ಹೇಳಿದ್ದನ್ನು ಅವನಿಗೆ ತಿಳಿಸಿದ.

"ರುದ್ರನೇತ್ರ, ನಾವೊಂದು ಕೆಲ್ಸ ಮಾಡ್ಬೇಕು" ಜನಕ ಹೇಳಿದ.

"ನಾವು ರೆಡ್ಡಿ ಕೆಫೆಯಲ್ಲಿ ವಿಚಾರಿಸಿ ತನಿಖೆ ಮಾಡಬೇಕು. ನಾನು ಅದನ್ನು ಮಾಡ್ತೇನೆ. ನನಗನಿಸುತ್ತೆ ಅದು ಸರಿಯಾದ ದಾರೀಂತ."

"ನೀನು ಅಲ್ಲಿರಬೇಕೇ? ಅದನ್ನು ಮಾಡೋದಿಕ್ಕೆ ನಾನು ಬೇರೆಯವರನ್ನು ಕಳಿಸುವೆ. ಧರ್ಮನನ್ನು ಅರ್ಜೆಂಟಾಗಿ ಇಲ್ಲಿಗೆ ಬರಹೇಳು."

"ನಾನೇ ಅದನ್ನು ಮಾಡ್ತೇನೆ ಬಾಸ್" ಜನಕ ಶಾಂತವಾಗಿ ಹೇಳಿದ. ಅವನಿಗೆ ಆಫೀಸಿನಲ್ಲಿ ಕಾದು ಕಾದು ಹುಚ್ಚು ಹಿಡಿದಂತಾಗಿತ್ತು. ರುದ್ರನೇತ್ರ ತಿಲಕರಾಜನಿಗೆ ಶಪಿಸುವುದನ್ನು ಕೇಳಿ ಕೇಳಿ ರೋಗ ಹಿಡಿದಂತಾಗಿತ್ತು. "ನಾನೇ" ರುದ್ರನೇತ್ರನ ಕ್ರೂರ ನೋಟ ಎದುರಿಸಲಾರದೆ ಜನಕ ಮಾತು ನಿಲ್ಲಿಸಿದ. ಅವನ ಕಣ್ಣುಗಳು ಕಿಡಿ ಕಾರುತ್ತಿದ್ದವು.

"ನೀನಿಲ್ಲಿರು, ನಿನ್ನ ಹತ್ತಿರ ಮಾತ್ರ ತಿಜೋರಿಯ ಕೀಲಿಕೈ ಇದೆಯೆನ್ನುವುದನ್ನು ಮರಿಬೇಡ. ನನಗೆ ತಿಲಕರಾಜ ಸಿಗುವವರೆಗೂ ಹಣ ಮರಳಿ ಬರುವವರೆಗೂ ನೀನು ಇಲ್ಲಿರಲೇಬೇಕು, ತಿಳಿತಾ?"

ಜನಕನಿಗೆ ಇದು ನಿರೀಕ್ಷಿತವೇ ಆಗಿತ್ತು.

"ಒಂದು ವೇಳೆ ಅವನು ಸಿಗದಿದ್ದರೆ?"

"ಆಗ ನಾನು ನಿನ್ನನ್ನು ವಿಚಾರಿಸಿಕೊಳ್ಳುತ್ತೇನೆ. ಧರ್ಮನಿಗೆ ರೆಡ್ಡಿ ಕೆಫೆಗೆ ಹೋಗಲು ಹೇಳು. ಅಲ್ಲೆಲ್ಲಾ ವಿಚಾರಿಸುವುದಕ್ಕೆ ಹೇಳು."

"ನೀನು ಬಾಸ್ ಅಲ್ಲವೇ ರುದ್ರನೇತ್ರ?" ಜನಕ ಟೆಲಿಫೋನ್‌ನ ಹತ್ತಿರ ಹೋಗಿ ಧರ್ಮನಿಗೆ ಕರೆ ಮಾಡಿ ತಿಳಿಸಿದ.

ಮೂರು ತಾಸಿನ ಬಳಿಕ ಧರ್ಮ ಆತುರಾತುರವಾಗಿ ರುದ್ರನೇತ್ರನ ಆಫೀಸಿಗೆ ಬಂದ. ಧರ್ಮ ಎತ್ತರದ ತೆಳ್ಳಗಿನ ದೇಹದ ಬಿಳಿ ಚಹರೆಯ

ವ್ಯಕ್ತಿ. ರುದ್ರನೇತ್ರನ ದೃಷ್ಟಿಯಲ್ಲಿ ಚುರುಕಿನ ಮತ್ತು ಸರಿಯಾದ ನಡೆ ನುಡಿಯ ಯುವಕ ಆತ. ಹಿಂಸೆಯಾಗಲಿ ಸುಳ್ಳಾಗಲಿ ಆತನಲ್ಲಿಲ್ಲ.

"ನೀನು ಸರಿಯಾದ ಸಮಯಕ್ಕೆ ಬಂದೆ" ರುದ್ರನೇತ್ರನ ಮಾತಿನಲ್ಲಿ ಮೆಚ್ಚುಗೆಯಿತ್ತು.

"ನನಗೆ ಮಾಹಿತಿ ಸಿಕ್ಕಿದೆ. ತಕ್ಷಣವೆ ಬಂದೆ" ಅವನು ರುದ್ರನೇತ್ರನ ಎದುರಿಗೆ ಒಂದು ನಕ್ಷೆಯನ್ನು ಹರಡಿದ.

"ರುದ್ರನೇತ್ರ, ಆ ಸಮಯದಲ್ಲಿ ತಿಲಕರಾಜ ಅಲ್ಲಿದ್ದ."

ರುದ್ರನೇತ್ರ ಅಚ್ಚರಿಯಿಂದ ನಕ್ಷೆಯನ್ನು ನೋಡಿದವನೇ ಧರ್ಮನನ್ನು ನೋಡಿದ.

"ನೀನೇನು ಹೇಳ್ತಿದ್ದೀಯಾ?"

"ನನಗೆ ತಿಳಿದ ಪ್ರಕಾರ ತಿಲಕರಾಜ ಒಬ್ಬ ಕುಡುಕ ಡ್ರೈವರ್‌ನ ಟ್ರಕ್‌ನಲ್ಲಿ ದಕ್ಷಿಣಕ್ಕೆ ಹೋಗಿದ್ದಾನೆ. ಆ ಟ್ರಕ್ ರತ್ನಗಿರಿಯ ಕಾಡಿನ ಹತ್ತಿರ ಅಪಘಾತವಾಗಿ ಡ್ರೈವರ್ ಸ್ಥಳದಲ್ಲಿಯೇ ಸತ್ತು ಹೋಗಿದ್ದಾನೆ. ಆದರೆ ತಿಲಕರಾಜನ ಪತ್ತೆ ಇಲ್ಲ. ಆತನಿಗೂ ಏಟಾಗಿರಬಹುದು. ನಾನೀಗಲೇ ಕಾರ್ಯ ತತ್ಪರನಾಗುತ್ತೇನೆ. ಅವನು ಅಲ್ಲಿಯೇ ಕಾಡಿನಲ್ಲಿರಬಹುದು. ಸಿಗಬಹುದು. ನಮ್ಮ ಗ್ಯಾಂಗ್ ಅನ್ನು ಅಲ್ಲಿಗೆ ಕಳುಹಿಸಿದರೆ ಖಂಡಿತಾ ಅವನನ್ನು ಹಿಡಿಯಬಹುದು."

ರುದ್ರನೇತ್ರನ ತುಟಿ, ಹಲ್ಲುಗಳ ನಡುವೆ ಒತ್ತಿ ಕುಳಿತಿತು.

"ಒಳ್ಳೆಯ ಕೆಲಸ ಮಾಡಿದೆ ಧರ್ಮ" ಅವನು ಧರ್ಮನಿಗೆ ಹೇಳುತ್ತಾ ಜನಕನನ್ನು ಕೂಗಿ ಕರೆದ.

* * *

ತಿಲಕರಾಜ ತಂಪಾದ ನೀರನ್ನು ಮುಖಕ್ಕೆ ಸಿಂಪಡಿಸಿದಾಗ ಬಾಯಿ ತೆರೆದ. ನೀರು ಬಾಯಿಗೆ ಬಿತ್ತು! ಯಾವುದೋ ನೆರಳು ಬಾಗಿ ಆತನೆಡೆಗೆ ನೋಡುತ್ತಿತ್ತು. ಭಯ ಆವರಿಸಿತು. ಎದ್ದೇಳುವ ಪ್ರಯತ್ನ ಮಾಡಿದ. ತಲೆಯನ್ನು ಕೊಡವಿಕೊಂಡು ಕಣ್ಣು ತೆರೆದ. ತತ್‌ಕ್ಷಣವೇ ಎದುರಿಗೆ ನಿಂತ ಆಕೃತಿ ಸ್ಪಷ್ಟವಾಗಿ ಗೋಚರಿಸಿತು. ತೆಳ್ಳಗಿನ ಗಡ್ಡದಾರಿ ತಲೆಗೆ ಹ್ಯಾಟ್ ಹಾಕಿದ್ದ. ಖಾಕಿ ಡ್ರೆಸ್‌ನಲ್ಲಿದ್ದ! ನೀಳವಾದ ಮುಖ ಸೂಕ್ಷ್ಮ ಸ್ಪಷ್ಟ ನೀಲಿ ಕಣ್ಣುಗಳು ಇಷ್ಟರವರೆಗೆ ತಿಲಕರಾಜ ನೋಡಿರಲಿಲ್ಲ.

"ಆರಾಮವಾಗಿರು. ನಿನಗೊಬ್ಬ ಗೆಳೆಯ ಸಿಕ್ಕಿದಾಂತ ತಿಳಿದುಕೋ" ವ್ಯಕ್ತಿ ನಯವಾದ ಮಾತಿನಲ್ಲಿ ಹೇಳಿದ.

ತಿಲಕರಾಜ ಎದ್ದು ಕುಳಿತುಕೊಳ್ಳುವ ಪ್ರಯತ್ನ ಮಾಡಿದ. ತಲೆ ಸಣ್ಣಗೆ ಸಿಡಿಯಲಾರಂಭಿಸಿತು. ಜೊತೆಗೆ ಬಲಗಾಲಿನಲ್ಲಿ ವಿಪರೀತ ನೋವು ಕಾಣಿಸಿಕೊಂಡಿತು.

"ನನ್ನ ಕಾಲು ಮುರಿದು ಹೋಯ್ತು" ನೀರಿಗಾಗಿ ಕೈ ಮುಂದಕ್ಕೆ ಚಾಚಿ ಮುಖ ಕಿವುಚಿಕೊಂಡು ಹೇಳಿದ. ಬಾಯಾರಿದವನು ನೀರನ್ನು ಗಟಗಟನೆ ಕುಡಿದ.

"ಕುಡಿ" ನೀರಿನ ಬಾಟಲಿಯನ್ನೇ ತಗ್ಗಿಸಿ ಅವನ ತುಟಿಗಿರಿಸಿದ.

"ಕಾಲಿಗೆ ಬಲವಾದ ಏಟು ಬಿದ್ದಿರಬಹುದು. ಮೂಳೆಯೇನೂ ಮುರಿದಿರಲಿಕ್ಕಿಲ್ಲ. ಆರಾಮವಾಗಿರು. ನಾನು ಆ್ಯಂಬ್ಯುಲನ್ಸ್ ತರುತ್ತೇನೆ. ನೀನು ಇಲ್ಲಿಯವನೆಯಾ?"

"ನೀನ್ಯಾರು?" ತಿಲಕರಾಜ ಕೇಳಿದ. ಅವನ ಕೈ ಕೋಟಿನೊಳಗೆ ಇಳಿಯಿತು. ಅವನ ಬೆವರಿದ ಬೆರಳುಗಳು ರಿವ್ವಾಲ್ವರನ್ನು ಮುಟ್ಟಿ ನೋಡಿದವು.

"ನಾನು ಜಯಕರ" ಅವನು ಪರಿಚಯಿಸಿಕೊಂಡು ಮುಗುಳ್ನಕ್ಕ. ಅವನು ಅಲ್ಲಿಯೇ ಕುಳಿತ.

"ನೀನು ಆರಾಮವಾಗಿರು ನಾನಿದ್ದೇನೆ" ಅವನನ್ನು ಉಪಚರಿಸಲು ನಿಂತ.

"ಬೇಡ" ತಿಲಕರಾಜ ವಿರೋಧಪಡಿಸಿದಾಗ ಜಯಕರ ಕೂಲಂಕಷವಾಗಿ ಅವನನ್ನು ನೋಡಿದ.

"ಗೆಳೆಯಾ, ನೀನು ತೊಂದರೆಯಲ್ಲಿರುವೆಯಾ?" ಅವನು ಕೇಳಿದ.

ಗೆಳೆಯಾ! ಯಾರೂ ಇಲ್ಲಿಯವರೆಗೆ ಇಷ್ಟೊಂದು ಆತ್ಮೀಯತೆಯಿಂದ ಕರೆದಿರಲಿಲ್ಲ. ಗೆಳೆಯಾ!?

ಈಗ ತಿಲಕರಾಜನ ಸರದಿ. ಆತ ಜಯಕರನತ್ತ ತೀಕ್ಷ್ಣವಾಗಿ ನೋಡಿದ. ಅವನು ವಿಶ್ವಾಸ ಮೂಡಿಸುವಂತಿದ್ದ.

"ಹಾಗೆ ಅಂದುಕೋ. ನಾನು ತೊಂದರೆಯಲ್ಲಿ ಸಿಲುಕಿದ್ದೇನೆ. ನನಗೆ ಹಣ ಸಿಕ್ಕಿದೆ. ನೀನು ನನ್ನ ಕಾಲು ವಾಸಿಯಾಗುವವರೆಗೂ ರಕ್ಷಣೆ ಕೊಡಬಲ್ಲೆಯಾ?"

ಜಯಕರ ಬೆವರು ತುಂಬಿದ ಅವನ ತೋಳುಗಳನ್ನು ಮೆತ್ತಗೆ ತಟ್ಟಿದ.

"ನಾನು ನಿನಗೆ ಈಗಾಗಲೇ ಹೇಳಿದ್ದೇನೆ. ಭಯ ಪಡಬೇಡ. ಅದೇನು ಪೊಲೀಸರಿಂದ ತೊಂದರೆಯೇ?"

"ಅದಿಕ್ಕಿಂತಲೂ ಹೆಚ್ಚಿನದು."

"ನಿನ್ನ ತೋಳುಗಳನ್ನು ನನ್ನ ಕುತ್ತಿಗೆ ಸುತ್ತಾ ಬಳಸಿ ಹಿಡಿದುಕೋ. ಇಲ್ಲಿಂದ ಹೋಗೋಣ."

ತನ್ನ ತೋಳುಗಳಿಂದ ತಿಲಕರಾಜನನ್ನು ಗಟ್ಟಿಯಾಗಿ ಹಿಡಿದು ನಿಲ್ಲಿಸಿದ. ಅವನನ್ನು ಹಿಡಿದುಕೊಂಡು ಕಾಡಿನ ಅಂಚಿನವರೆಗೂ ನಡೆಸಿದ. ನೆರಳಿನಲ್ಲಿ

ಅವನನ್ನು ನಿಲ್ಲಿಸಿ ಹಳೆಯ ಫೋರ್ಡ್ ಕಾರನ್ನು ನಿಲ್ಲಿಸಿದೆಡೆಗೆ ಮೆಲ್ಲಗೆ ಅವನನ್ನು ನಡೆಸಿಕೊಂಡು ಬಂದ.

ತಿಲಕರಾಜ ಬೆವರಿ ಹೋಗಿದ್ದ. ಜಯಕರ ಅವನನ್ನು ಕಾರಿನ ಬಾಗಿಲು ತೆರೆದು ಕೂರಿಸಿದ.

"ಆರಾಮವಾಗಿರು. ನೀನೇನೂ ಯೋಚಿಸಬೇಡ" ಜಯಕರ ಬಾಗಿಲು ಮುಚ್ಚಿ ಡ್ರೈವಿಂಗ್ ಸೀಟ್‌ನಲ್ಲಿ ಕುಳಿತ. ತಿಲಕರಾಜ ಆರಾಮವಾಗಿ ಕುಳಿತು ದೀರ್ಘ ನಿಟ್ಟುಸಿರಿಟ್ಟ. ಕಾಲು ನೋವು ಅವನನ್ನು ಮಾತಾಡದಂತೆ ಪ್ರೇರೇಪಿಸಿತು. ಅವನು ಸೀಟ್‌ನ ಹಿಂದಕ್ಕೆ ಒರಗಿ ಕುಳಿತ. ಕಾರು ಮುಂದಕ್ಕೋಡಿತು.

ಕಾರು ಸ್ವಲ್ಪ ಹೊತ್ತು ಹೈವೆಯನ್ನು ಸವೆಸಿ ಕೊರಕಲು ರಸ್ತೆಗಿಳಿಯಿತು. ಅಗಲಕಿರಿದಾದ ರಸ್ತೆಯ ಅಂಚಿಗೆ ಮಾವಿನ ಮರದ ತೋಪು. ಮಾವಿನ ಮರದ ರೆಂಬೆಗಳು ರಸ್ತೆಯವರೆಗೂ ಬಾಗಿ ನಿಂತಿದ್ದವು.

"ಇಲ್ಲೇ ಮನೆ. ರತ್ನಗಿರಿಯ ಆಪೋಸು ಮಾವಿನ ಹಣ್ಣುಗಳು ಬಹಳ ರುಚಿ. ಈ ತೋಪು ನಮ್ಮದೇ" ಜಯಕರ ಕಾರಿಗೆ ತಡೆಯೊಡ್ಡುತ್ತಾ ಹೇಳಿದ.

ತಿಲಕರಾಜ ತಲೆಯೆತ್ತಿದ. ಅವನು ಮರದ ಮರೆಯಲ್ಲಿದ್ದ ಕಾಟೇಜನ್ನು ನೋಡಿದ. ಇದು ಅಡಗಿಕೊಳ್ಳಲು ಸಶಕ್ತವಾದ ಸ್ಥಳ!

"ನೀನು ಇಲ್ಲಿ ರೆಸ್ಟ್ ತೆಗೆದುಕೋ. ಇಲ್ಲಿ ಏನೂ ತೊಂದರೆಯಾಗದು" ಜಯಕರ ಕಾರಿನಿಂದ ಇಳಿಸುತ್ತಾ ಹೇಳಿದ.

ಅವನು ಅರ್ಧ ಎತ್ತಿಕೊಂಡಂತೆ ಅಥವಾ ಎಳೆದೊಯ್ಯುತ್ತಾ ತಿಲಕರಾಜನನ್ನು ಕ್ಯಾಬಿನ್‌ಗೆ ಸೇರಿಸಿದ. ಎರಡು ಬೆಡ್‌ರೂಂಗಳ ಸಣ್ಣ ಮನೆ. ಹಜಾರದಲ್ಲಿ ಪುಸ್ತಕಗಳನ್ನು ಜೋಡಿಸಲಾಗಿತ್ತು.

ಜಯಕರ ಅವನನ್ನು ಸಣ್ಣ ಬೆಡ್‌ರೂಂಗೆ ಕರೆತಂದ. ಗೋಡೆಗೆ ಒರಗಿಸಿ ಬೆಡ್‌ನಲ್ಲಿ ಕೂರಿಸಿದ. ಹೊಸ ಬಟ್ಟೆಯನ್ನು ಹಾಸಿ ಅಲ್ಲಿಯೇ ಅವನನ್ನು ಮಲಗುವಂತೆ ಹೇಳಿದ.

"ಆರಾಮವಾಗಿರು" ಜಯಕರ ಅವನಿಗೆ ಹೇಳಿ ಹೊರಗೆ ನಡೆದ.

ತಿಲಕರಾಜನ ಕಾಲು ಊದಿಕೊಂಡಿತು. ನೋವು ವಿಪರೀತವಾಗಿತ್ತು. ಏನಾಗುತ್ತಿದೆಯೆನ್ನುವುದು ಅರೆಬರೆ ತಿಳಿದಿತ್ತು. ಅವನು ಮರದ ಮೇಲ್ಛಾವಣಿಯನ್ನು ನೋಡುತ್ತಾ ಮಲಗಿದ. ಹೀಗೆಲ್ಲಾ ನಡೆಯುತ್ತದೆಯೆಂದು ಕನಸಿನಲ್ಲಿಯೂ ಅಂದುಕೊಂಡಿರಲಿಲ್ಲ.

ಜಯಕರ ಕೈಯಲ್ಲಿ ತಂಪಾದ ಬಿಯರ್ ಹಿಡಿದು ಕೊಂಡು ಬಂದ.

"ಇದನ್ನು ಕುಡಿ. ನಿನ್ನ ಕಾಲು ಏನಾಗಿದೇಂತ ನಾನು ನೋಡ್ತೀನಿ" ಅವನಿಗೆ ಬಿಯರ್ ಕೊಡುತ್ತಾ ಹೇಳಿದ.

ತಿಲಕರಾಜ ಒಂದೇ ಗುಟುಕಿಗೆ ಬಿಯರ್ ಕುಡಿದ. ಬರಿದಾದ ಗ್ಲಾಸನ್ನು ಬೆಡ್‌ನ ಅಂಚಿಗೆ ಇಟ್ಟ.

"ಥ್ಯಾಂಕ್ಸ್, ನನಗೆ ಅಗತ್ಯವಾಗಿತ್ತು."

"ತುಂಬಾ ಏಟೇನೂ ಆಗಿಲ್ಲ. ಇದು ಬೇಗ ವಾಸಿಯಾಗುತ್ತೆ. ಒಂದು ವಾರದಲ್ಲಿ ನೀನು ಎದ್ದು ಓಡಾಡಬಲ್ಲೆ" ಜಯಕರ ಅವನ ಶೂ ಸಾಕ್ಸ್‌ಗಳನ್ನು ತೆಗೆದ.

"ಒಂದು ವಾರ?!" ತಿಲಕರಾಜ ಎದ್ದು ಕುಳಿತ.

"ಇಲ್ಲಿ ನೀನು ಸುರಕ್ಷಿತವಾಗಿರುವೆ ಗೆಳೆಯಾ. ಯಾರು ಕೂಡ ಇಲ್ಲಿಗೆ ಬರುವುದಿಲ್ಲ. ನೀನು ಈ ಪ್ರದೇಶಕ್ಕೆ ಹೊಸಬ. ನಾನು ನಾಗರಾಜ. ಅಂದ್ರೆ ನಿನಗೆ ಗೊತ್ತಿಲ್ಲ. ಭಯಂಕರ ಹಾವುಗಳಿರುತ್ತವೆ" ತಿಲಕರಾಜ ಅವನನ್ನು ದಿಟ್ಟಿಸಿದ.

"ಹಾವುಗಳು?"

"ನಾನು ಹಾವುಗಳನ್ನು ಹಿಡಿದು ಪಳಗಿಸ್ತೀನಿ. ಜೀವಂತ ಹಾವುಗಳು. ನಾನು ಆಸ್ಪತ್ರೆಯಲ್ಲಿ ಕೆಲಸ ಮಾಡುತ್ತೇನೆ. ಅವರಿಗೆ ಹಾವಿನ ವಿಷ ಬೇಕು. ನಾನು ಅವುಗಳನ್ನು ಮಾರಾಟ ಮಾಡುತ್ತೇನೆ. ಸದ್ಯ ನನ್ನ ಬಳಿ ಮುನ್ನೂರು ಬೇರೆ ಬೇರೆ ವಿಧದ ಹಾವುಗಳಿವೆ. ಈ ಮನೆಯ ಹಿಂದೆ ಅವುಗಳ ಗೂಡಿದೆ. ಜನ ನನ್ನನ್ನು ಕಂಡರೆ ಹೆದರ್ತಾರೆ. ಅದಕ್ಕೆ ನಾನು ನಾಗರಾಜ ಅಂದಿದ್ದು" ಅವನು ಹೇಳುತ್ತಲೇ ತಿಲಕರಾಜನ ಕಾಲಿಗೆ ಐಸ್ ತುಂಡು ಇಟ್ಟು ಬ್ಯಾಂಡೇಜ್ ಸುತ್ತಿದ. ನೋವು ಈಗಾಗಲೇ ಕಡಿಮೆಯಾಗುತ್ತಿತ್ತು.

"ಏನಾದರೂ ತಿನ್ನಬೇಕೆನಿಸಿದೆಯಾ? ನಾನೂ ಬೆಳಗ್ಗೆ ಮನೆ ಬಿಟ್ಟಿದ್ದೆ. ನಾನು ಏನೂ ತಿಂದಿಲ್ಲ. ನನಗೆ ಕಂಪನಿ ಕೊಡು."

ತಿಲಕರಾಜ ತಲೆಯಲುಗಿಸಿದ.

ಹತ್ತು ನಿಮಿಷಗಳಲ್ಲಿಯೇ ಎರಡು ಕಪ್‌ಗಳಲ್ಲಿ ಸೂಪ್ ಹಿಡಿದುಕೊಂಡು ಬಂದ. ಅವನು ಬೆಡ್‌ನತುದಿಗೆ ಕುಳಿತ. ತಿಲಕರಾಜನಿಗೆ ಒಂದನ್ನು ನೀಡಿದ. ಅವನು ತಿನ್ನಲು ಶುರು ಮಾಡಿದ. ತಿಲಕರಾಜ ಮುಗಿಸಿದ್ದ. ಇಷ್ಟರವರೆಗೆ ಅಂತಹ ಸೂಪ್ ಕುಡಿದಿರಲಿಲ್ಲ.

"ನೀನು ಒಳ್ಳೆಯ ಅಡುಗೆ ಮಾಡುವೆ. ಇಷ್ಟು ರುಚಿಯಾಗಿರುವುದನ್ನು ನಾನು ಎಲ್ಲೂ ಕುಡಿದಿಲ್ಲ" ಗೆಳೆಯನ ಸೂಪನ್ನು ಹೊಗಳಿದ.

"ಹೌದು, ಕೇರೆ ಹಾವಿನ ಮಾಂಸದ ಅಡುಗೆಯನ್ನು ಸರಿಯಾಗಿ ಮಾಡಿದರೆ ರುಚಿಯಾಗಿರುತ್ತದೆ" ಜಯಕರ ಪ್ಲೇಟುಗಳನ್ನು ತೆಗೆಯುತ್ತಾ ಹೇಳಿದ. ತಿಲಕರಾಜನ ಕಣ್ಣುಗಳು ಅಗಲಕ್ಕೆ ತೆರೆದುಕೊಂಡವು.

"ಹಾವಿನ ಮಾಂಸ?"

"ಬಿಟ್ಟು ಬಿಡು ಅದನ್ನು."

"ಓಕೆ ಥ್ಯಾಂಕ್ಸ್."

ಜಯಕರ ಕಣ್ಣು ಮಿಟುಕಿಸುತ್ತಾ ನಕ್ಕ. ಅವನು ಹೋದ ಮೇಲೆ ತಿಲಕರಾಜನಿಗೆ ಏನನ್ನೋ ತೊಳೆಯುವ ಸದ್ದು ಕೇಳಿಸಿತು. ಸ್ವಲ್ಪ ಸಮಯ ಬಿಟ್ಟು ಜಯಕರ ಒಳಗೆ ಬಂದ.

"ನಂಗೆ ಸ್ವಲ್ಪ ಕೆಲಸ ಇದೆ. ನೀನು ಚಿಂತೆ ಮಾಡ್ಬೇಡ. ಇಲ್ಲಿಗೆ ಯಾರೂ ಬರೋದಿಲ್ಲ. ನಾನು ಮೂರು ನಾಲ್ಕು ಗಂಟೆಯೊಳಗೆ ಹಿಂತಿರುಗುವೆ" ಅವನ ಮುಖದಲ್ಲಿ ಗಡ್ಡ ಬೆಳೆದಿರುವುದನ್ನು ಗಮನಿಸಿದ.

"ನೀನು ಶೇವ್ ಮಾಡುವೆಯಾ?"

"ಬೇಡ, ಗಡ್ಡ ಬೆಳೆಸಬೇಕೆಂದಿರುವೆ" ತಿಲಕರಾಜ ತನ್ನ ಅಸ್ತಿತ್ವವನ್ನು ಮರೆಮಾಚಲು ಆ ನಿರ್ಧಾರಕ್ಕೆ ಬಂದವನು ನಿರಾಕರಿಸಿದ. ಇಬ್ಬರೂ ಒಬ್ಬರನೊಬ್ಬರು ನೋಡಿಕೊಂಡರು.

"ಆಯ್ತು, ನೀನು ಸಣ್ಣ ನಿದ್ದೆ ಮಾಡು. ನಾನು ಬಾಗಿಲು ಮುಚ್ಚಿ ಹೋಗುತ್ತೇನೆ" ಅವನು ಬೀಗ ಹಾಕಿ ಹೊರಗೆ ನಡೆದ.

ಇನ್ನೂ ಅವನ ತಲೆ ಕಾಲುಗಳು ನೋಯುತ್ತಿದ್ದವು. ತಿಲಕರಾಜ ನಿದ್ದೆಗೆ ಜಾರಿದ. ಅವನಿಗೆ ಎಚ್ಚರವಾದಾಗ ಬೆಳಕು ಮಸುಕಾಗಿತ್ತು. ನೋವು ತುಂಬಾ ಕಡಿಮೆಯಾಗಿತ್ತು. ತಲೆ ನೋವು ಮಾಯವಾಗಿತ್ತು. ಆದರೆ ಕಾಲು ಇನ್ನೂ ಸಣ್ಣಗೆ ನೋಯುತ್ತಿತ್ತು.

ಮಲಗಿದ್ದಲ್ಲಿಂದಲೇ ಹೊರಗೆ ನೋಡುತ್ತಿದ್ದ. ಸೂರ್ಯ ಮರಗಳ ಮರೆಯಿಂದ ಮುಳುಗುವುದನ್ನೇ ನೋಡುತ್ತಿದ್ದ. ಅವನ ಕಣ್ಣುಗಳು ಜಯಕರನಿಗಾಗಿ ಹುಡುಕುತ್ತಿದ್ದವು. ನಂಬಿಕೆಯ ವ್ಯಕ್ತಿ. ಅವನಿಗೆ ಜಯಕರ ಹಿಡಿಸಿದ.

ಅವನ ಯೋಚನೆಗಳೆಲ್ಲಾ ಮತ್ತೆ ರುದ್ರನೇತ್ರನನನ್ನು ನೆನಪಿಸಿದವು. ಅವನಿಗಾಗಿ ತುಂಬಾ ವರ್ಷಗಳು ಕೆಲಸ ಮಾಡಿದ್ದ. ಆತ ತನ್ನ ಬಗ್ಗೆ ಹೇಗೆ ಪ್ರತಿಕ್ರಿಯಿಸಬಹುದು?... ಒಂದು ಕೋಪಗೊಂಡ ಗೂಳಿಯಂತೆ!!

ರುದ್ರನೇತ್ರ ಮಸ್ತಾನನ್ನು ಕರೆಸಿ ತನ್ನನ್ನು ಹುಡುಕಲು ಎಷ್ಟು ಸಮಯ ಬೇಕು? ಈಗಾಗಲೇ ಗ್ಯಾಂಗ್ ತನ್ನನ್ನು ಹುಡುಕಲು ಶುರು ಮಾಡಿರಬೇಕು. ತಿಲಕರಾಜ ದೋಚಿದ ಹಣವೆಲ್ಲಾ ಲಗೇಜ್ ಲಾಕರ್‌ನಲ್ಲಿ ಸುರಕ್ಷಿತವಾಗಿದೆ. ಅವನಿಗೆ ನೆನಪಾದವನು ಅನುದೀಪ್! ಅವನ ಸಂಪರ್ಕದಲ್ಲಿದ್ದರೆ ಒಳ್ಳೆಯದೆನಿಸಿತು. ಕಾಲು ಗುಣವಾದ ತಕ್ಷಣವೇ ಅವನಿಗೆ ಫೋನ್ ಮಾಡಿ ಮಾತಾಡಬೇಕು. ಅವನ ಹಣವನ್ನು ತೆಗೆದಿರುವುದಕ್ಕೆ ಕ್ಷಮೆ ಯಾಚಿಸಬೇಕು. ಅದನ್ನು ಬಡ್ಡಿ ಸಮೇತ ಹಿಂತಿರುಗಿಸುವುದಾಗಿ ಹೇಳಬೇಕು. ಆಗ ಅವನು ರುದ್ರನೇತ್ರನ ವಿಷಯವನ್ನೆಲ್ಲಾ ತಿಳಿಸಿಯಾನು.

ತತ್‌ಕ್ಷಣವೇ ಯಾರೋ ಕಿಟಕಿಯ ಬಳಿ ಸುಳಿದಂತಾಯಿತು. ಅವನು ರಿವ್ಹಾಲ್ವರನ್ನು ಮುಟ್ಟಿ ನೋಡಿದ. ಕೂಡಲೇ ಜಯಕರ ಕಾಣಿಸಿಕೊಂಡ. ಸಮಾಧಾನವಾಯಿತು. ಕೈಯಲ್ಲಿ ಅದೇನೋ ಹಿಡಿದುಕೊಂಡಿರುವುದು ಕಂಡಿತು.

ಹಾವುಗಳು!

ತಿಲಕರಾಜ ಅಚ್ಚರಿ ತೋರಿಸಿದ. ಬದುಕಿಗಾಗಿ ಗಳಿಸುವ ಇಂತಹುದೊಂದು ದಾರಿ! ಐದು ನಿಮಿಷಗಳ ಬಳಿಕ ಜಯಕರ ಎರಡು ಗ್ಲಾಸುಗಳಲ್ಲಿ ಕಾಫಿ ತಂದಿರಿಸಿದ.

"ಈಗ ಕಾಲು ಹೇಗಿದೆ?" ಅವನು ಹಬೆಯಾಡುವ ಕಾಫಿಯನ್ನು ಅವನತ್ತ ಚಾಚುತ್ತಾ ಕೇಳಿದ.

"ಇನ್ನೂ ನೋವಿದೆ. ಆದರೆ ವಿಪರೀತವೇನಲ್ಲ."

ಜಯಕರ ಬೆಡ್‌ನ ಅಂಚಿಗೆ ಕುಳಿತ.

"ನಾನು ಆಮೇಲೆ ನೋಡ್ತೇನೆ" ಜಯಕರ ಕಾಫಿಯನ್ನು ಹೀರಿ ಗ್ಲಾಸನ್ನು ಕೆಳಗಿಟ್ಟ.

"ಇವತ್ತು ಮೂರು ಮೀನುಗಳು ದೊರೆತವು. ನೀನು ನನಗೆ ಅದೃಷ್ಟ ತಂದವನು. ನಾನು ನಿನ್ನ ಹೆಸರು ಕೇಳಬಹುದೇ? ಅಥವಾ ಕೇಳಬಾರದೆ?"

"ತಿಲಕರಾಜ, ರಾಜಾಂತ ಕರೆಯಬಹುದು" ಸ್ವಲ್ಪ ತಡೆದು ತಿಲಕರಾಜ ಹೇಳಿದ, "ನೀನು ಯಾವಾಗಲೂ ಅಪರಿಚಿತರಿಗೆ ನನಗೆ ಸತ್ಕಾರ ಕೊಟ್ಟ ಹಾಗೆ ಉಪಚರಿಸುವೆಯಾ?"

"ನೀನೇ ಮೊದಲಿಗನು. ಹೌದು, ನಾನು ಜನರಿಗೆ ಸಹಾಯ ಮಾಡುವುದನ್ನು ನಂಬುವವನು. ನಾನು ಅಪರಿಚಿತನಾಗಿದ್ದವನು. ನನಗೂ ಸಹಾಯ ಮಾಡಿದವರಿದ್ದಾರೆ. ಅದನ್ನು ಈಗಲೂ ನೆನಪಿಸಿಕೊಳ್ಳುತ್ತೇನೆ. ನಾನು ಧರ್ಮ ಪಾಲಿಸುವವನು. ಜಾತಿಯನ್ನು ಪರಿಗಣಿಸಲಾರೆ. ಜನರ ಮುಖ ನೋಡಿ ನಾನು ಸಹಾಯ ಮಾಡುವವನಲ್ಲ. ನನಗೆ ಸಂತೋಷವಾದಂತೆ ನಾನು ನಡೆಯುವವನು."

"ಅದು ಒಳ್ಳೆಯ ನಿಯಮ. ನನಗೆ ನೀನು ಸಿಕ್ಕಿದ್ದು ನನ್ನ ಅದೃಷ್ಟ" ತಿಲಕರಾಜ ಶಾಂತವಾಗಿ ಉತ್ತರಿಸಿದ.

"ನಿನ್ನ ಕಾಲನ್ನು ನೋಡುವ. ನಿನಗೆ ಬಟ್ಟೆ ಬದಲಾಯಿಸಲು ಸಹಾಯ ಮಾಡಲೆ? ನನ್ನ ಬಳಿ ನಿನಗಾಗುವ ಬೇರೆ ಬಟ್ಟೆಗಳಿವೆ."

ಮೆತ್ತಗೆ ಬ್ಯಾಂಡೇಜನ್ನು ತೆಗೆದು ಐಸ್ ನೀರಿನಲ್ಲಿ ಅದ್ದಿ ಅದನ್ನು ಬದಲಾಯಿಸಿದ. ಬಳಿಕ ಅವನ ಜ್ಯಾಕೆಟನ್ನು ತೆಗೆಯಲು ಸಹಾಯ ಮಾಡಿದ. ಒಂದು ಕ್ಷಣ ಅವನಿಗೆ ರಿವ್ಹಾಲ್ವರ್ ಮತ್ತು ಅದರ ಪೌಚ್ ಕಂಡಿತು. ಅವನು ಅದನ್ನು ತೆಗೆದಿರಿಸುವ ತನಕ ಕಾದ.

"ಅದು ನನ್ನ ಸಹಾಯಕ್ಕೆ ಬರುವಂತದ್ದು."

"ಅದು ಇತ್ತೀಚೆಗೆ ಜನರಿಗೆ ಅನಿವಾರ್ಯವಾಗಿದೆ. ನೀನು ಪ್ಯಾಂಟನ್ನು ಬದಲಾಯಿಸು" ಜಯಕರ ಹೇಳಿದವನೇ ಅವನ ಪ್ಯಾಂಟನ್ನು ನೋವಿನ ಕಾಲಿನಿಂದ. ನಿಧಾನಕ್ಕೆ ಜಾರಿಸಿದ.

ಆಗ ಟಣ್ಣನೆ ಸದ್ದಿನೊಂದಿಗೆ ಏನೋ ನೆಲಕ್ಕೆ ಬಿತ್ತು! ಜಯಕರ ಕೆಳಗೆ ನೋಡಿದ. ಬಾಗಿ ಕೆಳಗೆ ಬಿದ್ದ ವಸ್ತುವನ್ನು ಎತ್ತಿ ತಿಲಕರಾಜನಿಗೆ ನೀಡಿದ.

"ಇದು ನಿನ್ನದೇ?" ಕೇಳಿದ.

"ನಿನ್ನ ಪ್ಯಾಂಟ್‌ನಿಂದ ಕೆಳಗೆ ಬಿತ್ತು" ಅವನು ಅಂಗೈಯಲ್ಲಿ ಹಿಡಿದು ತೋರಿಸಿದ. ಅವನ ಅಂಗೈಯಲ್ಲಿ ಕಳೆದು ಹೋದ ಪದಕವಿತ್ತು!!

* * *

ಕಾಡಿನ ಬೆಳದಿಂಗಳನ್ನು ತೆರೆದ ಕಿಟಕಿಯ ಮೂಲಕ ನೋಡುತ್ತಿದ್ದ ತಿಲಕರಾಜ. ಇನ್ನೊಂದು ಬೆಡ್‌ರೂಂನಲ್ಲಿ ಜಯಕರನ ಗೊರಕೆ ಸದ್ದು ಕೇಳಿಸುತ್ತಿತ್ತು. ಅವನು ಪದಕವನ್ನು ಕೈಯಲ್ಲಿ ಹಿಡಿದುಕೊಂಡು ನೋಡುತ್ತಿದ್ದ. ಅದು ಮತ್ತೆ ಒಳಗೆ ಬಂದಿದೆ. ಆದರೆ... ಎಷ್ಟೊಂದು ತೊಂದರೆ ಅನುಭವಿಸ ಬೇಕಾಯಿತು.

ಪ್ರತಿಯೊಂದು ಕ್ಷಣವೂ ಅದರ ಹುಡುಕಾಟ ನಡೆಸಿದ್ದ. ಅದನ್ನು ಹುಡುಕದ ಸ್ಥಳವಿಲ್ಲ. ಆದರೆ ಅದು ಅವನ ಪ್ಯಾಂಟ್‌ನಲ್ಲಿಯೇ ಭದ್ರವಾಗಿತ್ತು. ಈ ಪದಕ ಕಳೆದು ಹೋಗಿರುತ್ತಿದ್ದರೇ ಇನ್ನು ಆತ ರುದ್ರನೇತ್ರನ ಬಳಿ ಕೆಲಸವನ್ನು ಮಾಡಿಕೊಂಡಿರುತ್ತಿದ್ದ. ಅದೂ ಅವನ ಕಳೆದುಕೊಂಡ ಹಣದ ಹುಡುಕಾಟಕ್ಕಾಗಿ! ಆದರೆ ಆತ ಊಹಿಸಿದ್ದು ಆ ಪದಕ ತಾನು ಹಣವನ್ನು ಅಪಹರಿಸುವಾಗ ಜನಕನ ಆಫೀನಲ್ಲಿ ಬಿದ್ದಿರಬಹುದೆಂದು. ಈಗ ತಾನು ದಿಕ್ಕು ದೆಸೆಯಿಲ್ಲದೆ ಓಡುತ್ತಿದ್ದೇನೆ! ಪದಕವನ್ನು ತೆಗೆದು ಕಿಟಕಿಯಿಂದ ಹೊರಗೆ ಬಿಸಾಡುವ ಮನಸ್ಸಾಯಿತು. ಜೊತೆಗೆ ಸಿಟ್ಟೂ ಬಂತು. ಅವನು ಶಾಪ ಹಾಕಿದ. ಆದರೆ ಹಾಗೆ ಬಿಸಾಡಲಾರ. ಅಮ್ಮನ ಮಾತುಗಳು ನೆನಪಾದವು. 'ಇದು ನಿನ್ನ ಜೊತೆಗಿರುವ ತನಕ ನಿನಗೆ ಕೆಟ್ಟದ್ದೇನೂ ಸಂಭವಿಸಲಾರದು' ಅಮ್ಮ ದು:ಖದಿಂದ ಆ ಮಾತುಗಳನ್ನು ಹೇಳಿದಂತೆ ಕೊನೆಯಲ್ಲಿ ಅನುರಣಿಸಿತು. ಸಂತೋಷ! ಅದೀಗ ಮರಳಿ ತನ್ನ ಬಳಿ ಬಂದಿದೆ. ಗ್ಯಾಂಗ್ ತನ್ನನ್ನು ಏನೂ ಮಾಡಲಾರದು. ಕೊನೆಗೂ ತನ್ನ ಕನಸಿನ ದೋಣಿ ತೆಗೆದುಕೊಳ್ಳಬಹುದು. ಚರಿತ್ರೆಯಲ್ಲಿ ತಾನೇ ಮಾಫಿಯಾದ ಸಾವಿನಂಚಿನಿಂದ ತಪ್ಪಿಸಿಕೊಂಡ ಮೊದಲಿಗ! ಅವನು ಅದನ್ನು ಕುತ್ತಿಗೆಯ ಚೈನ್‌ಗೆ ಸಿಕ್ಕಿಸಿ ಕೊಕ್ಕೆಯನ್ನು ಬಲವಾಗಿ ಒತ್ತಿದ.

ಅಲ್ಲಿಯೇ ಮಲಗಿಕೊಂಡು ಉದಯಿಸುವ ಚಂದ್ರನನ್ನು ನೋಡುತ್ತಿದ್ದ. ಮರಗಳ ಮರೆಯಿಂದ ಹಾಯುವ ಗಾಳಿಯ ಮರ್ಮರದ ಧ್ವನಿ ಇಂಪಾಗಿತ್ತು. ಆ ಗಾಳಿಗೆ ಬೆವರಿದ ದೇಹದಲ್ಲಿ ಪದಕ ತಂಪಾಗಿ ಅಣಕಿಸುತ್ತಿತ್ತು.

ಬೈಗು ಮಸುಕಾಗುವವರೆಗೂ ನಿದ್ದೆ ಸುಳಿಯಲಿಲ್ಲ. ನಿದ್ದೆ ಸುಳಿದಾಗ ರುದ್ರನೇತ್ರನ ಗ್ಯಾಂಗ್ ಎರಡು ಕಾರಿನಲ್ಲಿ ಬಂದಿಳಿದು ಅಪಘಾತವಾದ ಟ್ರಕ್ಕನ್ನು ಪರಿಶೀಲಿಸುತ್ತಿತ್ತು.

ಧರ್ಮ ಈ ಕಾರ್ಯಾಚರಣೆಯ ರೂವಾರಿಯಾಗಿದ್ದ. ಸೂರ್ಯ ಏರುತ್ತಿರುವಾಗ ಕಾಡಿಗೆ ಬೆಳಕು ಚೆಲ್ಲಿತು. ಧರ್ಮ ದಟ್ಟಣೆಯ ಕಾಡನ್ನು ಕೂಲಂಕಷವಾಗಿ ಗಮನಿಸುತ್ತಿದ್ದ.

ಈಗ ಅವನಿಗೆ ಎಲ್ಲವೂ ಸ್ಪಷ್ಟವಾಯಿತು. ತನ್ನ ಕಾರ್ಯಾಚರಣೆ ನಿರರ್ಥಕ. ಈ ದಟ್ಟ ಅರಣ್ಯದಲ್ಲಿ ತಿಲಕರಾಜ ಎಲ್ಲಿ ಅಡಗಿದ್ದಾನೋ ಏನೋ? ಅವನನ್ನು ಹುಡುಕಾಡುವುದು ಸುಲಭದ ಮಾತಲ್ಲ. ಅವನು ಸುಮ್ಮನಿರಬೇಕಿತ್ತು. ಈಗ ತಡವಾಗಿದೆ. ರುದ್ರನೇತ್ರ ತನ್ನಿಂದ ಅವನನ್ನು ತರಬೇಕೆಂದು ನಿರೀಕ್ಷಿಸುತ್ತಿದ್ದಾನೆ.

"ಇದೇ ಜಾಗ. ನಾವು ಎಲ್ಲಾ ಕಡೆ ಒಟ್ಟಿಗೆ ಹುಡುಕೋದು ಬೇಡ. ಇಬ್ಬರು ಎಡಕ್ಕೆ ಹೋಗಿ. ಇಬ್ಬರು ಬಲಕ್ಕೆ ಹೋಗಿ. ನಾವು ಇಲ್ಲಿಯೇ ಸುತ್ತಮುತ್ತ ಹುಡುಕಾಡೋಣ. ನೋಡೋಣ, ಅವನು ತಪ್ಪಿಸಿಕೊಳ್ಳದಂತೆ ಜಾಗ್ರತೆ ಮಾಡಿ."

ಇಬ್ಬರು ಅವನ ಜೊತೆಗೆ ನಡೆದರು. ಇಬ್ಬರು ಮಾಫಿಯಾದಲ್ಲಿ ನುರಿತ ವ್ಯಕ್ತಿಗಳು. ರುದ್ರನೇತ್ರನಿಗಾಗಿ ಈಗ ಕೆಲಸ ಮಾಡುವ ಅವರು ಮುಂಬೈ ಪೊಲೀಸರ ಹಿಟ್ ಲಿಸ್ಟ್‌ನಲ್ಲಿದ್ದವರು.

ಅವರಿಬ್ಬರಲ್ಲಿ ಒಬ್ಬಾತ ಹದಿಹರೆಯದವನು. ತೆಳ್ಳಗೆ ಗಟ್ಟಿ ಕಪ್ಪು ಕಲ್ಲಿನಂತಹ ಕಣ್ಣುಗಳ ಅವನು ಯಾವಾಗಲೂ ಹಲ್ಲಿನೆಡೆಯಿಂದ ಸಿಳ್ಳು ಹಾಕುವವನು. ಮತ್ತೊಬ್ಬ ಇವನಿಗಿಂತ ಐದು ವರ್ಷ ದೊಡ್ಡವನು. ಕುಳ್ಳಗೆ ದಪ್ಪಗೆ ಚಪ್ಪಟೆ ಕಣ್ಣುಗಳವನು.

ಎಲ್ಲರೂ ಅವರವರಿಗೆ ಸೂಚಿಸಿದ ದಾರಿಯನ್ನು ಹಿಡಿದರು. ಸುಟ್ಟು ಕರಕಲಾದ ಟ್ರಕ್‌ನ ಬಳಿ ಬಂದಾಗ ಧರ್ಮ ನಿಂತ!

"ಓ! ಸಂಪೂರ್ಣ ಆಹುತಿಯಾಗಿದೆ. ಬದುಕುಳಿಯುವ ಸಾಧ್ಯತೆ ಇಲ್ಲ. ಆದರೂ ಹುಡುಕಾಡುವುದನ್ನು ಮುಂದುವರಿಸುವ."

* * *

ಜಯಕರ ಬೆಡ್‌ರೂಂನ ಬಾಗಿಲು ತೆರೆದಾಗ ತಿಲಕರಾಜನಿಗೆ ಎಚ್ಚರವಾಯಿತು.

"ಗುಡ್‌ನೈಟ್?" ಜಯಕರ ಅವನಿಗೆ ಟೀ ಕೊಡುತ್ತಾ ಹೇಳಿದ.

"ಒಳ್ಳೆಯದಾಯಿತು" ತಿಲಕರಾಜ ಎದ್ದು ಅವನು ಕೊಟ್ಟ ಚಹಾವನ್ನು ಹೀರಿದ.

"ನಾನು ಕಾಡಿಗೆ ಹೋಗುತ್ತಿದ್ದೇನೆ. ಹೋಗುವ ಮೊದಲು ನೋಡಿ ಹೋಗೋಣಾಂತ ಬಂದೆ" ಅವನು ಹೊರಗೆ ಹೋಗಿ ಮತ್ತೆ ಒಳಗೆ ಬಂದಾಗ ಐಸ್ ನೀರು ತಂದ. ಬ್ಯಾಂಡೇಜನ್ನು ಬದಲಾಯಿಸಿ ನಿಟ್ಟುಸಿರಿಟ್ಟ.

"ನಾನು ಎಂಟ್ಹತ್ತು ಗಂಟೆ ಹಿಂತಿರುಗಲಾರೆ. ನಿನಗೇನಾದರೂ ಬೇಕೆ? ಐಸ್ ನೀರು ಇಟ್ಟಿರುತ್ತೇನೆ. ಓದಲು ಪುಸ್ತಕ ಬೇಕೇ?"

ತಿಲಕರಾಜ ತಲೆಯಲುಗಿಸಿದ.

"ನಾನು ಪುಸ್ತಕಗಳನ್ನು ಓದುವವನಲ್ಲ. ಆರಾಮವಾಗಿರುತ್ತೇನೆ."

"ನಾನು ಬೀಗ ಹಾಕಿ ಶಟರ್ ಎಳೆದುಕೊಂಡು ಹೋಗುತ್ತೇನೆ. ನೀನೇನು ಚಿಂತಿಸಬೇಡ. ಇಲ್ಲಿಗೆ ಯಾರೂ ಬರುವುದಿಲ್ಲ. ಆದರೂ ಜಾಗರೂಕನಾಗಿರು" ತಿಲಕರಾಜನ ಬೆರಳು ರಿವ್ಹಾಲ್ವರನ್ನು ಮುಟ್ಟಿ ನೋಡಿತು.

"ನಾನು ಚೆನ್ನಾಗಿದ್ದೇನೆ. ಏನೂ ತೊಂದರೆಯಿಲ್ಲ. ಇಷ್ಟೆಲ್ಲಾ ಮಾಡಿದಕ್ಕೆ ನಿನಗೆ ಧನ್ಯವಾದಗಳು."

ಐಸ್ ವಾಟರ್‌ನ ಫ್ಲಾಸ್ಕ್, ಸಿಗರೇಟ್, ಲೈಟರ್‌ಗಳನ್ನು ತಿಲಕರಾಜನ ಬೆಡ್‌ನ ಪಕ್ಕದಲ್ಲಿರಿಸಿದ. ಭಾರವಾದ ಮರದ ಬಾಗಿಲುಗಳನ್ನು ಎಳೆದು ಚಿಲಕ ಸೇರಿಸಿ ಬೀಗ ಹಾಕಿದ. ಶಟರ್ ಎಳೆದ.

"ಸ್ವಲ್ಪ ಹೊತ್ತಿನಲ್ಲಿ ಬಿಸಿಯಾಗಬಹುದು. ತುಂಬಾ ಬಿಸಿಯಾದರೆ ಕ್ಷಮೆಯಿರಲಿ" ಅವನ ಅನಿವಾರ್ಯತೆಯನ್ನು ಹೇಳಿದ.

"ನಿನ್ನನ್ನು ಬಿಟ್ಟು ಹೋಗುವುದಕ್ಕೆ ಕ್ಷಮೆಯಿರಲಿ. ಆದರೆ ನನಗೆ ಅವಶ್ಯವಾಗಿ ಕೆಲವು ಹಾವುಗಳು ಬೇಕು. ಆಸ್ಪತ್ರೆಗಳಿಗೆ ಅದರ ವಿಷ ಔಷಧಿಗಾಗಿ ಬೇಕು. ನನಗೆ ಇಡೀ ದಿವಸ ಬೇಕಾದಿತು."

"ನನಗೇನೂ ಅಭ್ಯಂತರವಿಲ್ಲ. ನಾನು ಪುಸ್ತಕವನ್ನು ಓದಬಹುದು. ಆದರೆ ಪುರಾಣಗಳನ್ನು..." ತಿಲಕರಾಜ ನಕ್ಕ.

ಜಯಕರ ಹಜಾರಕ್ಕೆ ಬಂದು ಸ್ವಲ್ಪ ಹೊತ್ತಿನಲ್ಲಿಯೇ 'ರಾಮಾಯಣ' ಕೃತಿಯನ್ನು ತಂದ.

ತಿಲಕರಾಜ ಶಾಲೆ ಬಿಟ್ಟ ಮೇಲೆ ಯಾವತ್ತೂ ಪುಸ್ತಕವನ್ನು ಓದಿದವನಲ್ಲ. ಪುರಾಣ ಕೃತಿ ಅವನನ್ನು ಆಕರ್ಷಿಸಿತು. ಸಮಯ ಸರಿಯುತ್ತಿತ್ತು. ತಿನ್ನುವುದನ್ನು ಮರೆತಿದ್ದ. ಶಟರ್‌ನ ನಡುವೆ ತೆಳುವಾದ ಬೆಳಕು ಬಿದ್ದಾಗಲೇ ಅವನ ಅರಿವಿಗೆ ಬಂದದ್ದು. ಪುಸ್ತಕವನ್ನು ಮುಗಿಸಿದ್ದ. ಹಸಿವೆಯಿಂದ ಹೊಟ್ಟೆ

ತಾಳಹಾಕಲಾರಂಭಿಸಿತು. ಕಾಲು ನೋಯುತ್ತಿರಲಿಲ್ಲ. ಅವನ ವಾಚ್ ಸಂಜೆ ಐದು ಮೂವತ್ತು ತೋರಿಸುತ್ತಿತ್ತು.

ಈ ತರಹ ಒಳ್ಳೆಯ ಪುಸ್ತಕಗಳಿದ್ದರೆ... ತಾನೆಷ್ಟು ಅವುಗಳಿಂದ ವಂಚಿತನಾಗಿದ್ದೇನೆ. ಅವನು ಜಯಕರ ತಂದಿರಿಸಿದ್ದ ತಿಂಡಿಯನ್ನು ಮುಗಿಸಿದ. ಒಂದು ಸಿಗರೇಟ್ ಹಚ್ಚಿಕೊಂಡ. ತತ್‌ಕ್ಷಣವೇ ಬಾಗಿಲು ತೆರೆದ ಸದ್ದಾಯಿತು. ಕೂಡಲೇ ಸಿಗರೇಟನ್ನು ಬಿಸುಟ್ಟು ರಿವ್ಹಾಲ್ವರ್ ಎತ್ತಿಕೊಂಡ.

"ನಾನು" ಜಯಕರನ ಧ್ವನಿ ಕೇಳಿಸಿತು. ಅವನು ಸಣ್ಣ ಬೆಡ್ ರೂಮನ್ನು ಪ್ರವೇಶಿಸಿದ.

"ಏನೋ ಅಪಾಯದ ವಾಸನೆ ಕಾಣಿಸ್ತಿದೆ. ಯಾರೋ ಮೂವರು ಅಪರಿಚಿತರು ಈ ಕಡೆಗೆ ಬರುತ್ತಿದ್ದಾರೆ. ಅವರು ನನ್ನನ್ನು ನೋಡಿರಲಿಲ್ಲ. ಅವರೆಲ್ಲರ ಕೈಯಲ್ಲೂ ರಿವ್ಹಾಲ್ವರ್ ಇತ್ತು" ತಿಲಕರಾಜ ಎದ್ದು ಕುಳಿತ.

"ಇನ್ನೇನು ಅವರು ಹತ್ತು ನಿಮಿಷದೊಳಗೆ ಇಲ್ಲಿಗೆ ಬರಬಹುದು ತಿಲಕರಾಜ ಬಾ... ಅವರಿಗೆ ನಿನ್ನ ಸುಳಿವು ಸಿಗದ ಸ್ಥಳದಲ್ಲಿ ಅವಿತುಕೋ" ಜಯಕರ ಅವನ ತೋಳು ಹಿಡಿದು ಎಬ್ಬಿಸಿದ.

"ನಿನ್ನ ನೋವಿನ ಕಾಲಿಗೆ ಬಲ ಹಾಕಬೇಡ" ಎಚ್ಚರಿಸಿದ.

ತಿಲಕರಾಜ ರಿವ್ಹಾಲ್ವರ್ ಮತ್ತೆ ಅದರ ಕೇಸನ್ನು ಎತ್ತಿಕೊಂಡು ಜಯಕರನ ಸಹಾಯದಿಂದ ಹಜಾರಕ್ಕೆ ಬಂದ. ಸೂರ್ಯ ಕಿರಣಗಳು ಮಸುಕಾಗಿದ್ದವು. ಮನೆಯ ಹಿಂದಕ್ಕೆ ಕರೆದುಕೊಂಡು ಬಂದ ಜಯಕರ ದೊಡ್ಡ ಗೂಡನ್ನು ತೋರಿಸಿದ.

"ಇದು ನನ್ನ ಹಾವುಗಳ ಮನೆ. ನಿನಗೇನು ಹೆದರಿಕೆಯಿಲ್ಲ ಎಂದುಕೊಳ್ಳುವೆ. ಅವೆಲ್ಲಾ ಗೂಡಿನೊಳಗೆ ಇವೆ. ನಿನ್ನನೇನೂ ಸ್ಪರ್ಶಿಸಲಾರವು" ಜಯಕರ ಧೈರ್ಯ ತುಂಬಿದ.

ಅವನು ತಿಲಕರಾಜನನ್ನು ಗೂಡಿನ ಖಾಲಿ ಜಾಗದತ್ತ ಕಳುಹಿಸಿದ. ಕತ್ತಲೆ ತುಂಬಿದ ಕೋಣೆಯಲ್ಲಿ ಹಾವುಗಳ ಬುಸುಗುಡುವ ಸದ್ದು ಕೇಳುತ್ತಿತ್ತು. ಅದರ ಮುಂದೆ ದೊಡ್ಡದಾದ ಗೂಡನ್ನು ಎಳೆದು ಮರೆ ಮಾಡಿದ. ತಿಲಕರಾಜ ಗೋಡೆಯ ಹಿಂದಕ್ಕೆ ಜರುಗಿ ಅವಿತು ಕುಳಿತ. ಯಾರಿಗೂ ಆತ ಗೋಚರಿಸುವಂತೆ ಇರಲಿಲ್ಲ. ಎದುರಿಗಿನ ಗೂಡಿನಲ್ಲಿ ಹಾವುಗಳು ತಮ್ಮಷ್ಟಕ್ಕೆ ಸರಿದಾಡುತ್ತಿದ್ದವು.

"ನಿನಗೇನೂ ತೊಂದರೆಯಿಲ್ಲ. ಚಿಂತಿಸಬೇಡ. ನಾನು ಒಳಗಿರುತ್ತೇನೆ. ನೀನು ಇಲ್ಲಿರುವುದು ಅವರಿಗೆ ತಿಳಿಯಲಾರದು. ಅವನು ಗೂಡನ್ನು ಇನ್ನಷ್ಟು ಮುಂದಕ್ಕೆ ಎಳೆದು ಗೋಡೆಯ ಹಿಂದೆ ಕುಳಿತಿದ್ದ ತಿಲಕರಾಜ ಕಾಣಿಸದಂತೆ ಮರೆ ಮಾಡಿದ. ತಿಲಕರಾಜನಿಗೆ ಹಾವುಗಳ ಕಮಟು ವಾಸನೆ ಬರುತ್ತಿತ್ತು.

ಅವುಗಳ ಓಡಾಟ ಅಸಹ್ಯವೆನಿಸುತ್ತಿತ್ತು. ನೋವಿನ ಕಾಲನ್ನು ಮೆಲ್ಲಗೆ ಎಳೆದು ನೆಲಕ್ಕೆ ಚಾಚಿ ಕುಳಿತ.

ಧರ್ಮ ತನ್ನ ಇಬ್ಬರು ಅನುಚರರೊಂದಿಗೆ ಜಯಕರನ ಕಾಟೇಜ್‌ನ ಬಳಿ ಬಂದು ಕೂಲಂಕಷವಾಗಿ ಗಮನಿಸಿದ. ಕಾಡಿನಲ್ಲಿ ಅಲೆದಾಡಿ ಸುಸ್ತಾದವರಿಗೆ ಕಾಟೇಜನ್ನು ಕಂಡಾಗ ಮರುಭೂಮಿಯಲ್ಲಿ ಓಯಸಿಸ್ ಕಂಡಂತೆ ಸಂತಸವಾಯಿತು. ತಿಲಕರಾಜ ದಟ್ಟ ಕಾಡಿನಲ್ಲಿ ಎಲ್ಲೋ ಅವಿತುಕೊಂಡಿದ್ದಾನೆನ್ನುವ ಭ್ರಮೆ ಕಳಚಿ ಹೋಯಿತು. ನಾಲ್ಕೈದು ಗಂಟೆಗಳ ಅಲೆದಾಟದಲ್ಲಿ. ಆದರೂ ಹುಡುಕಾಟ ನಿಂತಿರಲಿಲ್ಲ. ಅವರಿಗೆ ಕೇವಲ ಹಾವುಗಳು ಮಾತ್ರ ಗೋಚರಿಸಿದ್ದವು. ತಾನೇ ಕಾರ್ಯಾಚರಣೆಗೆ ಉಪಾಯ ಕೊಟ್ಟು ಅವನನ್ನು ಹುಡುಕುವಲ್ಲಿ ಸೋತರೆ ರುದ್ರನೇತ್ರ ಸುಮ್ಮನೆ ಬಿಡಲಾರ.

ಆದರೆ ಕಾರ್ಯಾಚರಣೆ ಸುಲಭದ್ದಾಗಿರಲಿಲ್ಲ. ಮಾಂಸ ಹಾಕಿ ನಾಯಿಗೆ ಕಾಯುವಷ್ಟು ಸುಲಭದಲ್ಲಿ ತಿಲಕರಾಜನನ್ನು ಹಿಡಿಯುವ ಕಾರ್ಯ. ಈಗ ತನಗೊಂದು ಸುಳಿವು ದೊರೆತಂತಾಯಿತು. ಈ ಕಾಟೇಜ್‌ನಲ್ಲಿ ಆತ ಅಡಗಿರಬಹುದು.

ಮೂವರೂ ಹಿಂಭಾಗದಿಂದ ಪ್ರವೇಶಿಸಿದರು.

“ಆತ ಇಲ್ಲಿ ಅಡಗಿರಬಹುದು” ಧರ್ಮ ಹೇಳಿದ.

ಅವರು ಕಾಟೇಜ್‌ನ ಒಳಗೆ ಇಣುಕಿದರು. ಒಳಗೆ ಒಬ್ಬ ತೆಳು ದೇಹದ ಉದ್ದನೆಯ ವ್ಯಕ್ತಿ ಖಾಕಿ ಧರಿಸಿ ನಿಂತಿರುವುದು ಕಂಡಿತು. ಆತ ಕಾಟೇಜ್‌ನ ಹೊರಗೆ ಬಂದು ಬಾವಿಯಿಂದ ನೀರು ಸೇದುತ್ತಿದ್ದ.

“ಹೋಗಿ, ಅವನ ಹತ್ತಿರ ವಿಚಾರಿಸಿ” ಧರ್ಮ ತೆಳ್ಳಗಿನ ತನ್ನ ಸಹಚರನಿಗೆ ಹೇಳಿದ.

“ದಯವಿಟ್ಟು ನನ್ನನ್ನು ಕೇಳಬೇಡ. ನೀನೇ ಕೇಳು. ನಾನು ನಿನ್ನ ಜೊತೆಗೆ ಬರುವೆ.”

“ನಾನೇ ಹೋಗಬೇಕೆ? ನೀನು ಬಾಸ್ ಅಲ್ಲವೇ ಧರ್ಮ?” ದಪ್ಪನೆಯ ಕುಳ್ಳ ವ್ಯಕ್ತಿ ಅವನನ್ನು ಮುಂದೆ ಮಾಡಿದ.

ಧರ್ಮನೇ ಧೈರ್ಯದಿಂದ ಮುಂದಕ್ಕೆ ಬಂದ. ಹೃದಯ ಮೆಲ್ಲಗೆ ಬಡಿಯಲಾರಂಭಿಸಿತು. ತಿಲಕರಾಜ ಒಳಗಿರಬಹುದೆಂದು ಅಂದು ಕೊಳ್ಳುತ್ತಿರುವಾಗಲೇ ಜಯಕರ ಧರ್ಮನನ್ನು ನೋಡಿದ.

“ಹಲೋ, ಅಪರಿಚಿತರೇ, ನಿಮಗೆ ದಾರಿ ತಪ್ಪಿತೇ? ಇತ್ತೀಚೆಗೆ ಒಂದೆರಡು ತಿಂಗಳಿನಿಂದ ಈ ದಾರಿಯಲ್ಲಿ ನಾನು ಯಾರನ್ನೂ ನೋಡಿಲ್ಲ” ತನ್ನ ಮೆದು ಧ್ವನಿಯಲ್ಲಿ ಅವರಿಗೆ ಹೇಳಿದ.

ಧರ್ಮ ಅವನನ್ನೇ ನೋಡಿದ. ರಿವ್ಹಾಲ್ವರ್ ಅನ್ನು ಹಿಂದಕ್ಕೆ ಹಿಡಿದು, "ನೀನು ಇಲ್ಲಿ ವಾಸಿಸುತ್ತಿರುವೆಯಾ?" ಎಂದು ಕೇಳಿದ.

"ಹೌದು, ಇದು ನನ್ನ ಕಾಟೇಜ್. ನಾನು ಜಯಕರ ಅಂತ. ಮೊದಲು ಫಾರೆಸ್ಟ್ ರೇಂಜರ್ ಆಗಿದ್ದೆ. ಈಗ ಹಾವುಗಳನ್ನು ಹಿಡಿಯುತ್ತಿದ್ದೇನೆ" ಜಯಕರ ಸಹಜವಾಗಿಯೇ ನುಡಿದ.

ಧರ್ಮ ಅಧೀರನಾದ.

"ಹಾವುಗಳೇ? ಅದರರ್ಥ ಏನು?" ತಾಳ್ಮೆಯಿಂದ ಜಯಕರ ಎಲ್ಲವನ್ನೂ ವಿವರಿಸಿದ.

"ನಾನು ವಿಷ ಸಂಗ್ರಹಿಸಿ ಆಸ್ಪತ್ರೆಗಳಿಗೆ ಕೊಡುತ್ತೇನೆ" ಮಾತು ಮುಗಿಸಿ ಧರ್ಮನನ್ನು ಸಂಶಯದ ದೃಷ್ಟಿಯಿಂದ ನೋಡಿ, "ನೀವು ಯಾರು?" ಎಂದ.

"ನೀನು ಎಲ್ಲಾದರೂ ಒಬ್ಬ ಕುಳ್ಳ, ಕಪ್ಪುಗೂದಲಿನ ದಪ್ಪನೆಯ ವ್ಯಕ್ತಿಯನ್ನು ನೋಡಿದಿಯಾ? ಸುಮಾರು ನಲವತ್ತು ವಯಸ್ಸಿನವನು. ನಾವು ಅವನನ್ನು ಹುಡುಕಿಕೊಂಡು ಬಂದಿದ್ದೇವೆ."

"ನಾನು ಹೇಳಿದೆನಲ್ಲಾ... ಸುಮಾರು ಒಂದೆರಡು ತಿಂಗಳಿನಿಂದ ಯಾರೂ ಈ ಕಡೆಗೆ ಬಂದಿಲ್ಲ."

ಧರ್ಮ ಸಂಶಯದಿಂದ ಕಾಟೇಜ್‌ನತ್ತ ನೋಟ ಹರಿಸಿದ.

"ನೀನು ನಮಗೆ ಸುಳ್ಳು ಹೇಳುತ್ತಿಲ್ಲ ತಾನೆ? ಒಂದು ವೇಳೆ ಅವನು ಒಳಗಿದ್ದರೆ ನಿನಗೆ ತೊಂದರೆ. ಅಂದರೆ ತೊಂದರೆ ಅನುಭವಿಸಬೇಕಾದೀತು."

"ಇದೆಲ್ಲಾ ಏನು? ನೀವೇನು ಪೊಲೀಸರಾ?" ಜಯಕರ ಶಾಂತವಾಗಿ ಪ್ರಶ್ನಿಸಿದ.

ಅವನ ಪ್ರಶ್ನೆಯನ್ನು ನಿರ್ಲಕ್ಷ್ಯಿಸಿ ತನ್ನ ಅನುಚರರನ್ನು ಕರೆದ.

"ನಿನ್ನ ಕಾಟೇಜನ್ನೊಮ್ಮೆ ನೋಡಬಹುದೆ?" ಜಯಕರನನ್ನು ತಳ್ಳಿಕೊಂಡಂತೆ ಮೂವರೂ ಒಳಗೆ ನುಗ್ಗಿದರು.

"ಬಾಯಿ ಮುಚ್ಚಿಕೊಂಡು ಒಳಗೆ ಎಲ್ಲಾ ಕಡೆ ನೋಡಿ."

ಜಯಕರನೂ ಒಳಗೆ ನಡೆದ. ಧರ್ಮ ಮುಂದೆ ನಡೆದು ಉಳಿದಿಬ್ಬರಿಗೆ ಅತ್ತ ಇತ್ತ ನೋಡುವಂತೆ ಸಂಜ್ಞೆ ಮಾಡಿದ. ತ್ವರಿತ ಹುಡುಕಾಟದಲ್ಲಿ ಒಳಗೆ ಏನು ಕಾಣಿಸಲಿಲ್ಲ. ಜಯಕರ ಮುಗುಳು ನಗುವಿನಿಂದ ಹೊರಗೆ ಬಂದು ಬಿಸಿಲಿಗೆ ನಿಂತ. ಧರ್ಮ ಹೊರಗೆ ಬಂದು ಕಾಟೇಜ್‌ನ ಸುತ್ತಾ ನೋಡಿದ.

"ಅದೇನದು?" ಗೂಡಿನತ್ತ ಕೈ ಚಾಚಿ ಜಯಕರನನ್ನು ಕೇಳಿದ.

"ಅದು ಹಾವಿನಮನೆ. ಬನ್ನಿ ನೋಡಿ ಬಗೆಬಗೆಯ ಹಾವುಗಳಿವೆ. ನೀವು ಎಂದೂ ನೋಡಿರದ ಭಯಂಕರ ಹಾವುಗಳಿವೆ" ಜಯಕರ ಕರೆದ.

ಹಾವಿನ ಗೂಡಿನ ಹಿಂದೆ ಗೋಡೆಯ ಬಳಿ ತಿಲಕರಾಜ ಕುಳಿತಿದ್ದ. ಅವನು ಅವರ ಪ್ರತಿಯೊಂದು ಪದವನ್ನು ಕೇಳಿಸಿಕೊಳ್ಳುತ್ತಿದ್ದ. ಸುರಕ್ಷತೆಗೆ ಗನ್ ಅನ್ನು ರೆಡಿಯಾಗಿರಿಸಿಕೊಂಡ. ಅವನಿಗೆ ಸಿಳ್ಳೆಯ ಸದ್ದು ಕೇಳಿಸಿತು. ಧ್ವನಿಯಲ್ಲಿಯೇ ಹೊರಗೆ ಯಾರೆಲ್ಲಾ ಬಂದಿದ್ದಾರೆನುವುದನ್ನು ಗುರುತಿಸಿದ. ಹಾವಿಗಿಂತಲೂ ಭಯಂಕರವಾದಿಗಳು. ಮಾಫಿಯಾ ಮಂದಿ!

"ಮುಂದೆ ಹೋಗು" ಧರ್ಮ ತನ್ನ ಗನ್ ತೋರಿಸಿ ಜಯಕರನಿಗೆ ಹೇಳಿದ. ಜಯಕರ ಮುಂದೆ ಗೂಡಿನ ಬಳಿ ನಿಂತ. ಧರ್ಮ ಬಾಗಿ ಗೂಡುಗಳನ್ನು ಗುರುತಿಸುತ್ತಿದ್ದ. ಹಾವಿನ ವಾಸನೆಗೆ ಹಿಂದಕ್ಕೆ ಸರಿದ. ಅವನ ಹಿಂದೆಯೇ ಅವನ ಅನುಚರರೂ ಬಂದರು.

"ಬನ್ನಿ, ಹೋಗೋಣ. ನಾವು ಒಂದು ತಿಂಗಳು ಈ ಕಾಡು ಅಲೆದರೂ ಆತ ಸಿಗಲಾರ."

"ನಿನ್ನ ಮಾತು ಸತ್ಯ" ದಪ್ಪನೆಯ ಕುಳ್ಳ ಸಹಚರ ಹೇಳಿದ.

ಜಯಕರ ಮೂವರೂ ಕಾಡಿನೊಳಗೆ ಹೋಗುವುದನ್ನು ಗಮನಿಸಿದ. ನೀರಿನ ಬಕೆಟನ್ನು ಹಿಡಿದುಕೊಂಡು ಒಳಗೆ ನಡೆದ. ಹತ್ತು ನಿಮಿಷದ ಬಳಿಕ ಕಾಟೇಜ್‌ನಿಂದ ಹೊರಗೆ ಬಂದು ಕಾಡಿನತ್ತ ನೋಡಿ ಹಾವಿನ ಮನೆಯತ್ತ ನಡೆದ. ಅಲ್ಲಿಂದ ಕಾಡಿನ ದಾರಿಯನ್ನು ಹಿಡಿದ ಮೂವರನ್ನೂ ಗಮನಿಸಿದ. ಸ್ವಲ್ಪದೂರದಲ್ಲಿ ಇನ್ನೂ ಮೂವರು ಸೇರಿಕೊಂಡರು. ಎಲ್ಲರೂ ಏನೋ ಚರ್ಚೆ ನಡೆಸಿ ಕಾರಿನ ಕಡೆಗೆ ನಡೆದರು. ಸ್ವಲ್ಪದರಲ್ಲಿಯೇ ಎರಡು ಕಾರುಗಳು ಒಂದರ ಹಿಂದೆ ಒಂದರಂತೆ ಸಾಗಿದವು. ಆ ಬಳಿಕ ಕಾಟೇಜ್‌ಗೆ ಹಿಂತಿರುಗಿದವನೇ ಹಾವಿನ ಗೂಡಿನತ್ತ ನಡೆದು ತಿಲಕರಾಜ ಅವಿತು ಕುಳಿತಲ್ಲಿಗೆ ಬಂದ. ಬೇಟೆಗಾರರು ಹಿಂತಿರುಗಿದರೆನ್ನುವ ಆಶ್ವಾಸನೆಯನ್ನು ನೀಡಿದ.

ಅಧ್ಯಾಯ 6

ತಿಲಕರಾಜ ಬೋರ್ ಹೊಡೆಸಿದ ಎಂಟು ದೀರ್ಘ ದಿನಗಳನ್ನು ಜಯಕರನ ಕಾಟೇಜ್‌ನಲ್ಲಿ ಕಳೆದ. ಆ ಸಮಯದಲ್ಲಿ ಗುರುತು ಹಿಡಿಯದಂತೆ ಗಡ್ಡ ಬೆಳೆದಿತ್ತು. ಕಾಲು ಸಂಪೂರ್ಣ ಗುಣಮುಖವಾಗಿತ್ತು.

ಬಾತ್‌ರೂಂನ ಕನ್ನಡಿಯಲ್ಲಿ ಮುಖವನ್ನು ನೋಡಿಕೊಂಡವನಿಗೆ ಗಡ್ಡ ಬೆಳೆದು ತನ್ನ ಪರಿಚಯವೇ ತನಗಾಗಲಿಲ್ಲ. ಕೂಲಂಕಷವಾಗಿ ಮತ್ತೊಮ್ಮೆ ಮುಖವನ್ನು ಪರಿಶೀಲಿಸಿದ. ಆತ್ಮವಿಶ್ವಾಸ ಬೆಳೆದಿತ್ತು. ಜಯಕರ ಅವನನ್ನು ಪೇಟೆಯವರೆಗೆ ಕರೆದುಕೊಂಡು ಹೋಗಿದ್ದ. ಅವನಿಗೆ ಬೇಕಿದ್ದ ಬಟ್ಟೆಗಳು, ಜ್ಯಾಕೆಟ್, ಹ್ಯಾಟ್, ಟಾಯಲೆಟ್ ವಸ್ತುಗಳು, ಸಾಕ್ಸ್, ಶರ್ಟ್, ಸೂಟುಕೇಸ್‌ಗಳನ್ನು ಖರೀದಿಸಿದ್ದ.

ಕೆಲವೊಮ್ಮೆ ಅವನ ಕಾಲಿನಲ್ಲಿ ನೋವು ಕಾಣಿಸಿಕೊಳ್ಳುತ್ತಿತ್ತು. ಈಗ ನಡಗೆ

ಮೊದಲಿನಂತಾಗಿದ್ದರೂ ಕೆಲವೊಮ್ಮೆ ಕಾಲನ್ನು ಎಳೆದು ಹಾಕುತ್ತಿದ್ದ. ಅವನು ಮತ್ತೆ ದಕ್ಷಿಣದ ಕಡೆಗೆ ಪ್ರಯಾಣ ಬೆಳೆಸಲು ಉದ್ದೇಶಿಸಿದ. ಗೋವಾ ಅವನನ್ನು ಸೆಳೆಯುತ್ತಿತ್ತು. ಅವನಿಗೆ ಫಾರ್ಖಿಲ್ ಬಗ್ಗೆ ವಿಶ್ವಾಸವಿತ್ತು. ತನಗೆ ಆಶ್ರಯ ನೀಡುವುದಲ್ಲದೆ ತಾನು ಜೋಪನವಾಗಿಟ್ಟಿದ್ದ ಹಣವನ್ನು ತರುವಲ್ಲಿ ಸಹಾಯ ಮಾಡದಿರಲಾರ. ಒಮ್ಮೆ ಎಲ್ಲವೂ ತಣ್ಣಗಾದ ಮೇಲೆ ಆ ಹಣವನ್ನು ತರಲು ನಿರ್ಧರಿಸಿದ. ಗಡ್ಡ ಬೆಳೆಸಿದ್ದರಿಂದ ಫಕ್ಕನೆ ತನ್ನ ಪರಿಚಯ ಯಾರಿಗೂ ಆಗಲಾರದು. ಅನುದೀಪ್‌ನ ಹಣದಿಂದ ಒಂದು ಸೆಕೆಂಡ್ ಹ್ಯಾಂಡ್ ಕಾರನ್ನು ತೆಗೆದುಕೊಂಡು ಆ ಹಣವನ್ನು ತರಬೇಕು. ಮುಂದೆ ತನ್ನ ಕನಸಿನ ದೋಣಿ!

ಆದರೆ ಮೊದಲು ತನಗೆ ಮಾಹಿತಿ ಸಿಗಬೇಕು.

ಆದ್ದರಿಂದ ಅವನು ಎಂಟನೇ ದಿವಸ ಖಾಕಿ ಬಟ್ಟೆಯನ್ನು ಧರಿಸಿ, ಹ್ಯಾಟ್ ಹಾಕಿಕೊಂಡು ಹೊರಗೆ ಸುತ್ತಾಡಲು ಹೊರಟು ನಿಂತ. ಅವನು ಪೇಟೆಯವರೆಗೆ ಕರೆದುಕೊಂಡು ಹೋಗಲು ಜಯಕರನನ್ನು ಕೇಳಿಕೊಂಡ.

"ನನಗೆ ಫೋನ್ ಮಾಡುವುದಿದೆ" ವಿವರಿಸಿದ.

ತಿಲಕರಾಜನಿಗೆ ಜಯಕರ ಹೆಚ್ಚಾಗಿ ಕಾಟೇಜ್‌ನಲ್ಲಿ ಇಲ್ಲದಿರುವುದು ಗಮನಕ್ಕೆ ಬಂತು. ಹಾವಿನ ಮನುಷ್ಯ ಮುಂಜಾನೆ ಹೊರಟು ಬೈಗಿಗೆ ಹಿಂತಿರುಗುತ್ತಿದ್ದ. ಎರಡು ಗಂಟೆ ಹೊತ್ತು ಒಟ್ಟಿಗೆ ಊಟಕ್ಕೆ ಸಿಗುತ್ತಿದ್ದರು. ಆಮೇಲೆ ಇಬ್ಬರೂ ಮಲಗಿ ಬಿಡುತ್ತಿದ್ದರು. ಆ ಎರಡು ಗಂಟೆ ಸಮಯದಲ್ಲಿಯೂ ಜಯಕರ ಏನೂ ಪ್ರಶ್ನಿಸುತ್ತಿರಲಿಲ್ಲ. ಬೇರೆಲ್ಲಾ ವಿಷಯಗಳನ್ನು ಮಾತಾಡುತ್ತಾ ತಿಲಕರಾಜನನ್ನು ಓದಲು ಪ್ರಚೋದಿಸುತ್ತಿದ್ದ. ತಿಲಕರಾಜ ಓದುವ ಗೀಳು ಹತ್ತಿಸಿಕೊಂಡ. ಅವನು ಪುಸ್ತಕಗಳನ್ನು ಇಷ್ಟಪಡುತ್ತಿದ್ದ. ಪ್ರಯಾಣ ಮಾಡುವಾಗ ದೋಣಿಯಲ್ಲಿ ಸಾಗುವಾಗ ಪುಸ್ತಕಗಳು ಬೇಕೆನಿಸುತ್ತಿದ್ದವು. ಜಯಕರನಿಗೆ ಒಳ್ಳೆಯ ಹವ್ಯಾಸಗಳಿವೆ.

"ಖಂಡಿತಾ, ನೀನು ಇಲ್ಲಿಂದ ಹೋಗಬೇಕೆಂದಿರುವೆಯಾ? ನಿನಗೆ ಎಷ್ಟು ಸಮಯ ಬೇಕೋ ಅಷ್ಟು ದಿನ ಇಲ್ಲಿರಬಹುದು ರಾಜ."

"ನನಗೆ ಹೋಗಲೇಬೇಕು."

"ನಾನು ನಿನ್ನನ್ನು ಮಿಸ್ ಮಾಡಿಕೊಳ್ಳುತ್ತಿರುವೆ."

ಈ ಮಧುರ ಮಾತುಗಳನ್ನು ಇಲ್ಲಿಯವರೆಗೆ ತಿಲಕರಾಜನಿಗೆ ಯಾರೂ ಹೇಳಿರಲಿಲ್ಲ. ಅವನು ಭಾವನೆಯನ್ನು ಅಡಗಿಸಿಕೊಂಡು ಜಯಕರನ ತೋಳಿಗೆ ಸಣ್ಣಗೆ ಗುದ್ದಿದ.

"ಹೌದು... ನಿನ್ನ ಸ್ನೇಹ ನಮ್ಮಿಬ್ಬರನ್ನು ಒಳ್ಳೆಯ ಗೆಳೆಯರನ್ನಾಗಿ ಮಾಡಿದೆ. ನೀನು ನನಗೇನು ಉಪಕಾರ ಮಾಡಿದ್ದಿ ನಾನೆಂದೂ ಅದನ್ನು ಮರೆಯಲಾರೆ. ಇಲ್ಲಿ ಕೇಳು ನನ್ನತ್ರ ತುಂಬಾ ಹಣವಿದೆ. ನೀನು ನನಗೆ ಮಾಡಿದ ಉಪಕಾರಕ್ಕೆ

ನಿನಗೆ ಸ್ವಲ್ಪ ಹಣವನ್ನು ಕೊಡುವೆ. ನನ್ನ ನೆನಪಿಗೋಸ್ಕರ ಏನನ್ನಾದರೂ ಖರೀದಿಸು."

ಜಯಕರ ನಕ್ಕ.

"ಒಪ್ಪಿಕೊಳ್ತೇನೆ. ಆದರೆ ತೆಗೆದುಕೊಳ್ಳುವುದಿಲ್ಲ. ಆ ಒಂದು ವಸ್ತು ನನಗೆ ಬೇಡ... ಹಣ. ನೀನೇ ಇಟ್ಟುಕೋ. ನಿನಗೆ ಬೇಕಾಗಬಹುದು. ನನಗೆ ಅಗತ್ಯವಿಲ್ಲ."

ಮರುದಿನ ಬೆಳಗ್ಗೆ ಬೇಗನೇ ಇಬ್ಬರೂ ಸಿಟಿ ತಲುಪಿದರು. ತಿಲಕರಾಜನಿಗೆ ತಾನು ಬೆತ್ತಲಾದಂತಾಯಿತು. ಎಡ ಬಲಗಳನ್ನು ಬಹಳ ಎಚ್ಚರಿಕೆಯಿಂದ ನೋಡಿಕೊಂಡು ನಡೆಯುತ್ತಿದ್ದ. ಜ್ಯಾಕೆಟ್‌ನಲ್ಲಿ ರಿವಾಲ್ವರ್ ಭದ್ರವಾಗಿತ್ತು. ಆದರೆ ಯಾರೂ ಸಂಶಯಾಸ್ಪದವಾಗಿ ಗೋಚರಿಸಲಿಲ್ಲ. ಅವನು ಸಣ್ಣ ಹೊಟೇಲ್‌ನೊಳಗೆ ನಡೆದ. ಅಲ್ಲಿಯೇ ಇದ್ದ ಕಾಯಿನ್ ಬೂತ್‌ಗೆ ನುಗ್ಗಿ ಬಾಗಿಲು ಮುಚ್ಚಿಕೊಂಡ. ಕೈಗಡಿಯಾರ ನೋಡಿದ. ಸಮಯ ಎಂಟು ಹತ್ತು ಆಗಿತ್ತು. ಅನುದೀಪ್ ಈಗ ಎದ್ದಿರಬಹುದು. ಅವನು ಕಾಯಿನ್ ಹಾಕಿ ಸಂಖ್ಯೆಯನ್ನು ಒತ್ತಿದ. ಫೋನ್ ರಿಂಗಣಿಸಿತು.

ತತ್‌ಕ್ಷಣವೇ ಅನುದೀಪ್ ಲೈನ್‌ಗೆ ಬಂದ.

"ಅನುದೀಪ್, ನಾನು ತಿಲಕರಾಜ ಮಾತಾಡ್ತಾ ಇದ್ದೀನಿ."

ಅವನಿಗೆ ಅನುದೀಪ್ ಉಸಿರು ಬಿಗಿ ಹಿಡಿಯುವುದು ಕೇಳಿಸಿತು.

"ತಿಲಕರಾಜ, ನನಗೆ ನಿನ್ನ ಜೊತೆ ಮಾತಾಡೋದಿಕ್ಕೆ ಇಷ್ಟವಿಲ್ಲ. ನೀನು ನನ್ನನ್ನು ಈಗ ತೊಂದರೆಗೆ ಸಿಕ್ಕಿಸುವೆ. ನಿನ್ನತ್ರ ಮಾತಾಡೋಕೆ ನನಗೇನೂ ಉಳಿದಿಲ್ಲ."

"ಕೇಳಿಲ್ಲಿ! ನೀನು ನನ್ನ ಆತ್ಮೀಯ ಗೆಳೆಯ ಅನುದೀಪ್. ನೆನಪಿದೆಯಾ? ನಿನಗೋಸ್ಕರ ನಾನು ತುಂಬಾ ಸಹಾಯ ಮಾಡಿದ್ದೆ. ಈಗ ನಿನ್ನ ಸರದಿ."

ಅನುದೀಪ್ ನಿಟ್ಟುಸಿರಿಟ್ಟಿದ್ದು ಕೇಳಿತು. ತಿಲಕರಾಜ ಅನುದೀಪ್‌ನನ್ನು ನೆನಪಿಸಿಕೊಂಡ. ಬೆವರು ಇಳಿದ ಮುಖ ಆತ ಈಗ ನಡುಗುತ್ತಿರಬಹುದು.

"ಹೌದಾ? ಏನದು ತಿಲಕರಾಜ? ನೀನು ನನ್ನ ದುಡ್ಡನ್ನೆಲ್ಲಾ ತೆಗೆದುಕೊಂಡು ಹೋಗಿರುವೆ. ಅದು ಸರಿಯಲ್ಲ. ನೀನು ತೀರಾ ಕೆಟ್ಟವನು. ನೀನು ನನ್ನತ್ರ ಮಾತನಾಡುವುದು ಅವರಿಗೆ ಗೊತ್ತಾದ್ರೆ ನನಗೆ ತೊಂದರೆ."

"ಅವರಿಗೆ ಗೊತ್ತಾಗುವುದಿಲ್ಲ ಅನುದೀಪ್. ಆ ಹಣ ನನ್ನತ್ರನೇ ಇದೆ. ನಿನಗೆ ವಾಪಾಸು ಕೊಡುತ್ತೇನೆ. ನಾನು ಪ್ರಾಮಿಸ್ ಮಾಡ್ತೀನಿ ಚಿಂತಿಸಬೇಡ. ಅವರು ನನ್ನನ್ನು ಹುಡುಕುತ್ತಿದ್ದಾರಾ?"

"ಹೌದು ಹುಡುಕುತ್ತಿದ್ದಾರೆ. ಮಸ್ತಾನ ಆ ಕೆಲವನ್ನು ಕೈಗೆತ್ತಿಕೊಂಡಿದ್ದಾನೆ. ಬಾಸ್ ಮಸ್ತಾನನ ಜೊತೆಗೆ ಮಾತಾಡುತ್ತಿರುವುದನ್ನು ನಾನು ಕೇಳಿಸಿಕೊಂಡಿದ್ದೇನೆ.

ನಾನೇ ಅವನನ್ನು ಕರೆದುಕೊಂಡು ಹೋಗಿದ್ದು. ನೀನು ಎಲ್ಲಿದ್ದೀಂತ ನನಗೆ ಗೊತ್ತಿಲ್ಲ. ನನಗೆ ಅದು ಬೇಕಾಗಿಯೂ ಇಲ್ಲ. ಆದರೆ ಅವರು ನಿನ್ನನ್ನು ಗೋವದಲ್ಲೀದ್ದೀಂತ ತಿಳಿದುಕೊಂಡಿದ್ದಾರೆ. ಅದ್ಯಾರೋ ಫಾಝಿಲ್ ಅನ್ನೋನ ಬಗ್ಗೆ ಮಾತಾಡ್ತಾ ಇದ್ರು. ಮದನ್ ಮೈಕೆಲ್ ಇಬ್ಬರೂ ಅಲ್ಲಿಗೆ ಹೋಗಿದ್ದಾರೆ. ತಿಲಕರಾಜ, ನೀನು ಬಹಳ ಜಾಗರೂಕತೆಯಿಂದಿರಬೇಕು."

ತಿಲಕರಾಜ ಅಧೀರನಾದ. ಬಿಸಿಯ ತೀವ್ರತೆ ನಿಜವಾಗಿಯೂ ಜೋರಾಗಿದೆ! ರುದ್ರನೇತ್ರನಿಗೆ ಫಾಝಿಲ್ ಬಗ್ಗೆ ಹೇಗೆ ತಿಳಿಯಿತು?

"ನಿನಗೇನು ಹುಚ್ಚು ಹಿಡಿದಿದೆಯಾ ತಿಲಕರಾಜ? ನೀನು ನಿಜವಾಗಿಯೂ ಎಲ್ಲಾ ಹಣವನ್ನು ತೆಗೆದುಕೊಂಡು ಹೋಗಿದ್ದೀಯಾ? ನನಗೆ ನಂಬೋಕೆ ಆಗ್ತಿಲ್ಲ. ರುದ್ರನೇತ್ರ ಶಪಥ ಹಾಕಿದ್ದಾನೆ. ಆ ಹಣವನ್ನು ಹೇಗಾದರೂ ಪತ್ತೆ ಮಾಡಿ ತೆಗೆದುಕೊಳ್ಳುತ್ತಾನಂತೆ. ನನ್ನ ಪ್ರಕಾರ ಅವನು ಸಾಯಿಸುವುದಕ್ಕೂ ಹೇಸುವುದಿಲ್ಲ" ಅನುದೀಪ್ ಮೆತ್ತನೆಯ ಸ್ವರದಲ್ಲಿ ಹೇಳುತ್ತಿದ್ದ.

"ಅನುದೀಪ್, ನಾನು ಸ್ವಲ್ಪ ಹೊತ್ತು ಬಿಟ್ಟು ನಿನಗೆ ಫೋನ್ ಮಾಡುವೆ. ನಿನ್ನ ಕಿವಿಗಳನ್ನು ತೆರೆದಿಡು. ನಿನ್ನ ಹಣದ ಚಿಂತೆ ಬೇಡ. ಅದನ್ನು ನಿನಗೆ ವಾಪಸು ಕೊಡುವೆ. ಬಾಸ್ ಹೇಳುವುದನ್ನು ಗಮವಿಟ್ಟು ಕೇಳು. ನಂಗೆ ನಿನ್ನ ಸಹಾಯ ಬೇಕು."

"ತಿಲಕರಾಜ್, ದಯವಿಟ್ಟು ನನ್ನಿಂದ ದೂರವಿರು. ಅವರಿಗೇನಾದರೂ ಗೊತ್ತಾದ್ರೆ... ದಯವಿಟ್ಟು, ತಿಲಕರಾಜ ನನ್ನ ಹಣವನ್ನು ನೀನೇ ಇಟ್ಟುಕೋ. ನನ್ನನ್ನು ಸಂಪರ್ಕಿಸುವ ಪ್ರಯತ್ನ ಮಾಡಬೇಡ" ಅನುದೀಪ್ ಫೋನ್ ಇಟ್ಟ.

ತಿಲಕರಾಜ ಬೂತ್‌ನೊಳಗೆ ಚಲನೆಯಿಲ್ಲದೆ ಗೊಂಬೆಯಂತೆ ನಿಂತ. ಹೊಟೇಲ್‌ನ ಲಾಂಜನ್ನು ದೃಷ್ಟಿಸುತ್ತಾ ಹಾಗೆ ಸ್ವಲ್ಪ ಹೊತ್ತು ಇದ್ದ. ಅವನ ಎದೆಬಡಿತ ಹೆಚ್ಚಾಗುತ್ತಿತ್ತು. ಬೆನ್ನಹುರಿಯಲ್ಲಿ ಭಯದ ಚಳಿ ಹಿಡಿಯಿತು. ಫಾಝಿಲ್‌ನ ಬಳಿ ಹೋಗಬೇಕೆಂದುಕೊಂಡಿದ್ದ. ಈಗ ಬಲೆಯಲ್ಲಿ ಬಿದ್ದಂತಾಗಿದೆ. ಮಾತ್ರವಲ್ಲ, ಬಲೆ ತನ್ನ ಮೇಲೆ ಬಿದ್ದು ಸುತ್ತಿಕೊಳ್ಳುತ್ತಿದೆ. ಆದರೂ ಅವನಿಗೆ ಅವಿತುಕೊಳ್ಳಲು ಜಾಗವಿದೆ!

"ಹಾಗಾದರೆ ಒಳ್ಳೆಯದಲ್ಲ. ಚಿಂತಿಸಬೇಡ ನಿನ್ನ ಬುದ್ಧಿಯನ್ನು ಉಪಯೋಗಿಸು. ನಾನು ರಾತ್ರಿಯಲ್ಲಿಯೇ ಪ್ರಯಾಣ ಮಾಡುವೆ" ತನ್ನಷ್ಟಕ್ಕೆ ಹೇಳಿಕೊಂಡು ಸಿಗರೇಟ್ ಹಚ್ಚಿದ.

ಜಯಕರ ಅವನತ್ತ ನೋಡಿದ. ಇಬ್ಬರೂ ಮೌನವಾಗಿ ಮರಳಿ ಕಾಟೇಜ್‌ಗೆ ಬಂದರು. ಕಾಟೇಜ್ ಹೊಕ್ಕಾಗ ಜಯಕರ ಹೇಳಿದ, "ನೋಡು

ರಾಜ, ಇದಕ್ಕಿಂತ ಎರಡು ತಲೆಗಳು ಉತ್ತಮ. ನಿನಗೆ ಹಾಗನಿಸ್ತಾ ಇಲ್ವಾ? ಮಾತಾಡೋದಿಕ್ಕಾಗಿ ಅಥವಾ ನೀನೊಬ್ಬನೇ ಇದನ್ನು ಎದುರಿಸುವುದಕ್ಕಾಗಲಿ?"

ಆ ಕ್ಷಣ ತಿಲಕರಾಜ ತನ್ನ ಕಥೆಯನ್ನು ಎಲ್ಲಾ ಜಯಕರನಿಗೆ ಹೇಳಿಬಿಡಬೇಕೆನಿಸಿತು. ಆದರೆ ಜಯಕರ ಕೂಡಾ ಮಾಫಿಯಾ ಜೊತೆಗೆ ಕೈ ಜೋಡಿಸಿದ್ದರೆ? ಭಯ ಕಾಡಿತು. ಅಥವಾ ಮಾಫಿಯಾಕ್ಕೇನಾದರೂ ತಾನಿಲ್ಲಿರುವುದು ಗೊತ್ತಾದರೆ ಜಯಕರನಿಗೂ ಹಿಂಸೆ ತಪ್ಪಿದ್ದಲ್ಲ. ಅವನನ್ನೂ ಸಾಯಿಸಲೂಬಹುದು.

"ನಾನು ಅದನ್ನೆಲ್ಲಾ ನೋಡಿಕೊಳ್ಳುತ್ತೇನೆ. ನಿನಗೆ ಚಿಂತೆ ಬೇಡ."

"ಅದು ಅಷ್ಟೂ ಕೆಟ್ಟದಾ?" ಜಯಕರ ಪರಿಶೀಲಿಸುವಂತೆ ನೋಡಿದ.

"ಹೌದು, ಬರೀ ಕೆಟ್ಟದ್ದೂಂತ ತಿಳಿದುಕೋ."

"ರಾಜ, ನೀನು ಅದರಿಂದ ಹೊರಗೆ ಬರಬೇಕು. ನಿನ್ನತ್ರ ಏನೋ ಇದೆ. ಧೈರ್ಯವೇ... ನನಗೆ ಗೊತ್ತಿಲ್ಲ. ಆದರೆ ನನ್ನ ಹಣವನ್ನು ಬೇಕಾದರೆ ಉಪಯೋಗಿಸುತ್ತೇನೆ."

"ಅಷ್ಟೇನೂ ಅಲ್ಲ. ನೀನು ಸುಮ್ಮನೆ ಯಾಕೆ ಕಳೆದುಕೊಳ್ಳಬೇಕು?" ತಿಲಕರಾಜ ಬಲವಂತದ ನಗು ತಂದುಕೊಂಡ.

ಅವನು ತನ್ನ ಕೋಣೆ ಸೇರಿಕೊಂಡು ಹಾಸಿಗೆಯಲ್ಲಿ ಉರುಳಿದ. 'ಅವನೇನು ಮಾಡ್ಲಿಕ್ಕಾಗುತ್ತೆ?' ತನ್ನಷ್ಟಕ್ಕೆ ಹೇಳಿಕೊಂಡ. ಅವನು ಗೋವಾಕ್ಕೆ ಹೋಗಬೇಕೆಂದುಕೊಂಡ. ಅವನು ಎಲ್ಲಿಗೆ ಹೋಗುತ್ತಿದ್ದಾನೆಂದು ಗೊತ್ತಾದರೆ ಮತ್ತೂ ತೊಂದರೆಯೇ...

ಅವನು ಅದನ್ನೂ ಯೋಚಿಸಿದ. ಅಲ್ಲಿಗೆ ಹೋದರೆ ಇನ್ನಷ್ಟು ತೊಂದರೆ. ತೊಂದರೆಯನ್ನು ಎದುರಿಸಬಹುದು. ಅವರೇನಾದರೂ ಆತ ಗೋವಾಕ್ಕೆ ಹೋಗಲಾರನೆಂದುಕೊಂಡರೆ ಬೇರೆಲ್ಲಾದರೂ ಹುಡುಕಬಹುದು. ಆತ ಎಲ್ಲಿ ಹೋದರೂ ಅವರು ಬೇಟೆಯಾಡುವುದು ಖಂಡಿತಾ. ಆದರೆ ಗೋವಾಕ್ಕೆ ಹೋಗುವುದು ಅವನಿಗೆ ಅನಿವಾರ್ಯ!

ಒಂದು ಗಂಟೆ ಅವನು ಅಲ್ಲಿಯೇ ಇದ್ದ. ಅವನಿಗೆ ತನ್ನನ್ನು ಟ್ರ್ಯಾಪ್ ಮಾಡಿದಂತಹ ಭಾವನೆ ಬಂತು. ಆ ಕ್ಷಣ ಬಾಗಿಲ ಬಳಿ ಸದ್ದಾಯಿತು. ಜಯಕರ ಒಳಗೆ ಬಂದ.

"ರಾಜ, ನನಗೆ ಸ್ವಲ್ಪ ಕೆಲಸವಿದೆ. ಬರುವಾಗ ತಡವಾದಿತು. ನೀನ್ಯಾಕೆ ಇಲ್ಲಿಯೇ ಇರಬಾರದು?"

"ಇಲ್ಲ, ನಾನು ಹೋಗಲೇಬೇಕು. ನೀನು ಕೆಲಸ ಮುಗಿಸಿ ಬರುವಷ್ಟರಲ್ಲಿ ನಾನು ಹೊರಟಿರುತ್ತೇನೆ. ನಿನಗೆ ಥ್ಯಾಂಕ್ಸ್ ಹೇಳ್ತಿದ್ದೀನಿ" ತಿಲಕರಾಜ ಬೆಡ್‌ನಿಂದ ಎದ್ದ. ಅವನು ಜಯಕರನನ್ನು ನೋಡುತ್ತಿದ್ದ.

"ನಿನಗೆ ಗೊತ್ತಿಲ್ಲ. ಆದರೆ ನಾನು ನಿನಗಾಗಿ ಸಾಯಬಲ್ಲೆ."

"ಅದು ಅಷ್ಟೊಂದು ಕೆಟ್ಟದೂಂತ ನನಗನಿಸೋದಿಲ್ಲ. ಆ ಮೂವರೂ ಮನುಷ್ಯರು...?" ತಿಲಕರಾಜ ಅವನ ಕೈಯನ್ನು ಹಿಡಿದುಕೊಂಡ.

"ನಿನಗೆ ಗೊತ್ತಿರೋದು ತುಂಬಾ ಕಡಿಮೆ."

ಇಬ್ಬರೂ ಹಸ್ತಲಾಘವ ಮಾಡಿಕೊಂಡರು. ಸ್ವಲ್ಪ ಹೊತ್ತು ಮೌನ ಕವಿಯಿತು. ಜಯಕರ ಅಲ್ಲಿಂದ ಹೊರಟ. ಕಿಟಕಿಯ ಮೂಲಕ ತಿಲಕರಾಜ ಅವನನ್ನು ನೋಡುತ್ತಿದ್ದ. ಅವನು ಕಾಡಿನೊಳಗೆ ಇಳಿದ ತನ್ನ ಪರಿಕರಗಳೊಂದಿಗೆ.

ಈಗ ಅವನು ಹೋಗಿ ಏನು ಮಾಡುತ್ತಾನೆ? ಅವನು ಪದಕವನ್ನು ಮುಟ್ಟಿಕೊಂಡ. ಕತ್ತಲಾಗುವವರೆಗೆ ಯಾಕೆ ಕಾಯಬೇಕು? ಈಗಲೇ ಯಾಕೆ ಹೋಗಬಾರದು? ಈ ಉಸಿರುಗಟ್ಟಿಸುವ ಕಾಡಿನಿಂದ ಒಮ್ಮೆ ಹೊರಗೆ ಹೋಗಬೇಕೆನಿಸಿತು. ಅವನು ರಿವ್ಹಾಲ್ವರ್ ಎತ್ತಿಕೊಂಡು, ಪರೀಕ್ಷಿಸಿದ. ಅದನ್ನು ಜೇಬಿಗೆ ಸೇರಿಸಿದ. ತನ್ನ ಸೂಟ್‌ಕೇಸ್ ತೆಗೆದುಕೊಂಡ. ಸಣ್ಣ ಬೆಡ್‌ರೂಂ ಅನ್ನು ಒಮ್ಮೆ ಪರಿಶೀಲಿಸಿದ. ಒಂಟಿತನ ಕಾಡಿತು. ತಾನು ಬಂದ ದಾರಿಯಿಂದಲೇ ಕಾಡಿಗೆ ಇಳಿದು ಹೆದ್ದಾರಿಯತ್ತ ನಡೆದ.

ಕಾಡಿನಿಂದ ಹೊರಗೆ ಹೋಗಲು ಅವನಿಗೆ ಅರ್ಧ ತಾಸು ಹಿಡಿಯಿತು. ಈ ದೀರ್ಘ ನಡಗೆ ಅವನಿಗೆ ಮತ್ತೆ ಕಾಲು ನೋಯುವಂತೆ ಮಾಡಿತು. ಅಲ್ಲಿಂದ ಹೆದ್ದಾರಿಯಲ್ಲಿ ಸ್ವಲ್ಪ ಹೊತ್ತು ಕಾಲು ಎಳೆದುಕೊಂಡು ಸಾಗಿದ. ಒಂದು ಮರದಡಿಯಲ್ಲಿ ನಿಂತ. ಯಾವುದಾದರೂ ವಾಹನ ಬರಬಹುದೆಂದು ಕಾದ.

ಟ್ರಕ್, ಕಾರುಗಳ ಮೊರೆತ ಕೇಳಿಸುತ್ತಿತ್ತು. ಮತ್ತು ಸ್ವಲ್ಪ ದೂರ ನಡೆಯಬೇಕೆಂದುಕೊಂಡ. ಈಗ ಅವನ ಕಾಲು ಜೋರಾಗಿ ನೋಯತೊಡಗಿತು. ಕಾಲಿನ ಬಗ್ಗೆ ಚಿಂತೆ ಮಾಡಿದರೆ ಗಮ್ಯ ತಲುಪುವುದು ಹೇಗೆ? ವಿಶ್ವಾಸದಿಂದ ನಡೆಯತೊಡಗಿದ. ನೆರಳಿನಲ್ಲಿ ಕೊಂಚ ಸುಧಾರಿಸಿಕೊಂಡ. ಹುಲ್ಲಿನ ಮೇಲೆ ಕುಳಿತಾಗ ನೂರು ಹೆಜ್ಜೆಯಷ್ಟೇ ದೂರದಲ್ಲಿ ಒಂದು ಟ್ರಕ್ ಬಂದು ನಿಂತಿತು.

ಸೂಟ್‌ಕೇಸ್ ಎತ್ತಿಕೊಂಡು ಟ್ರಕ್‌ನತ್ತ ಓಡಿದ. ಡ್ರೈವರ್ ಕೆಳಗಿಳಿದು ಇಂಜಿನ್‌ನ ಬಾನೆಟ್ ಎತ್ತಿ ಪರಿಶೀಲಿಸುತ್ತಿದ್ದ. ತಿಲಕರಾಜ ಅವನ ಬಳಿ ಬಂದ. ಅವನು ವಿಚಿತ್ರ ರೀತಿಯಲ್ಲಿ ನೋಡಿದ. ಎತ್ತರದ ಬಾಗಿದ ಸುಮಾರು ಇಪ್ಪತ್ತೈದರ ಆಸುಪಾಸಿನ ಉದ್ದನೆಯ ಕೂದಲಿನ ಮಾಮೂಲು ಬಟ್ಟೆ ಧರಿಸಿದ ಅವನು ತಿಲಕರಾಜನಿಗೆ ಅಪಾಯಕಾರಿ ಮನುಷ್ಯನಲ್ಲನೆನಿಸಿತು.

"ನೀನು ತೊಂದರೆಯಲ್ಲಿದ್ದೀಯಾ?" ತಿಲಕರಾಜ ಅವನನ್ನು ಪ್ರಶ್ನಿಸಿದ. ಆತ ತಿಲಕರಾಜನತ್ತ ನೋಡಿದ. ವಿಚಿತ್ರ ಮುಖವೆನಿಸಿತು. ಸಣ್ಣಗಿನ ಕಣ್ಣುಗಳ ಸಣ್ಣ ಬಾಯಿ ಚಪ್ಪಟೆ ಮೂಗು ಹುಳಿ ಮುಖ ಎಲ್ಲೋ ನೋಡಿದೆ ಅನಿಸಿತು.

"ಹೌದು, ಯಾವಾಗಲೂ ತೊಂದರೆಯಲ್ಲಿಯೇ ಇರೋದು" ಅವನು ಟ್ರಕ್‌ನ ದೂರಕ್ಕೆ ನಿಂತು ಸಿಗರೇಟ್ ಹಚ್ಚಿದ.

"ಇಂಜಿನ್ ಸ್ವಲ್ಪ ಕೂಲ್ ಆಗ್ಬೇಕು. ನಿನಗೆ ಎಲ್ಲಿಗಾದರೂ ಹೋಗಬೇಕಿತ್ತೆ?"

ತಿಲಕರಾಜ ಸೂಟ್‌ಕೇಸ್ ಕೆಳಗಿರಿಸಿದ.

"ಹೌದು, ನೀನು ಯಾವ ಕಡೆಗೆ ಹೋಗುವವನು?"

"ಗೋವಾಕ್ಕೆ... ಅಲ್ಲಿಯೇ ಮುಂದೆ ಮಾಂಡೋವಿ ನದಿಯ ಬೆಟ್ಟದಲ್ಲಿ ನನ್ನ ಮನೆ."

"ನಾನು ಹಣ ಕೊಡಬಲ್ಲೆ. ನಿನ್ನ ಜೊತೆಗೆ ಬರಲೇ?" ತಿಲಕರಾಜ ಕೇಳಿದ. ಅವ್ಯಕ್ತ ಪರೀಕ್ಷಾ ದೃಷ್ಟಿಯಿಂದ ಅವನನ್ನೇ ನೋಡಿದ.

"ಹೌದಾ?" ಅಚ್ಚರಿಯಿತ್ತು.

"ಹೌದು, ಒಂದು ಸಾವಿರ ಕೊಡಬಲ್ಲೆ" ತಿಲಕರಾಜನಿಗೆ ಆ ಡ್ರೈವರ್‌ಗೆ ಹಣದ ಅವಶ್ಯಕತೆಯಿದೆಯೆನ್ನುವುದು ತಿಳಿಯಿತು. ಆ ಭಾವನೆ ಪದೇ ಪದೇ ಆತನ ಮುಖದಲ್ಲಿ ಗೋಚರಿಸುತ್ತಿತ್ತು.

"ಖಂಡಿತಾ ಗೆಳೆಯ. ಒಂದು ಸಾವಿರ ಕೊಡುವಿಯಲ್ಲವೇ? ಹಾ!"

ತಿಲಕರಾಜ ಪರ್ಸ್‌ನಿಂದ ಒಂದು ಸಾವಿರವನ್ನು ತೆಗೆದು ಅವನಿಗೆ ತೋರಿಸಿದ.

"ಮುಂಗಡವಾಗಿ ಕೊಟ್ರೆ... ಒಳ್ಳೆಯದು" ಉದ್ದನೆಯ ಬೆರಳುಗಳು ಹಣವನ್ನು ಪಡೆದುಕೊಂಡವು.

"ನೀನು ಒಳಗೆ ಕುಳಿತಿರು. ನಾನು ರಿಪೇರಿ ಮಾಡಿ ಬರುತ್ತೇನೆ" ಹತ್ತು ನಿಮಿಷದ ಬಳಿಕ ಆ ವ್ಯಕ್ತಿ ಟ್ರಕ್ಕನ್ನೇರಿ ಸ್ಟೀರಿಂಗ್ ವ್ಹೀಲ್ ಹಿಡಿದ.

"ನಾನು ಮಿಥುನ್" ಇಂಜಿನನ್ನು ಚಾಲನೆಗೆ ತಂದು ಹೇಳಿದ.

"ನನ್ನ ಹೆಸರು ತಿಲಕರಾಜ" ಟ್ರಕ್ ಮೊರಗುಟ್ಟುತ್ತಾ ಹೆದ್ದಾರಿಯನ್ನು ಸವೆಸತೊಡಗಿತು. ಒಂದೆರಡು ಮೈಲು ಕ್ರಮಿಸಿದ ಮೇಲೆ ತಿಲಕರಾಜ ಕೇಳಿದ, "ನಿನ್ನ ಕೆಲಸ?"

"ಮದ್ಯ ಸಪ್ಲಾಯ್ ಮಾಡ್ತಾ ಇದ್ದೀನಿ. ನಾನು ದಿನಾ ನೂರು ಕ್ರೇಟ್‌ಗಳನ್ನು ಮುಂಬೈನ ದಾದರ್‌ಗೆ ಇಳಿಸಿ ಮತ್ತೆ ವಾಪಾಸು ಬರಬೇಕು. ಈ ಟ್ರಕ್‌ನಲ್ಲಿ ನಾನು ಎಂಟು ಗಂಟೆಯಲ್ಲಿ ತಲುಪ್ತೀನಿ. ಮುಂಜಾನೆ ಐದು ಗಂಟೆಗೆ ಎದ್ದು ಲೋಡ್ ಮಾಡಿಸಿ ಹೊರಟರೆ ಹಿಂತಿರುಗುವುದು ರಾತ್ರಿಗೆ. ದಿನದ ಹದಿನಾರು ಗಂಟೆ ಗಾಡಿಯಲ್ಲಿ ಕುಳಿತು ಡ್ರೈವ್ ಮಾಡಬೇಕು. ಇದು ಮೂರು ವರ್ಷಗಳ ಕಾಂಟ್ರ್ಯಾಕ್ಟ್. ನನಗೆ ಕಾಂಟ್ರ್ಯಾಕ್ಟ್ ಸಿಗುವಾಗ ಒಳ್ಳೆ ಕಂಪನಿಂತ ಖುಷಿಯಾಗಿದ್ದೆ. ಆದರೆ ಇದು ನನ್ನನ್ನು ಸಾಯಿಸ್ತಿದೆ."

ತಿಲಕರಾಜ ಆಲೋಚಿಸುತ್ತಿದ್ದ. ಇದು ಯಾವ ತರಹದ ಜೀವನ? ಇಷ್ಟು ಕಷ್ಟಪಟ್ಟು ಗಳಿಸಬೇಕೇ?

"ನನ್ನ ಪರೀಕ್ಷೆಯ ಕಾಲ ಇದು. ರತಿ ನನ್ನನ್ನು ಎಚ್ಚರಿಸ್ತಾ ಇದ್ದಾಳೆ... ನನ್ನ ಹೆಂಡತಿ. ನಿನಗೆ ಗೊತ್ತಾ? ನಾನು ಹೆಂಗಸರ ಮಾತನ್ನು ಕೇಳುವವನಲ್ಲ. ಅವರು ಹೇಳಿದ್ದೇ ಆಗಬೇಕು. ಒಂದೆರಡು ತಿಂಗಳು ಹೋದ ಮೇಲೆ ಗೊತ್ತಾಯ್ತು ನನಗಿಂತ ರತಿಯೇ ಜಾಣೆ ಎನ್ನುವುದು. ಇದಕ್ಕಿಂತ ಮೊದಲು ಬಾರ್ ಒಂದರಲ್ಲಿ ಕೆಲಸ ಮಾಡ್ತಾ ಇದ್ದೆ. ಕೆಲಸ ನಡುರಾತ್ರಿಯವರೆಗೆ ಇದ್ದರೂ ಕಷ್ಟವಿರಲಿಲ್ಲ. ನಂಗೆ ಇನ್ನೊಬ್ಬರ ಅಡಿಯಲ್ಲಿ ಕೆಲಸ ಮಾಡಿ ಗೊತ್ತಿಲ್ಲ. ಇಷ್ಟವೂ ಇಲ್ಲ. ಸ್ವತಂತ್ರವಾಗಿರಬೇಕೆಂದುಕೊಂಡೆ. ನೀನು ನನ್ನ ಜೊತೆಗೆ ಇರುವೆಯಾ?" ತಿಲಕರಾಜನನ್ನು ಕೇಳಿದ.

"ಹೌದು, ನಾನು ನಿನ್ನ ಜೊತೆಗಿರುತ್ತೇನೆ" ತಿಲಕರಾಜ ಒಪ್ಪಿಗೆಯಿತ್ತ. ಅವನು ಸಿಗರೇಟ್ ಪ್ಯಾಕೆಟ್ ಹೊರ ತೆಗೆದ.

"ನೀನು ಸೇದುತ್ತೀಯಾ?"

"ಯಾಕಿಲ್ಲ?" ತಿಲಕರಾಜ ಎರಡನ್ನು ಉರಿಸಿ ಒಂದನ್ನು ಅವನಿಗೆ ನೀಡಿದ.

"ನಾನು ಸ್ವಲ್ಪ ಹಣ ಒಟ್ಟು ಸೇರಿಸಿ ಈ ಟ್ರಕ್ಕನ್ನು ತೆಗೆದುಕೊಂಡೆ. ನಾನು ವ್ಯವಹಾರ ನಡೆಸುತ್ತಿದ್ದೇನೆ ಅಂದುಕೊಂಡೆ. ಅದಕ್ಕೆ ಸರಿಯಾಗಿ ಮದ್ಯ ಕಂಪನಿಯ ಜೊತೆಗೆ ಕಾಂಟ್ರ್ಯಾಕ್ಟ್ ಮಾಡಿಕೊಂಡು ಸಪ್ಲಾಯ್ ಮಾಡೋ ವ್ಯವಹಾರ ನಡೆಸಿಕೊಂಡೆ. ಇಲ್ಲಿಂದ ಅಲ್ಲಿಗೆ ಅಲ್ಲಿಂದ ಇಲ್ಲಿಗೆ ಇಷ್ಟೇ ಜೀವನ ಆಗ್ಹೋಯ್ತು. ಅದರಿಂದ ನನಗೇನೂ ಲಾಭ? ಅದಕ್ಕೆ ರತಿ ನನ್ನ ಬೈಯ್ತಾಳೆ. ಈಗ ನನಗೆ ಅರ್ಥವಾಗ್ತಿದೆ. ಉಳಿತಾಯ ಕೇವಲ ಕೆಲವೇ ರೂಪಾಯಿಗಳು. ಇಷ್ಟು ಒದ್ದಾಡಿದ್ರೂ ಸಿಗೋದು ಕಡ್ಲೆಕಾಯಿ ಮಾತ್ರ."

"ನೀನು ಸ್ವಲ್ಪ ಬುದ್ಧಿವಂತಿಕೆ ಉಪಯೋಗಿಸಿ ಹಣ ಗಳಿಸೋ ಕೆಲಸ ಹುಡುಕು."

"ನೀನು ಮತ್ತೊಮ್ಮೆ ಅದನ್ನು ಹೇಳು? ಅಂದ ಹಾಗೆ ನೀನು ಏನು ಮಾಡಿಕೊಂಡಿದೀಯಾ?" ಸ್ವಲ್ಪ ತಡೆದು ಕೇಳಿದ ಮಿಥುನ್.

"ನಾನು ಕೆಲಸವಿಲ್ಲದವನೂಂತ ತಿಳ್ಕೊ. ತುಂಬಾ ವರ್ಷದಿಂದ ನಾನು ಹಣ ಸಂಗ್ರಹದ ಕೆಲಸ ಮಾಡ್ತಿದ್ದೆ. ಅಚಾನಕ್ಕಾಗಿ ಆ ಕೆಲಸ ಕಳ್ಕೊಂಡೆ. ನನ್ನತ್ರ ಇದ್ದ ಆಸ್ತಿಯನ್ನೆಲ್ಲಾ ಮಾರಾಟ ಮಾಡ್ದೆ. ಇಲ್ಲಿಯವರೆಗೆ ನನ್ನ ಜೀವನ ಮುಂಬೈಯಲ್ಲಿ ಕಳೆದು ಹೋಯಿತು. ಈಗ ನಾನಿಲ್ಲಿದ್ದೇನೆ. ನನ್ನ ಬಳಿ ಇರುವ ಹಣ ಮುಗಿಯುವುದರೊಳಗೆ ನಾನು ಕೆಲಸ ಹುಡುಕಬೇಕು ಅದಕ್ಕೆ ಈ ಕಡೆಗೆ ಬಂದೆ."

"ನಿನಗೆ ಮದುವೆಯಾಗಿಲ್ಲವೇ?"

"ಇಲ್ಲ."

"ಹೌದೇ... ಹೆಂಗಸು ಇಲ್ಲದಿದ್ದರೆ ಮನುಷ್ಯ ಸುಖವಾಗಿರುತ್ತಾನೆ."

"ನಿನಗೆ ಮಕ್ಕಳಿದ್ದಾರಾ?"

"ನನಗೆ ಎರಡು ಮಕ್ಕಳಾಗಬೇಕೂಂತ ಆಸೆ. ಆದರೆ ರತಿಗೆ ಬೇಡ... ಈಗ ಅವಳು ಹೇಳುವುದು ಸರಿ ಅನಿಸ್ತಿದೆ. ನಾನೇ ತೀರಾ ಕಷ್ಟದಲ್ಲಿ ಜೀವನ ಮಾಡೋದು. ಇನ್ನು ಮಕ್ಕಳಾದರೆ...?"

"ಇನ್ನೂ ಸಮಯವಿದೆ. ನಿನಗೇನೂ ವಯಸ್ಸಾಗಿಲ್ಲ" ಮಿಥುನ್ ನಕ್ಕ.

"ನಾನೂ ಹಾಗೆ ಅಂದುಕೊಂಡಿದ್ದೆ. ಈಗ ಸಾಧ್ಯವಿಲ್ಲ" ಅವನು ನಿರಾಸೆಗೊಂಡವನಂತೆ ಹೇಳಿದ. ನಡೆದು ಬಂದ ದಾರಿಯಲ್ಲಿ ಸುಸ್ತಾಗಿದ್ದ. ಇಂಜಿನ್ ಸದ್ದಿನಲ್ಲಿ ಹೈರಾಣಾಗಿದ್ದ. ಅವನು ಸ್ವಲ್ಪ ಹೊತ್ತು ಮಲಗಿದ. ನಿದ್ದೆಯಿಂದ ಎಚ್ಚೆತ್ತ ಮೇಲೆ ಟ್ರಕ್ಕನ್ನು ಚಾಲನೆಗೆ ತಂದ. ರಸ್ತೆಯ ಇಕ್ಕೆಲಗಳಲ್ಲಿ ಕೃತಕ ಕಾಡು, ಮರಗಳು ಯಥೇಚ್ಛವಾಗಿ ಬೆಳೆದಿದ್ದವು. ತಿಲಕರಾಜ ಮಿಥುನನನ್ನು ನೋಡಿದ. ಬೆವರಿದ ಮುಖದಲ್ಲಿ ಒತ್ತಡದ ಛಾಯೆ! ಕೈಗಳು ಸ್ಟೀರಿಂಗ್ ಅನ್ನು ಬಲವಾಗಿ ಹಿಡಿದಿದ್ದವು.

"ನಿನ್ನ ಅಭ್ಯಂತರವಿಲ್ಲದಿದ್ದರೆ ನಾನು ಡ್ರೈವ್ ಮಾಡ್ತಲ್ಲೆ. ನೀನು ಸ್ವಲ್ಪ ನಿದ್ದೆ ಮಾಡಬಹುದು. ಅದರಲ್ಲೇನಿದೆ?" ತಿಲಕರಾಜ ಹೇಳಿದ.

"ನೀನು ಡ್ರೈವ್ ಮಾಡ್ತೀಯಾ?" ಮಿಥುನ್ ಭರವಸೆಯ ನೋಟದಲ್ಲಿ ಕೇಳಿದ.

"ನಾನು ಯಾವ ವಾಹನವನ್ನಾದರೂ ಓಡಿಸಬಲ್ಲೆ" ತತ್‌ಕ್ಷಣವೇ ಮಿಥುನ್ ಟ್ರಕ್ಕನ್ನು ಪಕ್ಕಕ್ಕೆ ನಿಲ್ಲಿಸಿ ಹಿಂಬದಿಯ ಉದ್ದನೆಯ ಸೀಟ್‌ಗೆ ಇಳಿದ.

"ನಾನು ಮಲಗುವೆ. ನೀನು ಚಲಾಯಿಸು. ನೀನು ಮಾಂಡೋವಿ ಬ್ರಿಜ್ ಬಂದ ಕೂಡಲೇ ನನ್ನನ್ನು ಎಚ್ಚರಿಸು. ತಿಳಿಯಿತೇ?"

"ಆಯ್ತು" ಅವರಿಬ್ಬರೂ ಸೀಟ್ ಬದಲಾಯಿಸಿದರು. ತಿಲಕರಾಜ ಟ್ರಕ್ಕನ್ನು ಚಾಲನೆಗೆ ತಂದ. ಮಿಥುನ್ ಉದ್ದನೆಯ ಸೀಟ್‌ನಲ್ಲಿ ಮಲಗಿದ.

ತಿಲಕರಾಜ ಒಂದೇ ವೇಗದಲ್ಲಿ ಟ್ರಕ್ಕನ್ನು ಚಲಾಯಿಸುತ್ತಿದ್ದ. ಅವನಿಗೆ ತಾನು ಹಿಂದೆ ಹತ್ತಿದ ಟ್ರಕ್ ಅಪಘಾತವಾಗಿದ್ದನ್ನು ನೆನಪಿಸಿಕೊಂಡ. ಬಹಳ ಎಚ್ಚರಿಕೆಯಿಂದ ನಡೆಸಿದ. ಎಂಟು ದಿನಗಳ ದೀರ್ಘ ಅಜ್ಞಾತದಿಂದ ಈಗ ಬಿಡುಗಡೆ ಹೊಂದಿದಂತೆ ಚೇತರಿಸಿಕೊಂಡ. ಈಗ ತಾನು ಮಾಡುತ್ತಿರುವ ಕೆಲಸದಲ್ಲಿ ತೃಪ್ತನಾದ.

ಅವನು ಮಿಥುನ್ ಏನು ಹೇಳಿದನೆನ್ನುವುದನ್ನು ನೆನಪಿಸಿಕೊಂಡ. ದಿನಾಲೂ ಹದಿನಾರು ಗಂಟೆಗಳ ದೀರ್ಘ ಟ್ರಕ್‌ನ ಪ್ರಯಾಣ! ಆದರೆ ಸಿಗುವ ಪ್ರತಿಫಲ ಏನೂ ಇಲ್ಲ! ಅವನ ತಲೆಯಲ್ಲಿ ತನ್ನ ಬಚ್ಚಿಟ್ಟ ಹಣದ

ನೆನಪಾಯಿತು. ಅಷ್ಟೊಂದು ದೊಡ್ಡ ಮೊತ್ತದ ಹಣ! ಸುಲಭದ ಹಣ! ತನಗೆ ಯಾವಾಗ ಸಿಗುತ್ತದೆ? ಅದು ಅವನಿಗೆ ಸಿಗಬಹುದೇ? ಈಗ ಅವರೆಲ್ಲಾ ತನ್ನ ಹಿಂದೆ ಬಿದ್ದಿದ್ದಾರೆ! ಮಾಫಿಯಾ ಜೊತೆ ಸಂಬಂಧವಿರುವ ಜನರೆಲ್ಲಾ ನೆಲದೊಳಗಿನಿಂದ ಬಿಸಿಗೆ ಎದ್ದ ಇರುವೆಗಳಂತೆ ದಕ್ಷಿಣದ ಕಡೆಗೆ ಹೊರಟಿದ್ದಾರೆ. ಯಾರು ಮಾಫಿಯಾಕ್ಕೆ ಕೆಲಸ ಮಾಡುತಿದ್ದಾರೆಂದು ತಿಳಿದುಕೊಳ್ಳಬೇಕು. ಕಷ್ಟದ ಕೆಲಸ. ಬಾರ್‌ನ ವ್ಯಕ್ತಿ, ಕೆಫೆಯ ವ್ಯಕ್ತಿ, ಕಾರ್‌ನ ವ್ಯಕ್ತಿ, ಸಣ್ಣ ಹೊಟೇಲ್‌ನ ವ್ಯಕ್ತಿ, ಸಪ್ಲಾಯರ್, ಇವರೆಲ್ಲರಿಗೂ ಮಾಫಿಯಾದ ನಂಟು! ಆಲೋಚನೆಯಲ್ಲಿ ಐದು ತಾಸುಗಳು ಸರಿದದ್ದು ತಿಳಿಯಲಿಲ್ಲ. ಗೋವಾಕ್ಕೆ ಟ್ರಕ್ ಪ್ರವೇಶಿಸಿತು. ಒಬ್ಬ ಅಪರಿಚಿತ, ಗಡ್ಡದಾರಿ! ಅಚಾನಕ್ಕಾಗಿ ಬಂದು ಪರಿಶೀಲಿಸುವಂತೆ ಟ್ರಕ್ಕನ್ನು ನಿಲ್ಲಿಸಿದ. ನೋಡುವಾಗ ಮಾಫಿಯಾದ ವ್ಯಕ್ತಿಯಂತೆಯೇ, ಗ್ಯಾಂಗ್‌ಗೆ ಸಂಬಂಧ ಪಟ್ಟ ಕೆಲಸಕ್ಕೆ ನಿಂತಂತೆಯೇ ಕಾಣುತ್ತಿದ್ದ. ಅವನು ಟ್ರಕ್‌ನೊಳಗೆ ಇಣುಕಿ ಮಲಗಿದ್ದ ವ್ಯಕ್ತಿಯ ಕಡೆ ಸಂಶಯದಿಂದ ನೋಡಿದ. ಅವನು ಸುಭಗನಂತೆ ತನ್ನ ಕೆಲಸ ಮುಗಿಸಿಕೊಂಡು ಶಿಸ್ತಿನಿಂದ ಹೋದ.

ತಿಲಕರಾಜ ತನ್ನ ಯೋಚನೆಗಳನ್ನು ಪಕ್ಕಕ್ಕೆ ಸರಿಸಿ ಮಿಥುನ್ ಹೇಳಿದ ಮಾತುಗಳನ್ನು ನೆನಪಿಸಿಕೊಂಡ. ಬೆಳಿಗ್ಗೆ ಐದಕ್ಕೆ ಎದ್ದು ಕೆಲಸಗಳನ್ನು ಮುಗಿಸಿ ಲೋಡ್ ಮಾಡಿಸಿ ಟ್ರಕ್ಕನ್ನು ಚಾಲನೆಗೆ ತಂದರೆ ಎಂಟು ಗಂಟೆಗಳ ಪ್ರಯಾಣ. ಅಲ್ಲಿಂದ ಅನ್‌ಲೋಡ್ ಮಾಡಿ ವಾಪಾಸಾಗಲು ಎಂಟು ತಾಸುಗಳು. ಬದುಕು ಹೇಗೆ ಸವೆದು ಹೋಗುತ್ತದೆ. ಮನೆಗೆ ಬಂದು ಊಟ ಮಾಡಿ ಮಲಗುವುದು. ವಾರದ ಆರು ದಿನಗಳಲ್ಲಿ ಈ ರೀತಿಯ ಕಠಿಣ ದುಡಿತ! ಗಳಿಕೆ ಶೂನ್ಯ! ಈ ಬದುಕಿಗೆ ಏನು ಅರ್ಥವಿದೆ?

ತತ್‌ಕ್ಷಣವೇ ಅವನಿಗೆ ಸಮುದ್ರದ ನೆನಪಾಯಿತು. ಸಮುದ್ರ! ಕನಸಿನ ದೋಣಿ! ತನ್ನದೆ ಸ್ವಂತದ ದೋಣಿ! ನಲವತ್ತು ಫೀಟ್ ಉದ್ದದ ದೋಣಿ. ಮೀನುಗಾರಿಕೆ, ಅಲೆಗಳ ನಡುವೆ ಏರಿಳಿತದ ಸುಖದ ಪಯಣ. ಒಮ್ಮೆ ತನ್ನ ಹಣ ಕೈಗೆ ಸಿಕ್ಕರೆ ಕನಸು ನನಸಾಗಲು ದೂರವಿಲ್ಲ. ಲಗೇಜ್ ಲಾಕರ್‌ನಲ್ಲಿ ಸುರಕ್ಷಿತವಾಗಿರುವ ಹಣ! ತನ್ನ ಕೈ ಸೇರಬೇಕು! ಅವನದೇ ಹಣ! ಮರುಘಳಿಗೆಯಲ್ಲಿಯೇ ಅಪಾಯದ ಅರಿವಾಯಿತು. ಮತ್ತೆ ಅಲ್ಲಿಗೆ ಹೋಗಿ ಅದನ್ನು ತೆಗೆದುಕೊಂಡು ತರಬೇಕು. ನೇರವಾಗಿ ಹೋಗಿ ಅದನ್ನು ತರಲು ಅವಕಾಶವನ್ನು ಕಳೆದುಕೊಂಡಿದ್ದಾನೆ. ಕದ್ದು ಮುಚ್ಚಿ ಹೋಗಿ ತರುವುದು ಸುಲಭದ ಕೆಲಸವಲ್ಲ. ಇದಕ್ಕೆ ಬೇಕಾಗಿರುವುದು ತಾಳ್ಮೆ! ಶಿಸ್ತು! ಅದನ್ನು ಮಾಡುತ್ತೇನೆನ್ನುವ ಭರವಸೆ. ಅವನಲ್ಲಿ ಆತ್ಮವಿಶ್ವಾಸ ಮೊಳೆಯಿತು. ಕೂಡಲೇ ಅಥವಾ ಅನಂತರ ಮಾಫಿಯಾ ಗ್ಯಾಂಗ್ ಮತ್ತು ರುದ್ರನೇತ್ರ ಅವನು ಸಿಗದೆ ನಿರಾಶರಾಗಿ ಕೈಚೆಲ್ಲಿ ಕುಳಿತುಕೊಳ್ಳಬಹುದು. ಅವನು ಅನುದೀಪ್‌ನ ಜೊತೆಗೆ

ಸಂಪರ್ಕದಲ್ಲಿದ್ದರೆ ಅದನ್ನು ಪಡೆದುಕೊಳ್ಳುವುದು ಸುಲಭ. ಎಲ್ಲವೂ ತಣಿದ ಮೇಲೆ ತನ್ನ ಕಾರ್ಯವನ್ನು ಸಾಧಿಸಬೇಕು.

ಮುಂದಕ್ಕೆ ಮಾಂಡೋವಿ ಬ್ರಿಜ್ ಸ್ಪಷ್ಟವಾಗಿ ಗೋಚರಿಸಿತು. ಟ್ರಕ್ಕನ್ನು ಪಕ್ಕಕ್ಕೆ ನಿಲ್ಲಿಸಿದ. ಹಿಂದಕ್ಕೆ ತಿರುಗಿ ಎಡಗೈನಿಂದ ಮಿಥುನನನ್ನು ಎಚ್ಚರಿಸಿದ.

"ನಾವು ಬಂದು ತಲುಪಿದೆವು."

"ಇಂಜಿನ್ ಆಫ್ ಮಾಡು" ಮಿಥುನ್ ಹೇಳುತ್ತಾ ಮೈ ಮುರಿದು ಕುಳಿತ.

"ಐದೇ ನಿಮಿಷ ಆದ ಹಾಗಾಯ್ತು. ಇನ್ನೂ ನಾನು ಓಡಿಸ್ತೀನಿ" ಎದ್ದು ನಿಂತ. ಸೀಟ್ ಬದಲಾಯಿಸಿದರು.

"ನಾನು ಮಲಗಲು ಸಮಯವಿದೆಯಾ?" ತಿಲಕರಾಜ ಕೇಳಿದ. ಮಿಥುನ್ ಅವನನ್ನು ನೋಡಿದ.

"ನಮ್ಮ ಮನೆಯಲ್ಲಿ ಕೋಣೆಯಿದೆ. ದಿನಕ್ಕೆ ನೂರು ರೂಪಾಯಿ ಬಾಡಿಗೆ. ನಿನಗೆ ಬೇಕೇ?"

"ನೀನೇ ವ್ಯವಹಾರ ಮುಗಿಸ್ದ ಮೇಲೆ ಇನ್ನೇನಿದೆ?" ತಿಲಕರಾಜ ನಕ್ಕು ಕೇಳಿದ.

ಮಿಥುನ್ ಗೇರು ಬದಲಾಯಿಸಿ ಟ್ರಕನ್ನು ಚಲಾಯಿಸಿದ. ಮಾಂಡೋವಿ ಬ್ರಿಜ್‌ನಲ್ಲಿ ಟ್ರಕ್ ಸಾಗಿತು.

* * *

ತಿಲಕರಾಜ ಮಿಥುನ್‌ನ ಟ್ರಕ್ಕನ್ನು ಚಲಾಯಿಸುತ್ತಿರುವಾಗ ರುದ್ರನೇತ್ರ ಅವನ ಆಫೀಸಿನಲ್ಲಿ ಒಂದು ಮೀಟಿಂಗ್ ನಡೆಸುತ್ತಿದ್ದ. ಅಲ್ಲಿದ್ದವರು ಮಸ್ತಾನ ಮತ್ತು ಜನಕ ಮಾತ್ರ!

ರುದ್ರನೇತ್ರ ಮಸ್ತಾನನಿಗೆ ಫಾಝಿಲ್‌ನ ತಂದೆ ವಯೋ ಸಹಜವಾದ ಕಾಯಿಲೆಯಿಂದ ಸತ್ತದ್ದನ್ನು ತಿಳಿಸಿದ. ಅವನು ಕೋಪಭರಿತ ಕಣ್ಣುಗಳು ಈಗ ಜನಕನನ್ನು ನೋಡುತ್ತಿದ್ದವು. ತನ್ನ ಸಮಯವನ್ನು ಹಾಳು ಮಾಡಲು ಮುಖ್ಯ ಕಾರಣನಾದವನೇ ಜನಕ.

"ತಿಲಕರಾಜ ಊರು ಬಿಟ್ಟು ಹೋಗುವಾಗ ಹಣವನ್ನು ತೆಗೆದುಕೊಂಡು ಹೋಗಿಲ್ಲವೆನ್ನುವುದನ್ನು ನಾವು ನೆನಪಿಟ್ಟುಕೊಳ್ಳಬೇಕು. ಜನಕ ಹೇಳುವ ಹಾಗೆ ಅವನು ಬೇರೆ ಯಾರಿಗೋ ಕೆಲಸ ಮಾಡುತ್ತಿದ್ದಾನೆ. ಅದು ಫಾಝಿಲ್. ಆದರೆ ಅದಲ್ಲ. ಮದನ್ ಮತ್ತು ಮೈಕೆಲ್ ಇಬ್ಬರೂ ಫಾಝಿಲ್ ಅಂತಹ ವ್ಯಕ್ತಿ ಅಲ್ಲ ಅನ್ನೋದನ್ನು ದೃಢಪಡಿಸಿದ್ದಾರೆ. ಅವನು ತಮಗೆ ಅಪರಿಚಿತರಾಗಿರುವ ಯಾರಿಗೋ ಕೆಲಸ ಮಾಡುತ್ತಿದ್ದಾನೆ. ಅವನು ಹಣವನ್ನು

ಇಲ್ಲಿಯೇ ಎಲ್ಲಿಯೋ ಇಟ್ಟಿದ್ದಾನೆ ಅನ್ಸುತ್ತೆ" ರುದ್ರನೇತ್ರ ನೋವಿನಿಂದ ಮುಖ ಹಿಂಡಿ ನುಡಿದ.

"ನೀನು ಏನು ಹೇಳ್ತೀಯಾ ಮಸ್ತಾನ?"

"ಮೂರನೆಯ ಸಾಧ್ಯತೆ ಹೆಚ್ಚು. ಅವನು ಆ ಹಣದ ಚೀಲಗಳನ್ನು ಇಲ್ಲಿಯೇ ಎಲ್ಲೋ ಅಡಗಿಸಿಟ್ಟಿದ್ದಾನೆ. ಯಾಕಂದ್ರೆ ನೀವು ಹೇಳೋ ಹಾಗೆ ಅಷ್ಟೊಂದು ಭಾರವಾದ ಚೀಲಗಳನ್ನು ತೆಗೆದುಕೊಂಡು ಹೋಗುವುದು ಅಸಾಧ್ಯ. ಬಸ್‌ನಲ್ಲಿ ಚೀಲಗಳನ್ನು ಹಾಕಿ ಅದಕ್ಕೆ ಟಿಕೆಟ್ ಮಾಡಿ ಯಾರಿಗೋ ತಲುಪಿಸಲು ಹೇಳಿರುವ ಸಾಧ್ಯತೆ ಇದೆ. ನಾವು ಏನು ಮಾಡಬೇಕೆನ್ನುವುದು ನನಗೆ ಗೊತ್ತಿದೆ. ತಿಲಕರಾಜ ಮಾತ್ರ ಎಲ್ಲೋ ದೂರ ಹೋಗಿರಬಹುದು."

"ನಿನಗೆ ಅವನು ಬೇರೆಯವರ ಜೊತೆ ಈ ಕೆಲಸ ಮಾಡುತ್ತಿದ್ದಾನೆ ಅನ್ನೋದಿಲ್ವೆ?" ಮಸ್ತಾನ ತಲೆಯಲುಗಿಸಿದ.

"ಹಾಗೆ ಅನ್ಸುದಿಲ್ಲ. ಅವನು ಒಬ್ಬಂಟಿ. ಅವನ ಒಬ್ಬನೇ ಗೆಳೆಯ ಹೇಳಿದರೆ ಸಿಗರೇಟು. ಇನ್ನೊಬ್ಬ ಅನುದೀಪ್. ಅವನು ಹುಡುಗರಿಂದ ಬಬಲ್ ಗಮ್ ಕಸಿದುಕೊಳ್ಳಲು ಧೈರ್ಯವಿಲ್ಲದ ಪುಕ್ಕಲ! ಆದ್ದರಿಂದ ತಿಲಕರಾಜ ಏನು ಮಾಡಿರಬಹುದೆಂದರೆ... ಚೀಲಗಳನ್ನು ಬಸ್ಸಿನಲ್ಲಿ ಹಾಕಿ ಯಾವುದೋ ವ್ಯಕ್ತಿಗೆ ತೆಗೆದುಕೊಳ್ಳಲು ಸೂಚಿಸಿರಬಹುದು. ಅವನು ತನ್ನ ಕಳೆದುಹೋದ ಪದಕವನ್ನು ಹುಡುಕಲು ಹಿಂದಕ್ಕೆ ಹೋಗಿದ್ದಾನೆ. ಅದು ಸಿಕ್ಕಿಲ್ಲ. ಅದಕ್ಕೆ ಹೆದರಿ ಊರು ಬಿಟ್ಟಿದ್ದಾನೆ."

"ನಾವು ಅದನ್ನು ಪರಿಶೀಲಿಸಬೇಕು" ರುದ್ರನೇತ್ರ ಜನಕನತ್ತ ನೋಡಿದ.

"ಈಗ ಕೆಲವೇ ಬಸ್ಸುಗಳು ಹೊರಟಿರಬಹುದು. ಅಲ್ಲಿಗೆ ಹೋಗಿ ತಿಳಿದುಕೋ. ಯಾರಾದರೂ ಎರಡು ಭಾರವಾದ ಚೀಲಗಳನ್ನು ಬಸ್ಸಿಗೆ ಹಾಕಿದ್ದನ್ನು ಗಮನಿಸಿದ್ದಾರಾ ಕೇಳು" ಜನಕ ತಲೆಯಲುಗಿಸಿ ಆಫೀಸಿನಿಂದ ಆತುರಾತುರವಾಗಿ ಇಳಿದು ಬಂದ. ರುದ್ರನೇತ್ರ ಮಸ್ತಾನನತ್ತ ನೋಡಿದ.

"ಅವನು ಹೋಗಿ ಎಂಟು ದಿವಸವಾಯಿತು. ಅವನನ್ನು ಹುಡುಕುವುದು ಸಾಧ್ಯವೇ?" ಅವನ ಕಣ್ಣುಗಳು ಕೆಂಪಗಿನ ದೊಡ್ಡ ಮಣಿಗಳಂತಾಗಿದ್ದವು. ಮಸ್ತಾನ ಆಲೋಚನೆಗೊಳಗಾದ.

"ನಾವು ಅವನನ್ನು ಹುಡುಕಬಹುದು. ಆದರೆ ಅದಕ್ಕೆ ತುಂಬಾ ಖರ್ಚಾಗಬಹುದು."

"ಅಂದ್ರೆ ಎಷ್ಟು?"

"ಅದು ಅವನನ್ನು ಹುಡುಕಲು ಎಷ್ಟು ದಿನಗಳಾಗಬಹುದೆನ್ನುವುದರ ಮೇಲೆ. ಒಂದು ಶೇಕಡಾ ಐವತ್ತು ಹಣ ತೆಗೆದುಕೊಂಡುದರಲ್ಲಿ" ರುದ್ರನೇತ್ರ ಶಾಂತವಾಗಿ ಹೇಳಿದ.

"ನನಗೆ ಅವನು ಜೀವಂತವಾಗಿ ಬೇಕು. ನೀನು ಅವನನ್ನು ತಂದು ನನ್ನೆದುರು ನಿಲ್ಲಿಸಿದರೆ ಶೇಕಡಾ ಐವತ್ತು ಕೊಡಬಲ್ಲೆ. ಅವನು ಹೆಣವಾಗಿ ಸಿಕ್ಕಿದರೆ ಮೂರರಲ್ಲಿ ಒಂದು ಭಾಗ."

"ಅವನನ್ನು ಉಪಾಯದಿಂದ ಜೀವಂತವಾಗಿ ಕರೆದು ತನ್ನಿ" ರುದ್ರನೇತ್ರ ಸಿಟ್ಟಿನಿಂದ ಮುಷ್ಟಿ ಬಿಗಿದ.

"ಅವನು ನನಗೆ ಜೀವಂತ ಬೇಕು. ಆ ನಾಯಿಯನ್ನು ಕೈಯಿಂದ ಗುದ್ದಿ ಗುದ್ದಿ ಪುಡಿ ಮಾಡಿಬಿಡಬೇಕು ನನಗೆ."

ಅವನ ಕೋಪ ಹುಚ್ಚು ಹಿಡಿಯುವಂತೆ ಮಾಡಿತು. ಮಸ್ತಾನನಂತಹ ಗಟ್ಟಿಮುಟ್ಟಾದ ವ್ಯಕ್ತಿಯೇ ರುದ್ರನೇತ್ರನ ವರ್ತನೆಗೆ ಬೆದರಿದ.

"ಆದ್ದರಿಂದ ಅವನನ್ನು ಕರೆದು ತನ್ನಿ. ನನ್ನ ಗ್ಯಾಂಗ್ ಅವನ ಬೇಟೆ ಶುರು ಮಾಡಲಿ" ರುದ್ರನೇತ್ರ ಮುಷ್ಟಿ ಹಿಡಿದ ಕೈಯನ್ನು ಮೇಜಿನ ಮೇಲೆ ಬಡಿದು ಹಲ್ಲು ಕಡಿದ. ಅವನ ಧ್ವನಿ ಏರಿತು.

"ಎಷ್ಟು ಖರ್ಚಾದರೂ ಪರವಾಗಿಲ್ಲ. ಅವನು ನನಗೆ ಬೇಕು!"

* * *

ಟ್ರಕ್ಕನ್ನು ಸಿದ್ಧಗೊಳಿಸುತ್ತಾ ಮಿಥುನ್ ಹೇಳಿದ.

"ಮನೆ ಹತ್ತಿರ ಬಂತು. ಒಂದು ಮೈಲು ಮುಂದಕ್ಕೆ ಹೋಗಿ ಎಡಕ್ಕೆ ತಿರುಗಿದರೆ ಎದುರಿಗೆ ಕಾಣೋ ಗುಡ್ಡ. ಅಲ್ಲಿ ಟ್ರಕ್‌ಗೆ ಲೋಡ್ ಮಾಡೋದು, ಓ! ಅಲ್ಲಿ ನೋಡು" ಕೈ ಬೆರಳು ತೋರಿಸಿ ಟ್ರಕ್ಕನ್ನು ಏರು ಹತ್ತಿಸಿದ. ಮರಗಳ ಸಮೂಹದ ನಡುವೆ ಟ್ರಕ್ ಏರಿ ದೊಡ್ಡ ಗೋದಾಮಿನ ಮುಂದೆ ನಿಂತಿತು. ಇಲ್ಲಿಂದ ಮುಂದೆ ಮಾಂಡೋವಿ ತೀರ. ಅಲ್ಲಿಯೇ ನಮ್ಮ ಹೌಸ್ ಬೋಟ್. ಜೊತೆಗೆ ಒಂದು ಕ್ರೂಸರ್ ಕೂಡ ಇದೆ. ಅದು ನಮ್ಮದಲ್ಲ. ನನ್ನ ಮಾವನದ್ದು. ನಮ್ಮ ಹೌಸ್ ಬೋಟ್‌ನಲ್ಲಿ ಬೇರೆ ಯಾರಿಲ್ಲ. ಒಂದು ಕೋಣೆ ಇದೆ. ನಮ್ಮೂರಿನ ಜನ ದುಡಿಯುವುದರಲ್ಲಿ ಗಟ್ಟಿಗರು. ಅವರಿಗೆ ಹಣ ಬೇಕು. ಬೇರೇನೂ ಬೇಕಾಗಿಲ್ಲ. ಬೇರೆಯವರ ವಿಷಯಕ್ಕೆ ತಲೆ ಹಾಕುವುದಿಲ್ಲ" ತಿಲಕರಾಜನಿಗೆ ಸಮಾಧಾನ ತಂದ ವಿಷಯ ಅದು! ಅವರಿಬ್ಬರೂ ಕೆಳಗೆ ಇಳಿದರು. ನದಿ ತೀರದತ್ತ ಬರುವಾಗ ಗುಡ್ಡದ ಮರಗಳು ಆಕಾಶಕ್ಕೆ ಕಪ್ಪಗಿನ ತಲೆಯನ್ನು ಕಟ್ಟಿದಂತೆ ನಿಂತಿದ್ದವು. ಎದುರಿಗೆ ಲಂಗರು ಹಾಕಿ ನಿಂತ ಹೌಸ್ ಬೋಟ್‌ಗಳ ಸಾಲು. ಕೆಲವರು ಮೀನು ಹಿಡಿಯುತ್ತಿದ್ದರು. ಒಬ್ಬ ವ್ಯಕ್ತಿ ಕೈ ಎತ್ತರಿಸಿ ಮಿಥುನ್‌ಗೆ ಏನೋ ಸಂಜ್ಞೆ ಮಾಡಿದ.

"ರಾತ್ರಿಯೂಟಕ್ಕೆ ಪ್ರತಿಯೊಬ್ಬರಿಗೂ ಮೀನು ಬೇಕು. ತಮಗೆ ಬೇಕಾದುದನ್ನು ತಾವೇ ಹಿಡಿಯುತ್ತಾರೆ. ಅಲ್ಲಿನ ಹೊಟೇಲ್ ಅಥವಾ ಮನೆಯಲ್ಲಿಯೂ ವಿಶೇಷ ಏನಂತ ಕೇಳಿದರೆ ಮೀನುಫ್ರೈ ಅಂತಾರೆ. ರತಿ ಕೂಡ ರಾತ್ರಿಯ ಊಟಕ್ಕೆ ಮೀನು ಹಿಡಿದು ತಂದಿರಬಹುದು."

ಸುಮಾರು ಹತ್ತುಹದಿನೈದು ಹೌಸ್ ಬೋಟ್ ಪತಾಕೆ ಹಾರಿಸಿಕೊಂಡು ಲಂಗರು ಹಾಕಿ ನಿಂತದ್ದು ಕಂಡು ತಿಲಕರಾಜ ಪುಳಕಿತನಾದ. ಕಾಡಿನಂತಹ ಭಾಗದಿಂದ ಮಾಂಡೋವಿಯ ತೀರಕ್ಕೆ ಇಳಿದಾಗ ಖಾಲಿ ಜಾಗದಲ್ಲಿ ಬಂಗಾರದ ಬಣ್ಣದ ಮರಳ ದಂಡೆ ಶುದ್ಧವಾಗಿ ಆಕರ್ಷಕವಾಗಿತ್ತು. ಇಪ್ಪತ್ತು ಫೀಟ್ ಉದ್ದದ ಹೌಸ್‌ಬೋಟ್‌ಗಳು ನೋಡಲು ಸುಂದರವಾಗಿದ್ದವು.

"ಎರಡು ವರ್ಷಗಳಿಂದ ಇಲ್ಲಿದ್ದೇವೆ. ಹಾಡು ಕೇಳಿಸ್ಕೊಳ್ಳುವುದಕ್ಕೆ ತೆಗೆದುಕೊಂಡ ಹಾಗಿತ್ತು. ಈಗ ಕೆಲಸ ಚೆನ್ನಾಗಿ ನಡಿತಿದೆ. ನೀನಿಲ್ಲಿ ತುಂಬಾ ದಿನ ಇರುವೆಯಾ?" ತಿಲಕರಾಜ ಮಿಥುನ್‌ನತ್ತ ನೇರವಾಗಿ ನೋಡಿದ.

"ಅದು ನಿನ್ನ ಹೆಂಡತಿಯ ನಿರ್ಧಾರವನ್ನು ಆಧರಿಸಿದೆ. ಅವಳಿಗೆ ಅಪರಿಚಿತರು ಇಲ್ಲಿಗೆ ಬರುವುದು ಇಷ್ಟವಿಲ್ಲದಿದ್ದರೆ..."

ಮಿಥುನ್ ತಲೆಯಲುಗಿಸಿದ.

"ನೀನು ನನ್ನ ರತಿಯ ಬಗ್ಗೆ ಚಿಂತಿಸಬೇಡ. ನನ್ನ ಹಾಗೆ ಅವಳಿಗೂ ಹಣದ ಹಸಿವು. ನಾನು ಖರ್ಚು ಮಾಡುವ ಹಣಕ್ಕೆ ಅವಳದ್ದು ಹಣ ಸೇರುತ್ತೆ. ಏನೂ ಅವಳಿಗೆ ಖುಷಿಕೊಡುವಂತದ್ದು ಇಲ್ಲಿಲ್ಲ. ಇಡೀ ದಿವಸ ಒಬ್ಬಂಟಿಯಾಗಿಯೇ ಇರುತ್ತಾಳೆ" ಅವನು ಮಿಥುನ್‌ನನ್ನು ನೇರವಾಗಿ ದಿಟ್ಟಿಸಿದ.

"ಒಂದು ನಿಮಿಷ... ನಿನ್ನ ಹೆಂಡತಿ ಆರಾಮವಾಗಿದ್ದಾಳಲ್ಲವೇ? ಅವಳಿಗೆ ಕಾಯಿಲೆ ಕಸಾಲೆ ಏನಾದರೂ?"

"ಇಲ್ಲ, ಏನು ನಿನ್ನ ಮಾತಿನ ಅರ್ಥ?"

"ಕೇಳು ಮಿಥುನ್, ಅರ್ಥ ಮಾಡ್ಕೋ. ನಾನಿಲ್ಲಿ ಇದ್ದರೆ ಕಷ್ಟವಲ್ಲವೇ? ನಿನ್ನ ಹೆಂಡತಿ ಇಲ್ಲಿ ಪರಪುರುಷನನ್ನು ಹೇಗೆ ಸಹಿಸಿಕೊಂಡಾಳು? ನೀನಾದರೂ ಬೆಳಗ್ಗೆ ಹೋದರೆ ರಾತ್ರಿಗೆ ಹಿಂತಿರುಗುವವನು. ನಾನು ಇಲ್ಲಿ ಅವಳ ಜೊತೆಗೆ ಇರೋದು ಸರಿನಾ?"

"ನೀನ್ಯಾಕೆ ಹಾಗೆ ಅಂದ್ಕೋತಿ? ನಿನಗೆ ಇಲ್ಲಿ ಉಳಿದುಕೊಳ್ಳಬೇಕೆಂದರೆ ಇರು. ಅವಳೇನು ಹೇಳುವುದಿಲ್ಲ. ನೀನು ಇದ್ದರೆ ಅವಳಿಗೇನೂ ತೊಂದರೆ ಇಲ್ಲ. ನಾನು ಮದುವೆಯಾಗಿ ಇಷ್ಟು ವರ್ಷವಾದರೂ ಅವಳನ್ನು ಮುಟ್ಟಿಲ್ಲ. ನನಗೇನು ಬೇಕು ಅದು ಮುಂಬೈ ಷಹರಿನಲ್ಲಿ ಸಿಗುತ್ತೆ. ನನ್ನ ಹಾಗೆ ದಿನಾ

ದುಡಿಯುವವನಿಗೆ ತಿಂಗಳಿಗೊಮ್ಮೆ ಸಿಕ್ಕರೆ ಸಾಕು" ಅವರು ಬೋಟ್‌ನ ಬಳಿ ಬರುವಾಗ ಕೈ ತೋರಿಸಿ ಹೇಳಿದ, "ಅಲ್ಲಿ ನೋಡು... ಅವಳು ಈಜುತ್ತಿದ್ದಾಳೆ. ಹೆಚ್ಚಿನ ಸಮಯವನ್ನು ನದಿಯಲ್ಲಿಯೇ ಕಳೆಯುತ್ತಾಳೆ."

ತಿಲಕರಾಜ ನೀರಿನ ಮೇಲೆ ಬಿದ್ದ ಸೂರ್ಯರಶ್ಮಿಯನ್ನು ನೋಡುತ್ತಾ ನೀರಿನಿಂದ ತಲೆಯೆತ್ತಿದ ಅವಳನ್ನೇ ನೋಡಿದ. ಹೌಸ್‌ಬೋಟ್‌ನಿಂದ ಸ್ವಲ್ಪ ದೂರದಲ್ಲಿ ಅವಳಿದ್ದಳು.

ಮಿಥುನ್ ಎರಡು ಬೆರಳುಗಳನ್ನು ಬಾಯಿಗಿಟ್ಟು ಶಿಳ್ಳೆ ಹೊಡೆದ. ಅವಳು ಕೈ ಎತ್ತರಿಸಿ ತೋರಿಸಿದಳು.

"ಬಾ... ಇಲ್ಲಿಗೆ" ಮಿಥುನ್ ಕೂಗಿದ. ಹೌಸ್‌ಬೋಟ್‌ನ ಡೆಕ್ ಸುಂದರವಾಗಿ ವಿಶಾಲವಾಗಿತ್ತು. ಅವರಿಬ್ಬರೂ ಡೆಕ್‌ಗೆ ಬಂದು ಅಲ್ಲಿಂದ ಹಜಾರಕ್ಕೆ ಬಂದರು. ಅಲಂಕೃತವಾಗಿ ಆಕರ್ಷಕವಾಗಿತ್ತು ಹಜಾರ. ಒಂದು ಮೂಲೆಗೆ ಟಿ.ವಿ. ಅಳವಡಿಸಲಾಗಿತ್ತು.

"ಇದು ನಿನ್ನ ಕೋಣೆ" ಬಾಗಿಲು ತೆರೆದು ಮಿಥುನ್ ಹೇಳಿದ.

"ನಿನ್ನ ವಸ್ತುಗಳನ್ನು ಇಲ್ಲಿಟ್ಟು ಬಾ. ಈಜೋಣ. ನಿನಗೆ ಖುಷಿ ಬಂದ ಹಾಗೆ ಇರಬಹುದು. ರಾತ್ರಿಯ ಬಗ್ಗೆ ಚಿಂತೆ ಮಾಡ್ಬೇಡ. ಅವಳು ನಿನ್ನಂತಹ ಅದೆಷ್ಟೋ ಗಂಡಸರನ್ನು ಕಂಡವಳು."

ತಿಲಕರಾಜ ಸಣ್ಣ ಕೋಣೆಯನ್ನು ಕೂಲಂಕಷವಾಗಿ ಗಮನಿಸಿದ. ಒಂದು ಮಂಚ, ಹಾಸಿಗೆ, ಸಣ್ಣ ವಾರ್ಡ್‌ರೋಬ್, ಸಣ್ಣ ಮೇಜು, ಕುರ್ಚಿಯಿದ್ದ ಕೋಣೆಯ ಕಿಟಕಿ ನದಿಯ ಕಡೆಗಿತ್ತು. ಕೋಣೆ ತುಂಬಾ ಸ್ವಚ್ಛವಾಗಿತ್ತು. ಅವನಿಗೆ ಹಿಡಿಸಿತು.

"ಚೆನ್ನಾಗಿದೆ."

"ಓಕೆನಾ?"

ಮಿಥುನ್ ಅವನನ್ನು ಬಿಟ್ಟು ಹೊರಗೆ ಬಂದ.

ತಿಲಕರಾಜ ಕಿಟಕಿಯಿಂದ ಹೊರಗೆ ನೋಡುತ್ತಿದ್ದ. ಈಜಬೇಕೆನಿಸಿತು. ಅವನಿಗೆ ಮಿಥುನ್ ಡೆಕ್‌ನ ಹೊರಗೆ ಕಾಣಿಸಿದ. ಅವನು ಬಟ್ಟೆಗಳಿಲ್ಲದೆ ನದಿಗೆ ಹಾರಿದ. ಅವನು ಈಜುವುದನ್ನೇ ನೋಡುತ್ತಿದ್ದ. ಸ್ವಲ್ಪ ಹೊತ್ತಿನ ಬಳಿಕ ಡೆಕ್‌ನ ಮೇಲೆ ಬಂದ.

ತಿಲಕರಾಜ ನೋಡುತ್ತಿದ್ದಂತೆಯೇ ಹೆಣ್ಣು ಡೆಕ್‌ನ ಬಳಿ ಬಂದು ನಿಂತಳು. ಅವಳು ಬಿಳಿ ಚಹರೆಯ ನೀಳಕಾಯದ ಹೆಣ್ಣು. ಹೆಚ್ಚು ಕಡಿಮೆ ಮೈಯಲ್ಲಿ ಬಟ್ಟೆಗಳು ಇರಲಿಲ್ಲ. ತಿಲಕರಾಜ ಅವಳ ದೇಹ ಸೌಂದರ್ಯಕ್ಕೆ ಬೆರಗಾದ. ಶಿಲ್ಪಿಯೊಬ್ಬ ಕಡೆದಂತಹ ಸೌಂದರ್ಯ. ಅವಳ ನೀಳ ಕೂದಲಿನಿಂದ ನೀರು ಇಳಿಯುತ್ತಿತ್ತು.

ತಿಲಕರಾಜ ಬೆವರಿದ ತನ್ನ ಮುಖವನ್ನು ಒರೆಸಿಕೊಂಡ. ತಾನೆಲ್ಲಿಗೆ ಬಂದೆ? ತನ್ನನ್ನು ಪ್ರಶ್ನಿಸಿಕೊಂಡ. ಎಂತಹ ಅದ್ಭುತ ದೇವಕನ್ನಿಕೆಯನ್ನು ನೋಡಲು ಇಲ್ಲಿಗೆ ಬಂದೆನೇ?

ಬೆವತ ದೇಹಕ್ಕೆ ಅವನಿಗೆ ಅಗತ್ಯವಾಗಿ ತಂಪು ನೀರು ಬೇಕಾಗಿತ್ತು. ಅವನು ಬಟ್ಟೆಗಳನ್ನು ಕಳಚಿ ಡೆಕ್‌ಗೆ ಬಂದು ನೀರಿಗೆ ಹಾರಿದ. ನದಿಯ ತಂಪು ನೀರು ಆತನಿಗೆ ಥ್ರಿಲ್ ಎನಿಸಿತು. ಅವನು ಒಳ್ಳೆಯ ಈಜುಗಾರ. ಅವನು ಈಜುತ್ತಾ ತುಂಬ ದೂರಕ್ಕೆ ಸಾಗಿದ. ಹಾಗೆಯೇ ಈಜುತ್ತ ಹಿಂದಕ್ಕೆ ಬಂದ. ಮಿಥುನ್ ಈಜುತ್ತಿದ್ದಲ್ಲಿಗೆ ಬಂದು ಡೆಕ್ ಹತ್ತಿದ.

"ನಾನು ನಿನಗೊಂದು ಟವಲ್ ತರುವೆ" ಡೆಕ್ ಹತ್ತಿ ಬಂದ ಮಿಥುನ್ ಹೇಳಿದವನೇ ಹಿಂದಕ್ಕೆ ಹೋಗಿ ಟವಲ್ ತಂದು ತಿಲಕರಾಜನತ್ತ ಎಸೆದ. ಮತ್ತೆ ಒಳಗೆ ನಡೆದ.

ತಿಲಕರಾಜ ಮೈ ಒರೆಸಿಕೊಂಡು ತನ್ನ ಬೆಡ್‌ರೂಂಗೆ ನಡೆದ. ಆತನಿಗೆ ನೀರುಳ್ಳಿ ಹುರಿಯುವ ಪರಿಮಳ ಬಂತು. ಬಾಯಲ್ಲಿ ನೀರೂರಿತು. ಆತನಿಗೆ ತಾನು ಹಾವಿನಮನೆಯನ್ನು ಬಿಟ್ಟ ಮೇಲೆ ಏನೂ ತಿಂದಿಲ್ಲದಿರುವುದು ನೆನಪಾಯಿತು. ಹಸಿವು ಹೆಚ್ಚಾಯಿತು.

ಬಟ್ಟೆ ಬದಲಾಯಿಸಿ ರೂಂನಿಂದ ಹೊರಗೆ ಬಂದ. ಹಜಾರದಲ್ಲಿ ಮಿಥುನ್ ಸಿಗರೇಟ್ ಸೇದುತ್ತಾ ಕಿಟಕಿಯತ್ತಾ ನೋಡುತ್ತಾ ಕುಳಿತಿದ್ದ. ತಿಲಕರಾಜ ಬಂದದ್ದನ್ನು ನೋಡಿ ತಲೆಯೆತ್ತಿದ.

"ಒಪ್ಪಿಗೆ ತಾನೆ?"

"ಹಾ! ತುಂಬಾ ಚೆನ್ನಾಗಿದೆ."

"ಇಲ್ಲಿ ಕುಡಿಯೋದಿಕ್ಕೆ ರಾತ್ರಿ ಏನೂ ಸಿಗೋದಿಲ್ಲ. ನಿನಗೆ ಬೇಕೆನಿಸಿದರೆ ನೀನೇ ತಂದುಕೋಬೇಕು. ನಾಳೆ ಮೋಟಾರ್ ಬೋಟ್ ತೆಗೆದುಕೊಂಡು ಹೋಗು."

ತಿಲಕರಾಜನಿಗೆ ಅದು ಬೇಕೆನಿಸಲಿಲ್ಲ. ಅವನು ಕುಳಿತು ಒಪ್ಪಿಗೆಯಿತ್ತಂತೆ ತಲೆಯಲುಗಿಸಿದ.

"ಒಳ್ಳೆಯ ಪರಿಮಳ."

"ಹೌದು ರತಿ ಅಡುಗೆ ಮಾಡುತ್ತಿದ್ದಾಳೆ."

"ನೀನು ಅವಳಿಗೆ ನನ್ನ ಬಗ್ಗೆ ಹೇಳಿದೆಯಾ?"

"ಓ! ಖಂಡಿತಾ. ಅವಳು ಕಿಚನ್‌ನಲ್ಲಿದ್ದಾಳೆ ಹೋಗಿ ಮಾತಾಡು" ಮಿಥುನ್ ಮುಂದೆ ಬಾಗಿ ಟಿ.ವಿ.ಯತ್ತ ತಿರುಗಿದ.

ತಿಲಕರಾಜನಿಗೆ ಮುಜುಗರವಾಯಿತು. ಅವನು ಎದ್ದು ಬಂದು ಹಜಾರದ ಮೂಲೆಯ ಬಾಗಿಲನ್ನು ತೆರೆದು ಒಳಗೆ ಇಣುಕಿದ. ಸಣ್ಣ ಕಿಚನ್ ಅದು. ಒಂದೆಡೆ ಗ್ಯಾಸ್ ಸ್ಟವ್, ಕಬೋರ್ಡ್, ಮೇಜು, ಫ್ರಿಜ್ ಮತ್ತು ರತಿ. ಅವಳು

ಪ್ಯಾನ್‌ನಲ್ಲಿ ಏನನ್ನೋ ಹುರಿಯುತ್ತಿದ್ದಳು. ತಿರುಗಿ ನೋಡಿದಳು. ತಿಲಕರಾಜನಿಗೆ ಅವಳ ನೋಟವನ್ನು ಎದುರಿಸಲಾಗಲಿಲ್ಲ. ಅತ್ಯಂತ ರೂಪಸಿ ಹೆಣ್ಣು ಅವಳು. ರತಿಯಂತೆಯೇ ಸೌಂದರ್ಯದ ಗಣಿ. ನೀಲಿ ಕಣ್ಣುಗಳು, ಸುಂದರವಾದ ಕಾಂತಿಯುತ ಚರ್ಮ. ಉದ್ದ ಕೂದಲು, ಗಿಳಿ ಮೂಗು ಮರೆಯಲಾರದ ಸೌಂದರ್ಯ.

ಅವಳ ನೋಟವನ್ನು ಎದುರಿಸಲಾರದೆ ಹಿಂತಿರುಗುವುದರಲ್ಲಿದ್ದಾಗ ಆಕೆ ತಿಲಕರಾಜನನ್ನು ಅಳೆಯುವಂತೆ ನೋಡಿದಳು. ಅವಳು ತನ್ನಷ್ಟಕ್ಕೆ ತನ್ನ ಕೆಲಸದಲ್ಲಿ ನಿರತಳಾದಳು. ಮೀನನ್ನು ಪ್ಯಾನ್‌ಗೆ ಬಿಡುತ್ತಾ, "ಹಸಿವೆಯಾಗುತ್ತಿದೆಯೇ?" ಎಂದು ಮಧುರ ಕಂಠದಿಂದ ಕೇಳಿದಳು.

"ನನಗನಿಸುತ್ತೆ. ಹಸಿವಾಗಿರಬಹುದು. ಇನ್ನೇನು ಹೆಚ್ಚು ಹೊತ್ತಿಲ್ಲ ಮಿಥುನ್ ಹೇಳಿದ ನೀನು ಇಲ್ಲಿ ಉಳಿದುಕೊಳ್ಳುವೆಯಂತೆ."

"ನಿನಗೇನೂ ಅಭ್ಯಂತರವಿಲ್ಲದಿದ್ದರೆ."

ಅವಳು ಗಂಡಸರಂತೆ ಶರ್ಟ್ ಪ್ಯಾಂಟ್ ಧರಿದ್ದಳು. ಅವಳ ದೇಹ ಸೌಂದರ್ಯವನ್ನು ಕಣ್ಣಿನಲ್ಲಿಯೇ ಅಳೆದ.

"ನಮಗೆ ಹಣದ ಅಗತ್ಯವಿದೆ. ಮಿಥುನ್ ಹೇಳಿದ ನನಗೆ ಕಂಪನಿ ದೊರೆತ ಹಾಗೂ ಆಯಿತು. ನಿನಗೆ ಹುರಿದ ಮೀನು ಇಷ್ಟವೇ?"

"ನನಗೆ ಎಲ್ಲವೂ ಇಷ್ಟವೇ."

"ಹೋಗು ಟಿ.ವಿ. ನೋಡುತ್ತಿರು. ಇನ್ನೇನು ಹತ್ತು ನಿಮಿಷಗಳಲ್ಲಿ ತಯಾರಾಗುತ್ತದೆ. ನನಗೆ ಸ್ವಂತ ಅಡುಗೆ ಮಾಡೋದಿಕ್ಕೆ ಇಷ್ಟ" ಅವಳು ಹಿಂತಿರುಗಿ ಅವನನ್ನು ನೋಡಿದಳು. ಇಬ್ಬರ ನೋಟವೂ ಕೂಡಿತು.

"ನನ್ನನ್ನು ರಾಜ ಅಂತ ಕರೆಯಬಹುದು" ಅವನ ಧ್ವನಿ ತುಸು ಮಸುಕಾಯಿತು.

"ರತಿ ನನ್ನ ಹೆಸರು" ಅವನತ್ತ ಮುಗುಳ್ನಕ್ಕು ಹೇಳಿದಳು.

"ಮಿಥುನ್‌ಗೆ ಕಂಪನಿ ಕೊಡು. ಅವನಿಗೆ ಅದು ಇಷ್ಟವೇ ಇಲ್ಲ. ಯಾವಾಗಲೂ ಒಬ್ಬಂಟಿಯಾಗಿರುತ್ತಾನೆ. ಆದರೆ ಅವನಿಗೆ ಅಭ್ಯಾಸವಾಗಬೇಕು. ಇನ್ನೊಬ್ಬರ ಜೊತೆಗೆ ಇದ್ದು ಗೊತ್ತಿಲ್ಲ" ಅವಳ ಧ್ವನಿಯಲ್ಲಿ ಖುಷಿಯಿರುವುದನ್ನು ಗ್ರಹಿಸಿದ ತಿಲಕರಾಜ. ಅವನು ಹಜಾರಕ್ಕೆ ಹಿಂತಿರುಗಿದ.

* * *

ಜನಕ ರುದ್ರನೇತ್ರನ ಆಫೀಸಿಗೆ ಮರಳಿದ. ಬಾಗಿಲು ಮುಚ್ಚಿ ರುದ್ರನೇತ್ರನನ್ನು ನೋಡಿದವನೇ ಪಕ್ಕದಲ್ಲಿ ಕುಳಿತಿದ್ದ ಮಸ್ತಾನನ್ನು ನೋಡಿದ. ಕೋಣೆಯಲ್ಲಿ ಸಿಗರೇಟ್ ಹೊಗೆ ತುಂಬಿತ್ತು. ಅವನ ಖಾಲಿಯಾದ

ವಿಸ್ಕಿಯ ಬಾಟಲು, ಗ್ಲಾಸಿನ ಲೋಟಗಳು ಮತ್ತು ಐಸ್‌ನ ಬಕೆಟ್ ಕೂಡ ಇತ್ತು.

"ಒಳ್ಳೆಯದು, ಏನಾಯ್ತು?" ರುದ್ರನೇತ್ರ ಪ್ರಶ್ನಿಸಿದ, "ನನಗೆ ಇಷ್ಟೊತ್ತಾಯಿತು. ನಾನು ಹಣ ಕಾಣೆಯಾದ ದಿನ ರಾತ್ರಿ ಎರಡು ಗಂಟೆಯಿಂದ ಐದು ಗಂಟೆಯವರೆಗೆ ಹೊರಟ ಬಸ್ಸುಗಳ ಡ್ರೈವರ್ ಕಂಡಕ್ಟರ್‌ಗಳನ್ನು ಕೇಳಿದೆ. ಯಾರಿಗೂ ಅಂತಹ ಬ್ಯಾಗ್‌ಗಳು ಬಂದದ್ದು ಗೊತ್ತಿಲ್ಲ. ಲಗೇಜ್ ತೆಗೆದುಕೊಂಡರೆ ಟಿಕೆಟ್ ಮಾಡದಿರುವುದಿಲ್ಲ. ಲಗೇಜ್ ಬಂದಿಲ್ಲ ಅಂತಾರೆ."

"ಈಗ ಅದು ಸ್ಪಷ್ಟವಾಯಿತಲ್ಲವೇ? ಅವನು ಹಣ ತೆಗೆದುಕೊಂಡು ಹೋಗಿಲ್ಲ. ಒಂದೋ ಬೇರೆ ಯಾರೋ ತೆಗೆದುಕೊಂಡಿರಬಹುದು ಅಥವಾ ಹಣ ಇನ್ನೂ ಇಲ್ಲೇ ಎಲ್ಲೋ ಬಚ್ಚಿಟ್ಟಿದ್ದಾನೆ. ಹೊರಗೆ ಹೋಗಿಲ್ಲ" ಮಸ್ತಾನ ಯೋಚಿಸಿ ಹೇಳಿದ.

ರುದ್ರನೇತ್ರ ಒಂದು ನಿರ್ಧಾರಕ್ಕೆ ಬಂದ.

"ಅಂದ್ರೆ, ಅವನೊಬ್ಬನೇ ಹೋಗಿದ್ದಾನೆ. ಒಂದು ವೇಳೆ ಆತ ಹಣದ ಚೀಲವನ್ನು ಯಾವುದಾದರೂ ಲಗೇಜ್ ಲಾಕರ್‌ನಲ್ಲಿ ಇಟ್ಟಿರಬಹುದು. ಮತ್ತೆ ಹಿಂದಕ್ಕೆ ಬಂದು ತೆಗೆಯುವ ಯೋಚನೆ ಹಾಕಿರಬಹುದು. ನಿನಗೇನಿಸುತ್ತದೆ?"

ಮಸ್ತಾನ ತಲೆಯಲುಗಿಸಿದ.

"ಅವನು ಮೂರ್ಖನಲ್ಲ. ಅವನು ಹಿಂದಕ್ಕೆ ಬರಲಾರ. ಬೇರೆಯವರ ಜೊತೆಗೆ ಕೈ ಜೋಡಿಸಿದ್ದಾನೆ. ಅವರ ಸಹಾಯದಿಂದ ಹಣ ತೆಗೆದುಕೊಂಡು ಹೋಗಬಹುದು" ರುದ್ರನೇತ್ರ ತಲೆಯಲುಗಿಸಿದ.

"ಹಾಗೆ ಅನ್ಸುತ್ತೆ. ಅವನು ಲಾಕರ್‌ನಲ್ಲಿ ಹಣದ ಬ್ಯಾಗ್ ಇಟ್ಟಿರಬಹುದು." ಅವನು ಜನಕನತ್ತ ನೋಡಿ ಹೇಳಿದ.

"ನಾವು ಅದನ್ನು ತಿಳಿದುಕೊಳ್ಳಬೇಕು."

"ಅಲ್ಲಿ ಸುಮಾರು ಅಂತಹ ಮುನ್ನೂರು ಲಾಕರ್‌ಗಳಿವೆ. ಅಲ್ಲಿಯ ಮ್ಯಾನೇಜರ್ ಅನುಮತಿಸದೆ ನಾವು ಪ್ರಯತ್ನಿಸುವಂತಿಲ್ಲ. ಹಾಗೇನಾದರೂ ನಾವು ಪ್ರಯತ್ನಿಸಿದರೂ ಅಂತಹ ಮೌಲ್ಯಯುತವಾದ ವಸ್ತುವಿದೆಯೆಂದು ಗೊತ್ತಾದರೆ ಅವರೂ ಅದನ್ನು ತೆಗೆಯಲು ಪ್ರಯತ್ನಿಸಬಹುದು, ರುದ್ರನೇತ್ರ ನೀನು ಹೇಳಿದಂತೆ ಮಾಡಬಹುದು" ರುದ್ರನೇತ್ರ ಆಲೋಚಿಸಿದ. ಬಳಿಕ ತಲೆಯಲುಗಿಸಿದ.

"ಬೇಡ, ನೀನು ಹೇಳೋದು ಸರಿ. ನಾವು ಹಾಗೆ ಮಾಡಿದರೆ ಪತ್ರಿಕೆಯವರು ದೊಡ್ಡ ವಿಷಯ ಮಾಡಿ ಬಿಡ್ತಾರೆ. ಹಾಗೆ ಜಗಜ್ಜಾಹೀರಾಗೋದು ಬೇಡ. ನಾವು ಯಾರನ್ನಾದರೂ ನೇಮಿಸಿ ಅವುಗಳನ್ನು ಕಾಯುವುದು ಒಳ್ಳೆಯದಲ್ಲವೇ? ಜನಕ, ಇಪ್ಪತ್ತನಾಲ್ಕು ಗಂಟೆಗಳು ಅದನ್ನು ಕಾಯಲು ಯಾರನ್ನಾದರೂ

ಬಿಡಬೇಕು. ತಲಾ ಇಬ್ಬರು ವ್ಯಕ್ತಿಗಳು ನಾಲ್ಕು ಗಂಟೆಗಳ ಪಾಳಿಯಲ್ಲಿ ಆ ಲಾಕರ್‌ಗಳನ್ನು ಕಾಯಲಿ. ಅವರಿಗೆ ಹಣದ ಚೀಲದ ವಿವರಣೆಯನ್ನು ಕೊಡು. ಅವನನ್ನು ಹಿಡಿಯಬೇಕು" ಜನಕ ತಲೆಯಲುಗಿಸಿ ಅಲ್ಲಿಂದ ಹೊರಗೆ ಬಂದ.

"ಹಾಗಾದರೆ ಗ್ಯಾಂಗ್ ಏನು ಮಾಡುತ್ತದೆ?" ರುದ್ರನೇತ್ರ ಕೇಳಿದ.

"ತಲೆಬಿಸಿ ಮಾಡುವುದು ಬೇಡ ರುದ್ರನೇತ್ರ. ನಾವು ಅವನನ್ನು ಹುಡುಕುತ್ತೇವೆ. ಸ್ವಲ್ಪ ಸಮಯ ಕಾಲಾವಕಾಶ ಕೊಡು. ನಾನು ಪ್ರತಿಯೊಬ್ಬರಿಗೂ ಸಂದೇಶ ಕಳುಹಿಸಿ ಅವನನ್ನು ಹುಡುಕಿಸುತ್ತೇನೆ. ನೋಡ್ತಾ ಇರು ಗ್ಯಾಂಗ್ ಹೇಗೆ ಕಾರ್ಯತತ್ಪರವಾಗುತ್ತದೇಂತ" ಅವನು ಪರ್ಸಿನಿಂದ ಒಂದು ಕಾಗದದ ತುಂಡನ್ನು ತೆಗೆದು ಮೇಜಿನ ಮೇಲಿಟ್ಟ.

"ಇದು ನಾಳೆಯ ಎಲ್ಲಾ ವಾರ್ತಾ ಪತ್ರಿಕೆಗಳಲ್ಲಿ ಪ್ರಕಟವಾಗುತ್ತದೆ."

ರುದ್ರನೇತ್ರ ಆಶ್ಚರ್ಯದಿಂದ ಬಾಗಿ ಆ ಚೀಟಿಯನ್ನು ನೋಡಿದ.

'ಈ ವ್ಯಕ್ತಿಯನ್ನು ಎಲ್ಲಾದರೂ ಕಂಡರೆ ಕೂಡಲೇ ತಿಳಿಸಿ. ನಗದು ಬಹುಮಾನ ಒಂದು ಲಕ್ಷ!' ಅದರ ಕೆಳಗೆ ತಿಲಕರಾಜನ ಪಾಸ್‌ಪೋರ್ಟ್ ಸೈಜಿನ ಫೋಟೋ. ಅದರ ಅಡಿಯಲ್ಲಿ... 'ಮನೆಯಿಂದ ತಪ್ಪಿಸಿಕೊಂಡಿದ್ದಾನೆ. ಈ ವ್ಯಕ್ತಿಗೆ ನೆನಪಿನ ಶಕ್ತಿ ಮಾಸಿದೆ. ಹೆಸರು ತಿಲಕರಾಜ, ನೋಡಲು ದೃಢಕಾಯದ ಐದು ಒಂಬತ್ತು ಎತ್ತರ. ಕಪ್ಪು ಕೂದಲು ಸುಮಾರು ನಲವತ್ತೆರಡು ವಯಸ್ಸು. ಕುತ್ತಿಗೆಯಲ್ಲಿ ಬೆಳ್ಳಿಯ ಚೈನ್ ಇದೆ. ಯಾರಾದರೂ ಈತನ ಮಾಹಿತಿ ತಿಳಿಸಿದಲ್ಲಿ ಬಹುಮಾನ ನೀಡಲಾಗುವುದು.

ಸಂಪರ್ಕಿಸಬೇಕಾದ ವಿಳಾಸ: ಡೈಸನ್ ಅಂಡ್ ಡೈಸನ್, ವಕೀಲರು, ಮುಂಬೈ.

"ಅವನು ಎಲ್ಲಿಯಾದರೂ ಸುಳ್ಳು ಹೇಳಿ ಅಡಗಿಕೊಂಡಿರಬಹುದು. ಯಾರೂ ಹಣ ಬೇಡ ಅನ್ನುವುದಿಲ್ಲ. ಇದನ್ನು ನೋಡಿದ ತಕ್ಷಣ ಖಂಡಿತಾ ತಿಳಿಸದಿರಲಾರರು" ಮಸ್ತಾನ ತನ್ನ ತೀಕ್ಷ್ಣವಾದ ಮಾತುಗಳಿಂದ ಹೇಳಿದ.

"ಈ ಯೋಜನೆ ಫಲಿಸದಿದ್ದರೆ ನಮ್ಮತ್ರ ಬೇರೆ ಯೋಜನೆಗಳಿವೆ. ಆದರೆ ನನ್ನ ಪ್ರಕಾರ ಇದು ಖಂಡಿತಾ ನೆರವೇರುತ್ತದೆ. ನೋಡ್ತಾ ಇರು."

ಅಧ್ಯಾಯ 7

ತಿಲಕರಾಜನಿಗೆ ಮೋಟಾರ್ ಬೋಟ್‌ನ ಪಟಪಟ ಸದ್ದಿಗೆ ಸಂಪೂರ್ಣ ಎಚ್ಚರವಾಯಿತು. ತೆರೆದ ಕಿಟಕಿಯಿಂದ ತಲೆಯೆತ್ತಿ ದೃಷ್ಟಿ ಹಾಯಿಸಿದ. ರತಿ ಹೌಸ್‌ಬೋಟ್ ನಿಂದ ಸಣ್ಣ ಬೋಟ್‌ನಲ್ಲಿ ಹೊರಟಿರುವುದು ಕಂಡಿತು. ಮಾಸಲಾದ ಪ್ಯಾಂಟ್ ಶರ್ಟ್‌ಗಳನ್ನು ಧರಿಸಿದ್ದಳು. ಬೋಟ್ ನದಿಯಲ್ಲಿ ಓಡುತ್ತಿತ್ತು. ತಿಲಕರಾಜ ದಿಂಬಿಗೆ ತಲೆಯಾನಿಸಿದ. ಅದಕ್ಕಿಂತ ಮೊದಲು ಅವನನ್ನು ಟ್ರಕ್‌ನ ಯಂತ್ರದ ಸದ್ದು ಎಚ್ಚರಿಸಿತು. ಮಿಥುನ್ ಹೊರಟಿರುವುದು ಆತನಿಗೆ ಸ್ಪಷ್ಟವಾಯಿತು.

ಅವನು ಹಾಸಿಗೆಯಲ್ಲಿ ಮಲಗಿಕೊಂಡು ಹಿಂದಿನ ದಿನ ಸಂಜೆಯ ಘಟನೆಯನ್ನು ನೆನಪಿಸಿಕೊಂಡ. ಅವರು ನದಿ ಮೀನಿನ ಕರಿದ ಪದಾರ್ಥವನ್ನು ತಿಂದಿದ್ದರು. ಜೊತೆಗೆ ಅನ್ನ ನೀರುಳ್ಳಿ ಟೊಮೇಟೋದ

ಸ್ವಾದಿಷ್ಟವಾದ ಊಟ. ಅವನು ಅದನ್ನು ತಿಂದು ಖುಷಿಪಟ್ಟಿದ್ದ. ಬೇಗನೆ ಊಟ ಮುಗಿಸಿ ಮಿಥುನ್ ಟಿ.ವಿ.ಯಲ್ಲಿ ಯಾವುದೋ ಕಾರ್ಯಕ್ರಮವನ್ನು ನೋಡುತ್ತಿದ್ದ. ಅವರಿಬ್ಬರೇ ಊಟದ ಮೇಜಿನಬಳಿ ಇದ್ದರು.

ತಿಲಕರಾಜ ರತಿ ಎದುರು ಬದುರಾಗಿ ಕುಳಿತಿದ್ದರು. ಅವನು ಹಸಿವೆಯಿಂದ ಎಲ್ಲವನ್ನೂ ಖಾಲಿ ಮಾಡಿದ್ದ.

"ನೀನು ಒಳ್ಳೆಯ ಅಡುಗೆ ಮಾಡಿದ್ದೆ."

"ಮಿಥುನ್ ಕೂಡ ಅದನ್ನೇ ಹೇಳ್ತಾನೆ. ಅದು ಎಲ್ಲಾ ಗಂಡಸರು ಊಟದ ಬಗ್ಗೇನೇ ಆಲೋಚಿಸುವುದನ್ನು ಹೇಳುತ್ತೆ" ಅವಳು ನಿರಾಳವಾಗಿ ಹೇಳಿದಳು. ಅವನು ಹೊರಗೆ ದೃಷ್ಟಿಸುವಾಗ ಮಿಥುನ್ ಆರಾಮವಾಗಿ ಕುಳಿತು ಟಿ.ವಿ. ನೋಡುತ್ತಿದ್ದ.

"ಎಲ್ಲ ಗಂಡಸರಲ್ಲ, ಹೆಚ್ಚಿನವರು" ಅವಳು ಕುರ್ಚಿಯನ್ನು ಹಿಂದಕ್ಕೆ ತಳ್ಳಿದಳು.

"ನಾವಿಲ್ಲಿ ಹಂದಿಗಳ ತರ ಬದುಕುತ್ತಿದ್ದೇವೆ. ನೀನು ಏಳು. ನನಗೆ ಬೇರೆ ಸ್ವಲ್ಪ ಕೆಲಸವಿದೆ" ಅವಳು ಅಲ್ಲಿಂದ ಎದ್ದು ಕಿಚನ್‌ಗೆ ನಡೆದಳು.

'ಅನ್ನ ಹಳಸಿತ್ತು; ನಾಯಿ ಹಸಿದಿತ್ತು' ಎನ್ನುವಂತೆ ಅವನಿಗೆ ಹಸಿವಾಗಿತ್ತು ಊಟವೂ ಚೆನ್ನಾಗಿತ್ತು. ಅವನು ಉಳಿದ ಊಟವನ್ನು ಮುಗಿಸಿ ಸಿಗರೇಟ್ ಹಚ್ಚಿದ.

ಸ್ವಲ್ಪ ಸೇದಿದ ಬಳಿಕ ಅದನ್ನು ಹೊಸಕಿದ. ತಟ್ಟೆ ಪಾತ್ರೆಗಳನ್ನು ತೆಗೆದುಕೊಂಡು ಕಿಚನ್‌ಗೆ ಹೋದ. ಅವಳು ಡೆಕ್‌ನಲ್ಲಿ ಕುಳಿತು ನದಿಯನ್ನು ನೋಡುತ್ತಿದ್ದದ್ದು ಕಂಡು ತಿಲಕರಾಜನಿಗೆ ಆಶ್ಚರ್ಯವಾಯಿತು.

"ಪಾತ್ರೆಗಳನ್ನು ತೊಳೆದು ಬಿಡೋಣ."

"ನೀನು ಸಹಾಯ ಮಾಡುವೆಯಾ?!" ಅಚ್ಚರಿ ತೋರಿಸಿದಳು.

"ಅದು ಹಾಗೆ ಇರಲಿ, ನಾಳೆ ತೊಳೆದು ಹಾಕುವೆ" ಎಂದಳು.

"ನಾನು ಮಾಡ್ತೇನೆ. ನೀನು ಇಲ್ಲಿಯೇ ಇರು."

ಅವಳು ಅವನತ್ತ ದಿಟ್ಟಿಸಿದವಳೇ ತಲೆಯಲುಗಿಸಿದಳು.

"ಹಾಗಾದರೆ ನಾನು ಇಲ್ಲಿರ್‍ತೀನಿ."

ಆ ಕೆಲಸ ಮುಗಿಸಲು ಸುಮಾರು ಇಪ್ಪತ್ತು ನಿಮಿಷಗಳು ತೆಗೆದುಕೊಂಡ. ಅವನಿಗೆ ಅದು ಇಷ್ಟದ ಕೆಲಸ. ಅವನು ಈಗ ಸುರಕ್ಷಿತವಾಗಿದ್ದಾನೆ. ತರುವಾಯ ಅವಳ ಹತ್ತಿರ ಬಂದ. ಬೆತ್ತದ ಕುರ್ಚಿಯನ್ನು ಎಳೆದ.

"ಸುಂದರವಾಗಿ ಕಾಣ್ತಿದೆ."

"ನಿನಗೆ ಹಾಗೆ ಅನಿಸ್ತಿದೆಯಾ? ನಮಗೆ ಅಭ್ಯಾಸವಾಗಿ ಹೋಗಿದೆ. ಎರಡು ವರ್ಷದ ಮೇಲೆ ಆ ದೃಶ್ಯ ಮಾಸಲಾಗಿದೆ. ನಿನ್ನ ಊರು ಯಾವುದು?"

"ನಾನು ಮುಂಬೈಯವನು... ನೀನು?"

"ನಾನು ನೇಪಾಳದವಳು."

"ನಿನ್ನ ಮುಖ ಕೂದಲು ಕಣ್ಣುಗಳನ್ನು ನೋಡುವಾಗ ಹಾಗೆ ಅನಿಸಿತು. ನೀನು ಮನೆಯಿಂದ ತುಂಬಾ ದೂರದಲ್ಲಿದ್ದೀಯಲ್ವಾ?"

"ಹೌದು" ಸ್ವಲ್ಪ ಮೌನದ ಬಳಿಕ, "ನೋಡು, ನೀನು ನನ್ನತ್ರ ಮಾತಾಡ್ಬೇಕೂಂತ ಏನಿಲ್ಲ. ಹೆಚ್ಚು ಕಡಿಮೆ ಎರಡು ವರ್ಷಗಳಿಂದ ನಾನು ನನ್ನಷ್ಟಕ್ಕೆ ಇದ್ದೇನೆ. ನನಗದು ಅಭ್ಯಾಸವಾಗಿದೆ. ನೀನು ನನ್ನ ಗೆಸ್ಟ್... ಪೇಯಿಂಗ್ ಗೆಸ್ಟ್. ನಿನ್ನತ್ರ ಹಣ ಇಲ್ಲದಿದ್ದರೆ ನಾನು ನಿನಗೆ ಇಲ್ಲಿ ಜಾಗ ಕೊಡುವುದಿಲ್ಲ. ನಾನು ಒಬ್ಬಳೇ ಇರುವುದಕ್ಕೆ ಇಷ್ಟಪಡೋಳು."

"ಕ್ಷಮಿಸು, ನಾನು ನಿನ್ನತ್ರ ಮಾತನಾಡಲಾರೆ" ಅವನು ಎದ್ದು ನಿಂತ.

"ನನ್ನದು ಕಷ್ಟದ ದಿನಗಳು. ನಾನು ಹೊರಡುತ್ತೇನೆ. ಊಟ ಹಾಕಿದಕ್ಕೆ ತುಂಬಾ ಥ್ಯಾಂಕ್ಸ್" ಅವಳು ಬಾಗಿ ಹಿಂದಕ್ಕೆ ಒರಗಿದವಳು ಅವನನ್ನೇ ನೋಡಿದಳು.

"ನೀನು ಪಾತ್ರೆಗಳನ್ನು ತೊಳೆದು ಹಾಕಿದಕ್ಕೆ ಧನ್ಯವಾದಗಳು" ಒಬ್ಬರಿಗೊಬ್ಬರು ಗೌರವ ಸೂಚಿಸಿಕೊಂಡರು. ಆಮೇಲೆ ಅವನು ಹಜಾರಕ್ಕೆ ಬಂದ. ಟಿ.ವಿ.ಯ ಕಾರ್ಯಕ್ರಮ ಮುಗಿಯಿತು. ಮಿಥುನ್ ಎದ್ದು ನಿಂತ.

"ನಾನು ಮಲಗ್ತೀನಿ. ನಾಳೆ ಸಂಜೆ ಮತ್ತೆ ಸಿಗೋಣ. ನಿನಗಿಲ್ಲಿ ಎಲ್ಲಾ ಅನುಕೂಲವಾಗಿದೆಯಲ್ಲವೇ? ನೀನು ಮೀನು ಶಿಕಾರಿ ಮಾಡುವುದಾದರೆ ಎಲ್ಲವೂ ಡೆಕ್‌ನಲ್ಲಿ ಇದೆ. ನನ್ನ ಗಾಳವನ್ನು ಉಪಯೋಗಿಸಬಹುದು."

"ಆಯ್ತು, ಮಾಡ್ತೇನೆ... ಓ.ಕೆ. ಗುಡ್‌ನೈಟ್. ನಾನಿನ್ನು ಮಲಗಬಹುದಲ್ಲವೇ?"

ತಿಲಕರಾಜ ತನ್ನ ಬೆಡ್‌ಗೆ ಹೋಗಿ ಮಲಗಿದ. ಕಿಟಕಿಯ ಮೂಲಕ ಬೆಳದಿಂಗಳ ಬೆಳಕು ಒಳಗೆ ಬಂದಿತ್ತು. ಬೆಳಕಿಗೆ ನದಿಯ ನೀರು ಮಿರಮಿರನೆ ಹೊಳೆಯುತ್ತಿತ್ತು. ಅವನು ಮಿಥುನ್ ಮತ್ತು ರತಿಯ ಬಗ್ಗೆ ಯೋಚಿಸಿದ. ತತ್‌ಕ್ಷಣವೇ ರುದ್ರನೇತ್ರ ನೆನಪಾದ. ದೀರ್ಘವಾದ ನಿಟ್ಟುಸಿರು ಹೊರ ಬಂತು. ಇಲ್ಲಿ ಅವನಿಗೆ ಸುರಕ್ಷಿತವೆನಿಸಿತು. ಇದು ಒಂದೇ ಸ್ಥಳ ಮಾಫಿಯಾಕ್ಕೂ ತನ್ನ ಇರವು ತಿಳಿಯಲಾರದು.

ಈಗ ಸೂರ್ಯ ಮೇಲೆ ಬಂದಿದ್ದ. ಎಚ್ಚರವಾಗಿ ನೋಡಿದರೆ ರತಿ ಮೋಟಾರ್ ಬೋಟ್‌ನಲ್ಲಿದ್ದಾಳೆ. ಕಣ್ಣು ಸಂಪೂರ್ಣ ತೆರೆದ. ಅವನು ಬಟ್ಟೆ ಕಳಚಿ ಹೊರಗೆ ಬಂದು ನದಿಗೆ ಇಳಿದು ಈಜಲಾರಂಭಿಸಿದ. ಮನಸ್ಸಿನಂತೆ ದೇಹವೂ ತಣ್ಣಗಾಯಿತು. ಸ್ವಲ್ಪ ಹೊತ್ತಿನಲ್ಲಿ ಹೌಸ್‌ಬೋಟ್‌ಗೆ ಬಂದ. ಮೈ ಒರೆಸಿ ಬಟ್ಟೆ ಬದಲಾಯಿಸಿದವನು ಅಡುಗೆ ಮನೆಗೆ ಹೋದ.

ರತಿ ಎಲ್ಲವನ್ನೂ ಒಪ್ಪವಾಗಿರಿಸಿ ಹೋಗಿದ್ದಳು. ಬ್ರೆಡ್, ಟೋಸ್ಟ್, ಹಾಲು ಸಕ್ಕರೆ... ಅವನು ತಿಂಡಿ ತಿನ್ನದೇ ಬರೀ ಕಾಫಿಯನ್ನು ಬೆರೆಸಿ ಡೆಕ್‌ಗೆ ಬಂದು ಕುಳಿತ. ಸುತ್ತಲೂ ರಮಣೀಯ ದೃಶ್ಯ. ಮನಸ್ಸು ಶಾಂತವಾಗಿತ್ತು.

ಕಾಫಿ ಕುಡಿದ ಮೇಲೆ ಸಿಗರೇಟ್ ಹಚ್ಚಿದ. ಹೌಸ್‌ಬೋಟ್‌ನಲ್ಲಿ ಮೂರು ಬೆಡ್‌ರೂಂಗಳಿದ್ದವು. ಒಂದು ಹಜಾರ, ಕಿಚನ್, ಬಾತ್‌ರೂಂ ಎಲ್ಲವೂ ಸುಸಜ್ಜಿತವಾಗಿ ಪೀಠೋಪಕರಣಗಳಿಂದ ಅಲಂಕೃತವಾಗಿತ್ತು. ಅವಳ ಕೋಣೆಯ ಪಕ್ಕದಲ್ಲಿ ಮಿಥುನ್‌ನ ಕೋಣೆಯಿತ್ತು. ಸಣ್ಣದಾದ ಕೋಣೆ! ಒಂದೆಡೆ ಗೋಡೆಯಲ್ಲಿ ರೈಫಲ್ ನೇತಾಡುತ್ತಿತ್ತು. ಇನ್ನೊಂದು ಸಣ್ಣ ಪಿಸ್ತೂಲ್. ತಿಲಕರಾಜ ಅವುಗಳನ್ನು ನೋಡಿದವನೇ ಬಾಗಿಲು ಮುಚ್ಚಿ ಹೊರಗೆ ಬಂದ.

ಅವನು ಮಿಥುನ್‌ನ ಗಾಳದ ಕೋಲನ್ನು ಎತ್ತಿಕೊಂಡು ಡೆಕ್‌ನ ಮೂಲೆಗೆ ಬಂದ. ಒಂದು ಗಂಟೆ ಶಿಕಾರಿಗೆ ಕುಳಿತ. ಅವನಿಗೆ ಅದೃಷ್ಟವಿರಲಿಲ್ಲ. ಯಾವ ಮೀನು ಗಾಳಕ್ಕೆ ಸಿಗಲಿಲ್ಲ. ಆದರೂ ಸೂರ್ಯ ಸ್ನಾನದ ನೆಪದಲ್ಲಿ ಸಮಯ ಕಳೆಯಿತು. ನೆನಪಾಗಿದ್ದು ಎಲ್ಲಾ ಹಣವೂ ಲಗೇಜ್ ಲಾಕರ್‌ನಲ್ಲಿ ಸುರಕ್ಷಿತವಾಗಿದೆಯೆನ್ನುವುದು ಮಾತ್ರ. ಇಲ್ಲಿ ಒಂದು ವಾರ ಉಳಿದುಕೊಳ್ಳಬೇಕೆಂದುಕೊಂಡ. ಅವನು ಮಿಥುನ್ ಜೊತೆಗೆ ಗೋವಾ ಸಿಟಿಗೆ ಹೋಗಿ ಅನುದೀಪ್‌ಗೆ ಫೋನ್ ಮಾಡಿ ಸದ್ಯದ ವಿದ್ಯಮಾನವನ್ನು ತಿಳಿದುಕೊಳ್ಳಬೇಕೆಂದುಕೊಂಡ.

ಇನ್ನೊಂದು ಕ್ಷಣದಲ್ಲಿ ತನ್ನ ಕನಸಿನ ದೋಣಿಯನ್ನು ಹೊಂದುವ ಹಗಲುಗನಸು ಬೆಳೆಯುವದರಲ್ಲಿ ಮೋಟಾರ್ ಬೋಟ್‌ನ ಫಟ್ ಫಟ್ ಸದ್ದು ಕೇಳಿಸಿತು. ರತಿಯ ಬೋಟ್ ಅದು. ಅವನು ಅವಳತ್ತ ಕೈ ಎತ್ತರಿಸಿದ. ಅವಳೂ ಸಂಜ್ಞೆ ಮಾಡಿದಳು. ಹತ್ತು ನಿಮಿಷಗಳಲ್ಲಿಯೇ ಡೆಕ್‌ನ ಮೇಲೇರಿ ಬಂದಳು.

"ನೀನು ಶಿಕಾರಿ ಮಾಡೋಲ್ವಾ?" ಬರಿದಾದ ಗಾಳವನ್ನು ನೋಡಿ ಕೇಳಿದಳು.

"ನಿನಗೆ ಮೀನು ಶಿಕಾರಿ ಮಾಡಬೇಕಾದರೆ ಬೋಟ್ ತೆಗೆದುಕೊಂಡು ಹೋಗು" ಅವಳ ಕೈಯಲ್ಲಿ ಅಂಗಡಿಯಿಂದ ತಂದ ಸಾಮಾನುಗಳ ಚೀಲವಿತ್ತು.

ಎರಡು ಗಂಟೆಯಲ್ಲಿ ಊಟ ತಯಾರು ಮಾಡಿದಳು.

"ಬೋಟ್ ತೆಗೆದುಕೊಂಡು ಹೋಗು ರಾತ್ರಿಯ ಊಟಕ್ಕೆ ಏನಾದರೂ ಮೀನು ಸಿಗುತ್ತಾ ನೋಡು."

ತಿಲಕರಾಜ ಅಂಗಿಯ ಗುಂಡಿಗಳನ್ನು ಬಿಚ್ಚಿದ. ತತ್‌ಕ್ಷಣವೇ ಅವಳ ನೋಟ ಅವನ ಕೂದಲು ತುಂಬಿದ ಹರವಾದ ಎದೆಯ ಮೇಲೆ ಬಿತ್ತು.

"ಅದೇನು?"

ಅವನು ಬೆಳ್ಳಿಯ ಚೈನ್ ಗೆ ಸಿಕ್ಕಿಸಿದ್ದ ಪದಕ ಎತ್ತಿ ತೋರಿಸಿದ.

"ಇದು ನನ್ನ ಅದೃಷ್ಟದ ಪದಕ. ನನ್ನ ಅಮ್ಮ ಕೊಟ್ಟಿದ್ದು. ಅವಳು ಸಾಯುವ ಮೊದಲು ಏನು ಹೇಳಿದ್ಲು ಗೊತ್ತಾ? ಇದನ್ನ ಹಾಕಿಕೊಂಡಿರುವ ತನಕ ತೊಂದರೆ ಬರುವುದಿಲ್ಲವಂತೆ. ಕೆಟ್ಟದೇನೂ ಸಂಭವಿಸುವುದಿಲ್ಲವಂತೆ."

"ನೀನು ಮುಂಬೈಯವನಲ್ಲವೇ?"

"ಹೌದು ಆದರೆ ನಾನು ಹುಟ್ಟಿರೋದು ಪಶ್ಚಿಮ ಬಂಗಾಲದಲ್ಲಿ."

"ಆಯ್ತು ಅದನ್ನು ಜಾಗ್ರತೆ ಮಾಡು" ಅವಳು ಚೀಲವನ್ನು ತೆಗೆದುಕೊಂಡು ಕಿಚನ್ ಪ್ರವೇಶಿಸಿದಳು.

ಅವನು ಶಿಕಾರಿಯ ರಾಡ್ ಹಿಡಿದುಕೊಂಡು ಮೋಟಾರ್ ಬೋಟ್‌ಗೆ ಇಳಿದ. ಯಂತ್ರವನ್ನು ಚಾಲನೆಗೆ ತಂದ. ಸಣ್ಣ ಹುಡುಗರಂತೆ ಖುಷಿಯಿಂದ ಒಂದು ಗಂಟೆ ಕಳೆದ. ಅವನ ಬಗ್ಗೆ ಅವನಿಗೆ ಹೆಮ್ಮೆಯೆನಿಸಿತು. ಹಿಡಿದ ಮೀನುಗಳನ್ನು ತೆಗೆದುಕೊಂಡು ಕಿಚನ್‌ಗೆ ಬಂದ. ರತಿಗೆ ಅಚ್ಚರಿಯಾಗಲೆಂದು ಅವುಗಳನ್ನು ಎದುರಿಗೆ ಹಿಡಿದ.

"ಓಹ್! ನೀನು ಒಳ್ಳೆಯ ಶಿಕಾರಿ ಮಾಡೋನು. ಅದನ್ನು ಇಲ್ಲಿ ಕೆಳಗಿಡು, ನೋಡ್ತೇನೆ."

"ನಾನು ಸಣ್ಣವನಿದ್ದಾಗ ತುಂಬಾ ಮೀನು ಹಿಡಿಯುತ್ತಿದ್ದೆ. ನನಗೆ ತುಂಬಾ ಇಷ್ಟದ ಕೆಲಸ ಅದು."

"ಮಿಥುನ್ ಹೊರಗೆ ಊಟ ಮಾಡ್ತಾನೆ. ನೀನು ಸ್ವಲ್ಪ ಬಾಡಿಗೆ ಕೊಟ್ರೆ ನಾನು ನಿನಗೆ ಬೇಕಾದದ್ದನ್ನು ತಂದು ಊಟಕ್ಕೆ ಮಾಡಿಕೊಡಬಲ್ಲೆ."

"ಖಂಡಿತಾ!" ಅವನು ಬೆಡ್‌ರೂಂಗೆ ಹೋಗಿ ಸೂಟ್‌ಕೇಸ್‌ನ ಬೀಗ ತೆಗೆದು ಸ್ವಲ್ಪ ನೋಟು ತೆಗೆದುಕೊಂಡ. ಅದನ್ನು ತಂದು ಅವಳ ಕೈಯಲ್ಲಿಟ್ಟ.

"ಥ್ಯಾಂಕ್ಸ್" ಅವಳು ಅದನ್ನು ಅಂಗಿಯ ಜೇಬಿಗೆ ಸೇರಿಸಿದಳು.

"ನಾವು ಊಟ ಮಾಡೋಣವೇ?"

ಅವರು ಊಟ ಮಾಡುತ್ತಿರುವಾಗ, "ನೀನು ಏನು ನಿರ್ಧಾರ ಮಾಡಿರುವೆ? ಇಲ್ಲಿಯೇ ಉಳಿಯುವೆಯಾ?"

"ನಾನು ಹಾಗಿಲ್ಲದಿದ್ದರೆ ನನ್ನ ದಿನಗಳನ್ನು ಹೀಗೆ ಕಳೆಯುವೆ."

"ಹುಂ ಸರಿ."

"ಹೌದು, ನನಗೆ ಏಕತಾನತೆ ಅನಿಸ್ತಿದೆ. ಮಿಥುನ್ ಯಾವಾಗಲೂ ಹೇಳ್ತ ಇರ್ತಾನೆ. ಈ ಕಾಂಟ್ರ್ಯಾಕ್ಟ್ ಬರೀ ಕಷ್ಟವಂತೆ."

"ಅವನು ಹುಚ್ಚ! ನನಗೆ ಹಣದ ಅವಶ್ಯಕತೆಯಿತ್ತು. ನನಗೆ ಈ ತರದ ಜೀವನ ರೋಸಿ ಹೋಗಿದೆ. ಆದರೆ ನಾನು ಹಣಕ್ಕೆ ಅಂಟಿ ಹೋಗಿದ್ದೇನೆ."

"ಅದು ಕಷ್ಟ. ಅವನು ಸೇವಕನ ಹಾಗೆ ದುಡಿಯುತ್ತಿದ್ದಾನೆ."

"ಅವನು ಕೆಲಸ ಮಾಡ್ತಾ ಇದ್ದಾನೆ. ಆದರೆ ಮಕ್ಕಳಾಟಿಕೆ ಬಿಟ್ಟಿಲ್ಲ. ಹಾಗೆ ಯಾರಾದ್ರೂ ಸೇವಕನ ಹಾಗೆ ದುಡಿಯುವ ನಿರ್ಧಾರ ಮಾಡಿದ್ರೆ ಅದು ಅವರ ಕರ್ಮ" ನೀಲಿ ಕಣ್ಣುಗಳ ಅವನನ್ನು ಅಳೆಯುತ್ತಲಿದ್ದಳು.

"ಜೀವನ ನಡೆಸೋದಿಕ್ಕೆ ನೀನೇನು ಮಾಡುತ್ತಿರುವೆ?"

"ಬಾಡಿಗೆ ವಸೂಲಿ ಮಾಡುತ್ತಿದ್ದೆ. ಅದು ನನಗೆ ಬೋರಾಯ್ತು. ಎಲ್ಲ ಆಸ್ತಿಯನ್ನು ಮಾರಾಟ ಮಾಡಿ ಹಣ ತೆಗೆದುಕೊಂಡು ಈ ಕಡೆಗೆ ಬಂದಿದ್ದೇನೆ. ನನಗೆ ದೋಣಿ ಖರೀದಿಸುವ ಹುಚ್ಚು."

"ದೋಣಿ? ಮೀನುಗಾರಿಕೆಗೆ? ಬೋಟ್‌ನಿಂದ ನಿನಗೆ ಜೀವನ ನಡೆಸೋಕೆ ಸಾಧ್ಯವೇ? ಅದೂ ಒಂದು ಜೀವನನಾ?"

ಅವಳು ಊಟ ಮುಗಿಸಿದಳು.

"ನನಗೊಂದು ಗುರಿಯಿದೆ."

"ಹಾಗಾದರೆ ನೀವ್ಯಾಕೆ ಇಲ್ಲಿದ್ದಿಯಾ? ಹಣ ಇದ್ರೆ ಬೇರೆಲ್ಲಾದರೂ ಹೋಗಬಹುದಲ್ವಾ?"

"ನನಗೆ ಅದೇನು ಸಮಸ್ಯೆಯಿಲ್ಲ. ಆದರೆ ನನ್ನದೇ ಆದ ಬೋಟ್ ನನಗೆ ಬೇಕು."

"ನನಗೆ ಗೊತ್ತು. ನನಗೀಗ ಇಪ್ಪತ್ತೈದು. ಗಂಡಸರು ನನ್ನಂತವರನ್ನು ಇಷ್ಟಪಡ್ತಾರೆ. ನಿನಗೆ ಹಾಗೆ ಅನಿಸಿಲ್ವಾ?"

"ಇಲ್ಲ... ಅದರಿಂದೇನು ಸಂತೋಷವಿದೆ?"

"ನಾನು ಮನಸ್ಸು ಮಾಡಿದರೆ ಗಂಡಸರನ್ನ ಆಟ ಆಡಿಸುವೆ. ಅವರ ಹಣವನ್ನು ದೋಚಬಲ್ಲೆ. ನನಗೆ ಮನಸ್ಸಾದರೆ ನಾಳೆ ಸಿಟಿಗೆ ಹೋಗಿ ಗಂಡಸರ ಜೊತೆ ಓಡಾಡಿ ಹಣಗಳಿಸಿಕೊಂಡು ಬರಬಲ್ಲೆ. ಮಿಥುನ್‌ಗೆ ನಾನು ಹಾಗೆ ಭೇಟಿಯಾದವಳು. ಅವನಿಗೆ ಸಂಸಾರಕ್ಕಿಂತಲೂ ಟ್ರಕ್‌ಗಳ ಹುಚ್ಚು. ಒಂದಲ್ಲ ಎರಡಲ್ಲ ನಾಲ್ಕು ಟ್ರಕ್‌ಗಳಿವೆ. ಈಗ ಒದ್ದಾಡುವ ಬದುಕು. ಒಂದು ಬೆಳಗ್ಗೆ ಹೋದರೆ ಹಿಂತಿರುಗುವುದು ಸಂಜೆ ಸೂರ್ಯ ಕಂತಿದ ಮೇಲೆ. ನಮ್ಮದು ಒಂದು ಸಂಸಾರ! ಹಾಗಾಗಿ ನನಗೆ ಬೇಕಾದುದನ್ನು ನಾನು ಮಾಡಿಕೊಳ್ಳುವ ಸ್ವಾತಂತ್ರ್ಯ ನನಗಿದೆ. ಅವನು ಬಹುರೂಪಿ. ಆದ್ದರಿಂದ ನಾನು ಅವನು ಬೇರೆ ಬೇರೆ ಮಲಗ್ತ ಇದ್ದೇವೆ. ಅವನು ತನಗೆ ಬೇಕಾದುದ್ದನ್ನು ಮುಂಬೈನಲ್ಲಿ ಅನುಭವಿಸಿ ಬರ್ತಾನೆ. ನಾನು ನನ್ನ ಖುಷಿಯನ್ನು ಇಲ್ಲಿ ಕಂಡುಕೊಳ್ತಾ ಇದ್ದೇನೆ."

ತಿಲಕರಾಜ ಅಚ್ಚರಿಯಿಂದ ತನ್ನ ಕೈಗಳನ್ನು ಮೊಣಗಂಟಿನ ಮೇಲೆ ಇಟ್ಟುಕೊಂಡ.

"ಕ್ಷಮಿಸು."

"ಹಾಗೇನಿಲ್ಲ ಬಾ. ನನಗೆ ನೀನು ಬೇಕು. ನನಗೆ ಪುರುಷನ ಸ್ಪರ್ಶ ಬೇಕು. ಬಾ ಇಲ್ಲಿ."

ತಿಲಕರಾಜ ಕುಳಿತೇ ಇದ್ದ.

"ನನಗೂ ನೀನು ಬೇಕು ರತಿ. ಆದರೆ ಆ ಷರತ್ತಿನ ಮೇಲಲ್ಲ. ನಾನು ಯಾವತ್ತೂ ಅಂತದಕ್ಕೆಲ್ಲ ಹಣ ಖರ್ಚು ಮಾಡಿಲ್ಲ. ಮಾಡುವುದೂ ಇಲ್ಲ" ಅವನು ಸಮಾಧಾನದಿಂದ ಹೇಳಿದ.

"ನನಗೆ ನೀನು ತುಂಬಾ ಹಿಡಿಸಿದೆ ರಾಜ. ನೀನು ಬೇರೆ ಪುರುಷರ ತರ ಅಲ್ಲ. ಯಾವುದೇ ಷರತ್ತು ಬೇಡ. ನೀನು ನಿಜವಾಗಿಯೂ ಹೇಗೆ ಅಂತಿಯಾ ಹಾಗೆ ನನಗೆ ಬೇಕು."

ಅವನು ಎದ್ದು ತನ್ನ ತೋಳುಗಳನ್ನು ಅವಳ ಸುತ್ತಾ ಬಳಸಿದ. ಅವಳೂ ಅವನನ್ನು ಬಳಸಿ ಹಿಡಿದಳು. ಇಬ್ಬರೂ ಜೊತೆಯಾಗಿ ಸಣ್ಣ ಬೆಡ್‌ರೂಂಗೆ ನಡೆದರು.

* * *

"ಗಂಟೆ ಎಷ್ಟಾಯಿತು?" ಅವಳು ಆಲಸ್ಯದ ನಿದ್ದೆಗಣ್ಣಿನಿಂದ ಕೇಳಿದಳು. ತಿಲಕರಾಜ ಕೈಗಡಿಯಾರ ನೋಡಿಕೊಂಡ ಸಂಜೆ ಮೂರು ಸಮೀಪಿಸುತ್ತಿತ್ತು. ಅವಳು ಎದ್ದು ಬಟ್ಟೆ ಧರಿಸಿಕೊಂಡಳು.

"ಮೂರು ಆಗ್ತಾ ಬಂತು."

"ಓ! ದೇವರೆ ನಾನು ಹಳ್ಳಿಗೆ ಹೋಗಬೇಕು" ಅವಳು ಆತುರದಿಂದ ಬಟ್ಟೆಯನ್ನು ಸರಿಪಡಿಸಿಕೊಂಡಳು.

"ನೀನು ನನ್ನ ಜೊತೆಗೆ ಬರ್ತೀಯಾ?"

ಅವನಿಗೆ ಹೊರಗೆ ಸುತ್ತಾಡುವುದು ಎಷ್ಟು ಅಪಾಯಕಾರಿ ಎಂದು ಗೊತ್ತು.

"ನಾನು ಇಲ್ಲೇ ಇರುತ್ತೇನೆ. ನೀನ್ಯಾಕೆ ಹೊರಗೆ ಹೋಗ್ಬೇಕು?"

"ಏನಾದರೂ ಪೋಸ್ಟ್ ಇದ್ದರೆ ತರಬೇಕು. ಜೊತೆಗೆ ನ್ಯೂಸ್ ಪೇಪರ್. ಮಿಥುನ್‌ಗೆ ನ್ಯೂಸ್ ಪೇಪರ್ ಬೇಕಾಗುತ್ತೆ."

"ನಾನೇನಾದರೂ ಇಲ್ಲಿ ಕೆಲಸ ಮಾಡಬೇಕಿದೆಯೇ?"

"ನೀನು ತುಂಬಾ ಮಾಡಿದ್ದಿ. ನಿನಗೆ ಹೆಂಗಸರನ್ನು ಹೇಗೆ ಖುಷಿ ಪಡಿಸಬೇಕೆನ್ನುವುದು ಗೊತ್ತಿದೆ" ಅವಳು ಮುಗುಳ್ನಗುತ್ತಾ ಹೇಳಿದಳು.

"ಹೌದೇ?"

"ಹಾ!"

ಅವಳು ಹೋದ ಮೇಲೆ ತಿಲಕರಾಜ ಸಿಗರೇಟ್ ಹಚ್ಚಿಕೊಂಡು ಬೆಡ್‌ನಲ್ಲಿ ಅರಾಮವಾಗಿ ಮಲಗಿದ.

ರತಿ ಒಳ್ಳೆಯವಳು. ಸ್ವಲ್ಪ ಹೊತ್ತು ಹಾಗೆ ಅವಳ ಬಗ್ಗೆ ಯೋಚಿಸಿದವನು ಎದ್ದು ಬಂದ. ಈಜುವ ಮನಸ್ಸಾಯಿತು. ನೀರಿಗಿಳಿದ. ಸ್ವಲ್ಪ ಹೊತ್ತು ಈಜಿದ ಬಳಿಕ ಡೆಕ್‌ಗೆ ಬಂದು ಬಟ್ಟೆ ಬದಲಾಯಿಸಿದ. ಅವಳು ಹಿಂದಕ್ಕೆ ಬರುವಾಗ ಅವನು ಡೆಕ್‌ನಲ್ಲಿ ಕುಳಿತಿದ್ದ. ಸಮಯ ನಾಲ್ಕುವರೆಯಾಗಿತ್ತು. ಅವಳು ಮೇಲೆ ಬರಲು ಸಹಾಯ ಮಾಡಿದ.

"ನೀನು ಪತ್ರಿಕೆ ನೋಡ್ತೀಯಾ? ನಾನು ರಾತ್ರಿಗೆ ಏನಾದರೂ ತಯಾರಿ ಮಾಡುತ್ತೇನೆ" ಪೇಪರನ್ನು ಅವನತ್ತ ಚಾಚಿದಳು. ತಿಲಕರಾಜ ಪತ್ರಿಕೆಯನ್ನು ತಿರುವಿ ಕ್ರೀಡಾ ಪುಟವನ್ನು ತೆರೆದ. ಹೆಡ್‌ಲೈನ್‌ಗಳನ್ನು ಮೇಲ್ನೋಟಕ್ಕೆ ಓದಿಕೊಂಡ. ಎರಡನೇ ಪುಟದಲ್ಲಿ ಕೇವಲ ಅಪರಾಧದ ವಾರ್ತೆಗಳೇ ತುಂಬಿದ್ದವು. ತತ್‌ಕ್ಷಣವೇ ಅವನ ದೃಷ್ಟಿ ಒಂದೆಡೆ ನೆಟ್ಟಿತು.

"ಈ ವ್ಯಕ್ತಿಯನ್ನು ನೋಡಿದ್ದೀರಾ?" ಬಹುಮಾನ ಒಂದು ಲಕ್ಷ! ಅವನದೇ ಭಾವಚಿತ್ರ ಹೊತ್ತ ವಾರ್ತೆ! ಕೈಗಳು ನಡುಗಿದವು. ಮಸ್ತಾನ ವಕೀಲ!

ಇದನ್ನು ರತಿ ನೋಡಿರಬಹುದೇ? ಅವಳು ಪೇಪರ್ ಹೇಗೆ ತಂದಿದ್ದಾಳೇ ಹಾಗೇನೇ ಅವನಿಗೆ ಕೊಟ್ಟಿದ್ದಳು. ಹಾಗಾಗಿ ಅವಳು ನೋಡಿರುವ ಸಾಧ್ಯತೆ ಇಲ್ಲ!

ಬೆವರ ಹನಿಗಳು ಹಣೆಯನ್ನು ಮುತ್ತಿಕೊಂಡವು. ಅವನು ನಡುಗುವ ಕೈಗಳಿಂದಲೇ ತನ್ನ ಭಾವಚಿತ್ರವನ್ನು ಮತ್ತಷ್ಟು ನೋಡಿಕೊಂಡ. ಇಪ್ಪತ್ತು ವರ್ಷಗಳ ಹಿಂದಿನ ಭಾವಚಿತ್ರ. ಅವನ ಕೈ ಅನಾಯಾಸವಾಗಿ ಗಡ್ಡವನ್ನು ಸವರಿಕೊಂಡಿತು. ಇಲ್ಲ! ಯಾರೂ ಕೂಡ ತನ್ನನ್ನು ಈಗ ಗುರುತಿಸಲಾರರು. ತನ್ನ ಪದಕದ ಬಗ್ಗೆ ತಿಳಿದಿರುವ ಮುಠ್ಠಾಳ ಈ ಜಾಹೀರಾತನ್ನು ನೀಡಿದ್ದಾನೆ! ರತಿ ಕೂಡ ತನ್ನ ಪದಕವನ್ನು ನೋಡಿದ್ದಾಳೆ! ಅಪಾಯದ ಕರೆಗಂಟೆ ಎಚ್ಚರಿಸಿತು.

ಅವನು ಭುಜವನ್ನು ನೋಡಿಕೊಂಡ ಹೃದಯದ ಬಡಿತ ತೀವ್ರವಾಗಿತ್ತು. ಅವಳಿಗೆ ಹಣ ಬೇಕು! ಒಂದು ಲಕ್ಷ ಹಣ ಅವಳಿಗೆ ತುಡಿತವಿದೆ. ಅವಳು ಹಳ್ಳಿಗೆ ಹೋಗಿ ಜಾಹೀರಾತು ಕೊಟ್ಟ ವಕೀಲನಿಗೆ ಫೋನ್ ಮಾಡುತ್ತಾಳೆ. ಅವರೆಲ್ಲಾ ಅವನ ಕಪಿಮುಷ್ಟಿಯಲ್ಲಿದ್ದರೆ ಇಪ್ಪತ್ತನಾಲ್ಕು ಗಂಟೆಯೊಳಗೆ ಎಲ್ಲಾ ಮುಗಿಸಬಹುದು!

ಏನು ಮಾಡಲಿ? ಅವನ ಮೊದಲ ಕೆಲಸ ಪತ್ರಿಕೆಯನ್ನು ಅಡಗಿಸಿಡುವುದು. ಆದರೆ ಅದು ಕೆಲಸಕ್ಕೆ ಬಾರದು. ಅವನಿಗೆ ಮಸ್ತಾನನ ಜಾಹೀರಾತಿನ ಬಗ್ಗೆ

ಗೊತ್ತಿದೆ. ಒಂದು ವಾರ ಅಥವಾ ಅದಕ್ಕಿಂತ ಹೆಚ್ಚು. ಇವತ್ತಲ್ಲ ನಾಳೆ ಮಿಥುನ್ ಅಥವಾ ರತಿ ಅದನ್ನು ನೋಡಬಹುದು.

ಇಲ್ಲಿಂದ ತತ್‌ಕ್ಷಣವೇ ಹೊರಟರೆ? ಎಷ್ಟು ದೂರದಲ್ಲಿದ್ದೇನೆ. ಇಲ್ಲಿಂದ ಹೊರಟರೆ ಮತ್ತೆ ತನಗೆ ಕತ್ತಲೆಯ ದಾರಿಯೇ ಗತಿ. ಅವಳನ್ನು ನಂಬಬಹುದೇ? ಅಥವಾ ಬೇರೆ ಯಾರನ್ನಾದರೂ ನಂಬಬಹುದೇ?

"ಒಂದು ಲಕ್ಷ ಬಹುಮಾನ ಘೋಷಿಸಿದ್ದು ಯಾರು?" ಅವಳು ಸದ್ದಿಲ್ಲದೆ ಅವನ ಹಿಂದೆ ಬಂದು ನಿಂತು ಭುಜದ ಹತ್ತಿರ ಬಾಗಿದಳು. ಅವನು ಬೆಪ್ಪಾಗಿ ಕುಳಿತಿದ್ದ. ಪತ್ರಿಕೆಯನ್ನು ನೀರಿಗೆ ಎಸೆದು ಬಿಡಬೇಕೆನಿಸಿತು. ಸಾವರಿಸಿಕೊಂಡ. ಹಿಂದಕ್ಕೆ ತಿರುಗಿ ಅವಳನ್ನು ನೋಡಿದ. ಅವಳು ಪತ್ರಿಕೆಯನ್ನು ಅವನಿಂದ ಕಸಿದುಕೊಂಡಳು.

"ಒಂದು ಲಕ್ಷ! ನಾನು ಹೇಗೆ ಅದನ್ನು ಉಪಯೋಗಿಸಿಕೊಳ್ಳಬಹುದು" ಅವಳು ಮುಂದಕ್ಕೆ ಬಂದು ಅವನ ಪಕ್ಕದಲ್ಲಿಯೇ ಕುಳಿತಳು. ಅವನು ಅವಳು ಓದುವುದನ್ನೇ ಗಮನಿಸುತ್ತಿದ್ದ. ತತ್‌ಕ್ಷಣವೇ ಪದಕದ ವಿಷಯ ಓದಿ ಅವಳು ಮುಖದ ಬಣ್ಣ ಬದಲಾಯಿತು. ಕಣ್ಣುಗಳು ಕಿರಿದಾದವು. ಭಾವಚಿತ್ರವನ್ನೇ ನೋಡಿದವಳು ಮುಖ ತಿರುಗಿಸಿ ಪಕ್ಕದಲ್ಲಿಯೇ ಕುಳಿತವನನ್ನು ನೋಡಿದಳು.

"ಇದು ನಿನ್ನದಾ?" ಮತ್ತೊಮ್ಮೆ ಭಾವಚಿತ್ರವನ್ನು ನೋಡಿ ಕೇಳಿದಳು. ತಿಲಕರಾಜ ಹಿಂಜರಿದ. ಆಮೇಲೆ ಹೇಳಿದ, "ಹೌದು."

"ನಿನಗೆ ನೆನಪಿನ ಶಕ್ತಿ ಹೋಗಿದೆಯಾ?"

ಅವನು ತಲೆಯಲುಗಿಸಿದ.

"ಇವರೆಲ್ಲಾ ಯಾರು? ಡೈಸನ್ ಅಂಡ್ ಡೈಸನ್?"

ಅವನ ನಾಲಿಗೆ ಒಣಗಿದ ತುಟಿಗಳನ್ನು ಸವರಿತು.

"ಮಾಫಿಯಾ... ಗ್ಯಾಂಗ್" ಅವನು ಹೇಳಿ ಅವಳನ್ನು ನೋಡಿದ.

ಅವಳ ಕಣ್ಣುಗಳು ಅಗಲವಾದವು.

"ಮಾಫಿಯಾ?"

"ಸರಿಯಾಗಿ ಹೇಳಿದೆ."

ಅವಳು ಪತ್ರಿಕೆಯನ್ನು ಕೆಳಗಿಟ್ಟಳು.

"ನನಗೆ ಅರ್ಥವಾಗ್ತಾ ಇಲ್ಲ" ಅವಳು ನಡುಗುತ್ತಿದ್ದಳು. ಅವನು ಕೂಲಂಕಷವಾಗಿ ಗಮನಿಸಿದ. ಅವಳ ನಡುಕ ಕುತೂಹಲಕ್ಕಾಗಿ ಮಾತ್ರವಾಗಿತ್ತು.

"ನಿನಗೆ ಅರ್ಥವಾಗುವುದು ಬೇಡ."

"ನೀನು ಮಾಫಿಯಾಕ್ಕೆ ಸೇರಿದವನೇ?"

"ಇಲ್ಲ."

"ಮತ್ಯಾಕೆ ಅವರು ಇಷ್ಟೊಂದು ದೊಡ್ಡ ಮೊತ್ತದ ಬಹುಮಾನ ಘೋಷಿಸಿದ್ದಾರೆ?"

"ಅವರು ನನ್ನನ್ನು ಹುಡುಕಿ ಕೊಲ್ಲುವುದಕ್ಕೆ" ತಿಲಕರಾಜ ಶಾಂತವಾದ ಸ್ವರದಲ್ಲಿ ಹೇಳಿದಾಗ ಅವಳು ಅಧೀರಳಾದಳು.

"ನಿನ್ನನ್ನು ಸಾಯಿಸುವುದೇ? ಯಾಕೆ?"

"ನಾನು ಅವರಿಗೆ ಕೆಟ್ಟದ್ದನ್ನು ಮಾಡಿದ್ದಕ್ಕೆ" ಅವಳು ಅವನನ್ನೇ ಅಳೆಯುವಂತೆ ನೋಡುತ್ತಿದ್ದಳು. ಆಮೇಲೆ ಪತ್ರಿಕೆಯ ಜಾಹೀರಾತು ಇದ್ದ ಪುಟವನ್ನು ಹರಿದು ಅವನಿಗೆ ನೀಡಿದಳು.

"ನೀನು ಇದನ್ನು ಸುಟ್ಟು ಹಾಕುವುದು ಒಳ್ಳೆಯದು. ಅಲ್ಲವೇ? ಲಕ್ಷ ರೂಪಾಯಿಯೆಂದರೆ ತುಂಬಾ ಹಣವಾಯಿತು. ಒಂದು ವೇಳೆ ಮಿಥುನ್ ನೋಡಿದರೆ ಮನಸ್ಸು ಬದಲಾಯಿಸಬಹುದು. ಬರೀ ಪೈಸೆ ಕೊಟ್ಟು ಒಂದು ಫೋನ್ ಮಾಡಿದರಾಯಿತು. ಅಲ್ಲವೇ?"

"ಅಂದ್ರೆ ನಿನಗೆ ಆಸೆಯಾಗುತ್ತಿಲ್ವೇ?"

"ನಾನು ಆಸೆಬುರುಕೀಂತ ತಿಳಿತೀಯಾ?"

ಅವನು ಸಹಾಯಕತೆಯಿಂದ ತಲೆಯಲುಗಿಸಿದ.

"ನೀನು ಹೇಳಿದೆ ದೊಡ್ಡ ಮೊತ್ತದ ಹಣಾಂತ. ನಿನಗೂ ಹಣದ ಅವಶ್ಯಕತೆಯಿದೆಯಲ್ಲವೇ? ನನಗೆ ಗೊತ್ತಿಲ್ಲ."

ಅವಳು ಎದ್ದು ನಿಂತಳು.

"ನಾನು ಈಜುವುದಕ್ಕೆ ಹೋಗ್ತೇನೆ."

"ನಿಲ್ಲು... ನಾನು ನಿನಗೆ ಅರ್ಥ ಮಾಡಿಸಬೇಕು. ನಾನು..." ಅವಳು ಬಟ್ಟೆ ಕಳಚಿ ನದಿಗೆ ಧುಮುಕಿದಳು.

ತಿಲಕರಾಜ ಲೈಟರ್‌ನಿಂದ ಪೇಪರ್‌ನ ತುಂಡನ್ನು ಸುಟ್ಟು ಹಾಕಿದ. ಅದನ್ನು ತೆಗೆದು ನೀರಿಗೆ ಎಸೆದ. ಆತನಿಗೆ ತಾನು ನಡುಗುತ್ತಿರುವುದು ಭಾಸವಾಯಿತು. ಅವನು ಅಲ್ಲಿಯೇ ಕುಳಿತ. ಅವಳು ಈಜುವುದನ್ನೇ ಗಮನಿಸುತ್ತಿದ್ದ. ಅವಳನ್ನು ನಂಬಬಹುದೆ? ರಾತ್ರಿ ಹಣದ ಬಗ್ಗೆ ಅವಳು ಹೇಳಿದ್ದನ್ನು ನೆನಪಿಸಿಕೊಂಡ. ಒಂದು ಫೋನ್ ಕರೆ! ಅಲ್ಲವೇ? ಅವಳ ಪ್ರಶ್ನೆ ಅನುಮಾನ ಹುಟ್ಟಿಸಿತು. ನಾಳೆ ಅವಳು ನದಿ ದಾಟಿ ಹಳ್ಳಿಗೆ ಹೋಗಿ... ಕರೆ ಮಾಡಬಹುದು. ಮದನ್, ಮೈಕೆಲ್ ಅಥವಾ ಮಾಫಿಯಾದ ವ್ಯಕ್ತಿಗಳು ಬರುವಾಗ ಏನೂ ಗೊತ್ತಿಲ್ಲದಂತೆ ವರ್ತಿಸಬಹುದು. ಅವನು ಮುಖದ ಬೆವರನ್ನು ಒರೆಸಿಕೊಂಡ. ಅವನು ಇಲ್ಲಿಂದ ಹೊರಡುವುದು ಒಳ್ಳೆಯದೆಂದುಕೊಂಡ. ಈಗಲೇ ಬಟ್ಟೆ ಬರೆಗಳನ್ನು ಪ್ಯಾಕ್ ಮಾಡುವುದೆಂದುಕೊಂಡ. ಆದರೂ ಅವನು ಹಾಗೇ ಕುಳಿತಿದ್ದ. ಆದರೆ ಈ

ಹೆಂಗಸು ಬೇರೆಯವರ ತರಹ ಅಲ್ಲ. ತನಗೆ ಈವರೆಗೆ ಇಂತಹ ಹೆಂಗಸರ ಭೇಟಿಯಾಗಲಿಲ್ಲ.

ಒಂದು ವೇಳೆ ಅವಳನ್ನು ನಂಬಿದರೆ? ಹಾಗಿದ್ದಾಗ ತಾನು ಇಲ್ಲಿಯೇ ಉಳಿದುಕೊಳ್ಳಬಹುದು. ಮಿಥುನ್ ಹೇಗೆ? ತಕ್ಷಣ ಎಲ್ಲಿಯಾದರೂ ಅವನು ಜಾಹೀರಾತು ನೋಡಿ... ಆತನಿಗೆ ಪದಕದ ಬಗೆ ಗೊತ್ತಿಲ್ಲ. ರತಿಗೆ ಮಾತ್ರ ಗೊತ್ತಿರುವುದು. ಅವನಿಗೆ ಅದು ಖಂಡಿತಾ ಗೊತ್ತಿದೆ. ಮಿಥುನ್ ಹೇಗೆ ಜಾಹೀರಾತಿಗೆ ಸ್ಪಂದಿಸುತ್ತಾನೆ? ಭಾವಚಿತ್ರ ಇಪ್ಪತ್ತು ವರ್ಷಗಳ ಹಿಂದಿನದ್ದು.

ನೀನು ಇದನ್ನು ಹಾಕಿಕೊಂಡಿರುವಷ್ಟು ಸಮಯ ನಿನಗೇನೂ ತೊಂದರೆ ಅಥಾವಾ ಕೆಟ್ಟದ್ದು ಸಂಭವಿಸುವುದಿಲ್ಲ. ಅವನಿಗೆ ಅಮ್ಮನ ನೆನಪಾಯಿತು. ಎರಡು ಬಾರಿ ಪದಕ ತನ್ನನ್ನು ತೊಂದರೆಗೆ ಸಿಲುಕಿಸಿತ್ತು. ಈ ಪದಕ ಸಮಸ್ಯೆ ತರದೆ ಇರುತ್ತಿದ್ದರೆ ಅಡಗಿ ಕುಳಿತುಕೊಳ್ಳುವ ಪ್ರಮೇಯವೇ ಇರುತ್ತಿರಲಿಲ್ಲ. ಈ ಪದಕವನ್ನು ರತಿ ನೋಡದಿರುತ್ತಿದ್ದರೆ. ಈಗಲೂ ಇಷ್ಟೊಂದು ಒತ್ತಡವನ್ನು ಪಡಬೇಕಾಗಿರಲಿಲ್ಲ. ತಾನು ಯಾರೂಂತ ಅವಳಿಗೆ ತಿಳಿದಿರುತ್ತಿರಲಿಲ್ಲ.

ಅವನು ಎದ್ದು ನಿಂತ. ರತಿ ತುಂಬಾ ದೂರದಲ್ಲಿ ಈಜುತ್ತಿರುವುದು ಕಂಡಿತು. ಸೂರ್ಯ ನದಿಯಾಚೆಯ ಬೆಟ್ಟದಲ್ಲಿ ಮುಳುಗುತ್ತಿದ್ದ.

ಎದೆಯಲ್ಲಿ ನೇತಾಡುತ್ತಿದ್ದ ಚೈನ್ ಮತ್ತು ಪದಕವನ್ನು ಬಲವಾಗಿ ಕಿತ್ತು ದೂರಕ್ಕೆ ಎಸೆದ. ಸಣ್ಣ ಹೊಳಪಿನೊಂದಿಗೆ ಅದು ನೀರೊಳಗೆ ಬೀಳುವುದನ್ನೇ ನೋಡುತ್ತಿದ್ದ. ಅದರ ಕಥೆ ಆಯ್ತು! ಅದು ಮತ್ತೆಂದೂ ಅವನನ್ನು ಕಾಡುವಂತಿರಲಿಲ್ಲ!

* * *

ರತಿ ನೀರಿನಿಂದ ಮೇಲಕ್ಕೆ ಬರುವಾಗ ಅವನು ಡೆಕ್‌ನಲ್ಲಿಯೇ ಕುಳಿತಿದ್ದ. ಅವಳ ಮೈಯಿಂದ ನೀರು ತೊಟ್ಟಿಕ್ಕುತ್ತಿತ್ತು. ಅವಳು ಬಟ್ಟೆಗಳನ್ನು ತೆಗೆದುಕೊಂಡು ಸರಸರನೆ ಹಜಾರಕ್ಕೆ ನಡೆದಳು.

ಸೂರ್ಯ ಬೆಟ್ಟದಂಚಿಗೆ ಕಿತ್ತಳೆಯ ಬಣ್ಣ ಬಳಿದಿದ್ದ. ಇನ್ನೊಂದು ಗಂಟೆಯಲ್ಲಿ ಮಿಥುನ್ ಹಿಂತಿರುಗಲಿದ್ದಾನೆ.

ಅವಳು ಈಜುತ್ತಿರುವಾಗ ತಿಲಕರಾಜ ಯೋಚಿಸಿದ. ಅವಳು ತನ್ನ ಹೆಣ್ಣು! ಈ ಭಾವನೆ ಹಿಂದೆಂದೂ ಅವನಿಗೆ ಬಂದಿರಲಿಲ್ಲ. ಅವನು ತನ್ನಷ್ಟಕ್ಕೆ ಹೇಳಿಕೊಂಡ. ತನಗೆ ಹುಚ್ಚು! ಆ ನೀಲಿ ಕಣ್ಣುಗಳ ಸೆಳೆತ ಹಾಗಿತ್ತೇ? ಅವಳ ಮೇಲೆ ಅದೇಕೋ ನಂಬಿಕೆ. ನಿನಗೆ ಆಸೆಯಾಗಲಿಲ್ಲವೇ? ನಿನಗೆ ಹಾಗೆ

ಅನಿಸುತಿದೆಯಾ? ಆ ನೋಟ, ಅಚ್ಚರಿ, ಆಘಾತ, ಬಟ್ಟೆಗಳನ್ನು ಬಿಸುಟ್ಟು ವೇಗವಾಗಿ ಈಜಿಕೊಂಡು ಅವನಿಂದ ದೂರವಾದದ್ದು...

ಇದು ಅಸಹಜವಲ್ಲ! ಒಂದು ವೇಳೆ ಅವನನ್ನು ಸಿಕ್ಕಿಸಿ ಹಾಕುತ್ತಿದ್ದರೆ ಅವಳು ಈ ರೀತಿ ವರ್ತಿಸುತ್ತಿರಲಿಲ್ಲ. ಮತ್ತೆ ಬಟ್ಟೆ ತೊಟ್ಟುಕೊಂಡು ಬಂದು ಅವನ ಬಳಿ ಕುಳಿತಳು. ಮುಖ ಗಂಭೀರವಾಗಿತ್ತು.

"ನಾವು ಮಾತಾಡಿಕೊಳ್ಳುವುದು ಒಳ್ಳೆಯದಲ್ಲವೇ ರಾಜ? ನೀನು ಇಲ್ಲಿದ್ದರೆ ನನಗೂ ಮಿಥುನ್‌ಗೂ ತೊಂದರೇಂತ ಭಾವಿಸ್ತೀಯಾ?" ಅವಳು ಕೇಳಿದಳು. ಅವನು ಹೇಳಲು ಹಿಂಜರಿದ. ಬರೀ ತಲೆಯಲುಗಿಸಿದ.

"ನಾನು ಮಿಥುನ್‌ಗೆ ಹೇಳ್ತೇನೆ. ಆತ ನನ್ನನ್ನು ಸಿಟಿಯಲ್ಲಿ ಬಿಡಲಿ. ಅದೇ ಸರೀಂತ ಅನಿಸ್ತಿದೆ."

"ನಾನು ನಿನ್ನನ್ನು ಮರೆಯೋದಿಕ್ಕೆ ಸಾಧ್ಯವಿಲ್ಲ. ನಾನು ನಿನ್ನನ್ನು ಪ್ರೀತಿಸುತ್ತೇನೆ" ಭಾವುಕತೆಯಿಂದ ಅವಳು ತನ್ನ ಕೈಯನ್ನು ಅವನ ತೊಡೆಯ ಮೇಲಿರಿಸಿದಳು. ಅವನು ಭಾವುಕನಾದರೂ ತೋರಿಸಿಕೊಳ್ಳಲಿಲ್ಲ. ಹಲವು ಮಂದಿ ಹೆಣ್ಣುಗಳು ಅವನನ್ನು ಈ ರೀತಿ ಭಾವುಕತೆಯಿಂದ ಕಟ್ಟಿ ಹಾಕಲು ಯತ್ನಿಸಿದ್ದರು. ಗೀತಾಳನ್ನು ಬಿಟ್ಟರೆ ಈ ರೀತಿಯಾಗಿ ಬೇರೆ ಯಾವ ಹೆಂಗಸರೂ ಹೇಳಿರಲಿಲ್ಲ.

"ಅಂದ್ರೆ, ನಾವಿಬ್ಬರೂ... ಆದರೆ ನಾನಂತು ಹೊರಡೋದು ಒಳ್ಳೆಯದು."

"ನಾವು ಇದರ ಬಗ್ಗೆ ಮಾತಾಡಲಾ? ನನಗೆ ವಿವರಿಸ್ತೀಯಾ?" ಸಣ್ಣಗಿನ ಬೆರಳುಗಳು ಅವನ ತೋಳನ್ನು ಹಿಡಿದವು. ಕಾಳಜಿ ತೋರಿದ ಬೆರಳುಗಳು ಅವನನ್ನು ಎಚ್ಚರಿಸಿದವು.

ಸ್ಪಷ್ಟವಾಗಿ ಮಾತಾಡುತ್ತಾ ಅವನು ಮಾಂಡೋವಿಯ ಕತ್ತಲೆಗೆ ಹರಿಯುವ ಕಪ್ಪಗಿನ ನೀರನ್ನು ನೋಡುತ್ತಾ ತನ್ನ ಕಥೆಯನ್ನು ಬಿಚ್ಚಿಟ್ಟ. ಅವನು ತನ್ನ ಕನಸಿನ ದೋಣಿಯ, ರುದ್ರನೇತ್ರ, ತಾನು ಮಾಡುತ್ತಿದ್ದ ಹಣ ಸಂಗ್ರಹದ ಕೆಲಸ, ರುದ್ರನೇತ್ರ ತನಗೆ ಹೇಗೆ ಮೋಸ ಮಾಡಿದ ಎಲ್ಲವನ್ನು ಹೇಳಿದ. ಆದರೆ ತಾನು ದೋಚಿದ ಹಣದ ಮೊತ್ತವನ್ನು ಹೇಳಲಿಲ್ಲ.

"ನಾನು ಹಣವನ್ನು ತೆಗೆದುಕೊಂಡಿದ್ದೇನೆ. ಪದಕ ಅಲ್ಲದಿರುತ್ತಿದ್ದರೆ ನನಗೆ ಸಮಸ್ಯೆಯೇ ಆಗುತ್ತಿರಲಿಲ್ಲ. ನಾನು ಅಲ್ಲಿಯೇ ಇರುತ್ತಿದ್ದೆ. ರುದ್ರನೇತ್ರನಿಗೂ ಅನುಮಾನ ಬರುತ್ತಿರಲಿಲ್ಲ. ಆಮೇಲೆ ಆರಾಮದಲ್ಲಿ ಹಣ ತೆಗೆದುಕೊಂಡು ನನ್ನ ಕನಸಿನ ದೋಣಿಯನ್ನು ಖರೀದಿಸುತ್ತಿದ್ದೆ."

"ಅಷ್ಟೊಂದು ಹಣಾನಾ?" ಅವನು ಅವಳತ್ತ ನೋಡಿದ. ಅವಳ ಮುಖದಲ್ಲಿ ಭಾವನೆಗಳಿರಲಿಲ್ಲ. ಅವಳು ಅವನತ್ತ ನೋಡದೆ ಆಕಾಶದತ್ತ ನೋಡುತ್ತಿದ್ದಳು.

"ಹೌದು, ಸಾಕಷ್ಟು ಹಣ."

"ಆ ಹಣ ನಿನ್ನ ಕೈಸೇರುತ್ತಲೇ ನನ್ನನ್ನು ನಿನ್ನ ಜೊತೆಗೆ ಕರೆದುಕೊಂಡು ಹೋಗುವೆಯಾ?"

"ಹೌದು."

"ನೀನು ನನ್ನನ್ನು ಆಯ್ಕೆ ಮಾಡ್ತೀಯಾ? ಅಥವಾ ನಿನ್ನ ಕನಸಿನ ದೋಣಿಯನ್ನೇ? ನಿನ್ನ ದೋಣಿ ಕಾಯಲು ನನ್ನನ್ನು ಬಿಡುವೆಯಾ?"

ಅವನು ಹಿಂಜರಿಯಲಿಲ್ಲ. "ಇಲ್ಲ... ನನ್ನ ದೋಣಿಯ ಜೊತೆಗೆ ಬರಬಹುದು. ಅಥವಾ ಬೇರೆಯೇ ಇರಬಹುದು. ನಾನು ದೋಣಿಗಾಗಿ ಯಾವ ಸಮಸ್ಯೆಯನ್ನು ಎದುರಿಸಲು ಸಿದ್ಧ. ಅದು ನನಗೆ ಮುಖ್ಯ."

ಅವಳು ತಲೆಯಲುಗಿಸಿದಳು.

"ನನಗೆ ಸಂತೋಷವಾಯಿತು. ನಾನು ಈ ಹಿಂದೆಯೂ ಹೇಳಿದ್ದೆ. ಈಗಲೂ ಹೇಳುವೆ. ಪುರುಷನೆಂದರೆ ನನಗೆ ನೀನೇ... ನಾನು ನಿನ್ನ ಜೊತೆಗೆ ಬರುವೆ. ನಾನು ನಿನ್ನ ದೋಣಿಯಲ್ಲಿ ಸಹಾಯಕಳಾಗುವೆ."

"ಅವರೇನಾದರೂ ನನ್ನನ್ನು ಇಲ್ಲಿ ನೋಡಿದರೆ. ನಿನ್ನನ್ನೂ ಕೊಂದಾರು."

"ನಾನು ನಿನ್ನ ಜೊತೆ ಇರುವಾಗ ತಿಲಕರಾಜ ನಿನ್ನ ತೊಂದರೆಯಲ್ಲಿ ನಾನೂ ಭಾಗಿಯಾಗುವೆ. ಅದೇ ನಿಜವಾದ ಪ್ರೀತಿಯಲ್ಲವೇ?"

"ಆಲೋಚಿಸು. ಇನ್ನು ನಾಳೆ ಮಾತನಾಡೋಣ. ಹಣ ಇನ್ನು ನನ್ನ ಕೈ ಸೇರಬೇಕಿದೆ."

"ಅದನ್ನು ನೀನು ಎಲ್ಲಿ ಅಡಗಿಸಿಟ್ಟಿರುವೆ?" ಅವನು ಅವಳತ್ತ ನೋಡಿದ ಮುಗುಳ್ನಕ್ಕ.

"ಅದು ಅವರ್‍ಯಾರಿಗೂ ಗೊತ್ತಿರದ ಸ್ಥಳದಲ್ಲಿ."

"ಅಲ್ಲಿಗೆ ಹೋಗಿ ಅದನ್ನು ತರುವುದು ತೊಂದರೆಯಲ್ಲವೇ?"

"ಹೌದು... ತುಂಬಾ ತೊಂದರೆಯಿದೆ."

"ಆದರೆ ನಾನು ಹೋಗಿ ಅದನ್ನು ತಂದುಕೊಡಬಲ್ಲೆ. ಸಾಧ್ಯವಿಲ್ಲವೆ? ಅವರಿಗೆ ನಾನ್ಯಾರೆಂದು ಗೊತ್ತಿಲ್ಲ."

ಒಂದು ಸಣ್ಣ ಎಚ್ಚರಿಕೆಯ ಕೆಂಪು ದೀಪ ತಿಲಕರಾಜನ ಮೆದುಳಿನಲ್ಲಿ ಬೆಳಗಿತು. ಒಂದು ವೇಳೆ ಅವನು ಆ ಹಣ ಎಲ್ಲಿದೇಂತ ಅವಳಿಗೆ ಹೇಳಿದರೆ? ಅವಳು ಕಾರು ಬಾಡಿಗೆಗೆ ಮಾಡಿ ಅಲ್ಲಿಗೆ ಹೋಗಿ ಎರಡು ಚೀಲಗಳನ್ನು ಎತ್ತಿಕೊಂಡು ತನಗೆ ವಂಚಿಸಿದರೆ? ಇಷ್ಟೊಂದು ದೊಡ್ಡ ಮೊತ್ತದ ಹಣವಿರುವಾಗ ಯಾರು ಯಾರನ್ನು ನಂಬುತ್ತಾರೆ? ಅವಳು ತನ್ನನ್ನು ಪ್ರೀತಿಸುತ್ತಿದ್ದಾಳೆಂದು ಹೇಳಿದ್ದಾಳೆ. ಅದು ಅವಳನ್ನು ನಂಬಿಸಲು ಹೇಳಿರಬಹುದು. ಆದರೆ ಎರಡು ಭಾರವಾದ ಚೀಲಗಳನ್ನು ಲಾಕರ್‌ನಿಂದ ಎಳೆದು ತೆಗೆದ ಮೇಲೆ ತನಗೆ ಮೋಸ ಮಾಡದಿರಲಾರಳೆಂದು ಏನು ಗ್ಯಾರಂಟಿ?

ಅವನು ಅವಳು ಹೇಳಿದ್ದನ್ನು ನೆನಪಿಸಿಕೊಂಡ. ನೀನು ಹಾಗೆ ಕಾಣಿಸುತ್ತಿಲ್ಲವಲ್ಲವೇ? ಅವನು ಅವಳಿಗಿಂತ ಹದಿನಾಲ್ಕು ವರ್ಷ ದೊಡ್ಡವನು. ಎಲ್ಲಾ ಹಣವನ್ನು ತೆಗೆದುಕೊಂಡು ಚೆಂದದ ಬದುಕು ಕಟ್ಟಿಕೊಳ್ಳಬಹುದೇನೋ ಅವಳಿಗೆ ಸಮಸ್ಯೆಯಾಗಲಾರದು.

ಅವಳ ಸೌಂದರ್ಯಕ್ಕೆ ಮಾರು ಹೋಗುವ ಯುವಕರ ದಂಡೇ ಸಿಗಬಹುದು!

ಟ್ರಕ್‌ನ ಸದ್ದು ಕೇಳಿಸಿತು. ಅವಳಿಗೆ ಉತ್ತರಿಸದಂತೆ ಅವನನ್ನು ತಡೆಯಿತು.

"ಮಿಥುನ್ ಬಂದ. ಇನ್ನು ನಾಳೆ ಮಾತಾಡೋಣ."

"ಆಯ್ತು" ಅವಳು ಎದ್ದು ಸರಸರನೆ ಕಿಚನ್‌ಗೆ ನಡೆದಳು.

ಮಿಥುನ್ ತಿಲಕರಾಜನ ಶಿಕಾರಿಯನ್ನು ಮೆಚ್ಚಿದ. ಅವನು ರಾತ್ರಿ ಕಿಚನ್‌ನಲ್ಲಿರುವುದನ್ನು ನೋಡಿ ತಿಲಕರಾಜ ಕುಳಿತಿರುವಲ್ಲಿಗೆ ಬಂದ.

"ಒಳ್ಳೆಯ ದಿನವಲ್ಲವೇ?" ಸಿಗರೇಟ್ ಉರಿಸುತ್ತಾ ಮಿಥುನ್ ತಿಲಕರಾಜನನ್ನು ಕೇಳಿದ.

"ಒಳ್ಳೆಯ ದಿನ... ನಿನಗೆ?"

"ಮಾಮೂಲು, ಅವಳು ಏನಾದರೂ ಕೊಟ್ಟಳೇ?" ಸಿಗರೇಟ್ ಬೂದಿಯನ್ನು ನದಿಗೆ ಕೊಡವಿದ. ತಿಲಕರಾಜ ಗಂಭೀರನಾದ.

"ಇನ್ನೊಮ್ಮೆ ಹೇಳು?"

"ನೀನು ಅವಳ ಜೊತೆಗೆ ಕಳೆದೆಯಾ?"

"ನೋಡು ಮಿಥುನ್, ಆ ಮಾತನ್ನು ಹಿಂದಕ್ಕೆ ತೆಗೆದುಕೋ. ಅವಳು ನಿನ್ನ ಹೆಂಡತಿ. ಅವಳ ಬಗ್ಗೆ ನಿನಗೆ ಗೌರವವಿಲ್ಲವೆ?" ಮಿಥುನ್ ವ್ಯಂಗ್ಯದ ನಗು ನಕ್ಕ.

"ನನಗೆ ಗೌರವವಿಲ್ಲ ಅಂದಿಲ್ಲ. ನಾನು ಕುತೂಹಲದಿಂದ ಕೇಳಿದೆ."

"ನಾನು ಹೇಳುವುದು... ನೀನು ಹಾಗೆಲ್ಲಾ ಕೆಟ್ಟದಾಗಿ ಊಹಿಸಿಕೊಳ್ಬೇಡಾಂತ" ಮಿಥುನ್ ಅವನನ್ನು ದಿಟ್ಟಿಸಿದ.

"ನಿನಗೆ ಅದೊಂದು ಫ್ಯಾಶನ್ ಇರಬಹುದು. ಹಾಗಿದ್ದರೆ ನನ್ನ ಜೊತೆಗೆ ಸಿಟಿಗೆ ಬಾ. ಅಲ್ಲಿ ನನ್ನ ಪರಿಚಿತರು ಇದ್ದಾರೆ."

"ಮಿಥುನ್, ನಾನು ನಿನಗಿಂತ ದೊಡ್ಡವನು. ನನಗೆ ಅದರ ಅಗತ್ಯವಿಲ್ಲ. ತಿಳಿಯಿತೇ?"

ಮಿಥುನ್ ಅವನನ್ನು ಗಮನಿಸಿದ ಆಮೇಲೆ ಹೇಳಿದ, "ಹೌದು, ನಿನ್ನ ಹಾಗೆ ನನಗೂ ವಯಸ್ಸಾದ ಮೇಲೆ ಸಮಸ್ಯೆ ಇರೋದಿಲ್ಲ. ರತಿಗೆ ಮಾತ್ರ ನಿರಾಶೆಯಾಗುತ್ತದೆ."

"ಮತ್ಯಾಕೆ ನೀನು ಅವಳ ಜೊತೆ ಇರೋದಿಲ್ಲ?"

"ಅವಳಿಗೆ ನಾನು ಬೇಕಾಗಿಲ್ಲ."

ತಿಲಕರಾಜನಿಗೆ ಅವನ ಮೇಲೆ ಅಸಹ್ಯ ಭಾವನೆಯುಂಟಾಯಿತು. ಅವನು ಎದ್ದು ನಿಂತಾಗ ರತಿ ಡೆಕ್‌ಗೆ ಬಂದಳು.

"ನೀವು ಊಟ ಮಾಡಬಹುದು."

ತತ್‌ಕ್ಷಣವೇ ಮಿಥುನ್‌ಗೆ ಏನೋ ನೆನಪಾಯಿತು.

"ತಿಲಕರಾಜ ನಿನಗ್ಯಾರಾದರೂ ಸಹೋದರರಿದ್ದಾರೆಯೇ?"

ತಿಲಕರಾಜನಿಗೆ ತಲೆಯ ಮೇಲೆ ಹೊಡೆದಂತಾಯಿತು. ಜಾಗ್ರತನಾದ. ತಟ್ಟೆಯಲ್ಲಿದ್ದ ಕೊನೆಯ ತುತ್ತನ್ನು ಬಾಯಿಗಿಟ್ಟು ತಲೆಯಲುಗಿಸಿದ.

"ನನಗ್ಯಾರೂ ಸಂಬಂಧಿಕರಿಲ್ಲ."

"ಸುಮ್ನೆ ಕೇಳಿದೆ. ಇವತ್ತು ಪತ್ರಿಕೆಯಲ್ಲಿ ಒಂದು ಜಾಹೀರಾತು ನೋಡಿದೆ. ನನ್ನತ್ರ ಇದೆ."

ಎದ್ದು ಹೋಗಿ ಜ್ಯಾಕೆಟ್‌ನಲ್ಲಿದ್ದ ಪತ್ರಿಕೆಯನ್ನು ತಂದ. ಅದನ್ನು ತಿಲಕರಾಜನ ಮುಂದೆ ಹಾಕಿದ. ರತಿ ಮತ್ತು ತಿಲಕರಾಜ ಒಬ್ಬರ ಮುಖ ಒಬ್ಬರು ನೋಡಿಕೊಂಡರು.

"ಇದರ ಬಗ್ಗೆ ನೀನು ಏನು ಹೇಳುವೆ?... ಒಂದು ಲಕ್ಷ ರೂಪಾಯಿ ಬಹುಮಾನ!"

ತಿಲಕರಾಜ ಅದನ್ನು ನೋಡದೆ ಮುಖ ತಿರುಗಿಸಿ ಸಿಗರೇಟ್ ಹಚ್ಚಿ, ಹೇಳಿದ, "ತಮಾಷೆ ವಿಷಯ. ನಾನು ಈಗಷ್ಟೇ ನೋಡಿದ್ದು. ನಿನ್ನ ಹಾಗೆ ಇದೆ ಈ ಭಾವಚಿತ್ರ. ನನಗೆ ಅಚ್ಚರಿಯಾಯಿತು. ನಾನಂದುಕೊಂಡೆ ನಿನ್ನ ತಮ್ಮನಿರಬಹುದೂಂತ."

"ನನಗೆ ತಮ್ಮನೇ ಇಲ್ಲ" ಮಿಥುನ್ ಪತ್ರಿಕೆಯನ್ನು ರತಿಯತ್ತ ನೀಡಿದ.

"ಇವನನ್ನು ನೋಡುವಾಗ ತಿಲಕರಾಜನ ಹಾಗೆ ಕಾಣಿಸ್ತಿಲ್ವಾ?" ರತಿ ಪತ್ರಿಕೆಯತ್ತ ಒಮ್ಮೆ ಕಣ್ಣು ಹಾಯಿಸಿದಳು.

"ಇರಬಹುದು" ಅವಳ ಧ್ವನಿ ಮಾಮೂಲಾಗಿತ್ತು.

"ನೀನು ತಿಲಕರಾಜ ಆಯಿಲ್ ಪೈಂಟಿಂಗ್‌ನಲ್ಲಿದ್ದಾನೇಂತ ಹೇಳ್ಬೇಡ. ಇದ್ದಾನಾ ಹಾಗೆ?" ಅವಳು ಎದ್ದು ತಟ್ಟೆಗಳನ್ನು ತೆಗೆದುಕೊಂಡಳು. ತಿಲಕರಾಜ ಅವಳಿಗೆ ಸಹಾಯ ಮಾಡಿದ. ಮಿಥುನ್ ಭಾವಚಿತ್ರವನ್ನೇ ತದೇಕ ಚಿತ್ತದಿಂದ ನೋಡುತ್ತಿದ್ದ.

ಕಿಚನ್‌ನಲ್ಲಿ ಅವಳು ಪಾತ್ರೆಗಳನ್ನು ತೊಳೆದ ಹಾಗೆ ತಿಲಕರಾಜ ಅವುಗಳನ್ನು ಒರೆಸಿ ಇಡುತ್ತಿದ್ದ. ಇಬ್ಬರೂ ಮಾತಾಡಲಿಲ್ಲ. ಆದರೆ ಇಬ್ಬರಿಗೂ ಒತ್ತಡವಿತ್ತು!

ಇಬ್ಬರೂ ಹಜಾರದತ್ತ ಬಂದಾಗ ಮಿಥುನ್ ಇನ್ನೂ ಜಾಹೀರಾತನ್ನು ನೋಡುತ್ತಿರುವುದು ಕಂಡಿತು. ರತಿ ಡೆಕ್‌ಗೆ ಹೋದಾಗ ತಿಲಕರಾಜ ಅವಳನ್ನು ಹಿಂಬಾಲಿಸಿದ. ಮಿಥುನ್ ಹೇಳಿದ, "ತಮಾಷೆ ತರ ಜಾಹೀರಾತು. ಅಲ್ಲವೇ?"

ತಿಲಕರಾಜ ಮೌನವಾಗಿ ಮೇಜಿನತ್ತ ಬಂದು ಕುಳಿತ.

"ಇರಬಹುದು."

"ನೀನೇನು ಆಲೋಚಿಸುತ್ತಿದ್ದೀಯಾ? ನೆನಪಿನ ಶಕ್ತಿ ಕಳೆದುಕೊಂಡ ವ್ಯಕ್ತಿಗೆ ಇಂತಹ ಆಹ್ವಾನವೇ?"

"ತುಂಬಾ ಶ್ರೀಮಂತ ಹೆತ್ತವರಿರಬೇಕು. ಅವನನ್ನು ಮರಳಿ ಪಡೆಯುವ ತುಡಿತ" ಮಿಥುನ್ ಮತ್ತೆ ಮತ್ತೆ ಅದನ್ನೇ ನೋಡುತ್ತಿದ್ದ.

"ಅವನು ಶ್ರೀಮಂತರ ಮಗನೇ ಇರಬೇಕು ಅಲ್ವಾ?" ಆತ ತಿಲಕರಾಜನತ್ತ ದೃಷ್ಟಿಸಿದ.

"ಸ್ವಲ್ಪ ನಿನ್ನ ಮತ್ತು ನನ್ನ ಹಾಗೆ."

"ಹೌದು."

"ಒಂದು ಲಕ್ಷ! ನನಗೆ ಆ ಹಣ ಸಿಗುತ್ತದೆ. ನಾನು ಇನ್ನಷ್ಟು ಟ್ರಕ್‌ಗಳನ್ನು ಖರೀದಿಸುತ್ತೇನೆ. ನಾನು ನಿಜವಾಗಿಯೂ ಒಳ್ಳೆಯ ವ್ಯವಹಾರ ನಡೆಸಬಹುದಿತ್ತು" ಮಿಥುನ್‌ನ ಮುಖದಲ್ಲಿ ಬೆಳಕು ಮೂಡಿತು.

"ಡ್ರೈವರ್‌ಗಳು ಸಿಗುವುದು ಸುಲಭ. ಆದರೆ ವ್ಯವಹಾರಕ್ಕೆ ಬಂಡವಾಳ ಸಿಗುವುದು ಕಷ್ಟ."

"ನೀನು ಯಾವತ್ತೂ ಟ್ರಕ್‌ಗಳನ್ನು ಖರೀದಿಸದೆ ವ್ಯವಹಾರವನ್ನು ಜಾಸ್ತಿ ಮಾಡುವ ಬಗ್ಗೆ ಯೋಚಿಸ್ತಿದ್ದಿಯಲ್ವಾ?" ತಿಲಕರಾಜ ಸಿಟ್ಟಿನಿಂದ ಮಿಥುನ್‌ನ ಗಮನವನ್ನು ಆ ಜಾಹೀರಾತಿನಿಂದ ಬೇರೆಡೆ ಎಳೆಯಲು ನೋಡಿದ.

"ಹೇಗೆ?"

"ನೀನು ಮದ್ಯದ ಕ್ರೇಟುಗಳನ್ನು ತಲುಪಿಸುತ್ತೀಯಲ್ಲವೇ?"

"ಅದಕ್ಕೆ?"

"ನೀನು ಹಿಂದಕ್ಕೆ ಬರುವಾಗ ಖಾಲಿ ಬರುತ್ತಿ. ಆವಾಗ ನೀನು ಅಲ್ಲಿಂದ ಬೇರೇನನ್ನಾದರೂ ಇಲ್ಲಿಗೆ ತರುವ ಹಾಗಿದ್ದರೆ?"

"ನಾನು ಅದನ್ನು ಆಲೋಚಿಸಿಲ್ಲಾಂತ ಅಂದುಕೊಂಡಿದ್ದೀಯಾ? ಟ್ರಕ್‌ನ ಹಿಂದೆ ಹೇಗೆ ವಾಸನೆ ಹೊಡಿತಿದೇಂತ ನೋಡು. ಯಾರೂ ಕೂಡ ಆ ವಾಸನೆಗೆ ಬೇರೆ ಸರಕುಗಳನ್ನು ಹಾಕಲು ಕೇಳುವುದಿಲ್ಲ. ನಾನು ತುಂಬಾ ಪ್ರಯತ್ನ ಪಟ್ಟೆ."

"ಸುಮ್ನೆ ಒಂದು ಆಲೋಚನೆ ಬಂತು. ಆಯ್ತು, ನಾನು ಬೆಳಗ್ಗೆ ಹೋಗುವೆ. ಗುಡ್‌ನೈಟ್."

ಮಿಥುನ್ ತಲೆಯಲುಗಿಸಿದ. ಅವನು ಇನ್ನು ಜಾಹೀರಾತ್‌ನ ಮೇಲೆ ಕಣ್ಣಾಡಿಸುತ್ತಿದ್ದ. ಅವನನ್ನು ಅಲ್ಲಿಯೇ ಬಿಟ್ಟು ಒಳಗೆ ನಡೆದ.

* * *

ತನ್ನ ಬೆಡ್‌ನಲ್ಲಿ ಮಲಗಿಕೊಂಡು ಚಂದಿರನನ್ನು ನೋಡುತ್ತಿದ್ದ ತಿಲಕರಾಜನಿಗೆ ನಿದ್ದೆ ಹತ್ತಲಿಲ್ಲ. ಅವನು ರತಿಯ ಬಗ್ಗೆ ಆಲೋಚಿಸುತ್ತಿದ್ದ. ಒಂದು ವೇಳೆ ಅವಳನ್ನು ನಂಬಿದರೆ? ಅವಳು ಸುರಕ್ಷಿತವಾಗಿ ಲಾಕರ್‌ನಲ್ಲಿರುವ ಹಣವನ್ನು ತಂದು ಕೊಡಬಹುದು. ಆದರೆ ಆಕೆಯ ಮೇಲೆ ಅವನು ನಂಬಿಕೆಯಿಡಬಹುದೆ? ತಕ್ಷಣವೇ ಅವನಿಗೆ ಮಿಥುನ್ ನೆನಪಾದ. ತನಗೂ ಜಾಹೀರಾತಿಗೂ ಸಂಬಂಧವಿಲ್ಲವೆಂದು ಹೇಳಿದನ್ನು ಆತ ನಂಬಬಹುದೇ?

ಅವನು ಬಲವಂತವಾಗಿ ಕಣ್ಣರೆಪ್ಪೆಗಳನ್ನು ಮುಚ್ಚಿ ಮಲಗಲು ಯತ್ನಿಸಿದ. ತಕ್ಷಣವೇ ಜಾಗ್ರತನಾದ, ಅವನಿಗೆ ರತಿ ಆಕೆಯ ಕೋಣೆ ಸೇರಿದ್ದು ತಿಳಿಯಿತು. ಯಾವ ಹೆಂಗಸಪ್ಪಾ? ಮೂರು ಬಾರಿ ಅವಳನ್ನು ಸೇರಿದ್ದನ್ನು ನೆನಪಿಸಿಕೊಂಡ. ಮತ್ತೆ ಅವಳೆಡೆಗೆ ಸೆಳೆತ! ಅವಳ ರೂಂಗೆ ಹೋಗಲೇ ಅಂದುಕೊಂಡ.

ಸಣ್ಣಗಿನ ಶಬ್ದ ಅವನನ್ನು ಎಚ್ಚರಿಸಿತು. ಅವನ ಕೋಣೆಯ ಬಾಗಿಲು ಸ್ವಲ್ಪವೇ ತೆರೆಯಿತು. ಅವನು ಮಲಗಿದಲ್ಲಿಂದಲೇ ದಿಂಬಿನ ಅಡಿಯಲ್ಲಿದ್ದ ರಿವ್ಹಾಲ್ವರನ್ನು ಮುಟ್ಟಿಕೊಂಡ.

ಕಿಟಕಿಯಿಂದ ತೂರಿ ಬಂದ ಚಂದ್ರನ ಬೆಳಕು ನೇರವಾಗಿ ಬಾಗಿಲಿನ ಬಳಿ ಬಿದ್ದಿತ್ತು. ಅರೆ ಮುಚ್ಚಿದ ಕಣ್ಣಿನಿಂದ ನೋಡಿದ. ಮಿಥುನ್ ಅರೆ ತೆರೆದ ಬಾಗಿಲಿನಿಂದ ಅವನತ್ತಲೇ ನೋಡುತ್ತಿದ್ದ.

ತಿಲಕರಾಜ ಸುಮ್ಮನೆ ಸಣ್ಣ ಗೊರಕೆ ತೆಗೆದಂತೆ ನಟಿಸಿದ. ಮಿಥುನ್ ಇನ್ನೂ ಅಲ್ಲಿಯೇ ಇರುವುದನ್ನು ಗಮನಿಸಿದ. ತಿಲಕರಾಜ ಗೊರಕೆ ನಟಿಸಿದ. ಬಾಗಿಲು ಮೆತ್ತಗೆ ಮುಚ್ಚಿಕೊಂಡಿತು.

ಇದರ ಅರ್ಥವೇನು? ಪ್ರಶ್ನಿಸಿಕೊಂಡ. ಈಗ ಪೂರ್ಣ ಎಚ್ಚೆತ್ತುಕೊಂಡ. ಅವನಿಗೆ ಈಗ ಸ್ಪಷ್ಟವಾಗಿ ಕೇಳಿತು. ರತಿಯ ಕೋಣೆಯ ಬಾಗಿಲು ತೆರೆದ ಸದ್ದು!

“ಡೆಕ್‌ನಿಂದ ಒಳಗೆ ಬಾ” ಮಿಥುನ್‌ನ ಪಿಸು ಮಾತು ಸ್ಪಷ್ಟವಾಗಿ ತಿಲಕರಾಜನಿಗೆ ಕೇಳಿಸಿತು.

“ಏನೂ ಹೇಳ್ಬೇಡ. ಅವನು ಮಲಗಲಿ.”

ತಿಲಕರಾಜ ಕಾದ. ಅವನಿಗೆ ಕಳ್ಳ ಹೋದ ಧ್ವನಿ ಕೇಳಿಸಿತು. ಅವನು ಬೆಡ್‌ನಿಂದ ಇಳಿದ. ತನ್ನ ಕೋಣೆಯ ಬಾಗಿಲು ತೆರೆದ. ಬೆಳದಿಂಗಳು ಹಜಾರದ ಒಳಗೆ ತೂರಿ ಬಂದಿತ್ತು. ಅವನು ರತಿ ಹಾಗು ಮಿಥುನ್‌ನನ್ನು ಕಿಟಕಿಯ ಮೂಲಕ ನೋಡಿದ. ಅವರಿಬ್ಬರೂ ಡೆಕ್‌ನಲ್ಲಿದ್ದರು. ಪಿಶಾಚಿಯಂತೆ ಚಲಿಸಿ ಹಜಾರದ ಬಾಗಿಲಿಗೆ ಬಂದು ನಿಂತಾಗ ಮಿಥುನ್ ಹೇಳುತ್ತಿದ್ದ, “ಇದನ್ನು ನೋಡು.”

ಅವನ ಕೈಯಲ್ಲಿ ಫ್ಲ್ಯಾಷ್ ಲೈಟ್ ಇತ್ತು. ಅದನ್ನು ಪತ್ರಿಕೆಯ ಮೇಲೆ ಹಾಯಿಸಿದ. ತಿಲಕರಾಜನಿಗೆ ಅದು ತನ್ನ ಬಗ್ಗೆ ನೀಡಿದ ಜಾಹೀರಾತೆನ್ನುವುದು ಸ್ಪಷ್ಟವಾಯಿತು. ಅವನು ಮುಂದುವರೆಸಿದ.

"ನೋಡು" ಮೆತ್ತಗಿನ ದನಿಯಲ್ಲಿ ಮಿಥುನ್ ಹೇಳಿದ. "ನೋಡು, ಈ ಚಿತ್ರಕ್ಕೆ ನಾನು ಗಡ್ಡ ಎಳೆದಿದ್ದೇನೆ. ಇದು ತಿಲಕರಾಜನೇ!"

"ನೀನೇನು ಹೇಳ್ತಾ ಇದ್ದೀಯಾ?" ರತಿಯ ಧ್ವನಿ ಕೂಡ ಮೆತ್ತಗಾಗಿ ಪಿಸು ಮಾತಾಗಿತ್ತು. ತಿಲಕರಾಜನಿಗೆ ಸ್ಪಷ್ಟವಾಯಿತು. ಈ ಮನುಷ್ಯ ಇಪ್ಪತ್ತು ವರ್ಷಗಳಷ್ಟು ಸಣ್ಣವನು."

"ಇದು ಹಳೆಯ ಫೋಟೋ" ಅವರು ಡೆಕ್‌ನ ರೈಲಿಂಗ್ಸ್‌ನ ಪಕ್ಕದಲ್ಲಿ ಹತ್ತಿರ ಹತ್ತಿರ ನಿಂತಿದ್ದರು. ಮಿಥುನ್ ಪೈಜಾಮ ಧರಿಸಿದ್ದ. ರತಿ ತೆಳುವಾದ ನೈಟ್ ಡ್ರೆಸ್ ಧರಿಸಿದ್ದಳು. ಬೆಳದಿಂಗಳಲ್ಲಿ ಅವರಿಬ್ಬರ ಆಕೃತಿ ಸರಿಯಾಗಿ ಗೋಚರಿಸುತ್ತಿತ್ತು.

"ಕುಳಿತುಕೋ, ನನಗೆ ನಿನ್ನ ಹತ್ರ ಮಾತಾಡ್ಬೇಕು."

ತಿಲಕರಾಜ ಅವರಿಬ್ಬರೂ ಬೆತ್ತದ ಕುರ್ಚಿಯತ್ತ ಹೋಗುವುದನ್ನು ಗಮನಿಸಿದ. ಅವರಿಬ್ಬರೂ ಅಕ್ಕಪಕ್ಕದಲ್ಲಿ ಕುಳಿತರು. ಅವರಿಗೆ ಮೂರು ಫೀಟ್ ದೂರದಲ್ಲಿ ಕತ್ತಲೆಯಲ್ಲಿ ಸರಿದು ನಿಂತ ತಿಲಕರಾಜ. ಅವರ ಪಿಸು ಮಾತುಗಳು ಸ್ಪಷ್ಟವಾಗಿ ಕೇಳಿಸುವಂತಿತ್ತು.

"ನಾನೂ ಅದನ್ನು ಯೋಚಿಸುತ್ತಿದ್ದೇನೆ. ತಪ್ಪಿಸಿಕೊಂಡ ವ್ಯಕ್ತಿಯ ಹೆಸರು ಕೂಡ ತಿಲಕರಾಜ. ನಮ್ಮ ಅಥಿತಿ ಕೂಡ ತಿಲಕರಾಜ. ನನಗೆ ಗೊತ್ತಿದ್ದ ಹಾಗೆ ಆ ವ್ಯಕ್ತಿಗೆ ಹಳೆಯ ನೆನಪುಗಳು ಇಲ್ಲ. ಅವನೇ ಇವನು. ಅದಕ್ಕಿಂತಲು ಈ ಫೋಟೋಗೆ ನಾನು ಗಡ್ಡ ಬರೆದೆ. ಇದೇ ವ್ಯಕ್ತಿ ಅವರಿಗೆ ಬೇಕಾಗಿರುವವನು ಅನ್ನೋದು ನನಗೆ ಖಾತ್ರಿಯಾಗಿದೆ. ಒಂದುಲಕ್ಷ! ಊಹಿಸು. ನೀನೇನು ಆಲೋಚಿಸಿದೆ?"

ತಿಲಕರಾಜ ಉಸಿರು ಬಿಗಿ ಹಿಡಿದು ನಿಂತಿದ್ದ. ಅವಳು ಏನೂ ಹೇಳುತ್ತಾಳೆ ಅನ್ನೋದರ ಮೇಲೆ ತಾನು ಅವಳ ಮೇಲಿರುವ ನಂಬಿಕೆಯನ್ನು ಅಳೆಯಬೇಕು.

"ಅವನು ಸ್ಮೃತಿ ಕಳೆದುಕೊಂಡ ವ್ಯಕ್ತಿ ತರ ಕಾಣಿಸುತ್ತಿಲ್ಲ" ಅವಳು ತಗ್ಗಿದ ಧ್ವನಿಯಲ್ಲಿ ಹೇಳಿದಳು.

"ಇವತ್ತು ಮಧ್ಯಾಹ್ನ ನಾವು ಮಾತಾಡಿಕೊಂಡೆವು. ಅವನು ಹಣ ಸಂಗ್ರಹದ ವಿಷಯ ಹೇಳ್ತಾ ಇದ್ದ. ಇಲ್ಲ... ಇವನು ಆ ವ್ಯಕ್ತಿಯಲ್ಲ. ನೀನು ಏನೇನೋ ಕಲ್ಪಿಸ್ತಿದ್ದಿ."

"ನಾನು ಹಾಗಾದರೆ ಡೈಸನ್ ಅಂಡ್ ಡೈಸನ್ ಅವರನ್ನು ಕರೆಸಲೆ? ಅದರಲ್ಲಿ ತೊಂದರೆಯೇನಿದೆ? ಅವರು ಯಾರನ್ನಾದರು ಕಳುಹಿಸಿ ಇವನನ್ನು ನೋಡಿಕೊಂಡು ಹೋದಾರು. ಅವರಿಗೆ ತುಂಬಾ ಮಂದಿ ಫೋನ್ ಮಾಡಿ

ತಿಳಿಸಬಹುದು. ನಮ್ಮದೇನು ಕಳೆದು ಹೋಗುತ್ತೆ? ಕುದುರಿದ್ರೆ ಒಳ್ಳೆ ಜಾಕ್‌ಪಾಟ್ ನಮಗೆ."

"ನಾವು ಹಾಗೆ ಮಾಡಿದ್ರೆ ಏನಾಗುತ್ತದೆ?"

"ಒಂದು ಲಕ್ಷ! ನೀನು ನನ್ನನ್ನು ಬಿಟ್ಟು ಹೋಗ್ತೀಯಾ, ಅಲ್ವಾ? ನಿನಗೆ ಇಂತದ್ದು ತುಂಬಾ ಸಿಗಬಹುದು. ಅಲ್ವಾ?"

"ಹೌದು."

"ಸರಿ, ಹಾಗಾದರೆ ನಿನಗೆ ಎರಡು ಸಾವಿರ ಕೊಡುತ್ತೇನೆ. ಉಳಿದದ್ದು ನನಗೆ. ನಾನು ಇನ್ನಷ್ಟು ಟ್ರಕ್ ಖರೀದಿಸಬೇಕು. ನಾಳೆ ನಾನು ವಕೀಲರಿಗೆ ಫೋನ್ ಮಾಡ್ತೇನೆ. ನಾವು ಅದೃಷ್ಟಹೀನರಾದರೆ ನಮ್ಮದು ಕೆಟ್ಟ ದಿನ. ಆದರೆ ನಾವಲ್ಲ."

ತಿಲಕರಾಜನ ಹೃದಯ ಬಡಿತ ವೇಗ ಪಡೆಯಿತು. ಅವನೇನಾದರೂ ಇಲ್ಲಿಗೆ ಬಂದರೆ ತೊಂದರೆ.

"ಅದನ್ನು ಸ್ಪಷ್ಟಪಡಿಸಿಕೊಳ್ಳೋಣ. ನಾಳೆ ಅವನನ್ನು ಮೀನು ಶಿಕಾರಿಗೆ ಕಳುಹಿಸೋಣ. ಅವನು ನದಿಯಲ್ಲಿರುವಾಗ ನಾನು ಆ ಕೆಲಸ ಮಾಡ್ತೇನೆ. ಇದು ಪದಕದ ವಿಷಯ. ಅವನ ಹತ್ರ ಆ ಪದಕ ಇರಬೇಕು. ಒಂದು ವೇಳೆ ಸಿಕ್ಕಿದರೆ ಅವನೇ ಇವನು ಅನ್ನೋದು ಖಚಿತ."

"ನಾನು ನಾಳೆ ಫೋನ್ ಮಾಡಿದ್ರೆ ಏನಾಗ್ತದೆ? ಅವರು ಬಂದು ಅವನನ್ನು ನೋಡ್ತಾರೆ."

ಸ್ವಲ್ಪ ಹೊತ್ತು ಮೌನವಾಗಿ ಕಳೆಯಿತು. ಅವಳು ಹೇಳಿದಳು, "ನಿನ್ನ ಮೆದುಳು ಉಪಯೋಗಿಸುವುದಿಲ್ವಾ? ಒಂದು ವೇಳೆ ಹೌದೂಂತಾದ್ರೆ ನಾವು ಇನ್ನಷ್ಟು ಅವರತ್ರ ಕೀಳಬಹುದು. ನಾವು ಒಂದುವರೆ ಲಕ್ಷ ಹೇಳುವಾ. ಐದು ನನಗೆ ಹತ್ತು ನಿನಗೆ."

"ನಾನೂ ಹಾಗೆ ಅಂದುಕೊಂಡೆ. ಹೌದು... ನಿನಗೆ ಐದು ಸಿಗದು. ನಿನಗೆ ನಾಲ್ಕೇ."

"ಆಯ್ತು, ನನಗೆ ನಾಲ್ಕು ಸಾಕು. ನೀನು ಅವನ ವಸ್ತುಗಳನ್ನು ತಡಕಾಡು. ಊಹಿಸು ಒಂದುವರೆ ಲಕ್ಷ!"

ತಿಲಕರಾಜ ಸದ್ದಿಲ್ಲದೆ ಅವನ ಬೆಡ್ ರೂಮ್‌ಗೆ ಬಂದು ಮೆಲ್ಲಗೆ ಬಾಗಿಲು ಮುಚ್ಚಿ ಹಾಸಿಗೆಯಲ್ಲುರುಳಿದ. ಈಗ ಅವನಿಗೆ ಅವಳ ಮೇಲೆ ನಂಬಿಕೆ ಬಂತು! ಅವಳು ಬುದ್ಧಿವಂತೆ! ಅವಳು ಯೋಜನೆಯಲ್ಲಿ ಗೆಲ್ಲುತ್ತಾಳೆ. ಆದರೆ ಮುಂದೇನು? ಅವನಿಗೆ ರಾತ್ರಿಯಿಡೀ ನಿದ್ದೆಯಿಲ್ಲದಾಯಿತು.

* * *

ಮಸ್ತಾನ ತನ್ನ ಧಡೂತಿ ದೇಹವನ್ನು ಎಳೆದುಕೊಂಡು ರುದ್ರನೇತ್ರನ ಆಫೀಸು ಪ್ರವೇಶಿಸಿ ಕಾಲಿನಿಂದಲೇ ಬಾಗಿಲು ಮುಚ್ಚಿ ಕುರ್ಚಿಯಲ್ಲಿ ದೊಪ್ಪನೆ ಕುಸಿದ.

"ನಾವು ಆ ಜಾಹೀರಾತಿನ ಮೇಲೆಯೇ ಕಾರ್ಯಾಚರಣೆ ಆರಂಭಿಸಿದ್ದೇವೆ. ಈಗಾಗಲೇ ಸಾವಿರಾರು ಫೋನ್ ಕರೆಗಳು ಬರುತ್ತಿವೆ. ಪ್ರತಿಯೊಂದು ಕರೆಯನ್ನೂ ಪರಿಶೀಲಿಸುತ್ತಿದ್ದೇವೆ" ರುದ್ರನೇತ್ರ ದುರುಗುಟ್ಟಿಕೊಂಡು ಅವನನ್ನು ನೋಡಿದ.

"ಅದು ನಿನ್ನ ಬುದ್ಧಿವಂತಿಕೆಯ ಐಡಿಯಾ."

"ಹೌದು ಒಳ್ಳೆಯ ಐಡಿಯಾ. ಆದರೆ ಅವನಂತಹ ಮೂರ್ಖರು ಅದೆಷ್ಟು ಮಂದಿ ಇದ್ದಾರೆನ್ನುವುದು ನನಗೇನು ಗೊತ್ತು? ಹಾಗೆ ನಾವು ಪರಿಶೀಲಿಸುತ್ತಿದ್ದೀವಿ. ಆದರೆ ಅದು ತುಂಬಾ ಸಮಯ ತಗೊಳ್ಳುತ್ತೆ."

"ಅದು ನಿನ್ನ ವ್ಯವಹಾರ. ನಾನು ಅದಕ್ಕಾಗಿಯೇ ನಿನಗೆ ಕೊಡ್ತಾ ಇರೋದು. ನೀನು ಮಾಡಿ ತೋರಿಸು. ಒಂದು ವಿಷಯ ನನಗೆ ಗೊತ್ತಾಗ್ಬೇಕು. ಒಂದು ವೇಳೆ ಹಣ ಆ ಒಂದು ಲಾಕರ್‌ನಲ್ಲಿದ್ದರೆ ಹುಚ್ಚು ನಾಯಿಗೆ ಅದು ಸಿಗಲಾರದು. ಅದು ನನಗೆ ಸ್ಪಷ್ಟವಾಗಿದೆ!" ರುದ್ರನೇತ್ರ ಗಟ್ಟಿಯಾದ ಧ್ವನಿಯಲ್ಲಿ ಹೇಳಿದ.

ಅಧ್ಯಾಯ 8

ರತಿ ತಿಲಕರಾಜನ ಬೆಡ್‌ರೂಂನ ಬಾಗಿಲು ತೆರೆದು ಒಳಗೆ ಬರುವಾಗ ಲಾರಿಯ ಯಂತ್ರದ ಸದ್ದು ಸಂಪೂರ್ಣ ನಶಿಸಿ ಹೋಗಿತ್ತು.

ಮುಂಜಾವಿನ ಮಂದ ಬೆಳಕಿನಲ್ಲಿ ಅವಳು ತಿಲಕರಾಜನನ್ನು ನುಂಗುವಂತೆ ನೋಡಿದಳು. ಆದರೆ ಇದು ರೋಮಾನ್ಸ್ ನಡೆಸಲು ಸಶಕ್ತ ಸಮಯವಲ್ಲ. ಅವಳು ಅವನ ಬೆಡ್‌ನ ತುದಿಗೆ ಕುಳಿತಳು.

"ನಿನ್ನೆ ರಾತ್ರಿ ಅವನು ನನ್ನತ್ರ ಮಾತಾಡಿದ" ಅವಳು ಹೇಳಿದಳು.

"ನನಗೆ ಗೊತ್ತು. ನನಗೆ ಪ್ರತಿಯೊಂದು ಪದವೂ ಕೇಳಿಸಿತ್ತು" ತಿಲಕರಾಜ ಅವಳ ಕೈಯನ್ನು ಮೆತ್ತಗೆ ಹಿಡಿದುಕೊಂಡ.

"ನೀನು ತುಂಬಾ ಚೆನ್ನಾಗಿ ನಟಿಸಿದೆ. ಇವತ್ತು ರಾತ್ರಿ ಅವನು ಹಿಂತಿರುಗುವಾಗ... ಏನಾಗಬಹುದು?"

"ನಾನು ಅವನಿಗೆ ನೀನು ಆ ವ್ಯಕ್ತಿಯಲ್ಲಾಂತ ಹೇಳ್ತೀನಿ. ನಾನು ನಿನ್ನ ಆಧಾರ್ ಕಾರ್ಡ್, ಡ್ರೈವಿಂಗ್ ಲೈಸೆನ್ಸ್‌ಗಳನ್ನೆಲ್ಲಾ ನೋಡಿದ್ದೀನಿಂತ ಹೇಳ್ತೀನಿ. ನಿನ್ನತ್ರ ಪದಕವೇ ಇಲ್ಲಾಂತ ಹೇಳ್ತೀನಿ."

ತಿಲಕರಾಜ ತಲೆಯಲುಗಿಸಿದ.

"ಅವೆಲ್ಲಾ ಮಾತುಗಳು ಅವನನ್ನು ತಡೆಯುವುದಿಲ್ಲ. ಅವನಿಗೆ ಹಣದ ಹಸಿವು. ಅವನು ಹೇಳಿದ ಮೇಲೆ ಕರೆ ಮಾಡಿದರೆ ನಷ್ಟವೇನಿದೆ? ಸರಿ ತಾನೆ?"

"ಹಾಗಾದರೆ ಮೊದಲು ಇಲ್ಲಿಂದ ಹೋಗೋಣ. ಹಣ ತೆಗೆದುಕೊಂಡು ಎಲ್ಲಿಯಾದರೂ ಹೋಗುವ. ನನಗೆ ಬಾಡಿಗೆಗೆ ಕಾರು ಎಲ್ಲಿ ಸಿಗುತ್ತೇಂತ ಗೊತ್ತಿದೆ. ಮುಂಬೈಗೆ ಹೋಗಿ ಹಣ ತೆಗೆದುಕೊಂಡು ಉತ್ತರ ಭಾರತಕ್ಕೆ ಹೋಗೋಣವೇ? ನೀನು ಏನು ಹೇಳುವೆ?"

ಅವನು ಹಿಂದಕ್ಕೆ ದಿಂಬಿಗೊರಗಿ ಕುಳಿತು ಅವಳನ್ನೇ ದಿಟ್ಟಿಸಿದ.

"ಅದು ಅಷ್ಟು ಸುಲಭವಾಗಿದ್ದರೆ ಏನೂ ಸಮಸ್ಯೆಯಿಲ್ಲ."

"ಅವನಿಗೆ ನಾನು ಯಾರೂಂತ ಗೊತ್ತಿಲ್ಲ ಅಲ್ವಾ?"

"ನೀನು ಹಣವನ್ನು ಎಲ್ಲಿ ಬಚ್ಚಿಟ್ಟಿದ್ದೀಯಾ? ನೀನು ದೂರದಲ್ಲಿ ನಿಂತರೆ ನಾನ್ಯಾಕೆ ಅದನ್ನು ತೆಗೆದುಕೊಂಡು ಬರಬಾರದು?" ಅವಳು ತಾಳ್ಮೆ ಕಳೆದುಕೊಂಡು ಹೇಳಿದಳು.

"ಮುಂಬೈ ಶಹರ್ ರುದ್ರನೇತ್ರನ ಜನರಿಂದ ತುಂಬಿ ಹೋಗಿದೆ. ಪ್ರತಿಯೊಬ್ಬರೂ ಆ ಹಣದ ಚೀಲಗಳ ಮಾಹಿತಿ ಹೋಗಿದೆ. ಎರಡು ಕೆಂಪು ಚರ್ಮದ ಚೀಲಗಳು. ಯಾರಾದರೂ ಆ ಎರಡು ಚೀಲಗಳನ್ನು ನಿನ್ನ ಕೈಯಲ್ಲಿ ನೋಡಿದರೆ ನೀನು ಎರಡು ನಿಮಿಷವೂ ಬದುಕಿರಲಾರೆ."

"ಹಾಗಾದರೆ ಒಂದು ಕಬ್ಬಿಣದ ಪೆಟ್ಟಿಗೆಯಲ್ಲಿ ಆ ಎರಡು ಚೀಲಗಳನ್ನು ಸೇರಿಸಿ ತಂದರಾಯಿತು. ಅದರಿಂದೇನಾಗುತ್ತದೆ?"

ತಿಲಕರಾಜ ಈಗ ಅವಳಿಗೆ ಎಲ್ಲವನ್ನೂ ಹೇಳಬೇಕೆಂದುಕೊಂಡ.

"ಆ ಚೀಲಗಳಿರೋದು ರುದ್ರನೇತ್ರನ ಆಫೀಸಿನ ಎದುರುಗಡೆಯಿರುವ ಬಸ್ ನಿಲ್ದಾಣದ ಲಗೇಜ್ ಲಾಕರ್‌ನಲ್ಲಿ. ಅವುಗಳನ್ನು ತೆಗೆದು ಪೆಟ್ಟಿಗೆಗೆ ಸೇರಿಸುವಾಗ ಯಾರಿಗಾದರೂ ಕಂಡೇ ಕಾಣುತ್ತದೆ."

"ನಾನು ಹೇಗಾದರೂ ಮಾಡಿ ಅದನ್ನು ತರಬಲ್ಲೆ" ಅದನ್ನು ಅವರು ತೆಗೆದುಕೊಳ್ಳುವ ಮೊದಲೇ ಮಾಫಿಯ ತೆಗೆದುಕೊಳ್ಳುವ ಸಾಧ್ಯತೆ ಇದೆ.

"ರುದ್ರನೇತ್ರ ಬಹಳ ಚಾಲಾಕಿ ಮನುಷ್ಯ. ಅವನಿಗೆ ಲಾಕರ್‌ಗಳ ಬಗ್ಗೆ ಗೊತ್ತಿದೆ. ಅವನು ಅವುಗಳನ್ನು ಚೆಕ್ ಮಾಡಿಸಬಹುದು" ತಿಲಕರಾಜ ಒಂದು ಕ್ಷಣ ಯೋಚಿಸಿದ.

"ಹತ್ತಿರದಲ್ಲೆಲ್ಲಾದರೂ ಟೆಲಿಫೋನ್ ಬೂತು ಇದೆಯಾ?"

"ಹಳ್ಳಿಯಲ್ಲಿ... ಒಂದು ಅಂಗಡಿಯಲ್ಲಿದೆ."

"ನಾನು ಮುಂಬೈಗೆ ಫೋನ್ ಮಾಡಬೇಕು. ಅವನು ನನಗೆ ಏನಾಗ್ತಾ ಇದೇಂತ ಹೇಳ್ತಾನೆ. ಅಂಗಡಿ ಎಷ್ಟು ಗಂಟೆಗೆ ತೆರೆಯುತ್ತದೆ?"

"ಏಳುವರೆಗೆ."

ಅವನು ವಾಚ್ ನೋಡಿಕೊಂಡ. ಸಮಯ ಐದು ಮೂವತ್ತು.

"ನನ್ನನ್ನು ಬೋಟ್‌ನಲ್ಲಿ ಕರೆದುಕೊಂಡು ಹೋಗುವೆಯಾ?"

ಅವಳು ಹಿಂಜರಿದಳು.

"ಅವರೆಲ್ಲಾ ನಮ್ಮನ್ನೇ ಗಮನಿಸಬಹುದು. ಆದರೂ ಅವರಿಗೆ ನೀನಿಲ್ಲಿರುವುದು ತಿಳಿದಿಲ್ಲ. ನೀನು ಎಚ್ಚರಿಕೆಯಿಂದ ಇರಬೇಕು."

"ನಾನು ಫೋನ್ ಮಾಡಲೇಬೇಕು."

ಅವಳು ದೀರ್ಘವಾಗಿ ಆಲೋಚಿಸಿದಳು.

"ನಾನು ಅನಂತುಗೆ ನನ್ನ ಮಲತಾಯಿಯ ಮಗಾಂತ ಹೇಳಿದರೆ ಅವನಿಗೆ ಗೊತ್ತಾಗದು. ಅವನು ಸುಲಭದಲ್ಲಿ ನಂಬಬಹುದು."

"ಅವನ್ಯಾರು ಅನಂತು?"

"ಅಂಗಡಿಯ ಮಾಲೀಕ. ಅನಂತು ನಿರಪಾಯಕಾರಿ ಮನುಷ್ಯ. ಅಂಗಡಿ ತೆರೆಯುವ ಸಮಯಕ್ಕೆ ಅಲ್ಲಿದ್ದರೆ, ಅಲ್ಲಿ ಯಾರೂ ಅಷ್ಟು ಬೇಗ ಬರುವುದಿಲ್ಲ. ನಿನಗೆ ನಿಜವಾಗಿಯೂ ಫೋನ್ ಮಾಡ್ಲೇಬೇಕಾ?"

"ಹೌದು."

"ಒಮ್ಮೆ ತಿಳಿದುಕೊಂಡರೆ ಎಲ್ಲವೂ ಸುಸೂತ್ರವಾಗಿ ನಡೆಯಬಹುದು. ನಾವು ಬಾಡಿಗೆಗೆ ಕಾರು ಮಾಡಿಕೊಂಡು ಹಣ ತೆಗೆದುಕೊಂಡು ಬರಬಹುದಲ್ಲವೇ?"

"ಮೊದಲು ಅಲ್ಲಿ ಏನಾಗ್ತಿದೆ ಅನ್ನೋದನ್ನು ತಿಳ್ಕೊಳ್ಬೇಕು."

ಅವಳು ತಲೆಯಲುಗಿಸಿದಳು.

"ನಾನು ಕಾಫಿ ಮಾಡ್ತೀನಿ. ಇನ್ನು ಸಮಯವಿದೆ."

ಅವನು ತಕ್ಷಣವೇ ತೋಳು ಹಿಡಿದು ಅವಳನ್ನು ತನ್ನೆದೆಗೆ ಒರಗಿಸಿಕೊಂಡ.

"ಕಾಫಿ ಮಾಡುವುದಕ್ಕೆ ಇನ್ನೂ ಸಮಯವಿದೆ."

* * *

ಮೋಟರ್ ಬೋಟ್ ಸಣ್ಣ ಬಂದರಿನಲ್ಲಿ ಲಂಗರು ಹಾಕಿ ನಿಂತಿತ್ತು. ತಿಲಕರಾಜ ಅಂಗಡಿಯನ್ನು ಗಮನಿಸಿದ. ಸಣ್ಣ ತಗ್ಗು ಮಾಡಿನ ನೀರಿನಾಚೆ ಮುಖ ಮಾಡಿದ ಕಟ್ಟಡ ಅದು. ಕೈಗಡಿಯಾರದತ್ತ ನೋಡಿದ. ಏಳು ಮೂವತ್ತು ದಾಟಿತ್ತು. ಅಂಗಡಿಯ ಬಾಗಿಲು ತೆರೆದಿತ್ತು.

ಅವನು ಜ್ಯಾಕೆಟ್ ಒಳಗೆ ರಿವ್ವಾಲ್ವರ್ ಅಡಗಿಸಿಟ್ಟಿದ್ದ. ಒಮ್ಮೆ ನದಿಯಾಚೆ ದೃಷ್ಟಿ ಹಾಯಿಸಿದ. ಯಾವ ನರ ಮನುಷ್ಯನ ಸುಳಿವೂ ಇರಲಿಲ್ಲ. ರತಿ ಬೋಟ್‌ನಿಂದ ಇಳಿದಳು. ಹಿಂದೆಯೇ ತಿಲಕರಾಜ ಇಳಿದ. ಇಬ್ಬರೂ ಜತೆಯಾಗಿ ಮಣ್ಣಿನ ರಸ್ತೆ ಸವೆಸಿ ಅಂಗಡಿಯತ್ತ ನಡೆದರು.

"ನೋಡು, ಓ! ಅಲ್ಲಿದೆ ಫೋನ್" ರತಿ ದೂರಕ್ಕೆ ಬೆರಳು ತೋರಿಸಿ ಹೇಳಿದಳು.

ತಿಲಕರಾಜ ಬೂತ್‌ನ ಒಳಗೆ ನಡೆದಾಗ ಕುಳ್ಳಗೆ ದಪ್ಪನೆಯ ವ್ಯಕ್ತಿ ಹೊರಗೆ ಬಂದ. ತಿಲಕರಾಜ ಬಾಗಿಲು ಮುಚ್ಚಿ ನಾಣ್ಯವನ್ನು ತೂರಿಸಿ ಸಂಖ್ಯೆಯನ್ನು ಡಯಲಿಸಿದ. ಅವನು ಅನುದೀಪ್‌ನ ಮನೆಗೆ ಫೋನ್ ಮಾಡಿದ. ತುಂಬಾ ಹೊತ್ತಿನ ಬಳಿಕ ಅನುದೀಪ್‌ನ ನಿದ್ದೆಯ ಗುಂಗಿನಲ್ಲಿದ್ದಂತಹ ಧ್ವನಿ ಕೇಳಿಸಿತು.

"ಯಾರಿದು?"

"ಅನುದೀಪ್, ಎದ್ದೇಳು! ಇದು ತಿಲಕರಾಜ!"

"ಯಾರು?"

"ತಿಲಕ."

ತಣ್ಣನೆಯ ಭಯದ ಉದ್ಗಾರ ಅತ್ತಲಿಂದ ಕೇಳಿಸಿತು.

"ಅನುದೀಪ್, ಕೇಳು. ಅಲ್ಲಿ ಏನು ನಡಿತಿದೇಂತ ಹೇಳು? ಏನಾದರು ಸುದ್ದಿ ಇದೆಯಾ?"

"ತಿಲಕರಾಜ!... ನಿನ್ನತ್ರ ಕೇಳಿಕೊಳ್ತಾ ಇದ್ದೇನೆ, ದಯವಿಟ್ಟು ನನಗೆ ಫೋನ್ ಮಾಡ್ಬೇಡ. ನಿನ್ನತ್ರ ಬೇಡಿಕೊಳ್ತಾ ಇದ್ದೇನೆ. ನಿಜವಾಗಿಯೂ ನನಗೆ ತೊಂದರೆಯಾಗ್ತಿದೆ. ನಾನು..."

"ಹಾಗೆ ಹೇಳ್ಬೇಡ ಅನುದೀಪ್! ನೀನು ನನ್ನ ಗೆಳೆಯ... ನೆನಪಿಸಿಕೋ, ಅಲ್ಲಿ ಏನಾಗ್ತಿದೆ?"

"ನನಗೆ ಗೊತ್ತಿಲ್ಲ... ಗೊತ್ತಿಲ್ಲ... ಏನು ಆಗ್ತಾ ಇಲ್ಲ. ತಿಲಕರಾಜ ಯಾರು ಏನೂ ಮಾತಾಡಿಕೊಳ್ತಾ ಇಲ್ಲ... ಇಲ್ಲಿ ಏನೂ ಆಗ್ತಾ ಇಲ್ಲ. ನನಗೇನೂ ಗೊತ್ತಿಲ್ಲ."

"ಅನುದೀಪ್, ನೀನು ನನಗೊಂದು ಸಹಾಯ ಮಾಡ್ಬೇಕು."

"ನಾನಾ? ನಾನು ಬೇಕಾದಷ್ಟು ಮಾಡಿಲ್ವಾ? ತಿಲಕರಾಜ, ನೀನು ನನ್ನ ಹಣವನ್ನೆಲ್ಲ ತೆಗೆದುಕೊಂಡು ಹೋಗಿರುವೆ. ನನ್ನ ಹೆಂಡತಿ ಹಣಕ್ಕಾಗಿ ಪೀಡಿಸ್ತಿದ್ದಾಳೆ. ಅವಳಿಗೆ ಕೊಡುವುದಕ್ಕೆ ನನ್ನ ಕೈಯಲ್ಲಿ ಚಿಕ್ಕಾಸು ಇಲ್ಲ. ನನ್ನ ತಮ್ಮ ಬೇರೆ..."

"ಅದನ್ನು ಬಿಟ್ಟು ಬಿಡು ಅನುದೀಪ್! ನಾನು ನಿನಗೆ ಹೇಳಿದ್ದೇನೆ. ನಿನ್ನ ಹಣ ನಿನಗೆ ವಾಪಾಸು ಸಿಗುತ್ತೆ. ಈಗ ಜಾಗ್ರತೆಯಿಂದ ಕೇಳು. ನಿನಗೆ ಬಸ್ ನಿಲ್ದಾಣ ಗೊತ್ತಲ್ಲ? ನಮ್ಮ ಆಫೀಸಿನ ಪಕ್ಕದ್ದು."

"ಹೌದು ಗೊತ್ತು."

"ನೀನು ಬಾಸ್‌ನನ್ನು ಆಫೀಸಿಗೆ ಕರೆದುಕೊಂಡು ಹೋದ ಮೇಲೆ ಪತ್ರಿಕೆಯನ್ನು ತೆಗೆದುಕೋ. ಅಲ್ಲಿಯೇ ಸುತ್ತಾಡು. ಅಲ್ಲಿ ಯಾರಾದರೂ ಗ್ಯಾಂಗ್‌ನವರು ಅಥವಾ ಪೊಲೀಸರು ತಿರುಗಾಡ್ತಾರಾ ಗಮನಿಸು. ಅರ್ಥವಾಯ್ತಾ ಅನುದೀಪ್?"

"ಅವರು ಅಲ್ಲಿ ಗಸ್ತು ತಿರುಗುತ್ತಿದ್ದಾರೆ ತಿಲಕರಾಜ. ಯಾಕೇಂತ ಕೇಳ್ಬೇಡ. ಅವರಲ್ಲಿದ್ದಾರೆ. ನಾನು ಕಳೆದ ರಾತ್ರಿ ಸಿಗರೇಟ್ ತರಲು ಹೋಗಿದ್ದೆ. ಮೈಕೆಲ್ ಮದನ್ ಇಬ್ಬರೂ ಅಲ್ಲಿದ್ರು."

ತಿಲಕರಾಜ ತನ್ನಷ್ಟಕ್ಕೆ ತಲೆಯಲುಗಿಸಿದ. ಹಾಗಾದ್ರೆ ರುದ್ರನೇತ್ರನಿಗೆ ಹಣ ಲಾಕರ್‌ನಲ್ಲಿದೆಯೆನ್ನುವ ಅನುಮಾನ ಕಾಡಿದೆ!

"ಆಯ್ತು ಅನುದೀಪ್, ನಿನ್ನ ಹಣದ ಬಗ್ಗೆ ಚಿಂತಿಸಬೇಡ. ನಿನಗೆ ಆದಷ್ಟು ಬೇಗ ತಲುಪಿಸುವ ವ್ಯವಸ್ಥೆ ಮಾಡುವೆ."

ಅವನು ಇಟ್ಟು ಬಿಟ್ಟ. ತುಂಬಾ ಹೊತ್ತು ತಿಲಕರಾಜ ಕಾಯಿನ್ ಬಾಕ್ಸ್ ಅನ್ನು ನೋಡುತ್ತಾ ಹಾಗೆ ನಿಂತು ಬಿಟ್ಟ. ಇದು ತಾಳ್ಮೆಯ ವಿಷಯ. ರುದ್ರನೇತ್ರ ಎಷ್ಟು ಸಮಯ ಲಾಕರ್‌ಗಳನ್ನು ಕಾಯಬಹುದು? ಅವನಿಗೆ ಹಣ ಅಲ್ಲಿದೇಂತ ಗೊತ್ತಿಲ್ಲ. ಅವನು ಊಹಿಸಿರಬಹುದಷ್ಟೆ. ಇದು ಸಮಸ್ಯೆಯಲ್ಲ. ಆದರೆ ಮಿಥುನ್ ಜೊತೆಗೆ ರಾತ್ರಿ ಏನು ಹೇಳಬೇಕು?

ಅವನು ಬೂತ್‌ನ ಬಾಗಿಲು ತೆರೆದು ಅಂಗಡಿಯ ಒಳಗೆ ಬಂದ.

"ತಿಲಕರಾಜ! ಬಾ ಅನಂತುವನ್ನು ಭೇಟಿ ಮಾಡಿಸ್ತೀನಿ" ರತಿ ಕರೆದಳು. ಅವಳು ಕೌಂಟರ್‌ನ ಬಳಿ ನಿಂತಿದ್ದಳು. ಇನ್ನೊಂದು ಬದಿಯಲ್ಲಿ ಕುಳ್ಳಗಿನ ವ್ಯಕ್ತಿ ಕೈ ಮುಂದೆ ಚಾಚಿದ.

"ನಿನ್ನ ಪರಿಚಯವಾಗಿದ್ದು ಸಂತೋಷ. ಈ ವಿಷಯ ನನಗೆ ರತಿ ಹೇಳಲೇ ಇಲ್ಲ. ಅವಳಿಗೊಬ್ಬ ಅಣ್ಣನಿದ್ದಾನೇಂತ. ಸ್ವಾಗತ ನಿನಗೆ ತಿಲಕರಾಜ." ತಿಲಕರಾಜ ಅವನ ಕೈ ಕುಲುಕಿದ. ಅವನ ಚುರುಕಿನ ಕಣ್ಣುಗಳು ತಿಲಕರಾಜನನ್ನು ಕುತೂಹಲದಿಂದ ಗಮನಿಸಿದವು. ಬೊಕ್ಕ ತಲೆಯ ದಪ್ಪ ಮೀಸೆಯ ಸಣ್ಣಗಿನ ಕುಳ್ಳ ಜೀವ!

"ಇಲ್ಲಿ ಒಳ್ಳೊಳ್ಳೆಯ ಅಂಗಡಿಗಳಿವೆ."

"ಹ... ಹೌದು... ಸರಿ" ಮತ್ತೊಮ್ಮೆ ಅವನನ್ನು ಮೇಲಿಂದ ಕೆಳಗೆ ನೋಡಿದ. ಅನುಮಾನದ ನೋಟವಿತ್ತು.

"ರತಿ ನಿನ್ನ ಬಗ್ಗೆ ಹೇಳಿದ್ಲು. ನಿನಗೆ ಮೀನು ಶಿಕಾರಿಯಲ್ಲಿ ಆಸಕ್ತಿ ಇದೆಯಾ?"

"ಹೌದು, ಮೂರುನಾಲ್ಕು ಬಾರಿ ಶಿಕಾರಿ ಮಾಡಿದ್ದೆ."

"ಹಾಗಾದರೆ ನೀನು ಒಳ್ಳೆಯ ಶಿಕಾರಿ ಮನುಷ್ಯ."

"ನನಗೆ ಸಾಮಾನುಗಳನ್ನು ಕೊಟ್ಟು ಬಿಡು" ರತಿ ಅವನ ಮಾತನ್ನು ತಡೆಯಲು ಮಧ್ಯೆ ಮಾತು ತೆಗೆದಳು.

"ಒಂದು ನಿಮಿಷ" ಅನಂತು ಇನ್ನೊಂದು ಕೌಂಟರ್‌ಗೆ ನಡೆದಾಗ ರತಿ ಮತ್ತು ತಿಲಕರಾಜ ಒಬ್ಬರನ್ನೊಬ್ಬರು ನೋಡಿಕೊಂಡರು. ಅವರಿಬ್ಬರು ಏನೂ ಮಾತಾಡಲಿಲ್ಲ. ಹತ್ತು ನಿಮಿಷದ ಬಳಿಕ ಇಬ್ಬರೂ ಲಂಗರು ಹಾಕಿದ ಬೋಟ್‌ನ ಬಳಿ ಬಂದರು. ಅನಂತು ಅವರಿಬ್ಬರು ಹೋಗುತ್ತಿರುವುದನ್ನು ನೋಡುತ್ತಿದ್ದ. ಅವನಿಗೆ ಅನುಮಾನ ಕಾಡಿತು. ತತ್‌ಕ್ಷಣವೇ ಅವನ ಕಣ್ಣುಗಳು ಅರಳಿದವು.

ಅವನು ಕೂಡಲೇ ಕೌಂಟರ್‌ನ ಬಳಿ ಬಂದು ಹಿಂದಿನ ದಿನದ ಪತ್ರಿಕೆಯನ್ನು ಹುಡುಕಿ ತೆಗೆದ. ಜಾಹೀರಾತಿದ್ದ ಪುಟ ತೆರೆದ. ಈ ವ್ಯಕ್ತಿಯನ್ನು ನೋಡಿದ್ದೀರಾ? ಅದರಲ್ಲಿದ್ದ ಫೋಟೋವನ್ನೇ ತದೇಕಚಿತ್ತದಿಂದ ನೋಡಿದ. ಪೆನ್ಸಿಲ್‌ನಿಂದ ಅದಕ್ಕೊಂದು ಗಡ್ಡವನ್ನು ಬರೆದ. ಮತ್ತೊಮ್ಮೆ ಫೋಟೋವನ್ನು ನೋಡಿದ ಮೇಲೆ ಅವನು ಟೆಲಿಫೋನ್ ಬೂತಿನೊಳಗೆ ನಡೆದು ಸಂಖ್ಯೆಯನ್ನು ಡಯಲಿಸಿದ. ಗೊಗ್ಗರು ಧ್ವನಿಯೊಂದು ಅತ್ತಲಿಂದ ಕೇಳಿತು.

"ಅನಂತು ಮಾತಾಡ್ತಾ ಇದ್ದೀನಿ. ತಿಲಕರಾಜ ಅನ್ನೋ ವ್ಯಕ್ತಿ ಇಲ್ಲಿಗೆ ಬಂದಿದ್ದ. ಅವನೇ ಇರಬಹುದು."

"ಯಾವ ವ್ಯಕ್ತಿ?"

ಅನಂತು ಮತ್ತಷ್ಟು ಹೇಳಿದ.

"ಅವಳು ಹೇಳ್ತಾ ಇದ್ಲು. ಅವಳ ಸಹೋದರಾಂತ. ಆದ್ರೆ ಹಾಗೆ ಕಾಣಿಸ್ತಿಲ್ಲ."

"..."

"ಈ ಹೆಂಗಸು ಹಾಗೆ ಹೇಳಿದ್ರೂ ನಾನು ನಂಬೊಲ್ಲ. ಅವಳ ಗಂಡ ನನಗೆ ಚೆನ್ನಾಗಿ ಗೊತ್ತು. ಅವನ ಹತ್ರ ವಿಚಾರಿಸಿದ್ರೆ ಎಲ್ಲಾ ಗೊತ್ತಾಗುತ್ತೆ."

"ಸರಿ, ನಾನು ಯಾರನ್ನಾದರೂ ಅಲ್ಲಿಗೆ ಕಳಿಸ್ತೇನೆ. ನಮಗೆ ತುಂಬಾ ಕರೆಗಳು ಬರ್ತಾ ಇವೆ. ಎಲ್ಲವನ್ನೂ ಪರೀಕ್ಷಿಸಿಯೇ ನೋಡ್ಬೇಕು."

"ಯಾವಾಗ ಕಳಿಸ್ತೀರಾ?"

"ನನಗೆ ಹೇಗೆ ಗೊತ್ತಾಗಬೇಕು? ಯಾರು ಇರ್ತಾರೆ ಅವರನ್ನು ಕಳಿಸುವೆ."

"ಅದು ಅವನೇ ಆಗಿದ್ರೆ ನನಗೆ ಬಹುಮಾನ ಕೊಡ್ತೀರಲ್ವಾ?"

"ಅವನೇ ಆಗಿದ್ರೆ ಖಂಡಿತಾ" ಕರೆ ನಿಂತಿತು!

* * *

ಇಂಜಿನ್‌ನ ಮೊರೆತ ಮಾತಾಡಲು ತಡೆಯುಂಟು ಮಾಡಿತು. ತಿಲಕರಾಜ ಹಿಂಭಾಗದಲ್ಲಿ ಕುಳಿತಿದ್ದ. ಅವನು ವಿಪರೀತ ಆಲೋಚನೆಗೊಳಗಾಗಿದ್ದ. ಅಂಗಡಿಯಾತ ಅಪಾಯದ ಎಚ್ಚರಿಕೆಯನ್ನು ನೀಡಿದ್ದ. ಅವನು ಅನುದೀಪ್‌ಗೆ ಫೋನ್ ಮಾಡಿದ್ದ. ಆದರೆ ಈಗ ಅದೆಷ್ಟು ತೊಂದರೆ ಕೊಡಬಹುದೆನ್ನುವುದುರ ಅರಿವಾಯಿತು. ಎಲ್ಲೆಲ್ಲೂ ಮಾಫಿಯಾ ಜನರೇ ತುಂಬಿದ್ದರು. ಈಗ ಎಲ್ಲರ ನೋಟ ಬಸ್ ನಿಲ್ದಾಣದ ಲಾಕರ್ ಮೇಲೆಯೇ ಇದೆ! ಬೋಟ್ ನೀರನ್ನು ಸೀಳಿಕೊಂಡು ಮುಂದಕ್ಕೆ ಓಡುತ್ತಿದ್ದಂತೆ ಗಾಳಿಯ ತೀವ್ರತೆಗೆ ತಲೆಗೂದಲು ಕೆದರಿ ಆಟವಾಡುತ್ತಿತ್ತು.

ಅವನು ಬೋಟ್ ಅನ್ನು ಹೌಸ್‌ಬೋಟ್‌ಗೆ ಕಟ್ಟಿ ಡೆಕ್‌ನ ಮೇಲೆ ಬಂದಾಗ ರತಿ ಕೂಡ ಅವನನ್ನು ಹಿಂಬಾಲಿಸಿದಳು. ಅವನು ಬೆತ್ತದ ಕುರ್ಚಿಯನ್ನು ಎಳೆದು ಕುಳಿತ.

"ಒಳ್ಳೆಯದಾಯಿತಲ್ಲವೇ?" ಅವಳು ಅವನತ್ತ ಬಾಗಿ ಕೇಳಿದಾಗ ಅವಳು ಅವನ ನೀಲಿ ಕಣ್ಣುಗಳನ್ನೇ ನೋಡಿದಳು.

"ಅವರು ಲಗೇಜ್ ಲಾಕರ್ ಬಳಿಯೇ ಗಸ್ತು ತಿರುಗುತ್ತಿದ್ದಾರಂತೆ."

ಅವಳ ಕಣ್ಣುಗಳಲ್ಲಿ ನಿರಾಶೆಯ ನೋಟ ತುಂಬಿದಾಗ ಅವನಿಗೆ ಕಷ್ಟವೆನಿಸಿತು. ಹಣದ ಹಸಿವು ಅವಳಿಗೆ ಎಂದುಕೊಂಡ. ಅವಳು ಅವನ ಪಕ್ಕದಲ್ಲಿಯೇ ಕುಳಿತಳು.

"ನಾವೀಗ ಏನು ಮಾಡೋಣ?"

"ಅದು ಸರಿ... ನಾವೀಗ ಏನು ಮಾಡೋದು?"

ಅವನು ನದಿಯನ್ನೇ ನೋಡುತ್ತಾ ಕೇಳಿದ.

"ನಾನು ಅದನ್ನು ತಂದು ಲಗೇಜ್ ಲಾಕರ್‌ನಲ್ಲಿಡುವಾಗ ತಾಳ್ಮೆ ಮುಖ್ಯ ಎಂದುಕೊಂಡಿದ್ದೆ. ಎರಡು ವರ್ಷಗಳ ಬಳಿಕ ನಾನು ಆ ಹಣವನ್ನು ತೆಗೆದುಕೊಳ್ಳುವುದು ಸುರಕ್ಷಿತ ಅಂದುಕೊಂಡಿದ್ದೆ."

ಅವಳು ಗಂಭೀರಳಾದಳು.

"ಎರಡು ವರ್ಷ?"

"ಎಲ್ಲಿಯವರೆಗೆ ಅದು ಲಾಕರ್‌ನಲ್ಲಿಯೇ ಇರುತ್ತದೆಯೋ ಅಷ್ಟು ಒಳ್ಳೆಯದು. ನಾವೀಗ ಪ್ರಯತ್ನಿಸಿದರೆ ನಾವೆಲ್ಲರೂ ಸಾಯಬಹುದು. ಆಗ ಹಣ ಮತ್ತೆ ರುದ್ರನೇತ್ರನ ಪಾಲಾಗುತ್ತದೆ. ಕೂಡಲೇ ಅಥವಾ ಮತ್ತೆ. ಅವನು ಲಾಕರನ್ನು ಕಾಯುತ್ತಿದ್ದಾನೆ. ಅದು ಒಂದು ತಿಂಗಳು ಆಗಬಹುದು... ಅಥವಾ ಆರು ತಿಂಗಳು. ಆದರೆ ನನಗೆ ಮುಂಬೈಯಲ್ಲಿ ಪರಿಚಿತರಿದ್ದಾರೆ. ಅವರು ಯಾವಾಗ ಗ್ಯಾಂಗ್‌ನ ಚಟುವಟಿಕೆ ಕಡಿಮೆಯಾಗುತ್ತದೆ ಅಂತಾರೋ ಅಲ್ಲಿಯವರೆಗೆ ನಾವು ಕಾಯಬೇಕು."

"ಹಾಗಾದರೆ ನೀನು ಇನ್ನು ಆರು ತಿಂಗಳು ಇಲ್ಲಿ ಇರಲಾರೆಯಾ?"

"ಇಲ್ಲ, ನಾನು ಬೇರೇನಾದರೂ ಕೆಲಸ ಹುಡುಕಿಕೊಳ್ಳಬೇಕು. ನಾನು ಫಾಝಿಲ್‌ನನ್ನು ಭೇಟಿಯಾಬೇಕು. ಅಲ್ಲಿ ನನಗೇನಾದರೂ ಕೆಲಸ ಸಿಗಬಹುದು."

"ಹಾಗಾದರೆ ನನ್ನ ಗತಿ?" ಅವಳ ಧ್ವನಿಯಲ್ಲಿ ತೀವ್ರವಾದ ನೋವಿನ ಛಾಯೆಯಿತ್ತು. ಅವನು ಅವಳನ್ನು ದಿಟ್ಟಿಸಿದ. ಅವಳೂ ಅವನನ್ನು ನೋಡಿದಳು. ಅವಳ ಕಣ್ಣುಗಳು ತೇವವಾದವು.

"ನನ್ನ ಹತ್ತಿರ ಸ್ವಲ್ಪ ಹಣವಿದೆ. ಸದ್ಯಕ್ಕೆ ಸಾಕು. ನೀನು ನನ್ನ ಜೊತೆಗೆ ಬಂದರೆ ನಾನು ಕರೆದುಕೊಂಡು ಹೋಗಬಲ್ಲೆ."

"ನೀನು ಅವನಿಂದ ಎಷ್ಟು ಹಣ ತೆಗೆದುಕೊಂಡಿರುವೆ ರಾಜ? ನೀನು ನನಗೆ ಹೇಳಲೇ ಇಲ್ಲ" ಅವನು ಹೇಳಲಾರ.

"ಸುಮಾರು ಹತ್ತು ಲಕ್ಷಗಳಿರಬಹುದು."

"ಕೇವಲ ಹತ್ತು ಲಕ್ಷಕ್ಕೆ ನಿನ್ನ ಬದುಕನ್ನು ಕಷ್ಟಕ್ಕೆ ನೂಕಿಕೊಂಡಿರುವೆಯಾ?"

"ಅದು ಹಾಗೆ. ನನಗೆ ನನ್ನದೆ ಆದ ದೋಣಿಯೊಂದನ್ನು ಹೊಂದಬೇಕೆನ್ನುವ ಆಸೆ. ಅದಕ್ಕೆ ಹಣವನ್ನು ತೆಗೆದುಕೊಂಡೆ."

ಅವಳು ಅವನನ್ನೇ ದಿಟ್ಟಿಸಿದಳು. ಆದರೆ ಅವಳಿಗೆ ಅವನ ಮಾತಿನಲ್ಲಿ ನಂಬಿಕೆಯಿರಲಿಲ್ಲ.

"ಅದು ನೀನು ಹೇಳಿದಕ್ಕಿಂತಲೂ ಹೆಚ್ಚಿನ ಹಣವಲ್ಲವೇ? ನಿನಗೆ ನನ್ನ ಮೇಲೆ ನಂಬಿಕೆಯಿಲ್ಲ."

"ನನಗೆ ಗೊತ್ತಿಲ್ಲ. ನಾನು ಅದನ್ನು ಎಣಿಸಿಲ್ಲ. ನಾನು ಅಂದಾಜಿಗೆ ಅಷ್ಟಿರಬಹುದೆಂದುಕೊಂಡಿದ್ದೇನೆ. ಅದಕ್ಕಿಂತಲೂ ಹೆಚ್ಚಿರಬಹುದು ಅಥವಾ ಕಡಿಮೆಯೂ."

ಅವಳು ಇನ್ನೂ ಕುಳಿತೇ ಇದ್ದಳು. ಆಲೋಚನೆ ಶರವೇಗದಿಂದ ಓಡುತ್ತಿತ್ತು. ಅವನು ಅವಳನ್ನೇ ನೋಡುತ್ತಿದ್ದ. ಮೆಲ್ಲಗೆ ಉಸುರಿದ.

"ನೀನು ಅಚ್ಚರಿ ಪಡುತ್ತಲೇ ಕೈಯಲ್ಲಿರುವ ಐದಕ್ಕಿಂತ ಪೊದೆಯಲ್ಲಿರುವ ಹತ್ತು ಒಳ್ಳೆಯದೂಂತ. ಅಲ್ಲವೇ?" ಅವಳು ಗಂಭೀರಳಾದಳು. ತಲೆಯಲುಗಿಸಿದಳು.

"ಇಲ್ಲ, ನಾನು ಬೋಟ್‌ನಲ್ಲಿರುವಾಗ ಹಾಗೆ ಊಹಿಸಿದ್ದೆ."

ಅವಳು ಸುಳ್ಳು ಹೇಳುತ್ತಿದ್ದಾಳೆನ್ನುವುದು ಅವನಿಗೆ ಗೊತ್ತಿದೆ.

"ನಿನ್ನ ಮನಸಿಗೆ ಸರಿ ಕಾಣದನ್ನು ಮಾಡಬೇಡ. ನೋಡು, ಒಂದು ವೇಳೆ ನೀನು ಆ ವಕೀಲನಿಗೆ ಫೋನ್ ಮಾಡು. ಆಮೇಲೆ ಏನಾಯ್ತೂಂತ ನನಗೆ ಹೇಳು. ಐದು ಆರು ಮಂದಿ ಇಲ್ಲಿಗೆ ಬರ್ತಾರೆ. ನನ್ನನ್ನು ಜೀವಂತ ಎತ್ತಿಕೊಂಡು ಹೋಗ್ತಾರೆ. ಯಾಕೆಂದರೆ ನಾನು ಸತ್ತರೆ ಆ ಹಣ ಎಲ್ಲಿದೇಂತ ಅವರಿಗೆ

ತಿಳಿಯಲಾರದು. ಒಂದಂತು ನಿಜ, ನಾನು ಜೀವಂತ ಹೋಗುವುದು ಕಷ್ಟ. ಯಾಕಂದ್ರೆ ಜನ ರುದ್ರನೇತ್ರನಿಗೆ ಮೋಸ ಮಾಡಿ ಆ ಹಣವನ್ನು ತೆಗೆದುಕೊಳ್ಳಲು ನನ್ನನ್ನು ಮುಗಿಸುತ್ತಾರೆ. ಅವರನ್ನು ಕುರ್ಚಿಯ ಕಾಲಿಗೆ ಕಟ್ಟಿ ಬ್ಯಾಟ್‌ನಿಂದ ಬಡಿಯುತ್ತಾರೆ. ಎಲುಬುಗಳನ್ನು ಪುಡಿ ಮಾಡ್ತಾರೆ. ಸಾಯುವವರೆಗೂ ಕುತ್ತಿಗೆಗೆ ಕುಣಿಕೆ ಹಾಕಿಸಿ ನೇತಾಡಿಸ್ತಾರೆ. ಆದ್ದರಿಂದ ಯಾರೂ ನನ್ನನ್ನು ಜೀವಂತವಾಗಿ ಕರೆದುಕೊಂಡು ಹೋಗುವುದಿಲ್ಲ. ಕೊನೆಗೆ ಗನ್‌ನಲ್ಲಿ ಯುದ್ಧ ಆರಂಭವಾಗುತ್ತದೆ. ಬುಲೆಟ್ ಅನ್ನು ನಿಲ್ಲಿಸುವುದು ಕಷ್ಟ. ಯಾರೂ ಕೂಡ ಅ ಬಹುಮಾನವನ್ನು ತೆಗೆದುಕೊಳ್ಳಲು ಇರುವುದಿಲ್ಲ. ನನ್ನನ್ನು ನಂಬು. ಇದು ಸಣ್ಣ ತುಣುಕು ಅಷ್ಟೇ. ಆದ್ದರಿಂದ ನಿನಗೆ ಒಪ್ಪಿಗೆಯಿಲ್ಲದನ್ನು ಮಾಡ್ಬೇಡ."

ಅವಳು ಬೆಚ್ಚಿದಳು! ಮೆಲ್ಲಗೆ ತನ್ನ ಕೈಯನ್ನು ಅವನ ಕೈಯಲ್ಲಿಟ್ಟಳು.

"ನಾನು ನಿನಗೆ ಮೋಸ ಮಾಡಲಾರೆ ತಿಲಕರಾಜ. ನಾನು ಪ್ರತಿಜ್ಞೆ ಮಾಡುತ್ತೇನೆ. ಆದರೆ ಮಿಥುನ್‌ನ ವಿಷಯ?"

"ಹೌದು, ನಾನು ಅವನ ಬಗ್ಗೆಯೇ ಆಲೋಚಿಸುತ್ತಿದ್ದೇನೆ. ನೀನು ಅವನಿಗೆ ಹೇಳು. ಅವನ ಹತ್ತಿರ ನಾನು ಮೀನು ಶಿಕಾರಿಗೆ ಹೋದಾಗ ಸೂಟ್‌ಕೇಸನ್ನು ತೆರೆದು ಎಲ್ಲಾ ದಾಖಲೆಗಳನ್ನು ನೋಡಿದೇಂತ. ಅದು ಲಾಕ್ ಆಗಿತ್ತು. ಆದ್ದರಿಂದ ನಾನು ಹಿಂದಕ್ಕೆ ಬಂದೆ. ನ್ಯೂಸ್‌ಪೇಪರ್ ತರಲು ಹಳ್ಳಿಗೆ ಹೋದೆ. ನಾನು ವಕೀಲನಿಗೆ ಫೋನ್ ಮಾಡಿದೆ. ಜಾಹೀರಾತಿನಲ್ಲಿರುವ ವ್ಯಕ್ತಿ ಇಲ್ಲಿದ್ದಾನೆಂತ ತಿಳಿಸಿದಾಗ ಅವರು ಏನಂದ್ರು ಗೊತ್ತಾ? ಕೇಳು" ತಿಲಕರಾಜ ಅವಳನ್ನೇ ನೋಡುತ್ತಿದ್ದ.

"ಅವರು ಹೇಳಿದ್ದು ನೀನು ಹೇಳಿದ ಮನುಷ್ಯ ಇಲ್ಲೇ ಮುಂಬೈನಲ್ಲೇ ಸಿಕ್ಕಿದ್ದಾನೆಂತ. ನೀವು ಫೋನ್ ಮಾಡಿದಕ್ಕೆ ಧನ್ಯವಾದಗಳು. ಇದಕ್ಕೆ ಮಿಥುನ್ ಹೇಗೆ ಪ್ರತಿಕ್ರಿಯಿಸುತ್ತಾನೆ ನೋಡು?" ಅವಳು ನಿರಾಳವಾದಳು.

"ಇದು ಚೆನ್ನಾಗಿದೆ. ಅವನು ಹಣ ಖರ್ಚು ಮಾಡಲು ತಯಾರಾಗಿಲ್ಲ. ಹಾಗಾಗಿ ಅವನು ಆ ಆಲೋಚನೆಯನ್ನು ಬಿಟ್ಟು ಬಿಡುತ್ತಾನೆ."

"ನಾನು ಹಾಗೆ ಅಂದುಕೊಂಡೆ. ಈ ವಾರದ ಕೊನೆ ತನಕ ನಾನು ಇಲ್ಲಿಯೇ ಇರುತ್ತೇನೆ. ಅನಂತರ ನಾನು ಹೋಗುವುದನ್ನು ತಿಳಿಸುತ್ತೇನೆ. ನೀನು ಹೇಳಿದ ಕಾರನ್ನು ಬಾಡಿಗೆ ಮಾಡಿಕೊಂಡು ನಾವು ಫಾಝಿಲ್‌ನ ಊರಿಗೆ ಹೋಗೋಣ."

"ಯಾಕೆ ಅಷ್ಟು ದಿನ ಕಾಯಬೇಕು? ನಾಳೆಯೇ ಹೊರಟರೆ ಆಗದೇ?"

"ಅದು ಸರಿಯಾದ ಆಟ ಅನಿಸೋದಿಲ್ಲ. ಉಳಿದ ಐದು ದಿನಗಳಲ್ಲಿ ನೀನು ನನ್ನ ಪ್ರೀತಿಗೆ ಬೀಳುತ್ತಿ. ಆ ಬಳಿಕ ಒಂದು ಪತ್ರ ಬರೆದು 'ನಾನು ತಿಲಕರಾಜನನ್ನು ಪ್ರೀತಿಸುತ್ತಿದ್ದೇನೆ. ಅವನ ಜೊತೆಗೆ ಹೋಗುತ್ತೇನೆ' ಅಂತ

ತಿಳಿಸು. ಆಗ ಅವನಿಗೆ ಅನುಮಾನ ಬರ್ತದೆ, ಆಗ ಆ ವಕೀಲನಿಗೆ ಫೋನ್ ಮಾಡ್ತಾನೆ. ನಾವು ಹೋದ ಕಾರನ್ನು ಹಿಂಬಾಲಿಸಿ ಬರ್ತಾರೆ. ನಾವೇನೂ ದೂರ ಹೋಗಿರುವುದಿಲ್ಲ. ನನ್ನನ್ನು ನಂಬು, ಇದು ತಾಳ್ಮೆಯ ಆಟ."

"ಆಯ್ತು, ನೀನು ಹೇಳಿದ ಹಾಗೆ ಮಾಡೋಣ. ನನಗೆ ಈ ಜೀವನ ಸಾಕಾಗಿದೆ" ಅವಳು ಎದ್ದು ನಿಂತಳು.

"ಬದುಕಿಗೋಸ್ಕರ ಖಾಯಿಲೆ ಬಿದ್ದರೆ ತೊಂದರೆಯಿಲ್ಲ. ಆದರೆ ಬದುಕೆ ಖಾಯಿಲೆಯಾಗಬಾರದು" ತಿಲಕರಾಜನೂ ಎದ್ದು ನಿಂತ, "ನನಗೆ ಹಸಿವೆಯಾಗುತ್ತಿದೆ."

ಅವನು ಅಲ್ಲಿಂದ ತನ್ನ ಕೋಣೆಗೆ ಹೋದ. ಬಾಗಿಲು ಮುಚ್ಚಿ ಚಿಲಕ ಹಾಕಿದ. ಅಂಗಿಯಿಂದ ಲಗೇಜ್ ಲಾಕರ್‌ನ ಕೀಲಿಯನ್ನು ತೆಗೆದುಕೊಂಡು ಒಮ್ಮೆ ಅದನ್ನು ನೋಡಿದ. ಅದರಲ್ಲಿ ನಮೂದಿಸಿದ ಸಂಖ್ಯೆಯನ್ನು ಓದಿದ – 176! ಕೋಟಿ ಹಣವಿರುವ ಲಾಕರ್!

ಬೆಡ್‌ನಲ್ಲಿ ಕುಳಿತು ಶೂ ಬಿಚ್ಚಿದ. ಕೀಲಿಕೈಯನ್ನು ಶೂನ ಒಳಗೆ ಹಾಕಿದ. ಆಮೇಲೆ ಲೇಸ್ ಕಟ್ಟಿದ. ಸರಿಯಾಗಲಿಲ್ಲ. ಆದರೆ ಸುರಕ್ಷಿತ ಅಂದುಕೊಂಡ.

ಸ್ವಲ್ಪ ಹೊತ್ತಿನ ಬಳಿಕ ಡೆಕ್‌ಗೆ ವಾಪಾಸಾದ. ರತಿ ಹಜಾರದಲ್ಲಿ ಕಸ ಗುಡಿಸುತ್ತಿದ್ದಳು.

"ನಾನೀಗ ಬರ್ತೇನೆ" ಅವನು ಕರೆದು ಹೇಳಿದವನೇ ಮೋಟಾರ್ ಬೋಟ್‌ಗೆ ಇಳಿದು ಬಿಟ್ಟಿದ್ದ. ಯಂತ್ರವನ್ನು ಚಾಲನೆಗೆ ತಂದು ನದಿಯ ಮಧ್ಯಕ್ಕೆ ಸಾಗಿದ.

* * *

ರುದ್ರನೇತ್ರ ಮನೆಗೆ ಹೊರಡಲನುವಾದಾಗ ಟೆಲಿಫೋನ್ ಮೊಳಗಿತು.

"ನೋಡು" ಅವನು ಗಟ್ಟಿದನಿಯಿಂದ ಅಲ್ಲಿಯೇ ನಿಂತಿದ್ದ ಧರ್ಮನಿಗೆ ಹೇಳಿದ. ಧರ್ಮ ರಿಸೀವರ್ ತೆಗೆದುಕೊಂಡು ಕಿವಿಗಿಟ್ಟ.

"ಮಸ್ತಾನ" ಧರ್ಮ ರಿಸೀವರನ್ನು ರುದ್ರನೇತ್ರನಿಗೆ ಕೊಟ್ಟ. ಹಿಡಿ ಶಾಪ ಹಾಕುತ್ತಲೇ ರುದ್ರನೇತ್ರ ರಿಸೀವರನ್ನು ತೆಗೆದುಕೊಂಡು ಮೇಜಿನ ಅಂಚಿಗೆ ಕುಳಿತ.

"ಏನು ಮಸ್ತಾನ? ನಾನು ಮನೆಗೆ ಹೊರಟಿದ್ದೆ."

"ಬಿಸಿ ಸುದ್ದಿಯಿದೆ ಕೇಳು. ಏನಿಲ್ಲ ಅಂತಲ್ಲ ಏನೋ ಇದೆ. ಒಬ್ಬ ತಿಲಕರಾಜನ ಚಹರೆಯನ್ನು ಹೇಳಿದ. ಅವನು ಗೋವಾದ ಯಾವುದೋ ಒಂದು ಹಳ್ಳಿಯಲ್ಲಿ ಹೌಸ್‌ಬೋಟ್‌ನಲ್ಲಿದ್ದಾನೆ. ಎರಡು ದಿವಸದಿಂದ ಒಂದು ಹೆಣ್ಣಿನ ಜೊತೆಗೆ ತಿರುಗುತ್ತಿದ್ದಾನೆ. ಅವಳ ಗಂಡ ಕೂಡ ಅಲ್ಲಿದ್ದಾನೆ. ಗಂಡ

ಟ್ರಕ್ ಡ್ರೈವರ್ ಅಂತೆ. ಆಕೆ ಸ್ವಲ್ಪ ಜೋರಿನ ಹೆಂಗಸಂತೆ. ಅವಳು ತನ್ನ ಸಹೋದರಾಂತ ಆತನನ್ನು ಪರಿಚಯಿಸಿದಳಂತೆ. ನಂಬಬಹುದಾದಂತ ಕರೆ ಅದು."

"ಅದಕ್ಕೆ ನಾನೇನು ಮಾಡಬೇಕು? ನೀನು ತಾನೆ ಅವನನ್ನು ಹುಡುಕಬೇಕಾದವನು. ಅಲ್ಲವೇ? ನೋಡಿ ಪರೀಕ್ಷಿಸು" ರುದ್ರನೇತ್ರ ಸಿಟ್ಟಿನಿಂದಲೇ ಹೇಳಿದ.

"ನನಗೆ ನಿಮ್ಮಲ್ಲಿ ಯಾರಾದರೊಬ್ಬ ಅವನನ್ನು ಗುರುತಿಸಿದರೆ ಸಾಕಿತ್ತು. ಅದು ಖಚಿತಪಡಿಸಿಕೊಂಡರೆ ಒಳ್ಳೆಯದಲ್ಲವೇ? ಯಾರನ್ನಾದರೂ ಕಳುಹಿಸಬಹುದೇ?"

"ಆಯ್ತು, ನಾನು ಮದನ್‌ನನ್ನು ಕಳುಹಿಸುವೆ."

"ಒಳ್ಳೆಯದು, ಅವನಿಗೆ ಗೋವಾಕ್ಕೆ ಹೋಗಲು ಹೇಳು. ಏರ್‌ಪೋರ್ಟ್‌ನಿಂದ ಟ್ಯಾಕ್ಸಿ ಮಾಡಲಿ. ಅಲ್ಲಿ ಮೆನೇಜಸ್ ಅನ್ನೋ ನಮ್ಮ ವ್ಯಕ್ತಿಯನ್ನು ಭೇಟಿಯಾಗಲಿ. ಅಲ್ಲಿ ಬೇಕಿದ್ದ ವ್ಯವಸ್ಥೆಯನ್ನು ಮಾಡ್ತಾನೆ ಸರಿನಾ?"

ರುದ್ರನೇತ್ರ ಪೇಪರ್‌ನ ಮೇಲೆ ಏನೋ ಗೀಚಿದ.

"ಆಯ್ತು" ಅವನು ರಿಸೀವರನ್ನು ಯಥಾಸ್ಥಾನದಲ್ಲಿಟ್ಟ. ಆಮೇಲೆ ಧರ್ಮನತ್ತ ತಿರುಗಿದ.

"ಮದನ್ ಎಲ್ಲಿದ್ದಾನೆ ನೋಡು. ಈ ಕ್ಷಣವೇ ಅವನಿಗೆ ಗೋವಾಕ್ಕೆ ಹೊರಡಲು ಹೇಳು."

ಮದನ್ ಒಂದು ಕಡೆ ಕುಳಿತು ಬಿಯರನ್ನು ಹೀರುತ್ತಿದ್ದ. ಧರ್ಮ ಒಳಗೆ ನಡೆದು ಅಲ್ಲಿಗೆ ಬಂದು ನಿಂತ. ಇಬ್ಬರೂ ಲಾಕರ್ ಅನ್ನು ಕಾಯುತ್ತಿದ್ದರು. ಮದನ್ ತಕ್ಷಣ ಅವನು ಬಂದು ನಿಂತದ್ದನ್ನು ಗುರುತಿಸಿ ಮೈಕೆಲ್‌ಗೆ ಸಂಜ್ಞೆ ಮಾಡಿದ.

"ಯಾರು ಬಂದಿದ್ದಾರೆ ನೋಡು" ಅವನು ಧರ್ಮನನ್ನು ನೋಡಿ ಹೇಳಿದ.

"ಯಾರು? ಅವನ್ಯಾಕೆ ಇಲ್ಲಿಗೆ ಬಂದದ್ದು?" ಮದನ್ ತೊದಲಿದ. ಧರ್ಮ ಅವರ ಬಳಿ ಕುರ್ಚಿಯನ್ನು ಎಳೆದು ಕುಳಿತ.

"ನಿನಗೊಂದು ಅರ್ಜೆಂಟ್ ಕೆಲಸ ಇದೆ ಮದನ್. ಬಾಸ್ ನಿನ್ನನ್ನು ಗೋವಾಕ್ಕೆ ಹೋಗಲು ಹೇಳಿದ್ದಾರೆ, ಮೊದಲ ಫ್ಲೈಟ್‌ಗೆ ಹೋಗಬೇಕಂತೆ. ಅಲ್ಲಿ ಹೋಗುವ ಮೊದಲು ಮಸ್ತಾನನಿಗೆ ಫೋನ್ ಮಾಡಿ ವಿಷಯ ತಿಳಿಸಬೇಕಂತೆ" ಮದನ್‌ನೆಂದರೆ ಧರ್ಮನಿಗೆ ಅಲಕ್ಷ್ಯ. ಮದನ್ ಧರ್ಮ ಕೊಟ್ಟ ಪೇಪರ್‌ನ ತುಂಡನ್ನು ನೋಡುತ್ತಲೇ ತಲೆಯೆತ್ತಿ ಅವನನ್ನು ದೃಷ್ಟಿಸಿದ.

"ಇದೆಂತ ಕರ್ಮ? ಅಲ್ಲಿ ಯಾರೋ ತಿಲಕರಾಜನನ್ನು ನೋಡಿದ್ದಾರಾಂತೆ. ಅವರಿಗೆ ನಮ್ಮಲ್ಲೊಬ್ಬ ಯಾರಾದ್ರೂ ಹೋಗಿ ಅವನನ್ನು ಗುರುತಿಸಬೇಕಂತೆ" ಮದನ್ ಗೊಣಗಿದ.

ತತ್‌ಕ್ಷಣವೆ ಮದನ್‌ನ ಧ್ವನಿ ಬದಲಾಯಿತು. "ತಿಲಕರಾಜ?"

"ಹೌದು, ಬಾಸ್ ನಿನ್ನನ್ನೇ ಅಲ್ಲಿಗೆ ಕಳಿಸಲು ಹೇಳಿದ್ದಾರೆ."

"ಇದೇ ಸರಿಯಾದ ಸಮಯ. ನೀನು ತಿಲಕರಾಜನನ್ನು ಎದುರಿಸಲು ಒಳ್ಳೆಯ ಅವಕಾಶ" ಮೈಕೆಲ್ ಹೇಳಿದ.

ಮದನ್ ಶಪಿಸಿದ.

"ನೀನು ಸತ್ಯ ಹೇಳ್ತಾ ಇದ್ದೀಯಾ? ಬಾಸ್ ಹೇಳಿದ್ದು ಹೌದಾ?" ಅವನ ಮಾತಿಗೆ ಧರ್ಮ ಮುಖ ಕೆಂಪಗೆ ಮಾಡಿಕೊಂದು ನೋಡಿದ.

"ನೀನು ಅವನಿಗೆ ಫೋನ್ ಮಾಡಿ ತಿಳಿದುಕೋ. ನಿನಗೆ ಕೆಲಸ ಬೇಡವೇ?" ಮದನ್ ತುಟಿಯನ್ನು ನಾಲಗೆಯಿಂದ ಸವರಿಕೊಂಡ. ಇಬ್ಬರು ಅವನನ್ನು ನೋಡುತ್ತಿದ್ದರು. ಅವನು ಎದ್ದು ಬಾರ್‌ನಿಂದ ಹೊರಗೆ ನಡೆದ.

* * *

ಮಧ್ಯಾಹ್ನದ ಹೊತ್ತಿಗೆ ತಿಲಕರಾಜ ಮೂರು ದೊಡ್ಡ ಮೀನುಗಳ ಜೊತೆಗೆ ಹೌಸ್‌ಬೋಟ್‌ಗೆ ಹಿಂತಿರುಗಿದ. ಅವನಿಗೆ ಜ್ಯಾಕೆಟ್ ಕಿರಿಕಿರಿಯೆನಿಸುತ್ತಿತ್ತು. ಆದರೆ ರಿವ್ಹಾಲ್ವರ್ ಇರುವುದರಿಂದ ಅನಿವಾರ್ಯವಾಗಿ ಧರಿಸಬೇಕಿತ್ತು. ಇನ್ನು ಮುಂದೆ ಗನ್ ಇಲ್ಲದೆ ಎಲ್ಲು ಹೋಗಬಾರದೆಂದು ನಿರ್ಧರಿಸಿದ್ದ. ಅವನಿಗೆ ಅಪಾಯದ ಮುನ್ಸೂಚನೆ ದೊರೆಯಿತು. ದಪ್ಪ ದೇಹದ ಕುಳ್ಳ ವ್ಯಕ್ತಿ ಅನಂತು ಸಾಮಾನ್ಯನಲ್ಲವೆನಿಸಿತು. ಅವನಿಗೆ ಮಾಫಿಯಾ ನಂಟಿದೆ! ಯಾವತ್ತೂ ತೊಂದರೆ ತಂದೊಡ್ಡುವ ವ್ಯಕ್ತಿ! ಎಲ್ಲವೂ ಇಲ್ಲಿ ಅನುಕೂಲವಾಗಿದ್ದರೂ ಯಾರಾದರೂ ಪ್ರತ್ಯಕ್ಷವಾಗಬಹುದು ಎನ್ನುವ ಭಯವಿಲ್ಲದಿರಲಿಲ್ಲ. ಅವನು ಮೀನುಗಳನ್ನು ಕಿಚನ್‌ನ ಸಿಂಕ್‌ನಲ್ಲಿ ಹಾಕಿದ. ರತಿಯ ಸುಳಿವಿರಲಿಲ್ಲ. ಅವನು ತನ್ನ ಕೋಣೆಗೆ ಹೋದ. ಮೊಣಕಾಲೂರಿ ಬೆಡ್‌ನ ಅಡಿಯಲ್ಲಿರಿಸಿದ ಸೂಟ್‌ಕೇಸನ್ನು ನೋಡಿ ನಕ್ಕ. ಸೂಟ್‌ಕೇಸ್ ಓರೆಯಾಗಿತ್ತು. ರತಿ ಅದನ್ನು ತೆರೆಯುವ ಪ್ರಯತ್ನವನ್ನು ಮಾಡಿದ್ದಾಳೆ! ಅವನು ಸೂಟ್‌ಕೇಸನ್ನು ತೆರೆದು ನೋಡಿದ. ಹಣ ಹಾಗೆ ಇತ್ತು. ಅದನ್ನು ಮತ್ತೆ ಲಾಕ್ ಮಾಡಿ ಬೆಡ್‌ನಡಿಗೆ ತಳ್ಳಿದ.

ಅವನು ಒಂದು ಗಂಟೆಗಳ ಕಾಲ ಡೆಕ್‌ನ ಮೇಲೆ ಸೂರ್ಯನಿಗೆ ಮೈಯೊಡ್ಡಿ ಕುಳಿತಿದ್ದ. ರತಿ ಇನ್ನೊಂದು ದೋಣಿಯ ಮೂಲಕ ಬರುತ್ತಿರುವುದು ಕಂಡಿತು.

"ಹಾಯ್! ನೀನು ಎಲ್ಲಿದ್ದೆ?" ಅವನು ಕೇಳುವಾಗ ಆಕೆ ಅವನ ಹತ್ತಿರ ಬಂದಳು.

"ಸುಮ್ಮನೆ ಹೋಗಿದ್ದೆ. ನಿನಗೆ ಮೀನೇನಾದರೂ ಸಿಕ್ಕಿತೆ?"

"ಹೌದು, ಸಿಂಕ್‌ನಲ್ಲಿಟ್ಟಿದ್ದೇನೆ."

"ಹೌದೇ? ನೀನು ಒಳ್ಳೆಯ ಶಿಕಾರಿ ಮನುಷ್ಯ" ಅವಳು ತಿಲಕರಾಜನ ಹಿಂದೆ ನಿಂತು ಬಾಗಿ ಪಿಸುಗುಟ್ಟಿದಳು. ಅವನು ಅವಳನ್ನು ತೋಳುಗಳಲ್ಲಿ ಹಿಡಿದು ತನ್ನ ಮೇಲೆ ಕೂರಿಸಿಕೊಂಡ.

"ಬಿಡು... ಮಧ್ಯಾಹ್ನದ ಬಿಸಿಲಿಗೆ" ಮಾತಿನಲ್ಲಿ ಹುಸಿ ಮುನಿಸಿತ್ತು. ತಿಲಕರಾಜನಿಗೆ ಅಚ್ಚರಿಯೆನಿಸಿತು. ಯಾವತ್ತೂ ವಿರೋಧಿಸಿದವಳಲ್ಲ!

"ಸುಧಾರಿಸಿಕೋ. ಇದು ತಾಳ್ಮೆಯ ಆಟ" ಅವನು ಹೇಳಿ ನಕ್ಕ.

"ನಾನು ಮಧ್ಯಾಹ್ನ ಊಟಕ್ಕೆ ಏನಾದರೂ ಮಾಡಬೇಕಲ್ಲವೇ?"

"ಆಯ್ತು" ಅವಳು ಕಿಚನ್‌ಗೆ ಹೋಗುವುದನ್ನು ನೋಡುತ್ತಿದ್ದ. ತತ್‌ಕ್ಷಣವೇ ಗೀತಾಳ ನೆನಪಾಯಿತು. ಇವಳು ಗೀತಾಳಂತೆ ಅಲ್ಲ. ತಾನ್ಯಾಕೆ ಇವಳನ್ನು ಹಚ್ಚಿಕೊಂಡೆ. ಇವಳಲ್ಲಿ ಏನೋ ವಿಶೇಷತೆಯಿದೆ. ಅವನು ಎದ್ದು ಕಿಚನ್‌ಗೆ ನಡೆದ. ರತಿ ಮೀನುಗಳನ್ನು ಸ್ವಚ್ಛಗೊಳಿಸುತ್ತಿದ್ದಳು. ಹಿಂತಿರುಗಿ ಅವಳು ಬಾಗಿಲತ್ತ ನೋಡಿದಳು.

"ನಿನಗೇನು ಬೇಕು?"

"ನಿನ್ನ ಕೈಗಳನ್ನು ಒರೆಸಿಕೋ"

"ನಾನು ಕೆಲಸದಲ್ಲಿದ್ದೇನೆ... ನೀನು ಹೋಗಿ ಡೆಕ್‌ನಲ್ಲಿ ಬಿಸಿಲಿಗೆ ಕೂರು."

ಅವನು ಅವಳನ್ನು ಬಲವಂತವಾಗಿ ಎಳೆದು ಕೆನ್ನೆಗೊಂದು ಬಿಗಿದ. ಅವನು ಬಹಳ ಜಾಗ್ರತೆಯಿಂದ ಅವಳ ಕೆನ್ನೆಗೆ ಹೊಡೆದನಾದರೂ ಏಟು ಬಲವಾಗಿತ್ತು. ತಲೆಯನ್ನು ಹಿಂದಕ್ಕೆ ಹಿಡಿದ. ಅವಳ ನೀಲಿ ಕಣ್ಣುಗಳು ಕೆಂಪಾದವು. ಅವಳ ಕೈಯಲ್ಲಿದ್ದ ಕಿಚನ್‌ನ ಚೂರಿ ಕೆಳಗೆ ಬಿತ್ತು. ಈ ಅನಿರೀಕ್ಷಿತ ಹೊಡೆತ ಅವಳಿಗೆ ಅರ್ಥವಾಗಲಿಲ್ಲ.

ಅವನು ಸೊಂಟವನು ಬಳಸಿ ಒತ್ತಿ ಹಿಡಿದು ತೋಳುಗಳನ್ನು ಬಿಗಿಯಾಗಿ ಹಿಡಿದು ಎಳೆದು ಕಿಚನ್‌ನ ಕಿಟಕಿಯಿಂದ ಹೊರಗೆ ತೋರಿಸಿದ.

"ನನ್ನನ್ನು ಬಿಟ್ಟು ಬಿಡು" ಅವಳು ಉದ್ಗರಿದಳು. ಅವಳು ಶಕ್ತಿವಂತಳಾಗಿದ್ದಳು. ಆದರೂ ಆತ ಅವಳನ್ನು ಬಿಗಿಯಾಗಿ ಹಿಡಿದುಕೊಂಡಿದ್ದ.

"ಅದನ್ನು ಬಿಡು. ಇಲ್ಲದಿದ್ದರೆ ಅದನ್ನು ಎಸೆದು ಬಿಡುತ್ತೇನೆ."

"ನನ್ನನ್ನು ನೀನು ಯಾರೂಂತ ತಿಳ್ಕೊಂಡಿದ್ದೀಯಾ? ನಿನಗೆ ಬೇಕಾದಾಗ ನಾನು ಬರಬೇಕಾ? ಈಗ ಹೊರಗೆ ಹೋಗು" ಅವನು ಮೃಗದಂತೆ ವರ್ತಿಸಿದ. ಅವಳನ್ನು ತಳ್ಳಿಕೊಂಡು ಬೆಡ್‌ರೂಂಗೆ ಬಂದ. ಅವಳು ಸೋತು ಸಹಕರಿಸಿದಳು. ಅವನು ಬೆಡ್‌ರೂಂನಿಂದ ಹೊರಗೆ ಬರುವ ಮೊದಲೇ ಅವಳು ಅರ್ಧ ನಿಲ್ಲಿಸಿದ ಕೆಲಸವನ್ನು ಮುಂದುವರೆಸುತ್ತಿದ್ದಳು. ಅವನು ಹಿಂದಿನಿಂದ ಬಂದು ಮತ್ತೆ ಅವಳನ್ನು ತಬ್ಬಿದ. ತಿಲಕರಾಜನ ಚೇಷ್ಟೆ ಅವಳಿಗೆ ಇಷ್ಟವೇ.

"ರಾಜ, ನಾವು ಊಟ ಮಾಡೋದು ಬೇಡವೇ?"

ಇಬ್ಬರೂ ಊಟಕ್ಕೆ ಕುಳಿತಾಗ ಅವನು ಹೇಳಿದ, "ಇನ್ನು ಮುಂದೆ ನಾವಿಬ್ಬರೂ ಒಂದೇ ದಾರಿಯಲ್ಲಿ ಹೋಗುವವರು. ಹೊಸ ಜೀವನ ಆರಂಭಿಸೋಣ" ಅವಳು ಮುಗುಳ್ನಕ್ಕಳು.

"ನನಗೆ ನೀನು ಬೇಕು ರಾಜ. ನಿನಗೆ ನನ್ನ ಪ್ರೀತಿಯ ಆಳ ಗೊತ್ತಿಲ್ಲ" ಅವರು ಉಳಿದ ಸಮಯವನ್ನು ಡೆಕ್‌ನಲ್ಲಿ ಕುಳಿತು ಕಳೆದರು. ಸುಮಾರು ಸಂಜೆ ಆರುಮೂವತ್ತಕ್ಕೆ ಅವಳು ಎದ್ದಳು.

"ನಾನು ರಾತ್ರಿಯ ಊಟ ತಯಾರಿಸಬೇಕು. ನೀನು ವಾಕಿಂಗ್ ಹೋಗಿಬಾ. ಒಂದುಗಂಟೆ ಬಿಟ್ಟು ಬಂದ್ರೆ ಸಾಕು. ನಾನು ಮಿಥುನ್‌ನನ್ನು ಒಪ್ಪಿಸುತ್ತೇನೆ."

"ನಾನು ದೋಣಿಯನ್ನು ತೆಗೆದುಕೊಂಡು ಹೋಗಿ ಮೀನು ಶಿಕಾರಿ ಮಾಡಿಕೊಂಡು ಬರುವೆ."

"ಒಳ್ಳೆಯದು ಹೋಗಿ ಬಾ."

ದೋಣಿಯಲ್ಲಿ ಹೋಗುತ್ತಿದ್ದವನಿಗೆ ನಡು ನದಿಗೆ ಬಂದಾಗಲೂ ಅವಳದ್ದೇ ಚಿಂತೆ. ತನ್ನ ಜೊತೆಗೆ ಹೊಂದಿಕೊಳ್ಳುವ ಹೆಣ್ಣು! ಗೀತಾ ಈಗ ಏನು ಮಾಡುತ್ತಿದ್ದಾಳೆ? ರುದ್ರನೇತ್ರ ಅವಳನ್ನು ಕರೆದು ವಿಚಾರಿಸಿರಬಹುದು. ಗಾಳವನ್ನು ಬಿಟ್ಟು ಸ್ವಲ್ಪ ಹೊತ್ತು ಹಾಗೆ ಕಾದ.

ತಿಲಕರಾಜ ಡೆಕ್‌ಗೆ ಬರುವಾಗ ಮಿಥುನ್ ಟ್ರಕ್‌ಅನ್ನು ನಿಲ್ಲಿಸಿ ಕೆಳಗಿಳಿದು ಕೈ ಎತ್ತರಿಸಿ ಸಂಜ್ಞೆ ಮಾಡಿದ. ತಿಲಕರಾಜ ಕೂಡ ಹಾಗೆ ಮಾಡಿದ. ಮಿಥುನ್ ಕಿಚನ್‌ಗೆ ನಡೆದ. ರತಿ ತಲೆಯಲುಗಿಸಿದಳು.

"ಎಲ್ಲ ಸರಿಹೋಯ್ತು. ನಾವೇನು ಚಿಂತೆ ಮಾಡಬೇಕಾಗಿಲ್ಲ. ಅವನು ತನ್ನ ನಿರ್ಧಾರವನ್ನು ಬದಲಾಯ್ಸಿದ್ದಾನೆ."

ತಿಲಕರಾಜ ನೆಮ್ಮದಿಯ ನಿಟ್ಟುಸಿರಿಟ್ಟ.

"ನೀನು ಹೇಳೋದು ನಿಜನಾ?"

"ಹೌದು ಸತ್ಯ."

* * *

ಸುಮಾರು ಹನ್ನೊಂದರ ಹೊತ್ತಿಗೆ ಮದನ್ ಇದ್ದ ವಿಮಾನ ಗೋವಾ ಏರ್‌ಪೋರ್ಟ್‌ನಲ್ಲಿ ಇಳಿಯಿತು. ಹತ್ತು ನಿಮಿಷಗಳ ತರುವಾಯ ಅವನನ್ನು ಹೊತ್ತ ಟ್ಯಾಕ್ಸಿ ಬಾರ್ ಒಂದರ ಮುಂದೆ ಇಳಿಸಿತು. ಅವನು ಕಟ್ಟಡದ ಹೊರಗೆ ಕಾಯುತ್ತಾ ನಿಂತಿರುವಾಗ ಆಶ್ಚರ್ಯ ಕಾದಿತ್ತು. ಎಲ್ಲಾ ವಿದೇಶಿಯರೇ ತುಂಬಿದ್ದ ಬಾರ್‌ನಲ್ಲಿ ಬಣ್ಣ ಬಣ್ಣದ ದೊಡ್ಡ ದೊಡ್ಡ ಕೊಡೆಗಳನ್ನು ನೆಡಲಾಗಿತ್ತು. ಸದಾ ಗಡಿಬಿಡಿಯ ಗಿರಾಕಿಗಳು. ಕೇವಲ ಶ್ರೀಮಂತರೇ ಬರುವಂತಹ ಬಾರ್ ಅದು!

ಮದನ್ ಸ್ವಲ್ಪ ಹೊತ್ತು ಕಾದು ಬಾರ್‌ನೊಳಗೆ ಸಣ್ಣ ಸೂಟ್‌ಕೇಸ್ ಹಿಡಿದುಕೊಂಡು ನಡೆದ. ಜನರೆಲ್ಲಾ ತನ್ನನ್ನೇ ನೋಡುತ್ತಿರುವಂತೆ ಭಾಸವಾಯಿತು. ತಾನು ಅವರೆದುರು ಏನೂ ಅಲ್ಲವೆನಿಸಿತು. ಒಬ್ಬ ಎತ್ತರದ ವ್ಯಕ್ತಿ ಅವನ ಹತ್ತಿರ ಬಂದು ನಿಂತ.

"ನೀನು ಯಾರನ್ನಾದರೂ ಹುಡುಕುತ್ತಿರುವೆಯಾ?" ಮದನ್‌ಗೆ ಅಚ್ಚರಿಯಾಯಿತು. ತಾನು ಯಾರನ್ನೋ ಕಾಯುತ್ತಿರುವುದು ಈ ವ್ಯಕ್ತಿಗೆ ಹೇಗೆ ತಿಳಿಯಿತು?

"ನಿನಗೆ ಎಲ್ಲರ ಪರಿಚಯವಿದೆಯಾ?"

"ಹೌದು, ನೀನು ಹುಡುಕುತ್ತಿರುವುದು ಮಾಫಿಯಾ ವ್ಯಕ್ತಿಯನ್ನಲ್ಲವೇ?"

ತಲೆಗೆ ಚಪ್ಪಡಿಯಿಂದ ಬಡಿದಂತಾಯಿತು.

"ನೀನು...?"

"ನೀನು ಹುಡುಕುತ್ತಿರುವ ವ್ಯಕ್ತಿ ನಾನೇ, ಮೆನೇಜಸ್."

"ರುದ್ರನೇತ್ರ ನನ್ನನ್ನು ಕಳುಹಿಸಿದ."

"ಸರಿ...ಬಾ" ಆ ವ್ಯಕ್ತಿ ಅವನನ್ನು ಕರೆದುಕೊಂಡು ಬಾರ್‌ನ ಹಿಂಬದಿಗೆ ಬಂದ.

"ಕುಳಿತುಕೋ. ನೀನೇನು ತೆಗೆದುಕೊಳ್ಳುವೆ?" ಅವನು ಹೊಗೆಯನ್ನು ಉಗುಳಿ ಸಿಗರೇಟ್ ಪ್ಯಾಕೇಟನ್ನು ಆತನತ್ತ ತಳ್ಳಿದ. ಮದನ್ ಕುರ್ಚಿಯ ತುದಿಗೆ ಕುಳಿತ. ಅವನು ಮಸ್ತಾನನ ಬಳಿ ಮಾತಾಡಿ ಬಂದಿದ್ದ. ತಾನು ನೇರವಾಗಿ ಸರಿಯಾದ ಸ್ಥಳಕ್ಕೆ ಬಂದಿಳಿದಿದ್ದ.

"ನನಗೆ ನಿನ್ನ ಬಗ್ಗೆ ಗೊತ್ತು. ನೀನು ಗನ್ ಉಪಯೋಗಿಸುವುದರಲ್ಲಿ ನಿಷ್ಣಾತ ಅನ್ನೋದು ಗೊತ್ತು" ಮದನ್ ತಲೆಯಲುಗಿಸಿದ.

"ರುದ್ರನೇತ್ರ ಹೇಗಿದ್ದಾನೆ?"

"ಚೆನ್ನಾಗಿದ್ದಾನೆ."

"ದೊಡ್ಡ ಕಳವು ಆಗಿದೆಯಲ್ಲಾ? ಅವನ ದೊಡ್ಡ ಮೊತ್ತದ ಹಣವೇ ಹೋಗಿರಬೇಕಲ್ಲವೇ?" ಮದನ್ ಬಾಯಿ ತೆರೆಯಲಿಲ್ಲ.

"ನನಗೆ ಮಾಹಿತಿ ಬಂತು. ನಾವು ಈ ಜಾಡನ್ನು ಹಿಡಿದು ಹೋಗಬೇಕು. ನಾನೇ ಖುದ್ದಾಗಿ ಬರುವೆ. ನಾವಿಬ್ಬರೂ ಆ ವ್ಯಕ್ತಿ ಇರುವ ಸ್ಥಳಕ್ಕೆ ಹೋಗೋಣ" ಮದನ್‌ನ ಬೆನ್ನ ಹುರಿಯಲ್ಲಿ ಚಳಿಯಾಡಿದಂತಾಯಿತು.

"ನೀನು ಬೇರೆ ಯಾರನ್ನಾದರೂ ನಿನ್ನ ಜೊತೆಗೆ ಕಳುಹಿಸಬಹುದಲ್ಲವೇ?" ಎದುರಿಗೆ ಕುಳಿತಾತ ಮದನ್‌ನನ್ನು ದಿಟ್ಟಿಸಿದ.

"ನಾನು ಹೇಳಿದೆನಲ್ಲಾ, ಹುಡುಗರೆಲ್ಲಾ ಬಿಝಿ ಇದ್ದಾರೆ. ಇದು ಪೀಕ್ ಅವರ್" ಅವನು ಸಿಗರೇಟ್‌ನ ಬೂದಿಯನ್ನು ಟ್ರೇಗೆ ಕೊಡವಿದ.

"ನೀನು ರುದ್ರನೇತ್ರನ ಆಪ್ತ ಗನ್ ಮ್ಯಾನ್ ಅಲ್ಲವೇ?"

"ಹೌದು."

"ಆಗಲಿ ನೀನೇ ಇದನ್ನು ನಿಭಾಯಿಸು" ಅವನು ಡೆಸ್ಕ್‌ನ ಮೇಲಿದ್ದ ಬಟನ್ ಅನ್ನು ಒತ್ತಿದ. ಒಬ್ಬ ಉದ್ದ ಕೂದಲಿನ ವ್ಯಕ್ತಿ ಒಳಗೆ ಬಂದ.

"ಇವನನ್ನು ಮಾಂಡೋವಿ ಸೇತುವೆಯ ಆ ಕಡೆಗೆ ಇರೋ ಹೌಸ್‌ಬೋಟ್ ತಾಣಕ್ಕೆ ಕರೆದುಕೊಂಡು ಹೋಗು. ಅಲ್ಲಿ ಹಳ್ಳಿಯಲ್ಲಿ ಅನಂತು ಅನ್ನೋನನ್ನು ಪರಿಚಯಿಸು. ನನ್ನ ಕಂಪ್ಲೇಂಟ್ ಏನನ್ನೋದನ್ನು ಹೇಳು."

ಆ ಯುವಕ ಮದನ್‌ನತ್ತ ನೋಡಿದ. ತಲೆಯನ್ನು ಬಾಗಿಲಿನಿಂದ ಹೊರ ಹಾಕಿದ. ಮದನ್ ಅವನನ್ನು ಅನುಸರಿಸಿ ಪ್ಯಾಸೇಜ್‌ನ ಬಳಿ ನಡೆದ. ಅವನನ್ನು ಹಿಂಬಾಲಿಸಿದ. ಇಬ್ಬರೂ ಮೌನವಾಗಿ ಕಟ್ಟಡದ ಹೊರಗೆ ನಡೆದರು. ಹೊರಗೆ ಅವರಿಗಾಗಿ ಕಾದು ನಿಂತ ಕಾರಿನಲ್ಲಿ ಕುಳಿತರು. ಯುವಕನೇ ಡ್ರೈವ್ ಮಾಡುತ್ತಿದ್ದ. ಸ್ವಲ್ಪ ದೂರ ಚಕ್ರ ಉರುಳಿದ ಮೇಲೆ ಉದ್ದ ಕೂದಲಿನ ಯುವಕ ಹೇಳಿದ.

"ನಾನು ನಿನ್ನ ಬಗ್ಗೆ ಕೇಳಿದ್ದೇನೆ. ನೀನು ಒಳ್ಳೆಯ ಗುರಿಕಾರನಂತೆ" ಬಿಳಿ ಹಲ್ಲುಗಳನ್ನು ಪ್ರದರ್ಶಿಸಿದ.

"ನನಗಿಂತಲೂ ಒಳ್ಳೆಯ ಗುರಿಕಾರ ನೀನು."

"ಸುಮ್ನೆ ಕಾರನ್ನು ಓಡಿಸು" ಮದನ್ ಅವನ ಬಾಯಿಮುಚ್ಚುವಂತೆ ಹೇಳಿದ.

"ಬಹಳ ಕಷ್ಟದ ಕೆಲಸ" ಅವನು ನಕ್ಕ.

"ಮಾತಾಡ್ಬೇಡ ಕಾರು ಓಡಿಸು" ಅವನು ಬಾಕ್ಸ್ ತೆರೆದು ಎರಡು ಗಾಜುಗಳನ್ನು ಮದನ್‌ಗೆ ಕೊಟ್ಟ. ಅರ್ಧ ಗಂಟೆಯಲ್ಲಿ ಇಬ್ಬರೂ ಹಳ್ಳಿಯನ್ನು ತಲುಪಿದರು. ಅನಂತು ಅಂಗಡಿಯ ಬಾಗಿಲಲ್ಲೇ ನಿಂತಿದ್ದ.

"ನಾನು ನಿನ್ನನ್ನು ಇಲ್ಲಿಯೇ ಇಳಿಸುತ್ತೇನೆ. ಅವನು ಅಲ್ಲಿದ್ದರೆ ನನ್ನನ್ನು ಕರೆ, ತಿಳಿಯಿತೇ?"

ಸಮಯ ಹನ್ನೊಂದು ನಲವತ್ತೈದು. ನದಿಯ ನೀರಿನಲ್ಲಿ ಚಟುವಟಿಕೆ ಇತ್ತು. ಮದನ್ ಕಾರಿನಿಂದ ಇಳಿದು ತನ್ನತ್ತ ಕುತೂಹಲದಿಂದ ನೋಡುವ ಕಣ್ಣುಗಳಿಂದ ತಪ್ಪಿಸಿಕೊಳ್ಳಲಾರದೆ ಮುಜುಗರಪಟ್ಟುಕೊಂಡ. ಗ್ಲಾಸನ್ನು ಕುತ್ತಿಗೆಗೆ ನೇತುಹಾಕಿ ಅವನು ಅಂಗಡಿಯ ಬಾಗಿಲಿಗೆ ಬರುವಾಗ ಡ್ರೈವರ್ ಯುವಕ ಹೋಗಿದ್ದ.

ಅನಂತು ಗ್ರಾಹಕರಿಗೆ ಸಾಮಾನುಗಳನ್ನು ಕಟ್ಟಿಕೊಡುತ್ತಿದ್ದ. ಅವನು ಮದನ್‌ನನ್ನು ನೋಡುತ್ತಲೇ ಒಳಗೆ ಕರೆದ. ಅವನ ಹೆಂಡತಿ ಇವನನ್ನು

ಕರೆದುಕೊಂಡು ಹೋಗಲು ಬಂದಳು. ಅವರಿಬ್ಬರು ಮನೆಯ ಒಳಗೆ ಹೋದಾಗ ಅನಂತು ಹಿಂಬಾಲಿಸಿದ.

"ನೀನು ಮುಂಬೈನಿಂದ ಬರುತ್ತಿರುವೆಯಾ?"

"ಹೌದು."

ಅನಂತು ಡ್ರಾವರನ್ನು ಎಳೆದು ದೊಡ್ಡ ನಕ್ಷೆಯನ್ನು ಹೊರಗೆ ತೆಗೆದ. ಬೆರಳು ಹಿಡಿದು, "ಇಲ್ಲಿ ನಾವಿದ್ದೇವೆ. ಅವನು ಇಲ್ಲಿದ್ದಾನೆ" ಎಂದು ಪೆನ್ಸಿಲ್‌ನಿಂದ ಗುರುತು ಹಾಕಿದನ್ನು ತೋರಿಸಿದ.

"ನೀನು ನನ್ನ ಕಾರನ್ನು ತೆಗೆದುಕೋ ಅಥವಾ ಮೋಟಾರ್ ಬೋಟ್‌ನ್ನು ತೆಗೆದುಕೊಂಡು ನದಿಯಲ್ಲಿ ಒಂದು ಸುತ್ತು ಬಾ" ಮದನ್‌ನ ಮುಖದಲ್ಲಿ ಬೆವರೊಡೆಯಲು ಶುರುವಾಯಿತು.

"ಮೋಟಾರ್ ಬೋಟ್ ಒಳ್ಳೆಯದು."

ಅವನು ತಿಲಕರಾಜನ ಹತ್ತಿರಕ್ಕೆ ಹೋಗದೆ ದೂರದಿಂದಲೇ ಗಮನಿಸುವುದು ಒಳ್ಳೆಯದೆಂದುಕೊಂಡ.

"ಹೌದು, ನದಿಯಲ್ಲಿ ಮೀನು ಶಿಕಾರಿಗೆ ಬಂದವರು ತುಂಬಾ ಮಂದಿ ಇರ್ತಾರೆ" ಅನಂತು ಅವನು ಕೊರಳಿಗೆ ನೇತು ಹಾಕಿದ ಗ್ಲಾಸನ್ನು ನೋಡಿದ.

"ಅದನ್ನು ಧರಿಸಿದರೆ ನಿನ್ನನ್ನು ಯಾರೂ ಗುರುತಿಸಲಾರರು. ಆದರೆ ಬೇರೆಯವರೆಲ್ಲಾ ನಿನಗೆ ಕಾಣಿಸುತ್ತಾರೆ. ನಿನಗೆ ಒಂದು ಗಾಳವನ್ನು ಕೊಡುತ್ತೇನೆ. ನದಿಯಲ್ಲಿ ಮುಂದೆ ಹೋಗಿ ಮೀನಿನ ಗಾಳ ಹಾಕಿ ಕಾಯುವಂತೆ ನಟನೆ ಮಾಡು. ಸರಿನಾ?"

"ಸರಿ" ಸ್ವಲ್ಪ ಮೌನದ ತರುವಾಯ ಅನಂತು ಹೇಳಿದ.

"ಅದು ಅವನೇ ಆಗಿದ್ದರೆ ನನಗೆ ಬಹುಮಾನ ಸಿಗುತ್ತದಲ್ವಾ?"

"ನನಗೆ ಹೇಗೆ ಗೊತ್ತಾಗಬೇಕು? ನಾನ್ಯಾಕೆ ಅವನ್ನೆಲ್ಲಾ ತಲೆಗೆ ಹಾಕಿಕೊಳ್ಳಬೇಕು?" ಮದನ್ ಗೊಣಗಿದ.

"ನೀನು ಹಾಗೆಲ್ಲಾ ಮಾತಾಡಬಾರದು. ನಾನು ನೇರವಾಗಿ ಚೆಂದದಲ್ಲಿ ಕೇಳಿದೆ. ನೀನು ಚೆಂದದಲ್ಲೆ ಉತ್ತರಿಸು."

"ತುಂಬಾ ಕಷ್ಟದ್ದನ್ನು ತಿನ್ನು ಅಂದರೆ ಹೇಗೆ?"

ಅನಂತು ಮುಂದೆ ಬಂದು ಮದನ್‌ನ ಕೈಯನ್ನು ಹಿಡಿದ. ತನ್ನ ಕುಳ್ಳ ದೇಹವನ್ನು ಸೆಟೆದು ಬಲವಾಗಿ ಗುದ್ದಿದ. ಮದನ್ ದೊಪ್ಪನೆ ಬಿದ್ದ. ಅವನ ದಪ್ಪನೆಯ ಅಗಲ ಕೈ ಮುಖಕ್ಕೆ ಬಲವಾಗಿ ತಾಡಿತು. ಕೈಗೆ ರಿವ್ವಾಲ್ವರ್ ಬಂತು.

"ಹಾಗೆ ಮಾಡ್ಬೇಡ" ಅವನು ತಲೆಯೆತ್ತಿ ಅನಂತುವನ್ನು ನೋಡಿದ. ಅವನ ಕೈಯಲ್ಲಿ ಗನ್ ಹಾಗೆ ಇತ್ತು.

"ಆಗಲಿ, ಈಗ ನೀನು ಚೆಂದದಲ್ಲಿ ಉತ್ತರಿಸು. ನಾನು ನೋಡುವುದಕ್ಕೆ ಹೀಗಿರಬಹುದು. ಅದರೆ ನಾನೇನೂಂತ ನಿನಗೆ ತೋರಿಸಿಕೊಟ್ಟೆ. ಈಗ ನೀನು ತಿನ್ನುವುದಕ್ಕೆ ಏನಾದರೂ ಹೇಳು."

ಮದನ್ ತೂರಾಡುತ್ತಾ ಎದ್ದು ನಿಂತ. ಅವನಿಗೆ ಹೊಡೆತದ ಆಘಾತ ಕಡಿಮೆಯಾಗಲಿಲ್ಲ. ಅನಂತು ತನ್ನ ಗನ್ ಅನ್ನು ಸೊಂಟಕ್ಕೆ ಸೇರಿಸಿದ. ಅದನ್ನು ಕೋಟಿನಿಂದ ಮರೆ ಮಾಡಿದ.

"ನೋಡಿಲ್ಲಿ, ನಾನು ನೋಡೋದಿಕ್ಕೆ ಹೀಗಿರಬಹುದು, ಆದರೆ ತುಂಬಾ ಚುರುಕಿನ ಮನುಷ್ಯ. ನನಗೆ ವಯಸ್ಸಾಗಿರಬಹುದು. ಆದರೆ ನನ್ನ ತೋಳಿಗಲ್ಲ" ಮತ್ತೊಮ್ಮೆ ಗನ್ ತೋರಿಸಿ ಮದನ್‌ನನ್ನು ಬೆದರಿಸಿದ.

"ನಿನಗೇನು ತಿನ್ನಲು ಬೇಕಲ್ಲವೇ?"

"ಹೌದು, ದಯವಿಟ್ಟು" ಮದನ್ ದಯನೀಯವಾಗಿ ಬೇಡಿದ.

ಅನಂತು ತನ್ನ ವಿಶಾಲವಾದ ಬಾಹುಗಳಿಂದ ಮದನ್‌ನನ್ನು ಎಬ್ಬಿಸಿದ.

"ಬಾ" ಅವನನ್ನು ಕಿಚನ್‌ಗೆ ಕರೆದುಕೊಂಡು ಹೋದ. ನನ್ನ ಮನೆಯಲ್ಲಿ ಯಾವಾಗಲೂ ಒಳ್ಳೆಯ ಊಟವೇ ಇರುತ್ತದೆ."

ಒಂದು ಗಂಟೆಯ ಬಳಿಕ ಮದನ್ ಅನಂತುವಿನ ಬೋಟ್ ತೆಗೆದುಕೊಂಡು ಮೀನು ಶಿಕಾರಿಗೆ ಹೊರಟ. ಕೈಯಲ್ಲಿ ಗಾಳ, ಕಣ್ಣಿಗೆ ವಿಚಿತ್ರ ಕನ್ನಡಕವಿತ್ತು. ಅನಂತು ಅವನಿಗೆ ಹೇಗೆ ಶಿಕಾರಿ ಮಾಡುವುದೆನ್ನುವುದನ್ನು ತೋರಿಸಿದ.

"ಕೈಯಲ್ಲಿ ರಾಡ್ ಹಿಡಿದುಕೋ. ಆದರೆ ನೆನಪಿರಲಿ ಹೌಸ್‌ಬೋಟ್‌ನತ್ತ ಹೋಗಬೇಡ. ದೂರದಲ್ಲಿಯೆ ಗಮನಿಸು. ನಿನ್ನ ಹತ್ರ ಯಾರಾದರೂ ಬಂದರೆ... ನನ್ನ ಹೆಸರು ಹೇಳು. ಅವರ ಫ್ರೆಂಡ್ ಅನ್ನು. ಆಗ ನಿನ್ನ ತಂಟೆಗೆ ಯಾರೂ ಬರುವುದಿಲ್ಲ."

ಮದನ್ ನದಿಯ ಮಧ್ಯೆ ದೋಣಿಯನ್ನು ತಂದು ಇಂಜಿನ್‌ನನ್ನು ನಿಲ್ಲಿಸಿದ. ಸ್ವಲ್ಪ ದೂರದಲ್ಲಿಯೇ ನಿಂತಿರುವ ಹೌಸ್‌ಬೋಟ್‌ಗಳನ್ನು ನೋಡಿದ. ಗಾಳವನ್ನು ಹಾಗೆ ಹಿಡಿದು ಹೌಸ್‌ಬೋಟ್‌ನತ್ತ ಪರೀಕ್ಷಕ ನೋಟ ಹರಿಸಿದ. ಆ ಕನ್ನಡಕದ ಮಹತ್ವ ತಿಳಿಯಿತು. ದೂರದ ವಸ್ತು ಹತ್ತಿರದಲ್ಲಿರುವಂತೆ ಕಾಣುತ್ತಿತ್ತು ಅದರಲ್ಲಿ.

ಹೌಸ್‌ಬೋಟ್ ಅತೀ ಸಮೀಪದಲ್ಲಿರುವಂತೆ ಗೋಚರಿಸಿತು. ಕಿತ್ತು ಹೋದ ಪೇಂಟ್, ಡೆಕ್‌ನಲ್ಲಿರುವ ಬೆತ್ತದ ಕುರ್ಚಿಗಳು, ರೈಲ್ ಮೇಲಿರುವ ತುಕ್ಕುಗಳು ಸ್ಪಷ್ಟವಾಗಿ ಕಾಣಿಸುತ್ತಿತ್ತು. ಆದರೆ ಮನುಷ್ಯರ ಸುಳಿವಿರಲಿಲ್ಲ. ಅವನು ಅಲ್ಲಿಯೇ ಕುಳಿತ. ಸೂರ್ಯ ಬೆನ್ನನ್ನು ಸುಡುತ್ತಿದ್ದ. ಅವನು ಹಾಗೆ ಕುಳಿತು ಕಾಯುತ್ತಿದ್ದ!

ಅಧ್ಯಾಯ 9

ಹಿಂದಿನ ದಿನ ರಾತ್ರಿ ಮಿಥುನ್ ಬೆಡ್‌ರೂಂ ಸೇರುವ ಮೊದಲು ತಿಲಕರಾಜ ಹನ್ನೆರಡು ಬೇರ್ ಶಾಟ್‌ಗನ್ ಖರೀದಿಸಲು ಅನುಮತಿ ಕೋರಿದ್ದ.

"ನಾನು ಹೀಗೆ ಕಾಡಿನ ದಾರಿಯಲ್ಲಿ ವಾಕಿಂಗ್ ಹೋಗಿ ಏನಾದರೂ ಬೇಟೆಯಾಡಿಕೊಂಡು ಬರಬೇಕು."

"ಖಂಡಿತಾ, ಒಳ್ಳೆಯ ಆಲೋಚನೆ. ನನಗೆ ಶಿಕಾರಿಗೆ ಸಮಯವೇ ಸಿಗುತ್ತಿಲ್ಲ. ನಿನಗೆ ಮೊಲ ಅಥವಾ ಪಾರಿವಾಳ ಸಿಗಬಹುದು."

ಹಾಗೆ ಮರುದಿನ ಈಜು ಮುಗಿಸಿ ತಿಲಕರಾಜ ಗನ್ ತೆಗೆದುಕೊಂಡು ಬೇಕಾದಷ್ಟು ತೋಟಾಗಳನ್ನು ಕಿಸೆಗೆ ಸೇರಿಸಿ ಮಧ್ಯಾಹ್ನ ಊಟಕ್ಕೆ ಬರುವುದಾಗಿ ರತಿಗೆ ಹೇಳಿ ಹೊರಟ.

"ದೂರ ಹೋಗಬೇಡ. ದಾರಿ ತಪ್ಪೀತು. ದಾರಿಯನ್ನು ಸರಿಯಾಗಿ ನೆನಪಿಟ್ಟುಕೋ. ಎಲ್ಲೂ ಕಳೆದು ಹೋಗಬೇಡ."

ಇಡೀ ದಿನವನ್ನು ಕಾಡಿನಲ್ಲಿ ಕಳೆದ. ತುಂಬಾ ಖುಷಿ ಪಟ್ಟ. ಬೇಟೆಯಾಡಿದ ಕೆಲವೊಂದು ಪ್ರಾಣಿ ಪಕ್ಷಿಗಳನ್ನು ತೆಗೆದುಕೊಂಡು ಕಿಚನ್‌ಗೆ ಬಂದ. ರತಿ ಅಡುಗೆಯಲ್ಲಿ ನಿರತಳಾಗಿದ್ದಳು.

"ಮನೆಯನ್ನು ಸುಧಾರಿಸುವ ಗಂಡಸು ನೀನು" ಅವನು ಬೇಟೆಯನ್ನು ತಂದು ತೋರಿಸುವಾಗ ಅವಳು ಮೆಚ್ಚುಗೆಯ ಮಾತುಗಳನ್ನಾಡಿದಳು.

"ಮಧ್ಯಾಹ್ನ ನಿನಗೆ ಏನು ಬೇಕೋ ಅದನ್ನೆಲ್ಲಾ ಮಾಡಿ ಬಿಡು. ನಾನು ಮಿಥುನ್‌ಗೆ ತುಂಬ ಸಲ ಹೇಳಿಯಾಯಿತು. ಕಿಚನ್‌ಗೆ ನಾಲ್ಕು ಅದೆಯಿರುವ ಶೆಲ್ಫ್ ಮಾಡಿಕೊಡೂಂತ. ಮರಗಳನ್ನು ತುಂಡರಿಸಿ ಇಟ್ಟಿದ್ದಾನೆ. ಅದನ್ನು ಮಾಡಬಹುದೇ?"

"ಖಂಡಿತಾ, ನಾನು ಜೋಡಿಸಿಕೊಡುವೆ" ತಿಲಕರಾಜ ಉತ್ಸಾಹ ತೋರಿಸಿದ. ಇಬ್ಬರೂ ಮಧ್ಯಾಹ್ನದ ಊಟ ಮುಗಿಸಿ ಬೆಡ್‌ರೂಂ ಸೇರಿದರು. ಮೂರು ಗಂಟೆ ಹೊತ್ತಿಗೆ ರತಿ ಹಳ್ಳಿಗೆ ಹೋಗಿ ಬರುವುದಾಗಿ ಹೇಳಿದಳು.

"ಸರಿ, ನಾನು ಶೆಲ್ಫ್ ಜೋಡಿಸಿಡುತ್ತೇನೆ."

ಎರಡು ಗಂಟೆಗಳ ಸಮಯ ಅವನು ಕಿಚನ್‌ನಲ್ಲಿ ಕಳೆದುದರಿಂದ ಅವನು ಬಿಸಿಲಲ್ಲಿ ಕಾಯುತ್ತಿದ್ದ ಮದನ್‌ನ ದೃಷ್ಟಿಗೆ ಗೋಚರಿಸಿರಲಿಲ್ಲ. ಆದರೆ ರತಿ ಡೆಕ್‌ನಿಂದ ಮೋಟರ್ ಬೋಟ್‌ಗೆ ಇಳಿದು ಅವನತ್ತ ಬರುತ್ತಿರುವುದನ್ನು ಗಮನಿಸಿದ ಮದನ್.

ಮದನ್ ತನ್ನ ಗಾಜುಗಳನ್ನು ಮರೆ ಮಾಚಿ ಗಾಳವನ್ನು ಎತ್ತಿದ. ರತಿಯ ದೋಣಿ ಅವನ ಹತ್ತಿರದಿಂದಲೇ ಸರಿದು ಹೋಯಿತು. ಅವಳೇನಾದರೂ ತನ್ನನ್ನು ಗಮನಿಸಿದಳೇ ಎಂದುಕೊಂಡ. ಅವನು ತಲೆ ತಗ್ಗಿಸಿ ಕುಳಿತ. ಎಂತಹವರನ್ನು ಆಕರ್ಷಿಸುವ ಸೌಂದರ್ಯ ಅವಳದೆಂದುಕೊಂಡ.

ನಿಜವಾಗಿಯೂ ತಿಲಕರಾಜ ಹೌಸ್‌ಬೋಟ್‌ನಲ್ಲಿ ಅಡಗಿ ಕುಳಿತಿದ್ದರೆ ಅನುಕೂಲವೆ. ಅದು ತಿಲಕರಾಜನೇ ಹೌದೇ? ಮತ್ತೊಮ್ಮೆ ಕನ್ನಡಕ ಏರಿಸಿ ಹೌಸ್‌ಬೋಟ್‌ನ ಕಡೆಗೆ ಪರೀಕ್ಷಾ ದೃಷ್ಟಿ ಹರಿಸಿದ. ಯಾರೂ ಕಾಣಿಸಲಿಲ್ಲ. ಹಿಂತಿರುಗಿ ಹೋಗುವುದೇ ಒಳ್ಳೆಯದೆನಿಸಿತು. ಮತ್ತೊಮ್ಮೆ ಹೌಸ್‌ಬೋಟ್‌ನತ್ತ ನೋಡಿದ. ಯಾರೂ ಕಾಣಿಸಲಿಲ್ಲ. ಹಿಂತಿರುಗಲು ನಿರ್ಧರಿಸಿದ. ಸೂರ್ಯನ ಉರಿ ಕಡಿಮೆ ಆದ ಮೇಲೆ ಬರುವುದು ಒಳ್ಳೆಯದೆನಿಸಿತು.

ಮೈ ಮೇಲೆಲ್ಲಾ ಬೊಕ್ಕೆಗಳೆದ್ದ ಅನುಭವವಾಯಿತು. ಬೋಟ್‌ನ ಯಂತ್ರವನ್ನು ಚಾಲನೆಗೆ ತಂದು ಆಕಳಿಸಿದ. ಯಂತ್ರ ಮೊರೆಯಲಿಲ್ಲ. ಹಿಡಿ ಶಾಪ ಹಾಕಿ ಮತ್ತೊಮ್ಮೆ ಪ್ರಯತ್ನಿಸಿದ. ಮತ್ತದೇ ನಿಶ್ಯಬ್ದ!

ಅನಂತು ಯಂತ್ರದಲ್ಲೇನೂ ದೋಷವಿಲ್ಲವೆಂದಿದ್ದ. ಬರೀ ಹಗ್ಗವನ್ನು ಎಳೆದರೆ ಯಂತ್ರ ಚಾಲನೆಗೆ ಬರುತ್ತದೆ ಎಂದಿದ್ದ. ಹುಚ್ಚ! ಮೋಸ ಮಾಡಿದ್ದಾನೆ. ಯಂತ್ರ ಮೊರೆಯಲೇ ಇಲ್ಲ. ಇಲ್ಲಿಯೇ ಉರಿ ಬಿಸಿಲಿಗೆ ಸತ್ತು ಹೋಗುತ್ತೇನೆ ಎಂದುಕೊಂಡ.

ಅವನಿಗೂ ದೋಣಿಯ ಹುಚ್ಚಿತ್ತು. ಆದರೆ ದೋಣಿಯ ಗಂಧ ಗಾಳಿ ಗೊತ್ತಿಲ್ಲ. ಅದಕ್ಕಿಂತಲೂ ಅವನಿಗೆ ಈಜು ಬಾರದು! ನದಿಯ ತಣ್ಣನೆಯ ನೀರು ಶಾಂತವಾಗಿ ಉದ್ದಕ್ಕೂ ಹರಿಯುವುದನ್ನು ಗಮನಿಸಿದ. ರಿವ್ವಾಲ್ವರ್‌ನ ತುದಿ ಸೊಂಟಕ್ಕೆ ಚುಚ್ಚುತ್ತಿತ್ತು. ಶರ್ಟ್‌ನ ಕೆಳಗೆ ಅದನ್ನು ಬಂಧಿಸಿದ್ದ. ಅದನ್ನು ತೆಗೆದು ಗಾಳದ ರಾಡ್‌ನ ಪಕ್ಕದಲ್ಲಿರಿಸಿದ.

ಇನ್ನೇನು ಮಾಡಬೇಕೆನ್ನುವುದು ಅವನಿಗೆ ತಿಳಿಯಲಿಲ್ಲ. ಆತ ಯಂತ್ರದ ಬಳಿ ಹೋಗಿ ಹಗ್ಗವನ್ನು ಎಳೆದ. ಗುರುಗುಟ್ಟಿ ಯಂತ್ರ ಸ್ತಬ್ಧವಾಯಿತು. ಆಗಲೇ ಅವನಿಗೆ ಇನ್ನೊಂದು ಬೋಟ್‌ನ ಸದ್ದು ಕೇಳಿಸಿತು. ತಲೆಯೆತ್ತಿ ಅತ್ತ ನೋಡಿದ. ರತಿ ಹಳ್ಳಿಯಿಂದ ಬರುತ್ತಿರುವುದು ಗೋಚರಿಸಿತು. ಅವನು ಅವಳಿಗೆ ಕೈ ಎತ್ತಿ ಸಂಜ್ಞೆ ಮಾಡಿದ. ಅವಳು ಸ್ಟೀರಿಂಗ್ ತಿರುಗಿಸಿ ಅವನತ್ತ ಓಡಿಸಿದಳು.

"ನೀನು ತೊಂದರೆಯಲ್ಲಿರುವೆಯಾ?" ಎಂದು ಕೇಳಿದಳು. ಮದನ್ ಅವಳನ್ನೇ ದಿಟ್ಟಿಸಿದ. ಅವನ ದೃಷ್ಟಿ ಅವಳ ಸೌಂದರ್ಯವನ್ನು ಆಸ್ವಾದಿಸುವುದರಲ್ಲಿಯೇ ಇತ್ತು.

"ಹೌದು, ಯಂತ್ರ ಕೆಲಸ ಮಾಡುತ್ತಿಲ್ಲ."

"ಅದು ಬಿಸಿಯಾಗಿರಬಹುದು. ಪ್ಲಗ್ ತೆಗೆದು ಹಾಕಿ ಪ್ರಯತ್ನಿಸು."

ಮದನ್ ಯಂತ್ರದತ್ತ ನೋಡಿದ.

"ನನ್ನ ಹತ್ರ ಪರಿಕರಗಳಿಲ್ಲ."

"ನಾನು ಮಾಡುತ್ತೇನೆ. ನೀನು ಎರಡು ದೋಣಿಗಳನ್ನು ಹಿಡಿದುಕೋ" ಅವಳು ಯಂತ್ರದ ಪೆಟ್ಟಿಗೆಯನ್ನು ತೆರೆದಳು. ಅದರಲ್ಲಿದ್ದ ಟೂಲ್‌ಕಿಟ್ ತೆಗೆದಳು. ಅವಳ ಕಾಲಿಗೆ ಏನೋ ಚುಚ್ಚಿದಂತಾಯಿತು. ಅವನು ತಕ್ಷಣವೇ ಗನ್ ಅನ್ನು ಅವಳಿಗೆ ಗೊತ್ತಾಗದಂತೆ ಕಾಲಿನಿಂದ ಪಕ್ಕಕ್ಕೆ ತಳ್ಳಿ ಸೀಟ್‌ನ ಅಡಿಗೆ ತೂರಿಸಿದ. ಅವಳು ಟೂಲ್‌ಕಿಟ್ ತೆರೆದು ಮೊಣಕಾಲಿನಲ್ಲಿ ಕುಳಿತು ರಿಪೇರಿಗೆ ಕುಳಿತಳು.

"ನೀನು ಇಲ್ಲಿಗೆ ಹೊಸಬ ಅನ್ನುತ್ತೆ?"

"ಹೌದು, ನಾನು ಅನಂತುವಿನ ಗೆಳೆಯ."

ಅವಳ ಹಿಂಭಾಗವನ್ನು ದೃಷ್ಟಿಸಿ ಹೇಳಿದ. ಅವಳಿಗೆ ಅದರ ಅರಿವಿರಲಿಲ್ಲ. ಅವಳು ಯಂತ್ರದ ರಿಪೇರಿಯಲ್ಲಿ ತೊಡಗಿದ್ದಳು.

"ನಾನು ಈ ಹಿಂದೆ ನಿನ್ನನ್ನು ನೋಡಿರಲಿಲ್ಲ."

ಪ್ಲಗ್ ತೆಗೆದು ಒರೆಸಿದಳು.

"ನೋಡಿಲ್ಲಿ ಎಣ್ಣೆ!" ಪ್ಲಗ್ ಎತ್ತಿ ತೋರಿಸಿದಳು.

"ನನಗೆ ಬೋಟ್‌ನ ಬಗ್ಗೆ ಏನೂ ಗೊತ್ತಿಲ್ಲ. ಸುಮ್ಮನೆ ರಜೆಗೆ ಇಲ್ಲಿಗೆ ಬಂದಿದ್ದೆ."

"ಅನಂತು ನನ್ನ ಆತ್ಮೀಯ ಗೆಳೆಯ" ಅವಳು ಪ್ಲಗ್ ಅನ್ನು ಹಳೆಯ ಬಟ್ಟೆಯಿಂದ ಒರೆಸಿ ಶುಚಿಗೊಳಿಸಿದಳು.

"ಹೊಸಬರನ್ನು ಪರಿಚಯಿಸಿಕೊಳ್ಳುವುದೆಂದರೆ ನನಗೆ ಇಷ್ಟ" ಅವಳ ಮಾತಿಗೆ ಅಚ್ಚರಿಯಾಯಿತು. ಜೊತೆಗೆ ಸ್ವರ್ಗಕ್ಕೆ ಮೂರೇ ಗೇಣು ಎನಿಸಿತು.

"ನಾನು ಹಾಗೆ ಅಂದುಕೊಂಡೆ."

"ನಿನಗೆ ಮೀನು ಸಿಕ್ಕಿಲ್ಲವೇ?" ಬರಿದಾದ ಗಾಳವನ್ನು ನೋಡಿ ಕೇಳಿದಳು.

"ಇಲ್ಲಿ ಉರಿಗೆ ಕುಳಿತುಕೊಳ್ಳಲು ಸಾಧ್ಯವಿಲ್ಲ ಅಲ್ಲವೇ?"

"ನೀನು ಇನ್ನೊಮ್ಮೆ ಅದನ್ನು ಹೇಳು. ಬೇಯ್ತಾ ಇದೆ ಇಲ್ಲಿ."

"ನೀನು ಅನಂತು ಜೊತೆಗಿದ್ದೀಯಾ?"

"ಹೌದು" ಅವಳು ಅವನನ್ನು ನೋಡಿದಳು. ಅವಳ ನೀಲಿ ಕಣ್ಣುಗಳು ಅವನನ್ನು ಸ್ವಾಗತಿಸಿದವು.

"ಸಾಧ್ಯವಾದರೆ ನಮ್ಮ ಮನೆಗೆ ಬಾ" ಅವಳು ಅವನಿಗೆ ಆಹ್ವಾನವಿತ್ತಳು. ಮದನ್ ಅಚ್ಚರಿಪಟ್ಟ, ಅವಳನ್ನು ತದೇಕಚಿತ್ತದಿಂದ ನೋಡಿದ. ಸೌಂದರ್ಯದ ಗಣಿ!

"ಖಂಡಿತಾ! ಯಾಕಾಗಬಾರದು? ಅನಂತು ಹೇಳ್ತಿದ್ದ ನಿನಗೊಬ್ಬ ಸಹೋದರನಿದ್ದಾನಂತೆ."

"ಅವನು ಬೆಳಿಗ್ಗೆ ಹೋದ. ಅವನಿಗೆ ಮುಂಬೈನಲ್ಲಿ ಬಿಝಿನೆಸ್ ಇದೆ" ಅವಳು ಮುಗುಳ್ನಕ್ಕಳು, "ನಾನು ಅವನನ್ನು ಮಿಸ್ ಮಾಡ್ಕೊಂಡೆ. ನಾನೀಗ ಒಬ್ಬಂಟಿ. ನನ್ನ ಗಂಡ ಬರೋದು ರಾತ್ರಿಗೆ."

"ಹೌದಾ? ನಾನು ಹಾಗೆ ಅಂದುಕೊಂಡೆ."

ಅವಳು ತನ್ನ ಬೋಟ್‌ಗೆ ಇಳಿದಳು.

"ಈಗ ಪ್ರಯತ್ನಿಸು. ಸರಿಯಾಯಿತು" ಅವಳು ತನ್ನ ಬೋಟ್‌ನ ಯಂತ್ರ ಚಾಲನೆಗೆ ತಂದಳು.

"ನಿನಗೆ ಏನೂ ಕೆಲಸ ಇಲ್ಲದಿದ್ದರೆ ನೀನ್ಯಾಕೆ ನನ್ನ ಮನೆಗೆ ಬರಬಾರದು? ಐದುವರೆ ಹೊತ್ತಿಗೆ ಬಾ. ನನ್ನ ಗಂಡ ಬರೋದು ಏಳು ಗಂಟೆಗೆ" ಅವನು ಉತ್ತರಿಸುವ ಮೊದಲೇ ಅವಳು ಅವನಿಗೆ ಕೈಯಾಡಿಸಿ ತನ್ನ ಬೋಟನ್ನು ವೇಗವಾಗಿ ಚಲಾಯಿಸುತ್ತಾ ತನ್ನ ಹೌಸ್‌ಬೋಟ್‌ಗೆ ಬಂದಳು.

ಮದನ್ ಅವಳನ್ನೇ ನೋಡುತ್ತಿದ್ದ. ಅವನ ಹೃದಯದ ಬಡಿತ ಏರುಪೇರಾಯಿತು. ಅವಳ ಆಹ್ವಾನ ಅವನಿಗೆ ಜೊತೆಯಾಗಲು ಅಲ್ಲದಿದ್ದರೆ ಬೇರೇನಕ್ಕೆ ಇದ್ದೀತು? ಇರು ತಾಳ್ಮೆಯಿಂದ ಇರಬೇಕು! ಅಲ್ಲಿ ತಿಲಕರಾಜ ಅಥವಾ ಬೇರೆ ಯಾರೇ ಆಗಲಿ ಇದ್ದರೆ? ತನ್ನನ್ನು ಸಿಕ್ಕಿಸಿ ಹಾಕಲು ಕರೆದಿರಬಹುದೇ? ಅವನು ಗೊಂದಲಕ್ಕೊಳಗಾದ. ಅವನು ಇಂಜಿನ್ ಹಗ್ಗ ಎಳೆದ. ಯಂತ್ರ ಮೊರೆಯಿತು. ಅವನು ಮುಗುಳ್ನಗುವಿನಿಂದ ಹಳ್ಳಿಯತ್ತ ಓಡಿಸಿದ. ಅನಂತು ಅಲ್ಲಿಯೇ ತೀರದಲ್ಲಿದ್ದವನು ಬೋಟ್ ಅನ್ನು ಲಂಗರು ಹಾಕಲು ಅವನಿಗೆ ಸಹಾಯ ಮಾಡಿದ.

"ನೀನು ಅವನನ್ನು ನೋಡಿದೆಯಾ?"

"ಇಲ್ಲ, ಆದರೆ ನಾನು ಅವಳನ್ನು ನೋಡಿದೆ. ನನ್ನ ಇಂಜಿನ್ ಕೆಟ್ಟು ಹೋಗಿತ್ತು. ಅವಳು ಸರಿ ಮಾಡಿಕೊಟ್ಟಳು. ಅವಳ ಸಹೋದರ ಇವತ್ತು ಬೆಳಿಗ್ಗೆ ಮುಂಬೈಗೆ ಹೋದನಂತೆ. ಅವಳು ನನ್ನನ್ನು ಐದೂವರೆಗೆ ಕರೆದಿದ್ದಾಳೆ" ಮದನ್ ತನ್ನ ಬೆವರಿದ ಮುಖವನ್ನು ಒರೆಸಿಕೊಂಡ.

"ನೀನೇನು ಮಾಡ್ತಿ?"

ಅನಂತು ತಲೆಯಲುಗಿಸಿದ.

"ಅವನಲ್ಲಿದ್ದರೆ ನಿನಗೆ ತೊಂದರೆ."

"ಅವನಲ್ಲಿದ್ದರೆ ಅವಳ್ಯಾಕೆ ನನ್ನನ್ನು ಕರೆಯುತ್ತಾಳೆ?"

"ಏನಿಲ್ಲದಿದ್ದರೂ ಅಲ್ಲಿ ಯಾರು ಇಲ್ಲ ಅನಿಸ್ತಿದೆ. ಅವಳಿಗೆ ನಾನು ಬೇಕು. ಅದ್ದರಿಂದ ನಾನು ಅಲ್ಲಿಗೆ ಹೋಗುವೆ. ಏನು ಮಾಡ್ತಾಳೋ ನೋಡ್ತೇನೆ. ಬಾಸ್‌ಗೆ ಅಲ್ಲಿರುವ ವ್ಯಕ್ತಿ ತಿಲಕರಾಜ ಅಲ್ಲಾಂತ ಹೇಳ್ತೀನಿ. ನಾನು ಹಿಂದೆ ಹೋಗ್ತೇನೆ. ಅಲ್ಲಾ ಅದು ಒಳ್ಳೆಯದಲ್ವಾ?" ಅನಂತು ಅವನನ್ನು ಅಳೆಯುವಂತೆ ನೋಡಿದ.

"ಅದು ನಿನ್ನ ಸಾವು. ನೀನು ಹೇಳಿದ್ದು ಸರಿ. ನಾನ್ಯಾಕೆ ತಲೆಕೆಡಿಸಿಕೊಳ್ಳಲಿ? ನಿನ್ನ ಜಾಗ್ರತೆಯಲ್ಲಿ ನೀನಿರು. ನಿನಗೆ ಅವಳತ್ರ ಹೋಗಬೇಕೆನಿಸಿದರೆ ಹೋಗು."

"ಸರಿ, ಬಾಯಾರಿಕೆ ಆಗ್ತಿದೆ. ನಾನು ಆ ಬಿಸಿಲಿನಲ್ಲಿ ಸುಟ್ಟು ಹೋದೆ. ತಣ್ಣನೆಯ ನೀರಿದ್ದರೆ ಕೊಡು."

* * *

ರತಿ ಹಿಂತಿರುಗುವ ವೇಳೆಗೆ ತಿಲಕರಾಜ ಕೊನೆಯ ಮರದ ತುಂಡನ್ನು ಜೋಡಿಸುತ್ತಿದ್ದ. ಅವನು ಕೆಲಸ ಮುಗಿಸಿ ಕಿಟಕಿಯತ್ತ ನಡೆದ. ಅವನು ಡೆಕ್‌ನ ಮೇಲೆ ಬಂದಾಗ ಇನ್ನೊಂದು ಬೋಟ್ ವಿರುದ್ಧ ದಿಕ್ಕಿನಲ್ಲಿ ಹೋಗುತ್ತಿರುವುದು ಕಂಡಿತು. ಏನೋ ಅಪಾಯ ತನ್ನನ್ನು ಎದುರು ತಂದು ನಿಲ್ಲಿಸಿದೆ ಎನಿಸಿತು. ಇನ್ನೊಂದು ಬೋಟ್‌ನಲ್ಲಿ ಒಬ್ಬನೇ ವ್ಯಕ್ತಿ ಕುಳಿತಿರುವುದು ಕಂಡಿತು. ಅದು ಹಳ್ಳಿಯತ್ತ ಮುಖ ಮಾಡಿಕೊಂಡು ಓಡುತ್ತಿತ್ತು.

ರತಿ ಕಿಚನ್‌ನ ಕಿಟಕಿಯ ಪಕ್ಕ ಬೋಟ್‌ಅನ್ನು ಸಿಕ್ಕಿಸಿ, "ಹೊರಗೆ ಬರಬೇಡ" ಎಂದು ಕೂಗಿದಳು. ಅವಳ ಕೂಗಿನಲ್ಲಿ ಏನೋ ತೊಂದರೆಯಿದೆಯೆನಿಸಿತು. ಅವನು ತಕ್ಷಣವೇ ಡೆಕ್‌ನಿಂದ ಹಜಾರಕ್ಕೆ ಬಂದು ಅವಳಿಗಾಗಿ ಕಾದು ನಿಂತ.

"ಏನದು?" ತತ್‌ಕ್ಷಣವೇ ಅವಳು ಮದನ್‌ನ ವಿಷಯವನ್ನು ಹೇಳಿದಳು.

"ಅವನ ಹತ್ತಿರ ರಿವ್ಹಾಲ್ವರ್ ಇದೆ. ಅವನು ಅನಂತುವಿನ ಗೆಳೆಯಾಂತ ಹೇಳಿದ" ನಿರ್ಧಾರಕ್ಕೆ ಬಂದಂತೆ ಹೇಳಿದಳು.

ತಿಲಕರಾಜ ಕುಳಿತ. ಉಸಿರುಕಟ್ಟಿದಂತಾಯಿತು. ಬಲೆ ತನ್ನತ್ತ ಬೀಸಿದಂತೆ ಭಾಸವಾಯಿತು.

"ಸುಮಾರು ಮೂವತ್ತು ವರ್ಷದ ತೆಳ್ಳಗಿನ ಕಪ್ಪು ಸುಂದರ ಯುವಕ. ಅವನ ಬಲ ತೋಳಿನಲ್ಲಿ ಹೆಣ್ಣಿನ ನಗ್ನ ಹಚ್ಚೆ ಇದೆ."

ತಿಲಕರಾಜನಿಗೆ ಅರ್ಥವಾಯಿತು. ಮದನ್! ಹೆಣ್ಣಿನ ನಗ್ನ ಹಚ್ಚೆ ಹಾಕಿಸಿಕೊಂಡವನು ಅವನೇ!

ಅವನ ಮುಖದಲ್ಲಾದ ಬದಲಾವಣೆಯನ್ನು ಕಂಡು ರತಿ ಕೇಳಿದಳು, "ಅವರಲ್ಲೊಬ್ಬನಾ?"

"ಹೌದು, ಅವರಲ್ಲಿ ಒಬ್ಬ. ಅವರು ಹತ್ತಿರವಾಗುತ್ತಿದ್ದಾರೆ..." ಅವರಿಬ್ಬರೂ ಒಬ್ಬರನ್ನೊಬ್ಬರು ನೋಡಿಕೊಂಡರು. ಅವಳು ಕೂಡಲೇ ಅವನ ಕಾಲಿನ ಬಳಿ ಮೊಣಕಾಲೂರಿ ಕುಳಿತಳು.

"ಅವನು ನನ್ನ ಸಹೋದರನ ಬಗ್ಗೆ ಕೇಳಿದ. ಅವನು ಇವತ್ತು ಬೆಳಿಗ್ಗೆ ಮುಂಬೈಗೆ ಹೋದಾಂತ ಹೇಳಿದೆ."

"ನಾನು ಹೋಗಲೇಬೇಕು."

"ಇಲ್ಲ!" ಅವಳ ಕೈ ಅವನ ಮುಖವನ್ನು ಸವರಿತು.

"ಅವನಿಗೆ ನಾವು ಮೋಸ ಮಾಡ್ಬೇಕು ತಿಲಕರಾಜ. ನಾನು ಐದುವರೆಗೆ ಅವನನ್ನು ಇಲ್ಲಿಗೆ ಬರಲು ಹೇಳಿದ್ದೇನೆ. ನನಗೆ ಅನಿಸುತ್ತೆ ಅವನು ಬಂದೇ ಬರ್ತಾನೆ. ನೀನು ಕಾಡಿನೊಳಗೆ ಹೋಗಿ ಕಾಯುತ್ತಿರು. ನಾನು ಅವನನ್ನು

ಒಪ್ಪಿಸುತ್ತೇನೆ. ಆಮೇಲೆ ಅವರು ಬೇರೆ ಕಡೆಗೆ ಹೋಗ್ತಾರೆ. ಆದರೆ ಈಗ ನೀನು ಇಲ್ಲಿಯೇ ಇರು. ಅವರಿಗೆ ಕಾಣದ ಹಾಗೆ ಇರು" ಅವನು ಅವಳತ್ತ ದೃಷ್ಟಿಸಿದ.

"ನೀನು ಅವನನ್ನು ಇಲ್ಲಿಗೆ ಬರುವಂತೆ ಹೇಳಿದೆಯಾ?"

"ರಾಜ, ನಾನು ನಿನ್ನನ್ನು ಪ್ರೀತಿಸುತ್ತಿದ್ದೇನೆ! ನೀನು ಸುರಕ್ಷಿತವಾಗಿರಬೇಕು! ಅವನು ಬರ್‍ತಾನೆ. ಅವನಿಗೆ ಎಲ್ಲಾ ತೋರಿಸ್ಬೇಕು. ಆಮೇಲೆ ಅವನನ್ನು ಕಳುಹಿಸುವೆ. ಒಮ್ಮೆ ಅವನಿಗೆ ನೀನು ಇಲ್ಲಾಂತ ಗೊತ್ತಾದ್ರೆ. ಅವನು ಹಿಂದಕ್ಕೆ ಹೋಗ್ತಾನೆ."

"ನೀನು ಏನು ಮಾಡ್ತಾ ಇದ್ದೀಂತ ನಿನಗೆ ಗೊತ್ತಿಲ್ಲ! ಈ ಮನುಷ್ಯ ಅಪಾಯಕಾರಿ! ನನಗೆ ಅವನು ಚೆನ್ನಾಗಿ ಗೊತ್ತು! ಅವನು ಒಬ್ಬನನ್ನೇ ಇಲ್ಲಿಗೆ ಕರೆಸಬೇಡ."

"ಯಾರು ಹುಟ್ಟಿಲ್ವೋ ಅಂತವನನ್ನು ನಾನು ಮ್ಯಾನೇಜ್ ಮಾಡಲಾರೆ!" ಅವಳು ಮುಗುಳ್ನಕ್ಕಳು, "ಗಂಡಸರು ಹೇಗಂತ ನನಗೆ ಗೊತ್ತು. ನಾನು ವಿಚಾರಿಸಿಕೊಳ್ತೇನೆ. ನೀನು ಕಾಡಿಗೆ ಹೋಗಿ ಕಾಯ್ತ ಇರು. ಮಿಥುನ್ ಬರುವುದರೊಳಗೆ ಅವನನ್ನು ವಾಪಾಸು ಕಳುಹಿಸುವೆ."

ತಿಲಕರಾಜ ಅವಳನ್ನೇ ದಿಟ್ಟಿಸಿದ. ಆಮೇಲೆ ಮಿಥುನ್ ಹೇಳಿದ್ದನ್ನು ನೆನಪಿಸಿಕೊಂಡ. ಅವಳಿಗೆ ತುಂಬಾ ಮಂದಿ ಗಂಡಸರು ಗೊತ್ತು. ಆವಾಗ ಆತನ ತಲೆಗೆ ಹೊಳೆಯಲಿಲ್ಲ. ಈಗ ರತಿ ಎಂತಹ ಹೆಣ್ಣೆಂಬುವುದು ಸ್ಪಷ್ಟವಾಯಿತು.

ಅದೊಂದು ವಿಷಯವಾ? ಅವನು ಅವಳತ್ತ ನೋಡಿದ. ಅವಳಿಲ್ಲದೆ ಅವನ ಸಾವು ಖಚಿತ! ಒಂದುಕ್ಷಣ ಬೇಸರವಾಯಿತು. ಆಮೇಲೆ ಹೇಳಿದ, "ಹೌದು ಅದೆ ಸರಿಯಾದ ರೀತಿ. ಆಯ್ತು, ನಾನು ಕಾಡಿಗೆ ಹೋಗ್ತೇನೆ. ಆದರೆ ಕಾದು ನೋಡು. ಅವನು ಸರ್ಪದಂತಹ ಮನುಷ್ಯ" ಅವಳು ಅವನನ್ನೇ ನೋಡಿದಳು.

"ಹಾಗೆ ನೋಡ್ಬೇಡ ರಾಜ. ಇನ್ನೊಂದು ನಾಲ್ಕು ದಿವಸಗಳಲ್ಲಿ ನಾವು ಇಲ್ಲಿಂದ ದೂರ ಹೋಗ್ತೇವೆ. ನಾನು ಇದನ್ನು ನಿನಗೋಸ್ಕರ ಮಾಡುತ್ತಿರುವೆ. ನಿನಗೋಸ್ಕರ..."

"ಹೌದು" ಅವನು ಅವಳಿಂದ ದೂರವಾದ. ನನಗೋಸ್ಕರ? ಅವನು ಆಲೋಚಿಸಿದ ಅಥವಾ ಹಣಕ್ಕೋಸ್ಕರವೇ?

"ನನ್ನ ಯೋಜನೆ ಚೆನ್ನಾಗಿಲ್ವೆ? ಅವನಿಗೆ ನಾನು ಹೋದೇಂತ ಹೇಳು" ಅವಳು ತನ್ನನ್ನು ಆತ ಹೊಗಳಲಿ ಎಂದು ಕಾದಳು. ಅವನು ಏನೂ

ಹೇಳಲಿಲ್ಲ. ಮೌನ ಕವಿಯಿತು. ಆಮೇಲೆ ಅವಳು ಹೇಳಿದಳು, "ಈಗ ನೀನು ಕಾಣಿಸಿಕೊಳ್ಳುವುದು ಬೇಡ. ಬಾಗಿಲಿನ ಸಂದಿಗೆ ನಿಲ್ಲು. ಇನ್ನು ಕೇವಲ ನಾಲ್ಕು ದಿನಗಳು."

"ಅದು ಸರಿ" ಅವನು ಅವಳತ್ತ ನೋಡದೆ ನಡೆದ. ಅವನು ಅಷ್ಟೊಂದು ಖಿನ್ನನಾಗಿದ್ದು ಇಲ್ಲಿಯವರೆಗೆ ಕಂಡಿಲ್ಲ.

"ಅವನಿಗಾಗಿ ಕಾಯಿ. ಇನ್ನು ನಾನು ಬರ್ತೇನೆ."

"ನನಗೊಂದು ಮುತ್ತು ಕೊಡು."

ಅವನಿಗೆ ಅದು ಬೇಕಿತ್ತೇ? ಅವನು ಬಲವಂತವಾಗಿ ಅವಳತ್ತ ನೋಟ ಹರಿಸಿದ. ಆ ನೀಲಿ ಕಣ್ಣುಗಳು ಅವನನ್ನು ಸೆಳೆದವು. ಅವಳು ಅವನ ತೋಳಲ್ಲಿ ಸೇರಿಕೊಂಡಳು. ಅವಳ ಬೆರಳುಗಳು ಅವನ ಕೂದಲಲ್ಲಿ ಆಟವಾಡಿದವು. ಅವಳ ದೇಹ ಅವನಿಗೆ ಅಂಟಿಕೊಂಡಿತು.

"ರಾಜ... ರಾಜ... ನಾನು ನಿನ್ನನ್ನು ತುಂಬಾ ಪ್ರೀತಿಸ್ತಿದ್ದೇನೆ" ಅವಳು ಅವನ ಕೆನ್ನೆಗೆ ತುಟಿಯನ್ನೊತ್ತಿ ಹೇಳಿದಳು.

"ನಾವು ಇದರಿಂದ ಆದಷ್ಟು ಬೇಗ ಬಿಡುಗಡೆ ಹೊಂದೋಣ. ನನ್ನನ್ನು ನಂಬು! ನಾನು ಅವನನ್ನು ವಿಚಾರಿಸಿ ಕಳುಹಿಸುತ್ತೇನೆ."

ಅವನು ರಿವ್ಹಾಲ್ವರ್, ನೀರಿನ ಕ್ಯಾನ್ ಹಿಡಿದುಕೊಂಡು ಕಾಡಿನೊಳಗೆ ನಡೆದ. ಮರದ ಮರೆಯ ನೆರಳಿನಲ್ಲಿ ಕುಳಿತು ಕಾದ. ಅವನು ಕುಳಿತಲ್ಲಿಂದ ನದಿ ಮತ್ತು ಹೌಸ್‌ಬೋಟ್ ಚೆನ್ನಾಗಿ ಕಾಣಿಸುತ್ತಿತ್ತು.

ಸುಮಾರು ಐದು ಮೂವತ್ತರ ಹೊತ್ತಿಗೆ ನದಿಯಲ್ಲಿ ಮೋಟಾರ್ ಬೋಟ್ ಬರುತ್ತಿರುವುದು ಕಾಣಿಸಿತು.

* * *

ಮದನ್ ತುಂಬಾ ಖುಷಿಯಿಂದಿದ್ದ. ಅವನು ಅನಂತುವಿನ ಹತ್ತಿರ ಒಂದು ಕೋಟನ್ನು ತೆಗೆದುಕೊಂಡು ಅದರೊಳಗೆ ಗನ್ ಇಟ್ಟ. ಅದನ್ನೊಮ್ಮೆ ಪರಿಶೀಲಿಸಿದ.

ಅವನು ಅಪಾಯವನ್ನು ನಿರೀಕ್ಷಿಸಿರಲಿಲ್ಲ. ಆದರೆ ಅದನ್ನು ಎದುರಿಸಲು ತಯಾರಾಗಿದ್ದ. ಅವನಿಗೆ ತಿಲಕರಾಜನ ಬಗೆಗಿದ್ದ ಭಯ ಮಾಯವಾಯಿತು. ರತಿಯನ್ನು ನೆನಪಿಸಿಕೊಂಡ.

ಅವನು ಹೌಸ್‌ಬೋಟ್‌ನ ಬಳಿ ಬಂದಾಗ ಇಂಜಿನ್ ನಿಲ್ಲಿಸಿದ. ರತಿ ಬೋಟ್‌ನ ಸದ್ದಿಗೆ ಹೊರಗೆ ಬಂದಳು.

"ಹಾಯ್!"

"ನೀನು ಬಂದೇ ಬರುತ್ತೀಂತ ಗೊತ್ತಿತ್ತು" ಅವನು ಡೆಕ್‌ನ ಮೇಲೆ ಬರಲು ಸಹಾಯ ಮಾಡಿದಳು.

"ನೀನು ಏನು ತೆಗೆದುಕೊಳ್ಳುವೆ?" ಅವನು ಗನ್ ತಕ್ಷಣವೇ ತೆಗೆಯುವಂತೆ ಹೊಂದಿಸಿಕೊಂಡ. ತುಂಬಾ ಟೆನ್ಶನ್ನಲ್ಲಿರುವಂತೆ ಸುತ್ತಲೂ ಒಮ್ಮೆ ನೋಡಿದ.

"ಏನೂ ಅಗಬಹುದು."

"ಬಾ ಒಳಗೆ" ರತಿ ತಿರುಗಿ ಹಜಾರಕ್ಕೆ ಅವನನ್ನು ಕರೆದುಕೊಂಡು ಬಂದಳು. ಬೆಕ್ಕಿನಂತೆ ಹೆಜ್ಜೆ ಹಾಕುತ್ತಾ ಅವಳಿಗೆ ಒತ್ತಾಗಿ ಬಂದು ನಿಂತ. ಅವನ ಆರನೇ ಇಂದ್ರಿಯ ಇಲ್ಲಿ ಬೇರಾರು ಇಲ್ಲ ತಾವಿಬ್ಬರೇ ಎಂದು ಸೂಚಿಸಿತು.

"ನಾನೊಮ್ಮೆ ಎಲ್ಲಾ ನೋಡ್ಬೇಕು. ನಾವಿಬ್ಬರೇ ಇರಬೇಕೆನ್ನುವ ಇಚ್ಛೆ" ಅವಳು ಅವನ ಮಾತು ಕೇಳಿ ನಕ್ಕಳು.

"ನೀವು ಗಂಡಸರು! ತಿಲಕರಾಜ ಕೂಡ ಹೀಗೆ. ನನ್ನ ಗಂಡ ಎಲ್ಲಾದರೂ ಅಡಗಿರುವನೋ ಏನೋ ಎನ್ನುವ ಭಯ. ಬಾ ನೋಡು."

ಅವನನ್ನು ಕರೆದುಕೊಂಡು ಬಂದು ಇಡೀ ಮನೆಯನ್ನು ತೋರಿಸಿದಳು. ಬೆಡ್‌ರೂಂ, ಕಿಚನ್, ಬಾತ್‌ರೂಂ ಎಲ್ಲವನ್ನೂ ತೋರಿಸಿದಳು. ಅವಳು ಮುಗುಳ್ನಕ್ಕು ತನ್ನ ನೀಲಿ ಕಣ್ಣುಗಳಿಂದ ಅವನನ್ನು ನೋಡಿದಳು.

"ತೃಪ್ತಿಯಾಯಿತಲ್ಲವೇ?"

ಅವನಿಗೆ ಸಮಾಧಾನವಾಯಿತು. ಪ್ರತಿ ಮುಗುಳ್ನಗು ತೋರಿಸಿದ.

"ಹೌದು! ಎಲ್ಲಿ ನನಗೆ ಬಾಯಾರಿಕೆಗೆ?" ಅವಳು ಅವನನ್ನು ಕರೆದುಕೊಂಡು ಹಜಾರಕ್ಕೆ ಬಂದಳು.

"ಕೇವಲ ಸಾಫ್ಟ್ ಡ್ರಿಂಕ್ಸ್ ಇರೋದು. ನಾವ್ಯಾರು ಮದ್ಯ ಸೇವಿಸುವುದಿಲ್ಲ."

ಮದನ್‌ಗೆ ನಿರಾಸೆಯಾಯಿತು. ಆದರೂ ತೋರಿಸಿಕೊಳ್ಳದೆ ಆಗಬಹುದು ಎಂದ. ಅವನು ಈಗಾಗಲೇ ಕುಡಿದಿದ್ದ. ಅವನು ಕುಳಿತ. ಆದರೆ ಅವನ ದೃಷ್ಟಿ ಮಾತ್ರ ಕಿಚನ್‌ಗೆ ಹೋದ ಅವಳನ್ನು ನೋಡುತ್ತಿದ್ದವು. ಅವಳು ತಂಪು ಪಾನೀಯ ತಂದಳು.

ಅವನು ಗುಟುಕರಿಸಿದವನೇ ಅವಳ ಸೌಂದರ್ಯವನ್ನೂ ಕಣ್ಣಲ್ಲೇ ಸೂರೆ ಮಾಡಿದ.

"ತುಂಬಾ ಮುದ್ದಾಗಿದ್ದಿಯಾ."

"ಅದನ್ನೇ ತಿಲಕರಾಜ ಕೂಡ ಹೇಳ್ತಿದ್ದ."

"ನಿನ್ನ ಸಹೋದರ?"

ಅವಳು ನಕ್ಕು ಸ್ವಲ್ಪ ದೂರದಲ್ಲಿ ಕುಳಿತಳು.

"ನನಗೆ ಯಾರೂ ಸಹೋದರರಿಲ್ಲ. ಒಡಹುಟ್ಟಿದವರು ಯಾರೂ ಇಲ್ಲ" ಅವನತ್ತ ಕಣ್ಣು ಹೊಡೆದಳು.

"ನಿಜ ನಮಗೆ ಮಾತ್ರ ಗೊತ್ತು. ಹೆಣ್ಣಿನ ಮೇಲೆ ಈ ಕಾಡಿನಲ್ಲಿ ಯಾರಿಗೆ ಗೌರವ ಇರುತ್ತೆ? ತಿಲಕರಾಜ ಒಬ್ಬ ಅಲೆಮಾರಿ. ನನ್ನ ಗಂಡನೇ ಅವನನ್ನು ಕರೆದುಕೊಂಡು ಬಂದದ್ದು. ಅವನು ಮಾತ್ರ ಹಾಸಿಗೆಯಲ್ಲಿ ಒಳ್ಳೆಯ ವ್ಯಕ್ತಿ."

ಮದನ್ ಎಚ್ಚೆತ್ತುಕೊಂಡ.

"ಅವನಿಗೇನಾಯ್ತು?"

ಅವಳು ಹೇಳಿದಳು, "ರಾತ್ರಿ ಹಡಗುಗಳು ಸಂಚರಿಸುತ್ತವಲ್ವಾ?"

"ಅದರ ಅರ್ಥ ಏನು?"

"ಅವನು ಮೂರು ರಾತ್ರಿ ಇಲ್ಲಿದ್ದ. ಬೆಳಗ್ಗೆ ಹೋದ. ಒಳ್ಳೆಯ ಮನುಷ್ಯ. ತುಂಬಾ ರಸಿಕತನದವನು. ನೋಡೋದಿಕ್ಕೆ ಸಕತ್ತಾಗಿದ್ದ. ಆದರೆ ಬರೀ ಸುಳ್ಳುಗಾರ! ನೀನು?"

"ನಾನು ಅಂತವನಲ್ಲ."

"ಅವನು ಯಾವಾಗಲೂ ತನ್ನ ಕಳೆದುಹೋದ ಪದಕವನ್ನೇ ಚಿಂತಿಸುತ್ತಿದ್ದ. ಅದೇ ಅವನ ತಲೆಯಲ್ಲಿ."

ತಿಲಕರಾಜ! ಮದನ್ ಮುಂದಕ್ಕೆ ಬಾಗಿದ.

"ಅವನು ಎಲ್ಲಿಗೆ ಹೋದಾಂತ ಹೇಳಿದನೆ?"

"ಮುಂಬೈಗೆ, ಅವನತ್ರ ಹಣವಿತ್ತು. ಅವನು ಬೋಟ್ ಖರೀದಿಸಬೇಕೂಂತ ಇದ್ದ. ಅದಕ್ಕೆ ಚೆನ್ನೈಗೆ ಹೋಗೋ ಪ್ಲ್ಯಾನ್ ಹಾಕ್ಕೊಂಡಿದ್ದ. ಅದಕ್ಕೇಂತ ಅಲ್ಲಿಗೆ ಯಾಕೆ ಹೋಗ್ಬೇಕು?"

"ಅವನತ್ರ ಏನಾದ್ರೂ ದೊಡ್ಡ ಚೀಲಗಳಿದ್ದವೇ?"

"ಒಂದು ಹೆಣಬಾರದ ದೊಡ್ಡ ಸೂಟ್‌ಕೇಸ್ ಇತ್ತು. ಅವನಿಗೆ ತುಂಬಾ ತೊಂದರೆಯಾಗಿತ್ತು ಅದು" ಅವಳು ಒಂದು ಕಡೆಗೆ ತಲೆ ಓರೆ ಮಾಡಿ, "ಅದ್ಯಾಕೆ ಕುತೂಹಲ?" ಎಂದಳು.

ಮದನ್ ಇನ್ನೂ ಆಲೋಚಿಸುತ್ತಾ ಕುಳಿತಿದ್ದ. ಇದು ಮುಖ್ಯವಾದ ವಿಷಯ ಅವನು ತತ್‌ಕ್ಷಣವೇ ಹೋಗಿ ಅವರಿಗೆ ಫೋನ್ ಮಾಡಬೇಕೆಂದುಕೊಂಡ. ಆ ಮುತ್ಠಾಳನನ್ನು ಮುಂಬೈನಲ್ಲಿ ಹಿಡಿಯಬಹುದು. ಅಥವಾ ಚೆನ್ನೈನಲ್ಲಿ ದೋಣಿ ಖರೀದಿಸುವ ಮೊದಲು ಬಂಧಿಸಬೇಕು. ಅವನು ರತಿಯ ಕಡೆಗೆ ಆಸೆಯ ಕಂಗಳಿಂದ ನೋಡಿದ. ಒಂದು ಗಂಟೆಯೇನೂ ವ್ಯತ್ಯಾಸವಾಗಲಾರದು. ಅವನು ಎದ್ದು ನಿಂತ.

"ನಾವಿಬ್ಬರೂ ಯಾವುದಾದರೂ ಹಾಸಿಗೆ ಮೆತ್ತಗಿದೆಯೇ ನೋಡೋಣವೇ?" ಎಂದ. ಅವಳು ನಕ್ಕಳು.

"ಅದಕ್ಕಾಗಿಯೇ ನೀನು ಇಲ್ಲಿಗೆ ಬಂದದ್ದಲ್ಲವೇ?"

ಅವನ ಉಸಿರಿನ ವೇಗ ತೀವ್ರವಾಯಿತು. ಅವನು ಗನ್ ಅನ್ನು ಅಡಗಿಸಿದ. ಅವಳು ಬೆಡ್‌ರೂಂಗೆ ನಡೆದಳು. ಅವನು ಹಿಂಬಾಲಿಸಿದ.

* * *

ಮರದ ಮರೆಯಲ್ಲಿ ಕುಳಿತು ತನ್ನ ಸುತ್ತಾ ಹಾರಾಡುತ್ತಿದ್ದ ಸೊಳ್ಳೆಗಳಿಗೆ ಶಾಪ ಹಾಕುತ್ತಿದ್ದ ತಿಲಕರಾಜ. ಅವನು ಮದನ್ ಡೆಕ್‌ನಿಂದ ಮೋಟರ್ ಬೋಟ್‌ಗೆ ಇಳಿಯುವುದನ್ನು ಗಮನಿಸಿದ. ತನ್ನ ವಾಚ್ ನೋಡಿದ. ಮದನ್ ಒಂದು ಗಂಟೆ ಅಲ್ಲಿದ್ದ! ತಿಲಕರಾಜ ಅವರಿಬ್ಬರು ಆ ಹೊತ್ತಿನಲ್ಲಿ ಏನು ಮಾಡುತ್ತಿದ್ದಾರೆಂದು ಕಲ್ಪನೆ ಮಾಡಿಕೊಳ್ಳಲು ಇಚ್ಛಿಸಲಿಲ್ಲ. ಅವಳ ಮೇಲೆ ತಣ್ಣನೆಯ ಕಹಿ ಭಾವನೆ ಸುಳಿಯಿತು. ಅವಳು ಹೇಗೆ ತನ್ನನ್ನು ಪ್ರೀತಿಸುತ್ತಿದ್ದೇನೆಂತ ಹೇಳುತ್ತಿದ್ದಾಳೆ?

ಅವನು ಮದನ್‌ನ ಬೋಟ್ ಮರೆಯಾಗುವವರೆಗೂ ಕಾದ. ಅನಂತರ ಎದ್ದು ಬೇಗಬೇಗನೆ ಹೆಜ್ಜೆ ಹಾಕಿ ಜೆಟ್ಟಿಯನ್ನು ದಾಟಿ ಹಜಾರಕ್ಕೆ ಬಂದ.

ಅವನು ಕಿಚನ್‌ನತ್ತ ನಡೆದ. ಅವಳು ಅಡುಗೆ ತಯಾರಿ ನಡೆಸುತ್ತಿದ್ದಳು. ಅಡುಗೆಯ ಪರಿಮಳ ಘಮ್ ಎಂದಿತು.

"ಎಲ್ಲಾ ಒಳ್ಳೆಯ ರೀತಿಯಲ್ಲಿ ನಡೆಯಿತು" ಅವಳು ಹೇಳುತ್ತ ಅವನತ್ತ ನೋಡಿದಳು. ಬಾಗಿಲ ಬಳಿ ಮದನ್‌ಗೆ ಹೇಳಿದ್ದನ್ನೆಲ್ಲಾ ಅವನಿಗೆ ಒಪ್ಪಿಸಿದಳು.

"ನಾನು ಹೇಳಿದೆಲ್ಲಾ ಅವನಿಗೆ ಮನವರಿಕೆಯಾಗಿದೆ."

ತಿಲಕರಾಜ ದೀರ್ಘ ಉಸಿರೆಳೆದುಕೊಂಡ. ಒಂದು ವೇಳೆ ಮದನ್ ರುದ್ರನೇತ್ರನಿಗೆ ಈ ಕಥೆಯನ್ನು ಮನದಟ್ಟು ಮಾಡಿದರೆ ಬೆಂಕಿ ಆರಬಹುದು. ರುದ್ರನೇತ್ರನಿಗೆ ತಿಲಕರಾಜ ಚೆನ್ನೈಗೆ ಹೋಗಿರುತ್ತಾನೆಂದರೆ ನಂಬಬಹುದು.

"ನಾನು ನಿನ್ನತ್ರ ಭಾರವಾದ ಸೂಟ್‌ಕೇಸ್ ಇದೇಂತನೂ ಹೇಳಿದೆ" ರತಿ ಮುಂದುವರೆಸಿದಳು, "ನಾನೆಂತ ಜಾಣೆ ಅಲ್ವಾ ರಾಜ?"

ಅವಳೇನು ಈಗ ಮಾಡುತ್ತಿದ್ದಾಳೆ ಅವಳ ಜಾಣತನದಿಂದ ಇರಬಹುದು. ಆದರೆ ಅವಳೇನೂ ಒಂಟಿಯಾಗಿ ಮದನ್ ಜೊತೆಗೆ ಕಳೆದಿದ್ದಾಳೆ ಅದನ್ನು ಅರಗಿಸಿಕೊಳ್ಳಲಾಗಲಿಲ್ಲ.

"ನೀನು ಅವನ ಸನಿಹದಲ್ಲಿ ಖುಷಿ ಪಟ್ಟೆಯಲ್ಲವೇ?" ಅವನ ಧ್ವನಿಯಲ್ಲಿ ಕಹಿ ತುಂಬಿತ್ತು. ಅವಳು ಅವನತ್ತ ನೋಡಿದಳು. ಅವಳ ಕಣ್ಣುಗಳು ಕಲ್ಲಾದವು.

"ನೀನು ಇದನ್ನೆಲ್ಲಾ ಹೇಳ್ತೀಯಾ? ಧನ್ಯವಾದ ಹೇಳುವುದಿಲ್ವಾ?"

ಅವಳು ಅಡುಗೆಯನ್ನು ಮುಗಿಸಿ ಅಲ್ಲಿಯೇ ನಿಂತಳು. ಅವನು ಅವಳ ಕೆಲಸವನ್ನು ನೋಡುತ್ತಿದ್ದ.

"ಹೇಳುತ್ತಿಯಲ್ಲ?" ಒತ್ತಾಯಿಸಿದಳು.

"ಅದು ಸರಿ" ಅವನು ಅವಳಿಗೆ ಹೊಡೆಯಬೇಕೆಂದುಕೊಂಡ. ಆದರೆ ಅದನ್ನು ನಿಯಂತ್ರಿಸಿಕೊಂಡ.

"ನೀನು ಕೇವಲ ನಾಟಕವಾಡಿದ್ದಲ್ಲವೇ?" ಅವಳು ಕೈ ಒರೆಸಿಕೊಂಡಳು.

"ಅಲ್ವಾ?"

"ಹೌದು. ನಾನು ಮಿಥುನ್‌ನನ್ನು ಮದುವೆಯಾಗುವ ಮೊದಲು ಕರೆವೆಣ್ಣು ಆಗಿದ್ದೆ. ಅವನಿಗೆ ಅದು ಗೊತ್ತಿತ್ತು. ಈಗ ಇದು ನಿನಗೂ ಗೊತ್ತಿದೆ" ಅವಳು ಅವನತ್ತ ನೋಡದೆ ಹೇಳಿದಳು.

ಅವನತ್ತ ನೋಡದೆಯೇ ಕೈಯನ್ನು ನೀರಿನಿಂದ ತೊಳೆದುಕೊಂಡು ಮತ್ತೊಮ್ಮೆ ಬಟ್ಟೆಯಿಂದ ಒರೆಸಿಕೊಂಡಳು. ಅವನಿಗಿಂತ ಮೊದಲೇ ವೇಗವಾಗಿ ಹಜಾರಕ್ಕೆ ಬಂದಳು. ಅವನು ಹಿಂಜರಿದ ಬಳಿಕ ಅವಳನ್ನು ಹಿಂಬಾಲಿಸಿ ಬಂದವನಿಗೆ ಸೋತಂತಹ ಅನುಭವವಾಯಿತು.

"ನನ್ನನ್ನು ಕ್ಷಮಿಸು. ನೀನೇನು ನನಗೆ ಮಾಡಿದೆಯೋ ಅದಕ್ಕೆ ಥ್ಯಾಂಕ್ಸ್. ನಾನು ಹೇಳಿದನ್ನು ಮರೆತು ಬಿಡು."

ಅವಳು ಕುಳಿತಳು.

"ಆ ಮನುಷ್ಯ ನನಗೇನೂ ಅಲ್ಲ. ಉಳಿದವರು ನನಗೆ ಪಾವತಿಸಿದಂತೆಯೇ ಅವನು. ಅವನು ತನ್ನ ಆಸೆಯನ್ನು ಈಡೇರಿಸಿಕೊಳ್ಳುವಾಗಲೂ ನಾನು ನಿನ್ನನ್ನೇ ಯೋಚಿಸುತ್ತಿದ್ದೆ. ನೀನೊಬ್ಬನೆ ರಾಜ ನನಗೆ ತಿರುಗಿ ಬಿದ್ದದ್ದು" ಅವಳು ಹೇಳಿದಳು.

"ನೀನು ನೋಡಿಲ್ವಾ? ನಿನ್ನ ತಲೆಯಲ್ಲಿರುವ ಮತ್ಸರವನ್ನು ತೆಗೆದು ಹಾಕು. ಇದನ್ನೆಲ್ಲಾ ನಾನು ನಿನಗೋಸ್ಕರ ಮಾಡ್ಬೇಕಿತ್ತಾ? ಅವನನ್ನು ಒಪ್ಪಿಸಿ ನೀನು ಚೆನ್ನೈಗೆ ಹೋಗ್ತೀಂತ ಸುಳ್ಳು ಹೇಳಿದ್ದು ಯಾರಿಗಾಗಿ ಹೇಳು? ಒಂದು ವೇಳೆ ನಾನು ಅವನನ್ನು ನಿಲ್ಲಿಸಿದ್ದರೂ ಅವನು ನಂಬುತ್ತಿರಲಿಲ್ಲ. ಅದು ನಿನಗೆ ಗೊತ್ತಿಲ್ವಾ? ಈಗ ನೀನು ಸುರಕ್ಷಿತವಾಗಿದ್ದಿ."

ತಿಲಕರಾಜ ಅವಳ ಹತ್ತಿರ ಸರಿದು ಅವಳನ್ನು ತನ್ನ ತೋಳುಗಳಲ್ಲಿ ಸೇರಿಸಿಕೊಂಡ.

"ನನ್ನನ್ನು ಕ್ಷಮಿಸಿ ಬಿಡು. ನೀನು ನನಗೆ ತುಂಬಾ... ನನ್ನ ಕ್ಷಮಿಸು."

"ಮರೆತು ಬಿಡು" ಅವಳು ಅವನನ್ನು ಚುಂಬಿಸಿ ಕಿಟಕಿಯ ಬಳಿ ನಿಂತು ನದಿಯನ್ನು ನೋಡಿದಳು.

"ಈಗ ನಾವೇನು ಮಾಡೋಣ? ನೀನು ಯಾರಿಗೂ ಕಾಣಿಸಿಕೊಳ್ಳಬಾರದು. ನಾಳೆಯೇ ನಾವು ಹೊರಟರಾಗದೆ? ದೂರ ಹೋಗಬಾರದೆ?"

"ಈಗಲ್ಲ, ನೀನು ಈಗಾಗ್ಲೆ ಎಲ್ಲಾ ವ್ಯವಸ್ಥೆ ಮಾಡಿದ್ದೀಯಾ. ಆದರೂ ಅದು ಸುರಕ್ಷಿತವಲ್ಲ. ಅದು ಇನ್ನು ಜಟಿಲವಾಗಿದೆ."

"ಅದು ಹೇಗೆ ಹೇಳ್ತೀಯಾ?"

"ನಾವು ನಾಳೆ ಹೊರಟರೆ ಮಿಥುನ್ ಪ್ರಶ್ನೆಗಳನ್ನು ಕೇಳಬಹುದು. ಅವನು ಅನಂತು ಹತ್ರ ಮಾತನಾಡಿರುತ್ತಾನೆ. ನೀನು ಮದನ್‌ಗೆ ಸುಳ್ಳು ಹೇಳಿರುವ ಸಂಗತಿ. ನಾವು ಕೊನೆ ಪಕ್ಷ ನಾಲ್ಕು ದಿನವಾದರೂ ಕಾಯಬೇಕು."

ಅವಳು ನಿರಾಸೆಯಿಂದ ಕೈ ಎತ್ತಿದಳು.

"ನಿಲ್ಲು... ನಾನು ಅದೆಲ್ಲಾ ಮಾಡುವೆ. ನಿಲ್ಲು!"

ಆಗ ಟ್ರಕ್ ಬರುತ್ತಿರುವ ಸದ್ದು ಕೇಳಿತು. ಅವಳು ತತ್‌ಕ್ಷಣವೇ ಕಿಚನ್‌ಗೆ ನಡೆದಳು.

* * *

ರುದ್ರನೇತ್ರ ಜನಕ ಕೊಟ್ಟ ಲೆಕ್ಕ ಪತ್ರಗಳನ್ನು ಪರಿಶೀಲಿಸುತ್ತಿರುವಾಗ ಮದನ್‌ನ ಕರೆ ಬಂತು. ರುದ್ರನೇತ್ರ ಜನಕನತ್ತ ನೋಡಿದ.

"ಮದನ್ ಅವನು ಏನು ಹೇಳ್ತಾರೋ ಅದನ್ನು ಎಕ್ಸ್‌ಟೆನ್ಶನ್‌ನಲ್ಲಿ ಕೇಳಿ ಬರೆದುಕೋ!" ಬಳಿಕ ರಿಸೀವರ್ ಎತ್ತಿ ಮದನ್‌ಗೆ ಜೋರಾಗಿ ಕೇಳಿದ, "ನೀನು ಅವನನ್ನು ನೋಡಿದೆಯಾ?"

"ಇಲ್ಲ, ರುದ್ರನೇತ್ರ. ನಾನು ಆರುಗಂಟೆಗಳ ಅಂತರದಲ್ಲಿ ಅವನನ್ನು ಮಿಸ್ ಮಾಡ್ಕೊಂಡೆ, ಇಲ್ಲಿದ್ದ ಆದರೆ ಈಗ ಹೊರಟು ಹೋಗಿದ್ದಾನೆ. ಆ ಹೆಂಗಸು ಅವನು ಮುಂಬೈಗೆ ಹೋಗಿದ್ದಾನೆ ಅಲ್ಲಿಂದ ದೋಣಿಯನ್ನು ಖರೀದಿಸಲು ಚೆನ್ನೈಗೆ ಹೋಗುತ್ತಾನೇಂತ ಹೇಳಿದಳು."

"ಚೆನ್ನೈಗಾ?" ರುದ್ರನೇತ್ರನ ಧ್ವನಿ ಇನ್ನೂ ಏರಿತು.

"ಹೌದು."

"ಹೌದೇ... ಹೇಳು ಹೇಳು. ನನಗೆ ಪೂರ್ತಿಯಾಗಿ ವಿವರಿಸಿ ಹೇಳು" ಮದನ್ ಅವನಿಗೆ ತಿಳಿದಿದ್ದನ್ನೆಲ್ಲಾ ಹೇಳಿದ. ಆದರೆ ಅವನು ರತಿಯ ಹೌಸ್‌ಬೋಟ್‌ಗೆ ಹೋದ ವಿಷಯ ಹೇಳಿರಲಿಲ್ಲ. ಆದರೆ ಅವಳು ತಿಲಕರಾಜನ ಬಗ್ಗೆ ಹೇಳಿದ ವಿವರಗಳನ್ನು, ಪದಕದ ವಿಷಯವನ್ನು, ಮೂರು ರಾತ್ರಿ ಅಲ್ಲಿದ್ದುದ್ದನ್ನು, ಅಲ್ಲಿಂದ ಭಾರವಾದ ಸೂಟ್‌ಕೇಸ್ ಹಿಡಿದುಕೊಂಡು ಹೋದದ್ದನು ತಿಳಿಸಿದ.

"ಈಗ ನೀನೇನು ಮಾಡ್ಬೇಕೂಂತ ಹೇಳ್ತೀಯಾ? ರುದ್ರನೇತ್ರ?"

ರುದ್ರನೇತ್ರನ ತಲೆ ಓಡುತ್ತಿತ್ತು.

"ನಿನಗೆ ಮತ್ತೆ ಫೋನ್ ಮಾಡುತ್ತೇನೆ. ಅಲ್ಲೆ ಇರು" ಅನಂತುವಿನ ನಂಬರ್ ತೆಗೆದುಕೊಂಡು ರಿಸೀವರನ್ನು ಹುಕ್‌ಗೆ ಸೇರಿಸಿದ.

"ಅವನು ಚೆನ್ನೈಗೆ ಹೋದದ್ದೇ ಆದರೆ ನಾವೆಲ್ಲ ಮೂರ್ಖರಾದೆವು. ಅವನು ಹಣವನ್ನು ತೆಗೆದುಕೊಂಡು ಹೋಗಿದ್ದಾನೆ" ಅವನು ಜನಕನನ್ನು ದಿಟ್ಟಿಸಿಕೊಂಡು ನೋಡುತ್ತಾ ಹೇಳಿದ.

"ಹಾಗಂತ ಅವಳು ಹೇಳಿದ್ದು" ಜನಕ ಶಾಂತ ಧ್ವನಿಯಲ್ಲಿ ಹೇಳಿದ. ರುದ್ರನೇತ್ರ ಗಂಭೀರನಾದ.

"ಅದರ ಅರ್ಥವೇನು?"

"ನಾವು ಅವಳ ಹಿನ್ನೆಲೆ ಏನೂಂತ ತಿಳಿದುಕೊಳ್ಳಬೇಕು ರುದ್ರನೇತ್ರ."

"ನೀನು ಸರಿಯಾಗಿ ಹೇಳಿದೆ. ಅವನು ಚೆನ್ನೈಗೆ ಹೋದದ್ದಾದರೆ ಅವನನ್ನು ಹುಡುಕುವುದು ಕಷ್ಟ. ಹಣ ಹೋದ ಹಾಗೆಯೇ. ಇದು ಬರೀ ಸುಳ್ಳು. ಮದನ್ ಬೇರೆ ವಿಷಯಗಳನ್ನು ಕೇಳಿಸಿಕೊಂಡಿಲ್ಲ. ಅವನು ಆ ಹೆಂಗಸಿನ ಬಗ್ಗೆ ತಲೆಕೆಡಿಸಿಕೊಂಡಿದ್ದಾನೆ. ಅವಳು ಹೇಳಿದ ಸುಳ್ಳನ್ನು ನಂಬಿದ್ದಾನೆ. ಮೊದಲು ಆ ಹೆಂಗಸನ್ನು ವಿಚಾರಿಸುವ" ರುದ್ರನೇತ್ರ ಮೊದಲು ಅದನ್ನು ಆಲೋಚಿಸಿದ ಬಳಿಕ ತಲೆಯಲುಗಿಸಿದ.

"ಮೊದಲು ನಾನು ಗ್ಯಾಂಗ್‌ಗೆ ಮಾತಾಡಿ ತಿಳಿದುಕೊಳ್ಳುತ್ತೇನೆ. ಆ ಬಾರ್‌ನ ಮಾಲೀಕ ಮೆನೇಜಸ್‌ನ ನಂಬರ್ ಕೊಡು."

"ಸರಿ ಬಾಸ್" ಜನಕ ಆಫೀಸಿನೊಳಗೆ ಹೋಗಿ ಕೆಲವು ನಿಮಿಷಗಳಲ್ಲಿಯೇ ಹಿಂತಿರುಗಿದ.

"ಅವರು ಲೈನ್‌ನಲ್ಲಿದ್ದಾರೆ."

ರುದ್ರನೇತ್ರ ರಿಸೀವರ್ ಕಸಿದುಕೊಂಡಂತೆ ತೆಗೆದುಕೊಂಡ.

"ಹಲೋ ಮೆನೇಜಸ್ ಹೇಗಿದ್ದೀಯಾ? ವ್ಯವಹಾರ ಹೇಗೆ ನಡಿತಿದೆ? ನಿನ್ನ ನೋಡದೆ ತುಂಬಾ ಸಮಯವಾಯಿತು. ಅದೇನು? ಹೌದಾ... ದೊಡ್ಡ ಮೊತ್ತಾ ದೋಚಿದ್ದಾನೆ. ಹೌದು... ಕೇಳು ಸಣ್ಣ ಸಹಾಯ ಬೇಕು. ಆ ಹೆಂಗಸು..." ಅವನು ಜನಕನತ್ತ ನೋಡಿದ, "ರತಿ... ಮಿಥುನ್ ಅನ್ನುವ ಡ್ರೈವರ್‌ನ ಹೆಂಡತಿ. ಅವಳು ಹೇಳಿದಳಂತೆ ಇವತ್ತು ಬೆಳಗ್ಗೆ ಅವನು ಹೋದಾಂತ. ಅವಳನ್ನು ಹಿಂಡಿ ಹಿಪ್ಪೆ ಮಾಡಿ ವಿಷಯ ಸಂಗ್ರಹಿಸು. ತಿಳಿತಾ? ನೀನೇ ಅವಳ ಬಾಗಿಲು ಬಡಿ. ನೀನು ನನಗೋಸ್ಕರ ಮಾಡಲಾರೆಯಾ?"

"ಖಂಡಿತಾ ರುದ್ರನೇತ್ರ" ದೃಢ ನಿರ್ಧಾರದಿಂದ ಹೇಳಿದ.

"ನನಗೆ ನಿಜವಾದ ಥ್ರಿಲ್ ಇರುವಾಗ ಇಂತಹ ಕೆಲಸ ಮಾಡದಿರುತ್ತೇನೆಯೇ? ಆದರೆ ಹಣ ಖರ್ಚಾಗುತ್ತೆ. ಆದರೆ ಅದರ ರಿಸಲ್ಟ್ ಗ್ಯಾರಂಟಿ..."

"ಹೇಳು... ನೀನು ನನ್ನ ಗೆಳೆಯನಲ್ಲವೇ ನನ್ನನ್ನು ದೋಚ ಬೇಕೆಂದಿರುವೆಯಾ?"

"ನೀನು ನನ್ನನ್ನು ದೋಚಿದಂತೆ ಅಲ್ವೆ ರುದ್ರನೇತ್ರ. ರಿಸಲ್ಟ್ ಗ್ಯಾರಂಟಿ."

"ಅವಳು ಸತ್ಯ ಹೇಳಿದರೆ ಮಾತ್ರವಲ್ಲವೇ? ಸರಿ, ಮುಂದುವರೆಸು" ರುದ್ರನೇತ್ರ ಶಪಿಸಿ ಫೋನನ್ನು ಇಟ್ಟ.

ಮತ್ತೊಂದು ಕಡೆಯಲ್ಲಿ ಮಾಲೀಕ ಜೋಸೆಫ್ ಮೆನೇಜಸ್ ಸಿಗಾರ್‌ನ ಬೂದಿಯನ್ನು ಟ್ರೇಗೆ ಕೊಡವಿ ತನ್ನಷ್ಟಕ್ಕೆ ಹೇಳಿಕೊಂಡ. ಅವನಿಗೆ ಸುಲಭದಲ್ಲಿ ಹಣ ಬರುವಾಗ ಬಿಡಲಾರ. ಸಮಯ ರಾತ್ರಿ ಒಂಬತ್ತು ಹದಿನೈದು. ಅವಸರಿಸುವಂತೆ ಇರಲಿಲ್ಲ. ಬಾರ್‌ನಲ್ಲಿಯೂ ತುಂಬಾ ರಶ್ ಇತ್ತು. ಅವನು ಅನಂತುಗೆ ಫೋನ್ ಮಾಡಿ ಮದನ್‌ನನ್ನು ಬಾರ್‌ಗೆ ಬರುವಂತೆ ಹೇಳಿದ.

ಮದನ್ ಬಾರ್‌ಗೆ ಬಂದಾಗ ಇಬ್ಬರೂ ದಾಂಡಿಗರು ಮಾಲೀಕ ಜೋಸೆಫ್‌ನ ಎದುರು ನಿಂತಿದ್ದರು. ಆತ ಡೆಸ್ಕ್‌ನ ಹಿಂಬದಿಯಲ್ಲಿ ಕೂತಿದ್ದ. ಸಿಗಾರ್ ಅವನ ಹಲ್ಲುಗಳಲ್ಲಿ ಕಚ್ಚಿ ಕುಳಿತಿತ್ತು. ಅವನು ಬಾರ್‌ನ ಲೆಕ್ಕ ಪುಸ್ತಕವನ್ನು ನೋಡುತ್ತಿದ್ದ. ಇಬ್ಬರು ದಾಂಡಿಗರು ಮದನ್‌ನನ್ನು ನೋಡಿದರು. ಇಬ್ಬರೂ ಪ್ರಾಣಿ ಸಂಗ್ರಹಾಲಯದಿಂದ ತಪ್ಪಿಸಿಕೊಂಡವರಂತೆ ಇದ್ದರು. ಒಬ್ಬನ ಮುಖ ಒಡೆದು ಹೋದಂತೆ ಹೊಲಿಗೆಯ ಕಲೆಗಳಿದ್ದವು. ಇನ್ನೊಬ್ಬ ಸಣ್ಣ ಕಣ್ಣುಗಳ ಧಡೂತಿ ಅಸಾಮಿ. ಅವರಿಬ್ಬರೂ ಗ್ಯಾಂಗ್‌ಗೆ ಹೇಳಿ ಮಾಡಿಸಿದಂತಹ ಕ್ರೂರಿಗಳು.

"ಬಾ ಇಲ್ಲಿಗೆ, ಇವರಿಬ್ಬರೂ ನಿನ್ನತ್ರ ಮಾತಾಡ್ತಾರೆ. ಇವರೇನು ಕೇಳ್ತಾರೋ ಅದಕ್ಕೆ ಉತ್ತರಿಸು" ಎಂದು ನಾಯಿಗಳನ್ನು ಛೂ ಬಿಟ್ಟಂತೆ ಅವನ ಹತ್ತಿರ ಕಳುಹಿಸಿದ.

"ಅವಳು ಹೇಗೆ?"

"ಓಕೆ."

"ಸರಿ, ನೀನು ಅದೃಷ್ಟವಂತ. ಇವರಿಬ್ಬರು ಕೆಲಸ ಮಾಡಿದ ಅನಂತರ ಅವಳು ಹಾಗಿರಲಾರಳು. ಯಾವಾಗ ಅವಳನ್ನು ಭೇಟಿಯಾಗಬೇಕು?"

"ಅವಳ ಗಂಡ ಬೆಳಗ್ಗೆ ಐದುವರೆಗೆ ಹೊರಡ್ತಾನೆ. ಬರೋದು ರಾತ್ರಿ ಏಳುಮೂವತ್ತಕ್ಕೆ. ಅಲ್ಲಿಯವರೆಗೆ ಅವಳು ಒಂಟಿಯಾಗಿರುತ್ತಾಳೆ."

ಜೋಸೆಫ್ ಮೆನೇಜಸ್ ಅವರಿಬ್ಬರನ್ನೂ ನೋಡಿ ಹೇಳಿದ, "ನೀವು ಆರು ಗಂಟೆಗೆ ಅಲ್ಲಿದ್ದರೆ ಸಾಕಲ್ಲವೇ? ಅವಳ ಕಾಫಿಗೆ ತೊಂದರೆ ಮಾಡಬೇಡಿ.

ರುದ್ರನೇತ್ರ ವರದಿಗಾಗಿ ಕಾಯ್ತಾ ಇದ್ದಾನೆ. ಅವಳ ಬಗ್ಗೆ ಚಿಂತೆ ಮಾಡ್ಬೇಡಿ. ಅದೊಂದು ದೊಡ್ಡ ನದಿ."

ಅವರಿಬ್ಬರು ತಲೆಯಲುಗಿಸಿ ಮದನ್‌ನನ್ನು ಕ್ಯಾಕರಿಸಿ ನೋಡಿ ಅಲ್ಲಿಂದ ಹೊರಗೆ ನಡೆದರು. ಅವನಿಗೆ ಬೆನ್ನಹುರಿಯಲ್ಲಿ ಚಳಿ ಆಡಿದಂತಾಯಿತು. ಇಬ್ಬರು ದಡಿಯರು ಅವಳನ್ನು ಹೊಸಕಿ ಹಾಕಿಯಾರು ಎಂದುಕೊಂಡ.

"ಸರಿ, ಮದನ್. ನೀನು ಹೋಗಿ ಸಂತೋಷ ಪಡು. ಏನು ಬೇಕೋ ಅವು ಅಲ್ಲಿದೆ. ಅಲ್ಲಿಯ ವೇಟರ್‌ಗೆ ಹೇಳು" ಎಂದ ಜೋಸೇಫ್. ಮದನ್ ಬಾರ್‌ಗೆ ಬಂದು ಮೂಲೆಯ ಮೇಜನ್ನು ಆರಿಸಿ ಕುಳಿತ.

* * *

ಟ್ರಕ್‌ನ ಯಂತ್ರದ ಸದ್ದು ತಿಲಕರಾಜನನ್ನು ಎಚ್ಚರಿಸಿತು. ಅವನು ಕಿಟಕಿಯಿಂದ ಹೊರಗೆ ನೋಡಿದ. ನದಿಯಲ್ಲಿ ಮಂಜು ಕವಿದಿತ್ತು. ಸೂರ್ಯನ ಕೆಲವು ಕಿರಣಗಳು ಮೊಳೆಯುತ್ತಿದ್ದವು. ಅವನು ವಾಚ್ ನೋಡಿಕೊಂಡ. ಸಮಯ ಐದು ಮೂವತ್ತು. ಅವನು ಸಿಗರೇಟ್ ತೆಗೆದುಕೊಂಡ. ಟ್ರಕ್ ದೂರವಾಗುತ್ತಿರುವ ಸದ್ದು ಕ್ಷೀಣವಾಗಿ ಕೇಳುತ್ತಿತ್ತು.

ಟಿ.ವಿ.ಯಿಂದಾಗಿ ಸಂಜೆ ಕಳೆದದ್ದೇ ತಿಳಿಯಲಿಲ್ಲ. ರತಿಯ ಕೈಯೂಟ ನಾಲಗೆಯನ್ನು ಕೆಡಿಸಿತ್ತು. ಮಿಥುನ್ ಅವನ ಬೇಟೆಯನ್ನು ಹೊಗಳಿದ್ದ. ತಿಲಕರಾಜನಿಗೆ ನಿದ್ದೆ ಸುಳಿಯಲಿಲ್ಲ. ಒಮ್ಮೆ ನಿದ್ದೆ ಮತ್ತೊಮ್ಮೆ ಎಚ್ಚರ. ಹೀಗೆ ಕಳೆಯಿತು. ಈಗ ಸಿಗರೇಟ್ ಅವನ ತುಟಿ ಸೋಕಿತು.

ರುದ್ರನೇತ್ರ ರತಿಯ ಕಥೆಯನ್ನು ನಂಬಿದರೆ ಎಲ್ಲವೂ ತಣ್ಣಗಾಗಬಹುದು. ಅವನು ನಂಬಬಹುದೇ? ತಿಲಕರಾಜ ಇನ್ನೂ ನಾಲ್ಕು ದಿವಸ ಕಾಣಿಸಿಕೊಳ್ಳದಿರುವುದು ಕ್ಷೇಮ. ಅನುದೀಪ್‌ಗೆ ಕರೆ ಮಾಡಿ ವಿಷಯ ತಿಳಿದುಕೊಳ್ಳುವ ಹಂಬಲ ಅವನಿಗೆ. ಆದರೆ ಟೆಲಿಫೋನ್ ಇಲ್ಲಿ ಎಲ್ಲಿದೆ? ರತಿಯನ್ನು ಕೇಳಬೇಕು. ಅನುದೀಪ್ ಬಿಸಿ ತಣ್ಣಗಾಗಿದೆ ಎಂದರೆ ಅವನು ರತಿಯ ಜೊತೆಗೆ ಮುಂಬೈಗೆ ಹೋಗಿ ಹಣವನ್ನು ಪಡೆದುಕೊಳ್ಳುವ ಸಾಧ್ಯತೆ ಇದೆ. ಒಂದು ವೇಳೆ ರುದ್ರನೇತ್ರ ಅವನು ಚೆನ್ನೈಗೆ ಹೋಗಿದ್ದಾನೆಂದರೆ ಅಪಾಯವಿಲ್ಲ. ಆರಾಮವಾಗಿ ಮುಂಬೈಗೆ ಹೋಗಬಹುದು. ಸಮಸ್ಯೆ! ಫೋನ್ ಕರೆ ಮಾಡುವುದು ಮತ್ತು ಬಾಡಿಗೆಗೆ ಕಾರು ಪಡೆದುಕೊಳ್ಳುವುದು. ರತಿ ಕಾರನ್ನು ಬಾಡಿಗೆಗೆ ತರಬಹುದು. ಅದಕ್ಕಾಗಿ ಹಳ್ಳಿಯವರೆಗೆ ನಡೆದು ಹೋಗಬೇಕು. ಈ ಬಿಸಿಗೆ ನಡಗೆ ಕ್ಷೇಮವೇ?!

ಅವನು ಹೊದಿಕೆಯನ್ನು ಎಸೆದು ಬೆಡ್‌ನಿಂದ ಇಳಿದ. ಸಿಗರೇಟ್‌ನ ಜೊತೆಗೆ ಒಂದು ಕಪ್ ಕಾಫಿ ಇದ್ದರೆ ಚೆನ್ನಾಗಿತ್ತು ಅನಿಸಿತು.

"ರಾಜ" ರತಿ ಬೆಡ್‌ರೂಂನಿಂದ ಹೊರಗೆ ಬಂದಳು. ಅವಳ ಕೂದಲು ಕೆದರಿತ್ತು. ತಿಲಕರಾಜನಿಗೆ ಒಳ್ಳೆಯ ನಿದ್ದೆ ಮಾಡಿದವಳಂತೆ ಸುಂದರವಾಗಿ ಕಂಡಳು.

"ಕಾಫಿ ಬೇಕು ನನಗೆ, ತರ್ತೀಯ?"

"ಹಾ!" ಅವಳು ಬಾತ್‌ರೂಂ ಹೊಕ್ಕಳು.

ತಿಲಕರಾಜ ಕಾಫಿಯನ್ನು ಕಪ್‌ಗೆ ಸುರಿದ. ಅವಳ ಬಗ್ಗೆ ಆಲೋಚಿಸಿದ. ಬೆಲೆವೆಣ್ಣು! ಆದ್ರೆ ಏನಾಯ್ತು? ಹಣದ ಅವಶ್ಯಕತೆ!

ಆದರೆ ಅವಳೀಗ ಅವನ ಹೆಣ್ಣು! ಯಾರು ಹಿಂದಿನದನ್ನೆಲ್ಲಾ ಯೋಚಿಸಿ ಕೂರ್ತಾರೆ? ಅವಳು ಅವನನ್ನು ಪ್ರೀತಿಸುತ್ತಿದ್ದಳು. ಅವನೂ ಅವಳನ್ನು ಪ್ರೀತಿಸುತ್ತಾನೆ. ಅವಳಿಗೆ ಹಣದ ಅವಶ್ಯಕತೆಯಿದೆ. ಅವನ ಬಳಿ ಕೋಟಿಗಟ್ಟಲೆ ಹಣವಿದೆ. ಆದರೆ ಅದು ಕೈ ಸೇರಬೇಕಷ್ಟೇ.

ಹೊರಗೆ ತನಗಾಗಿ ಬೇಟೆಯಾಡುವವರು ಕಾದಿದ್ದಾರೆ! ತಾನಿನ್ನು ಈಜುವುದಾಗಲಿ, ಮೀನು ಶಿಕಾರಿಗಾಗಲಿ ಹೋಗಕೂಡದು. ಯಾರಿಗೂ ಕಾಣದಂತೆ ಸ್ವಲ್ಪ ದಿನ ಕಳೆಯಬೇಕು.

ಎರಡನೇ ಬಾರಿ ಕಾಫಿಯನ್ನು ಸುರಿದ. ಆಗ ಜೆಟ್ಟಿಯ ಕಡೆಯಿಂದ ಕಾರಿನ ಸದ್ದು ಕೇಳಿಸಿತು!

ಕಾಫಿಯನ್ನು ಹಾಗೆ ಬಿಟ್ಟಿದ್ದ. ಬೆಡ್‌ರೂಂಗೆ ಓಡಿದ. ರಿವಾಲ್ವರನ್ನು ಹೊರಗೆ ತೆಗೆದ. ಬೆಡ್ ಶೀಟನ್ನು ಹಾಗೆ ಬಿಟ್ಟು ಮಿಥುನ ಬೆಡ್ ಕಡೆಗೆ ಓಡಿದ. ಅಲ್ಲಿ ಕಿಟಕಿಯಿಂದ ನೋಡಿದರೆ ಜೆಟ್ಟಿ ಸರಿಯಾಗಿ ಕಾಣಿಸುತ್ತಿತ್ತು.

ಹಳೆಯ ಅಂಬಾಸಿಡರ್ ಕಾರೊಂದು ಜೆಟ್ಟಿಯ ಬಳಿ ನಿಂತಿರುವುದು ಕಾಣಿಸಿತು. ಇಬ್ಬರು ಧಡೂತಿ ದೃಢಕಾಯದ ವ್ಯಕ್ತಿಗಳು ಇಳಿದರು. ನೋಡಲು ಗೊರಿಲ್ಲಾಗಳಂತ್ತಿದ್ದರು. ಬಿಳಿಯ ಶರ್ಟ್ ಕಪ್ಪು ಪ್ಯಾಂಟ್ ಧರಿಸಿದ್ದ ಅವರು ನಿಂತು ಸುತ್ತಲೂ ನೋಡುತ್ತಿದ್ದರು. ಬಳಿಕ ಜೆಟ್ಟಿಯಲ್ಲಿ ನಡೆದು ಹೌಸ್‌ಬೋಟ್‌ನತ್ತ ಬಂದರು. ತಿಲಕರಾಜ ಹಜಾರದ ದಾರಿಯತ್ತ ನಡೆದ. ರತಿ ಇನ್ನೂ ಅವಳ ರಾತ್ರಿಯುಡುಗೆಯಲ್ಲಿರುವುದನ್ನು ಗಮನಿಸಿದ. ಅವಳು ಬಾತ್‌ರೂಂನ ಬಾಗಿಲಿಗೆ ಬಂದು ನಿಂತಳು.

"ತೊಂದರೆ ಕಾಣಿಸ್ತಿದೆ" ತಿಲಕರಾಜ ಮೆತ್ತಗಿನ ಧ್ವನಿಯಲ್ಲಿ ಹೇಳಿದ. ಚಿಂತಿಸಬೇಡ... ನಾನು ನೋಡಿಕೊಳ್ತೇನೆ."

"ಬೇಡ. ನೀನು ಅಡಗಿ ಕುಳಿತುಕೋ" ಅವಳು ಪಿಸು ಧ್ವನಿಯಲ್ಲಿ ಹೇಳಿದಳು., "ನಾನೇ ನೋಡಿಕೊಳ್ತೇನೆ. ನೀನು ಶೆಲ್ಫ್‌ನ ಹಿಂದೆ ಅಡಗಿರು"

ಅವನ ತೋಳಿನಲ್ಲಿ ಹಿಡಿದು ಅತ್ತ ದೂಡಿದಳು. ಒಂದು ಕ್ಷಣ ಹಿಂಜರಿದ ಆದರೆ ಬಾಗಿಲಿನ ಮೇಲೆ ಬಡಿತದ ಸದ್ದು ಕೇಳಿದಾಗ ಅವನು ಶೆಲ್ಫ್‌ನ ಹಿಂದೆ ಕಾಣದಂತೆ ಅಡಗಿ ಕುಳಿತ.

ರತಿ ಅವಳ ಬೆಡ್‌ರೂಂಗೆ ಓಡಿದಳು. ಮೈ ಮೇಲೆ ಬಟ್ಟೆ ಎಳೆದುಕೊಂಡಳು. ಮತ್ತೊಮ್ಮೆ ಬಡಿತದ ಸದ್ದು! ಅವಳು ಧೈರ್ಯದಿಂದ ಬಾಗಿಲಿನ ಬಳಿ ಬಂದು ತೆರೆದಳು. ಇಬ್ಬರು ಧಡಿಯರನ್ನು ನೋಡಿ ಅವಳ ಮುಖಕ್ಕೆ ರಕ್ತ ನುಗ್ಗಿದಂತೆನಿಸಿತು. ಅವಳು ಸಾವರಿಸಿಕೊಂಡಳು.

"ನಿಮಗೇನು ಬೇಕು?" ಒಬ್ಬಾತ ಅವಳನ್ನು ತಳ್ಳಿಕೊಂಡು ಒಳಗೆ ಬಂದ. ಅವನ ಮೈಯಿಂದ ಬೆವರಿನ ವಾಸನೆ ಬಂತು.

"ಬಾ ಬೇಬಿ. ನಿನ್ನತ್ರ ತಿಲಕರಾಜನ ಬಗ್ಗೆ ಮಾತಾಡ್ಬೇಕು. ಹತ್ತಿರ ಬಾ" ಹಜಾರದಲ್ಲಿ ಕುಳಿತು ಕರೆದ. ಇನ್ನೊಬ್ಬ ಕಾಡು ಮನುಷ್ಯನಂತೇ ಇದ್ದ. ಅವಳು ಹೆದರಿದಳು.

"ಅವನು ಹೋಗಿದ್ದಾನೆ ಇಲ್ಲಿಲ್ಲ ಅಲ್ವಾ?" ಇನ್ನೊಬ್ಬ ಕೂಡ ಕುಳಿತ. ಅವಳು ಗೋಡೆಯ ಬದಿಗೆ ಸರಿದು ನಿಂತಳು.

"ಅವನ ಬಗ್ಗೆ ನಮಗೆ ಹೇಳು ಬೇಬಿ... ನಾವು ಅವನನ್ನು ಹುಡುಕುತ್ತಿದ್ದೇವೆ."

"ಅವನು ನಿನ್ನೆ ಬೆಳಿಗ್ಗೇನೆ ಹೋದ."

"ಅದು ನಮಗೂ ಗೊತ್ತು" ಮೊದಲಿಗೆ ಬಂದಾತ ಎದ್ದು ಅವಳ ಪಕ್ಕಕ್ಕೆ ಸರಿದು ಬಟ್ಟೆಯನ್ನು ಕಿತ್ತೆಸೆದ. ರಾತ್ರಿಯುಡುಗೆಯಲ್ಲಿ ಅವಳ ಮೈಮಾಟ ಎದ್ದು ಕಾಣುತ್ತಿತ್ತು.

"ನಮಗದು ಗೊತ್ತು" ಬಲವಾಗಿ ಅವಳ ಕೆನ್ನೆಗೆ ಹೊಡೆದ. ಅವಳು ಎಗರಿ ಗೋಡೆಯ ಇನ್ನೊಂದು ಮೂಲೆಗೆ ಬಿದ್ದಳು. ಅವನು ಬಾಗಿ ಕುಳಿತು ಅವಳ ರಾತ್ರಿಯುಡುಗೆಯನ್ನು ಹರಿದ.

"ನಾವು ಅದನ್ನು ನಂಬುವುದಿಲ್ಲ ಬೇಬಿ. ನಮಗೆ ಇನ್ನೊಂದು ಕಥೆ ಹೇಳು."

ಅವಳು ಮುದುಡಿ ಕುಳಿತುಕೊಳ್ಳುವ ಪ್ರಯತ್ನ ಮಾಡಿದಳು.

"ಅವನು ನಿನ್ನೆ ಬೆಳಿಗ್ಗೆಯೇ ಮುಂಬೈಗೆ ಹೊರಟು ಹೋದ. ಇಲ್ಲಿಂದ ಹೊರಟು ಹೋಗಿ ಚಿಂಪಾಂಜಿಗಳೇ" ಅವಳು ಧೈರ್ಯ ತಂದುಕೊಂಡು ಹೇಳಿದಳು.

ಮೊದಲಿನಾತ ಕಿರುಚಿದ.

"ನೀನು ಅವಳನ್ನು ಬಿಡಬೇಡ. ನಿನಗೆ ಸುಸ್ತಾದರೆ ನನಗೆ ಹೇಳು" ಎಂದು ಇನ್ನೊಬ್ಬನಿಗೆ ಹೇಳಿದ.

ತಿಲಕರಾಜನಿಗೆ ಇದೆಲ್ಲವೂ ಕೇಳಿಸುತ್ತಿತ್ತು. ಮೆಲ್ಲನೆ ಎದ್ದು ಸದ್ದಾಗದಂತೆ ರಿವ್ಹಾಲ್ವರ್ ತೆಗೆದುಕೊಂಡ. ಸದ್ದಾಗದಂತೆ ಹೆಜ್ಜೆಯಿಡುತ್ತಾ ಹಜಾರದ ಬಾಗಿಲಿನ ಮರೆಯಲ್ಲಿ ನಿಂತ. ಇನ್ನೊಬ್ಬಾತ ಪಶುವಿನಂತೆ ಅವಳ ಮೇಲೇರುವಷ್ಟರಲ್ಲಿ ತಿಲಕರಾಜ ಅವನ ತಲೆಗೆ ಗುರಿಯಿಟ್ಟ. ಅವನು ಸತ್ತು ಬಿದ್ದ! ರತಿ ಅವನ ಗುಂಡಿನ ಸದ್ದಿಗೆ ಕಿರುಚಿದಳು. ಅವಳು ಎದ್ದು ಕುಳಿತು ಕೈಗಳಿಂದ ಮುಖ ಮುಚ್ಚಿಕೊಂಡಳು. ಅವನು ದೊಪ್ಪನೆ ಮುಂದಕ್ಕೆ ಬಿದ್ದಿದ್ದ!

ಮೊದಲಿನಾತ ಗನ್ ತೆಗೆದುಕೊಳ್ಳುವಷ್ಟರಲ್ಲಿ ತಿಲಕರಾಜ ಅವನ ಮುಖಕ್ಕೆ ಒದೆ ಕೊಟ್ಟ. ಆತ ಕೆಳಗೆ ಬಿದ್ದವನ ಮೇಲೆ ವಾಲಿದ. ಇನ್ನೊಂದು ಗುಂಡು ಹಾರಿತು. ಇನ್ನೊಬ್ಬನ ಎದೆಯನ್ನು ಕೊರೆಯಿತು. ರಕ್ತ ಚಿಲ್ಲನೆ ಚಿಮ್ಮಿತು. ದೊಡ್ಡ ಕಣ್ಣುಗಳಿಂದ ರತಿ ಆ ಭಯಾನಕ ದೃಶ್ಯವನ್ನು ನೋಡಿ ಶಾಕ್ ಹೊಡೆದಂತೆ ಬಾಯಗಲಿಸಿ ನಿಂತಳು.

ಗನ್ ಕೆಳಗಿಟ್ಟು ತಿಲಕರಾಜ ಅವಳತ್ತ ನಡೆದ. ಬಾಗಿ ಅವಳನ್ನು ಎತ್ತಿಕೊಂಡು ಬೆಡ್‌ರೂಂನಲ್ಲಿ ಮಲಗಿಸಿದ.

"ಇಲ್ಲೇ ಇರು. ನಡೆದುದರ ಬಗ್ಗೆ ತಲೆಕೆಡಿಸಿಕೊಳ್ಳಬೇಡ" ಅಲ್ಲಿಂದ ಓಡಿ ಹೋಗಿ ತನ್ನ ಬೆಡ್‌ರೂಂ ಸೇರಿಕೊಂಡವನೇ ಪ್ಯಾಂಟ್ ಶರ್ಟ್ ಜ್ಯಾಕೆಟ್ ಧರಿಸಿದ ಶೂಸ್‌ಗಳನ್ನು ಸಿಕ್ಕಿಸಿಕೊಂಡು ಹಜಾರಕ್ಕೆ ಬಂದ.

ರತಿ ಇನ್ನೂ ಅಲ್ಲಿಯೇ ಮಲಗಿದ್ದಳು. ಇಬ್ಬರು ಧಡಿಯ ವ್ಯಕ್ತಿಗಳ ಸಾವು ಅವಳನ್ನು ಕಂಗೆಡಿಸಿತ್ತು. ಆ ಆಘಾತದಿಂದ ಇನ್ನೂ ಅವಳು ಎಚ್ಚೆತ್ತಿರಲಿಲ್ಲ. ಕಣ್ಣು ತೆರೆಯುವ ಪ್ರಯತ್ನ ಮಾಡಿದಳು. ಆದರೂ ಪ್ರಯೋಜನವಾಗಲಿಲ್ಲ. ಸೂರ್ಯ ಮೇಲೇರಿ ಬರುತ್ತಿದ್ದ. ಅವನ ರಶ್ಮಿಗಳು ಕಿಟಕಿಯ ಮೂಲಕ ತೂರಿ ಬಂದರೂ ಅವಳು ತೋಳಿನಿಂದ ಕಣ್ಣುಗಳನ್ನು ಮುಚ್ಚಿಕೊಂಡಳು. ಅವಳಿಗೆ ಇದೆಲ್ಲವೂ ಕೆಟ್ಟ ಕನಸಿನಂತೆ ಗೋಚರಿಸಿತು. ಹಾಗೆ ಮಲಗಿಯೇ ಇದ್ದಳು. ಆಗ ಕೈಯೊಂದು ಅವಳನ್ನು ಸ್ಪರ್ಶಿಸಿತು.

"ಬಾ ಹೋಗೋಣ. ಬಾ ಇದೀಗ ನಾವು ಹೊರಡುವ ಸಮಯ ಬಂದಿದೆ" ತಿಲಕರಾಜ ಅವಳನ್ನು ಮೆತ್ತಗಿನ ಧ್ವನಿಯಲ್ಲಿ ಕರೆದ.

"ಹೋಗುವುದು... ಎಲ್ಲಿಗೆ?"

"ನಮಗೆ ಅವರ ಕಾರಿದೆ. ಇದು ನಮ್ಮ ಅದೃಷ್ಟ. ನಾವೀಗ ಹೋಗಲೇಬೇಕು."

ಅವನು ಅವಳನ್ನು ಎಬ್ಬಿಸಿ ಬೆಡ್‌ನಲ್ಲಿ ಕೂರಿಸಿದ. ಅವನು ಅವಳ ಕುತ್ತಿಗೆಯನ್ನು ಬಳಸಿ ಕುಸುಕಿದಳು.

"ಏನಾಯ್ತು... ಆ ವ್ಯಕ್ತಿಗಳಿಗೆ?"

"ಅವರನ್ನು ಮರೆತು ಬಿಡು. ಅವರು ನದಿಯಲ್ಲಿದ್ದಾರೆ. ಬಟ್ಟೆ ಹಾಕಿಕೋ. ನಾವೀಗ ತಕ್ಷಣ ಹೋಗಿ ಬಿಡಬೇಕು. ಪ್ರತಿಯೊಂದು ಕ್ಷಣವೂ ಮುಖ್ಯ" ಅವಳು ಆಲಸ್ಯದಿಂದ ಎದ್ದು ನಿಂತು ಅವನನ್ನು ದಿಟ್ಟಿಸಿದಳು.

"ಕಮಾನ್! ಬಟ್ಟೆ ಹಾಕಿಕೋ! ಬೇಗ ಬೇಗ ಪ್ಯಾಕ್ ಮಾಡು, ಹರಿಯಪ್!" ಅವನ ಧ್ವನಿ ತೀಕ್ಷ್ಣವಾಯಿತು.

"ನೀನು ಅವರನ್ನು ಕೊಂದೆಯಲ್ವಾ? ನಾನು ನಿನ್ನ ಜೊತೆಗೆ ಬರಲಾರೆ! ನೀನು ಅವರನ್ನು ಕೊಂದೆ!"

"ನೀನು ನನ್ನ ಜೊತೆಗೆ ಬರುವುದಿಲ್ಲವೇ? ಬೇಗ ಬಟ್ಟೆ ಧರಿಸು" ತಿಲಕರಾಜ ಅವಸರಪಡಿಸಿದ.

ಆ ಪದಗಳು ಅವಳ ಮೇಲೆ ಪ್ರಭಾವ ಬೀರಿದವು. ಅವಳು ಎದ್ದು ಹೊರಡುವ ಪ್ರಯತ್ನ ಮಾಡಿದಳು. ತನ್ನ ಕಪಾಟಿನ ಬಾಗಿಲು ತೆರೆದು ಶರ್ಟ್ ಪ್ಯಾಂಟ್ ತೆಗೆದಳು. ಅವಳ ಬಟ್ಟೆಗಳನ್ನು ಒಂದು ಬ್ಯಾಗ್‌ಗೆ ಸೇರಿಸಿದಳು.

"ಇವೆಲ್ಲವನ್ನೂ ತೆಗೆದುಕೊಳ್ಳಬೇಕೆ?" ಅವಳ ಕಪಾಟಿನಲ್ಲಿ ಇದ್ದದ್ದೇ ಕೆಲವೇ ಕೆಲವು ಹಳೆಯ ಬಟ್ಟೆಗಳು!

"ಬೇಡ."

"ಬೇಗ ಬಾ" ಅವಳು ಬಟ್ಟೆ ಧರಿಸುವವರೆಗು ಕಾದ. ಅವಳು ತಲೆಗೂದಲನ್ನು ಬಾಚಿಕೊಂಡು ಕೋಣೆಯಿಂದ ಹೊರಗೆ ಬಂದಳು.

"ನೀನು ಮಿಥುನ್‌ಗೆ ಒಂದು ಪತ್ರ ಬರೆ. ಬರೆಯೋದಿಕ್ಕೆ ಕಾಗದ ಇದೆಯಾ?"

ತಲೆಯಲುಗಿಸಿ ಮೇಜಿನ ಎದುರು ಕುಳಿತಳು.

"ಡ್ರಾವರ್ ಒಳಗಡೆ ಇದೆ."

ಅವನು ಡ್ರಾವರ್‌ನಿಂದ ಒಂದು ನೋಟ್ ಪುಸ್ತಕದ ಹಾಳೆಯನ್ನು ಹರಿದು ಒಂದು ಪೆನ್ನು ಕೊಟ್ಟ.

"ಬರಿ... ಡಿಯರ್ ಮಿಥುನ್, ನಾನು ಇಲ್ಲಿ ಹುಚ್ಚಳಾಗಿದ್ದೇನೆ. ಆದ್ದರಿಂದ ತಿಲಕರಾಜನ ಜೊತೆಗೆ ಹೋಗುತ್ತಿದ್ದೇನೆ. ನಾನು ಅವನೂ ಒಬ್ಬರಿಗೊಬ್ಬರು ತುಂಬಾ ಪ್ರೀತಿಸ್ತಿದ್ದೇವೆ. –ರತಿ."

ಹೇಗೋ ಚೀಟಿ ಬರೆದಳು. ಬರೆಯುವಾಗ ಅವಳ ಕೈ ನಡುಗುತ್ತಿತ್ತು. ತಿಲಕರಾಜ ಅದನ್ನು ಕವರ್‌ಗೆ ಸೇರಿಸಿ ಎದುರಿಗೆ ಕಾಣುವಂತೆ ಮೇಜಿನ ಮೇಲಿರಿಸಿದ.

"ಬಾ ಹೋಗೋಣ."

ಅವನು ಸೂಟ್ ಕೇಸನ್ನು ತೆಗೆದುಕೊಂಡು ಇನ್ನೊಂದು ಕೈಯಲ್ಲಿ ಅವಳ ಕೈಯನ್ನು ಹಿಡಿದುಕೊಂಡು ತರಾತುರಿಯಲ್ಲಿ ಜೆಟ್ಟಿಯನ್ನು ದಾಟಿ ಕಾರಿನ ಬಳಿ ಬಂದರು.

ಅವನು ಕಾರನ್ನು ಚಾಲನೆಗೆ ತಂದ. ಕೈಗಡಿಯಾರ ನೋಡಿಕೊಂಡ. ಸಮಯ ಆರು ನಲವತ್ತು. ಇನ್ನು ಮೂರು ಗಂಟೆಗಳಲ್ಲಿ ಇಲ್ಲಿಂದ ದೂರ ಹೋಗಬೇಕು. ಇನ್ನೇನು ಆ ಪ್ರಾಣಿಗಳನ್ನು ಹುಡುಕಿಕೊಂಡು ಯಾರಾದರೂ ಬರಬಹುದು. ಆನಂತರ ತನಿಖೆ ಫೋನ್ ಕರೆ ಹೀಗೆ ಗ್ಯಾಂಗ್ ಪೂರ್ತಿ ಚಟುವಟಿಕೆಯಲ್ಲಿ ತೊಡಗಬಹುದು.

ಇಂತಹ ಕಾರಿನಲ್ಲಿ ಎಷ್ಟು ವೇಗವಾಗಿ ಬೇಕಾದರೂ ಹೋಗಬಹುದು. ಮೂರು ತಾಸಿನಲ್ಲಿ ಆದಷ್ಟು ದೂರ ಸಾಗಬೇಕು.

ಜಾಗ್ರತೆಯಿಂದ ಕಾರನ್ನು ಓಡಿಸಿದ. ರತಿ ಅವನ ಪಕ್ಕದಲ್ಲಿ ಇನ್ನೂ ಶಾಕ್‌ನಲ್ಲಿಯೇ ಕುಳಿತಿದ್ದಳು! ಅವನು ಕಾರನ್ನು ಹೆದ್ದಾರಿಯಲ್ಲಿ ವೇಗವಾಗಿ ಜಾಗರೂಕತೆಯಿಂದ ಓಡಿಸುತ್ತಿದ್ದ.

ಅಧ್ಯಾಯ 10

ಅವರಿಬ್ಬರ ಮೌನದಲ್ಲಿ ಕಾರು ಒಂದು ಗಂಟೆಯಷ್ಟು ದೂರವನ್ನು ಕ್ರಮಿಸಿತು. ತಿಲಕರಾಜ ಕಾರನ್ನು ವೇಗವಾಗಿ ಮತ್ತು ಅಷ್ಟೇ ಜಾಗರೂಕತೆಯಿಂದ ಓಡಿಸುತ್ತಿದ್ದ. ಸಂಚಾರಿ ಪೊಲೀಸರೇನಾದರೂ ತಡೆದರೆ ಅದು ಅವರಿಬ್ಬರಿಗೂ ತೊಂದರೆಯೆನ್ನುವುದು ತಿಳಿದಿತ್ತು. ಕಾರು ಒಂದೇ ವೇಗದಲ್ಲಿ ಮುಂದೆ ಸಾಗುತ್ತಿತ್ತು.

ಕಲಂಗೂಟ್ ಬೀಚ್ ರಸ್ತೆಯನ್ನು ದಾಟಿ ಮತ್ತೊಮ್ಮೆ ಹೈವೆಯ ಹಾದಿಯನ್ನು ಹಿಡಿದು ಉತ್ತರದ ಕಡೆಗೆ ಸಾಗಿತು. ಅಷ್ಟೊಂದು ಟ್ರಾಫಿಕ್ ಇಲ್ಲದ್ದು ಅವನಿಗೆ ಅನುಕೂಲವಾಯಿತು. ಆವಾಗಾವಾಗ ಅವನು ರತಿಯ ಮುಖವನ್ನು ಗಮನಿಸುತ್ತಿದ್ದ. ಅವಳ ಮುಖ ಬಿಳಚಿಕೊಂಡು ಕಣ್ಣುಗಳ ನೋಟ ನಿಸ್ತೇಜವಾಗಿತ್ತು. ಅವಳಿನ್ನೂ ಶಾಕ್‌ನಿಂದ ಚೇತರಿಸಿಕೊಂಡಿರಲಿಲ್ಲ.

ಈಗ ಬಯಲಿನಂತಹ ಪ್ರದೇಶಕ್ಕೆ ಬಂದರಾದರೂ ತಾವಿನ್ನೂ ಕದ್ದ ಕಾರಿನಲ್ಲಿದ್ದೇವೆನ್ನುವ ಅರಿವಿತ್ತು ಅವನಿಗೆ. ಇನ್ನು ಒಂದೆರಡು ಗಂಟೆ ಸುರಕ್ಷಿತವಾಗಿ ಕಾರು ಓಡಿಸಬಹುದು.

ಎಲ್ಲಾ ತರಹದ ಸಮಸ್ಯೆಗಳು ಅವನನ್ನೇ ಮುತ್ತಿಕೊಂಡಿದ್ದವು. ಆದರೆ ವಿಚಲಿತನಾಗಲಿಲ್ಲ. ಈಗ ಅವನಿಗೆ ತಾನು ಗಡ್ಡಧಾರಿಯೆನ್ನುವುದು ಮನದಟ್ಟಾಗಿದೆ. ತನ್ನ ಬಟ್ಟೆ ಕೂಡ ಅವರಿಗೆ ಗೊತ್ತು. ಈಗ ಬಟ್ಟೆ ಬದಲಾಯಿಸದೆ ಬೇರೆ ದಾರಿಯಿಲ್ಲ. ಅನಂತು ರತಿಯ ಮಾಹಿತಿಯನ್ನು ಅವರಿಗೆ ನೀಡಿರುತ್ತಾನೆ. ಅವನು ಅವಳ ಉದ್ದನೆಯ ಕೂದಲಿನತ್ತ ನೋಡಿದ. ಅದನ್ನು ನೋಡಿದರೆ ಯಾರಾದರೂ ಗುರುತು ಹಿಡಿಯಬಹುದು!

"ನಾವೆಲ್ಲಿಗೆ ಹೋಗ್ತಿದ್ದೀವಿ?" ಅನಿರೀಕ್ಷಿತವಾಗಿ ಅವಳ ಬಾಯಿಯಿಂದ ಪದಗಳು ಹೊರಟವು. ಅವನು ದೀರ್ಘ ಉಸಿರೆಳೆದುಕೊಂಡ.

"ನೀನು ಈಗ ಹೇಗಿದ್ದೀಯಾ?"

"ನನಗೇನಾಗಿದೆ. ಚೆನ್ನಾಗಿದ್ದೇನೆ. ನಾವೆಲ್ಲಿಗೆ ಹೋಗುತ್ತಿದ್ದೇವೆ?" ಅವಳ ಧ್ವನಿಯಲ್ಲಿ ನಡುಕವಿತ್ತು.

"ನಾವೀಗ ಉತ್ತರದ ಕಡೆಗೆ ಹೋಗ್ತಿದ್ದೇವೆ. ನಮಗೆ ಇನ್ನು ಅಲೆದಾಡಲು ಎರಡು ಗಂಟೆಗಳ ಕಾಲಾವಕಾಶವಿದೆ. ಇನ್ನೆರಡು ಗಂಟೆಯಲ್ಲಿ ರತ್ನಗಿರಿಯನ್ನು ದಾಟಿ ಹೋಗಬೇಕು. ಚಿಂತಿಸುವುದು ಬೇಡ. ಆರಾಮವಾಗಿರು. ಉಳಿದದ್ದೆಲ್ಲಾ ನನಗೆ ಬಿಡು."

"ಓಹೋ! ರಾಜ, ನನಗೆ ಭಯವಾಗ್ತಿದೆ. ನೀನು ಅವರಿಬ್ಬರನ್ನು ಕೊಲೆ ಮಾಡಿದಿಯಾ?" ಅವಳು ಅವನ ತೊಡೆಯ ಮೇಲೆ ಕೈ ಇಟ್ಟಳು.

"ನಾನು ನಿನ್ನನ್ನು ಎಚ್ಚರಿಸಿದ್ದೇನೆ. ಇದು ಮಾಫಿಯಾ. ನೀನು ಕೊಲ್ಲು ಅಥವಾ ನಿನ್ನನ್ನು ಕೊಲ್ಲುವುದು. ನಮಗೆ ಇನ್ನೂ ಅವಕಾಶವಿದೆ ಅಂದುಕೊಳ್ಳುತ್ತೇನೆ. ಅಲ್ಲಿ ಬ್ಯಾಗ್‌ನಲ್ಲಿ ಕೋಟಿಗಟ್ಟಲೆ ಹಣ ಇದೆ. ನಾನು ಈಗ ನಿನಗೆ ಹೇಳುತ್ತಿದ್ದೇನೆ. ಯಾಕೆಂದರೆ ನೀನು ಈಗ ಈ ಸುಳಿಯಲ್ಲಿ ಸಿಕ್ಕಿ ಹಾಕಿಕೊಂಡಿರುವೆ. ನನ್ನ ಹಾಗೆ. ನನ್ನನ್ನು ಕ್ಷಮಿಸು. ನೀನು ಅರ್ಥ ಮಾಡಿಕೋ. ನಮಗೆ ಇನ್ನು ಒಳ್ಳೆಯ ಅವಕಾಶವಿದೆ. ನಾವು ಹಣ ತೆಗೆದುಕೊಂಡು ಇಲ್ಲಿಂದ ಪಾರಾಗಬೇಕು. ದೂರ ಹೋಗಬೇಕು."

"ಅಷ್ಟೊಂದು ದೊಡ್ಡದ ಮೊತ್ತವೇ? ಆದರೆ ರಾಜ, ಅದು ನಮ್ಮ ಭವಿಷ್ಯ" ಅವಳ ಧ್ವನಿ ಏರಿತು.

"ಅದೇ... ಸರಿ ಈಗ ನಿನಗೆ ತಿಳಿಯಿತು. ಇದು ಜೂಜು. ನಮ್ಮ ಬದುಕನ್ನು ಹಣಕ್ಕೆ ಪಣವಾಗಿಡುವುದು. ನಿನಗೆ ಅದು ಸಿಕ್ಕಿದರೆ ಹಂಚಿಕೊಳ್ಳೋಣ."

"ಹಾಗಾದರೆ ನಾವು ಏನು ಮಾಡಬೇಕು?"

“ನಾವು ರತ್ನಗಿರಿ ತಲುಪುತ್ತಲೇ ನೀನು ಬ್ಯೂಟಿಪಾರ್ಲರ್‌ಗೆ ಹೋಗಿ ತಲೆಗೂದಲನ್ನು ಕತ್ತರಿಸಿ ಸಣ್ಣದು ಮಾಡಿಕೋ. ನಿನಗೆ ಬೇಕಿದ್ದ ಬಣ್ಣ ಹಾಕಿಕೋ. ನಾನು ಗಡ್ಡ ಕೆರೆಸಿಕೊಳ್ಳುತ್ತೇನೆ. ನಾವು ಬೇರೆ ಬಟ್ಟೆಗಳನ್ನು ತೆಗೆದುಕೊಳ್ಳೋಣ. ನನ್ನ ಹತ್ರ ಹಣವಿದೆ. ನೀನು ಅದರ ಬಗ್ಗೆ ಚಿಂತಿಸಬೇಡ. ಈ ಕಾರನ್ನು ಅಲ್ಲಿಯೇ ಬಿಡುವ. ಅಲ್ಲಿಂದ ಬಸ್ಸಿನಲ್ಲಿ ಹೋಗುವ. ನಮ್ಮ ಹತ್ರ ಹಣವಿದೆ. ಆ ಹಣ ಎರಡು ತಿಂಗಳಲ್ಲಿ ನನ್ನ ಕೈ ಸೇರುತ್ತೆ ಅಂದುಕೊಂಡಿದ್ದೇನೆ. ಇನ್ನು ಒಂದು ತಿಂಗಳು ಸಾಕು. ನನ್ನ ಗೆಳೆಯ ಈ ರ್‍ಯಾಕೆಟ್‌ನ ಬಿಸಿ ತಣ್ಣಗಾದಾಗ ತಿಳಿಸುತ್ತಾನೆ. ಆ ಬಳಿಕ ನಾವು ಹಣವನ್ನು ತೆಗೆದುಕೊಳ್ಳೋಣ.”

“ನಾವು ಅದನ್ನು ತೆಗೆದುಕೊಳ್ಳುವೆವೂಂತ ನಿನಗನಿಸುತ್ತಾ?”

“ನಮಗೆ ಅಗ್ಲಿಲ್ಲ ಅಂದ್ರೆ...ನಾವು ಸತ್ತು ಹೋಗಿದ್ದೇವೇಂತ ಅರ್ಥ” ಇದು ಸತ್ಯ ಅನ್ನುವುದು ಅವನಿಗೆ ತಿಳಿದಿತ್ತು.

ಆಗ ಸಮಯ ಒಂಬತ್ತು ಐವತ್ತು... ಅವರು ರತ್ನಗಿರಿಯನ್ನು ತಲುಪಿದರು. ಪಾರ್ಕಿಂಗ್ ಏರಿಯಾದಲ್ಲಿ ಕಾರನ್ನು ನಿಲ್ಲಿಸಿದ.

“ಇಲ್ಲಿಯೇ ನಾವು ಈ ಕಾರನ್ನು ಬಿಟ್ಟು ಹೋಗ್ತೀವಿ. ಇಲ್ಲಿಂದ ನಾವು ನಡೆದುಕೊಂಡು ಹೋಗೋಣ” ಅವನು ಸೂಟ್‌ಕೇಸ್ ತೆರೆದು ಅದರಲ್ಲಿದ್ದ ಅನುದೀಪ್‌ನ ಹಣವನ್ನು ತೆಗೆದ.

“ಇದಿಷ್ಟು ನನ್ನ ಹತ್ರ ಇರೋದು” ಅವನು ಎಣಿಸಿಕೊಂಡ.

“ಇನ್ನು ಮುಂದೆ ನಾವಿಬ್ಬರೂ ಸಮ ಪಾಲುದಾರರು!” ಅವನು ಸ್ವಲ್ಪ ಹಣ ತೆಗೆದು ಅವಳ ಕೈಯಲ್ಲಿಟ್ಟ.

“ನೀನು ಹೋಗಿ ತಲೆಗೂದಲು ಸಣ್ಣದು ಮಾಡಿಕೋ. ಬಟ್ಟೆಗಳನ್ನು ತೆಗೆದುಕೋ. ಹೆಚ್ಚು ಹಣ ಖರ್ಚು ಮಾಡ್ಬೇಡ. ಅದಕ್ಕಾಗಿ ನಾವು ಸ್ವಲ್ಪ ಸಮಯ ಇಲ್ಲಿ ಕಳೆಯಬೇಕು. ನೀನೇನು ತೆಗೆದುಕೊಳ್ತಿಯೋ ಜಾಗ್ರತೆಯಾಗಿರು. ಯಾರ ಕಣ್ಣಿಗೂ ಬೀಳಬಾರದು. ನಾವಿಬ್ಬರೂ ಗಂಡ ಹೆಂಡತಿ. ನಾನು ಅಂದುಕೊಂಡದ್ದೇನೆಂದರೆ ನಾವು ರಜೆಯಲ್ಲಿ ಮುಂಬೈಗೆ ಹೋಗುತ್ತೇವೆ. ಅಲ್ಲಿ ಸಣ್ಣ ಲಾಡ್ಜ್‌ನಲ್ಲಿ ಕೋಣೆ ಪಡೆದುಕೊಳ್ಳೋದು. ನಾವು ಕೋಣೆಯಲ್ಲಿಯೇ ಇರಬೇಕಾದಿತು. ಹೆಚ್ಚು ತಿರುಗಾಡಬಾರದು. ಇಷ್ಟು ದೂರ ಬಂದಿರೋದು ಇದಕ್ಕಾ? ಅಂತ ಕೇಳ್ಬೇಡ. ನನಗೆ ಸ್ವಲ್ಪ ವಿರಾಮ ಬೇಕು. ಇದು ನನ್ನ ರಫ್ ಕ್ಯಾಲ್ಕ್ಯುಲೇಷನ್. ಆಮೇಲೆ ಏನಾಗುತ್ತೋ ನೋಡೋಣ.”

ಅವನು ಕೊಟ್ಟ ಹಣವನ್ನು ಬ್ಯಾಗ್‌ಗೆ ಸೇರಿಸಿದಳು.

“ನಾನು ಕೂದಲನ್ನು ಬಾಬ್ ಮಾಡಿದ ಮೇಲೆ ನನ್ನನ್ನು ಬಿಟ್ಟುಹೋಗ್ತೀಯಾ?” ಅವನಿಗೆ ಆಘಾತವಾಯಿತು! ಸ್ವಲ್ಪ ಸಮಯದಲ್ಲಿಯೇ ಚೇತರಿಸಿಕೊಂಡು ಅವಳನ್ನು ನೋಡಿ ಮುಗುಳ್ನಕ್ಕ.

"ನಿನ್ನನೇ ಕೇಳಿಕೋ! ಇದು ನಂಬಿಕೆಯಿಲ್ಲದವರ ಮಾತು."

ಸೂಟ್‌ಕೇಸನ್ನು ಮುಚ್ಚಿ ಅವನು ಕಾರಿನಿಂದ ಕೆಳಗಿಳಿದ. ಅವಳು ಸೇರಿಕೊಂಡಳು.

"ನನ್ನನ್ನು ಕ್ಷಮಿಸು" ಅವನ ತೋಳನ್ನು ಹಿಡಿದಳು.

"ನನಗೆ ತುಂಬಾ ಗಂಡಸರು ಗೊತ್ತು. ಹಾಗೆ ನನ್ನ ಮೇಲೆ ನನಗೆ ನಂಬಿಕೆ ಇಲ್ಲ. ನಾನು ಯಾರನ್ನೂ ನಂಬಬೇಕೆನ್ನುವುದೇ ತಿಳಿಯುತ್ತಿಲ್ಲ."

"ಈಗ ನೀನು ನಂಬದಿದ್ದರೆ ನಿನಗೆ ನಿಜವಾಗಿಯೂ ತೊಂದರೆ ಬಾ. ಹೋಗೋಣ" ಅವಳನ್ನು ಸಮಾಧಾನಿಸುವಂತೆ ಹೇಳಿದ.

ಅವರು ನಗರದತ್ತ ಹೆಜ್ಜೆ ಹಾಕಿದರು. ಬಹಳಷ್ಟು ಮಂದಿ ಪ್ರವಾಸಿಗರು ಆಗಲೇ ಜಮಾಯಿಸಿದ್ದರು. ಅರ್ಧ ದಾರಿ ನಡೆಯುವಾಗಲೇ ತಿಲಕರಾಜ ಬಸ್ ನಿಲ್ದಾಣ ಗುರುತಿಸಿದ.

"ನಾವು ಅಲ್ಲಿ ಭೇಟಿಯಾಗೋಣ. ಎಷ್ಟು ಬೇಗ ಬರ್ತಿಯೋ ಅಷ್ಟು ಬೇಗ ಬಾ. ನಾನು ಕಾಯ್ತಾ ಇದ್ದೇನೆ. ನೀನು ಬಂದ್ರೆ ನೀನು ಕಾಯು. ಸರಿನಾ?" ಅವನು ಬಸ್ ನಿಲ್ದಾಣದತ್ತ ಕೈ ತೋರಿಸಿ ಹೇಳಿದ. ಅವನು ಅವಳನ್ನು ಬಿಟ್ಟು ಹೋಗುವುದು ಅವಳಿಗೆ ಸರಿಕಾಣಲಿಲ್ಲ.

"ರಾಜ, ನನಗ್ಯಾಕೋ ಭಯವಾಗುತ್ತಿದೆ. ನಿಜವಾಗಿಯೂ ಭಯವಾಗುತ್ತಿದೆ."

ಅವನು ಮುಗುಳ್ನಕ್ಕ.

"ಆದರೆ ಏನ್ಮಾಡೋದು? ನಾವು ಯಾವಾಗಲೂ ಬೇರೆಯೇ ಅಲ್ಲವೇ? ಒಬ್ಬಂಟಿಯಾಗಿರೋದು... ಹಾಗೆನೇ ನೀನೂ... ನೀನು ಕೂದಲು ಬಾಬ್ ಮಾಡಿಸಿ ಬಟ್ಟೆಗಳನ್ನು ಖರೀದಿಸಿ ಬಾ. ಓ ಅಲ್ಲಿ ನೋಡು ಬ್ಯೂಟಿಪಾರ್ಲರ್ ಕಾಣಿಸ್ತಿದೆ. ಹೋಗಿ ಬಾ."

"ಸರಿ" ಅವಳು ಬಲವಂತದ ನಗು ನಕ್ಕಳು.

"ಸಿಗೋಣ ರಾಜ."

"ಖಂಡಿತಾ" ಅವರಿಬ್ಬರೂ ಬೇರೆ ಬೇರೆಯಾದರು. ತಿಲಕರಾಜ ಸಲೂನ್‌ನತ್ತ ನಡೆದ.

* * *

ಬಾರ್‌ನಲ್ಲಿ ಕುಳಿತಿದ್ದ ಜೋಸೆಫ್‌ಗೆ ಫೋನ್ ಕರೆ ಬಂದಾಗ ಚಿಂತೆಯಾಯಿತು. ಸಮಯ ಹನ್ನೊಂದು ಐದು ಆಗಿತ್ತು. ಅವನು ರಿಸೀವರನ್ನು ತೆಗೆದುಕೊಂಡ.

"ಯಾರಿದು?"

"ನಾನು ರುದ್ರನೇತ್ರ" ರುದ್ರನೇತ್ರನ ಧ್ವನಿಯಲ್ಲಿ ಸಿಟ್ಟು ಎದ್ದು ಕಾಣುತ್ತಿತ್ತು.

"ಏನಾಯ್ತು? ನಾನು ಕಾಯ್ತಾ ಇದ್ದೇನೆ. ಆ ಹೆಂಗಸು ಏನು ಹೇಳ್ತಾಳಂತೆ?"

ಜೋಸೆಫ್‌ಗೆ ರೆಸ್ಟಾರೆಂಟ್ ಕೆಲಸದ ನಡುವೆ ಆ ವಿಷಯ ಮರೆತೇ ಹೋಗಿತ್ತು. ಅವನು ಇಬ್ಬರು ಧಾಂಡಿಗರನ್ನು ಹಳ್ಳಿಗೆ ಕಳುಹಿಸಿದ್ದ.

"ಇನ್ನೂ ವಿಷಯ ಗೊತ್ತಾಗಿಲ್ಲ. ಕಾಯ್ತಾ ಇದ್ದೇನೆ ರುದ್ರನೇತ್ರ. ನನಗೆ ಯಾವ ಹೊತ್ತಿಗಾದರೂ ಫೋನ್ ಬರಬಹುದು. ನನಗೆ ಗೊತ್ತಾದ ಕೂಡಲೇ ನಿನಗೆ ತಿಳಿಸುವೆ."

"ಅವರೇನು ಕರ್ಮ ಮಾಡ್ತಿದ್ದಾರೆ ಅಲ್ಲಿ? ಅವರಿಗೆ ಬೇಗ ತಿಳಿಸುವುದಕ್ಕೆ ಹೇಳು" ರುದ್ರನೇತ್ರ ಉರಿದು ಬಿದ್ದ.

ಜೋಸೆಫ್ ಮೆನೇಜಸ್‌ಗೆ ಈಗ ಚಿಂತೆಯುಂಟಾಯಿತು. ಅವರಿಗೆ ಆ ಹೆಂಗಸನ್ನು ಆರುಗಂಟೆಗೆ ಭೇಟಿಯಾಗಲು ತಿಳಿಸಿದ್ದ. ಐದು ಗಂಟೆಗಳ ಹಿಂದೆ. ಅವನು ರಿಸೀವರನ್ನು ಎತ್ತಿಕೊಂಡು, "ನಾನು ಜೋಸೆಫ್ ಮಾತಾಡ್ತಾ ಇದ್ದೀನಿ. ಮದನ್‌ನನ್ನು ಕರೆಯಿರಿ" ಅರಚಿದಂತೆ ಹೇಳಿದ. ಕರೆಯನ್ನು ನಿಲ್ಲಿಸಿ ಅನಂತುಗೆ ಫೋನ್ ಮಾಡಿದ.

"ಅಲ್ಲಿ ಏನಾಗ್ತಿದೆ? ನಿನ್ನ ಸುದ್ದಿ ಇಲ್ಲ?" ಎಂದ.

"ಅವರಿಬ್ಬರು ಇವತ್ತು ಬೆಳಿಗ್ಗೆ ಅವಳನ್ನು ನೋಡಲು ಆರು ಗಂಟೆಗೆ ಹೋಗಬೇಕಿತ್ತಲ್ವಾ? ಅಲ್ಲಿ ಏನು ಮಾಡ್ತಿದ್ದಾರೆ?"

"ನನಗೆ ಗೊತ್ತಿಲ್ಲ. ನಾನು ಅವರನ್ನು ನೋಡಿಲ್ಲ. ಒಂದು ಕ್ಷಣ ಲೈನ್‌ನಲ್ಲಿರಿ" ರಿಸೀವರನ್ನು ಪಕ್ಕಕ್ಕಿಟ್ಟು ಹೊರಗೆ ಬಂದು ವಿಶೇಷ ಗ್ಲಾಸನ್ನು ಧರಿಸಿ ಹೌಸ್‌ಬೋಟ್‌ನತ್ತ ನೋಡಿದ. ಮನುಷ್ಯರ ಸುಳಿವಿದ್ದಂತೆ ಕಾಣಿಸಲಿಲ್ಲ!

ರಿಸೀವರ್ ಎತ್ತಿ, "ನಾನು ನನ್ನ ಇನ್ನೊಬ್ಬ ಗೆಳೆಯನನ್ನು ಅಲ್ಲಿಗೆ ಕಳುಹಿಸಿ ನೋಡುತ್ತೇನೆ. ಆಮೇಲೆ ನಿನಗೆ ಫೋನ್ ಮಾಡುವೆ" ಎಂದ.

ಒಂದು ಗಂಟೆಯ ಬಳಿಕ ಹಳ್ಳಿಯ ಚರ್ಚ್‌ನ ಗಂಟೆ ಹನ್ನೆರಡು ಬಾರಿಸಿತು. ಮದನ್ ಕಾರಿನಲ್ಲಿ ಅಂಗಡಿಗೆ ಬಂದ. ಅನಂತು ಅವನಿಗಾಗಿ ಕಾದು ನಿಂತಿದ್ದ.

"ಏನು ಹೇಳ್ಬೇಕು?"

"ನನಗೆ ಗೊತ್ತಿಲ್ಲ. ನಾವಿಬ್ಬರು ಹೌಸ್‌ಬೋಟ್‌ನ ಹತ್ತಿರ ಹೋಗಿ ನೋಡಿಕೊಂಡು ಬರಬೇಕಂತೆ."

ಅವರಿಬ್ಬರು ಅನಂತುವಿನ ಬೋಟ್‌ನಲ್ಲಿ ಕುಳಿತು ನದಿಯ ಮೂಲಕ ಹೌಸ್‌ಬೋಟ್‌ಗೆ ಬಂದಿಳಿದರು. ಮದನ್ ಮೊದಲು ಡೆಕ್ ಏರಿದ. ಅವನ ಕೈಯಲ್ಲಿ ಗನ್ ಇತ್ತು. ಅವನು ಬೆವರುತಿದ್ದ. ಹಿಂದಿನ ದಿನ ರಾತ್ರಿ ಕುಡಿದ

ಅಮಲು ಇನ್ನೂ ಇಳಿದಿರಲಿಲ್ಲ. ಅನಂತು ಅವನ ಬಳಿ ಬಂದ. ಬರಿದಾದ ಹೌಸ್‌ಬೋಟ್ ನೋಡಿದವರು ಹಜಾರದಲ್ಲಿ ನಿಂತರು. ಮದನ್‌ಗೆ ಅಲ್ಲಿ ಕವರೊಂದು ಕಂಡಿತು. ಅವನು ಅದನ್ನು ತೆರೆದು ಒಳಗಿದ್ದ ಚೀಟಿಯನ್ನು ಓದಿದ.

"ಹೇ! ಇಲ್ಲಿ ನೋಡು. ಆ ಕಳ್ಳ ಇಲ್ಲೇ ಇದ್ದ. ಅವರಿಬ್ಬರು ಓಡಿ ಹೋಗಿದ್ದಾರೆ."

"ಹಾಗಾದರೆ ಧಡಿಯರಿಬ್ಬರು ಏನಾದರು?" ಅನಂತು ಸುತ್ತಲೂ ನೋಡಿದ. ಅವನ ನೋಟ ಹರಿದ ಕಾರ್ಪೆಟ್‌ನತ್ತ ಸುಳಿಯಿತು. ಅದು ಒದ್ದೆಯಾಗಿತ್ತು. ಅವರಿಬ್ಬರೂ ಹೊರಗೆ ಬಂದರು. ಒಬ್ಬರ ಮುಖ ಒಬ್ಬರು ನೋಡಿದವರೇ ಡೆಕ್‌ನಲ್ಲಿ ನಿಂತು ಸುತ್ತಲೂ ನೋಡಿದರು.

"ಅವನು ಅವರನ್ನು ಹೊಡೆದಿರಬಹುದು, ತಿಳಿಯಿತೇ?"

"ಅವನು ಏನೂ ಮಾಡಿರಬಹುದೆಂದು ನನಗೆ ಗೊತ್ತು."

ಅನಂತು ಮತ್ತೆ ಹಜಾರಕ್ಕೆ ನಡೆದ. ಮೇಜಿನ ಪಕ್ಕಕ್ಕೆ ನೋಡಿದ. ನೆಲದ ಮೇಲೆ ಒಣಗಿದ ರಕ್ತದ ಕಲೆಯಿತ್ತು. ತಿಲಕರಾಜ ಅದನ್ನು ಒರೆಸಲು ಮರೆತಿದ್ದ.

"ನೋಡು" ಮದನ್ ಬಗ್ಗಿ ನೋಡಿದ.

"ಅವನು ಅವರನ್ನು ಹೊಡೆದಿದ್ದಾನೆ" ತಗ್ಗಿದ ಧ್ವನಿಯಲ್ಲಿ ಹೇಳಿದ.

"ಹೌದು... ಅವರ ಕಾರನ್ನು ತೆಗೆದುಕೊಂಡು ಹೋಗಿರಬೇಕು. ನೀನು ಜೋಸೆಫ್‌ಗೆ ಹೇಳುವುದು ಒಳ್ಳೆಯದು" ಇಪ್ಪತ್ತೈದು ನಿಮಿಷಗಳ ಬಳಿಕ ಮದನ್ ಜೋಸೆಫ್ ಮೆನೇಜಸ್‌ಗೆ ವರದಿ ಮಾಡಿದ. ಐದು ನಿಮಿಷದಲ್ಲಿಯೇ ಜೋಸೆಫ್ ರುದ್ರನೇತ್ರನಿಗೆ ತಿಳಿಸಿದ.

ರುದ್ರನೇತ್ರ ಅರಚು ಧ್ವನಿಯಲ್ಲಿ ಮಾತನಾಡಿದ. ಕೊನೆಗೆ ಕೂಗಿ ಹೇಳಿದ, "ನಿನಗೆ ನನ್ನಿಂದ ಏನೂ ಸಿಗದು! ನಾನು ನಿನ್ನ ಬಾಸ್‌ಗೆ ಫೋನ್ ಮಾಡುವೆ. ನೀನು ಹೆಳವ, ಕೆಲಸಕ್ಕೆ ಬಾರದವ."

"ಇಲ್ಲ! ನೀನು ನೋಡ್ತಾ ಇರು. ಮೂವತ್ತಾರು ಗಂಟೆಗಳಲ್ಲಿ ನಾನು ಅವರನ್ನು ನಿನಗೆ ಒಪ್ಪಿಸುತ್ತೇನೆ. ನಾನು ಬಾಸ್‌ನ ಹತ್ತಿರ ಮಾತಾಡುವೆ."

ರುದ್ರನೇತ್ರ ರಿಸೀವರನ್ನು ಎಸೆದ. ಜೋಸೆಫ್ ದೀರ್ಘ ಆಲೋಚನೆಗೊಳಗಾದ. ಬಾಸ್ ವಿದೇಶಕ್ಕೆ ಹೋಗಿದ್ದಾನೆ. ಅವನು ಪರಿಸ್ಥಿತಿಯನ್ನು ವಿವರಿಸಿದ. ಆತನಿಗೆ ತಿಲಕರಾಜ ಮತ್ತು ರತಿಯ ಬಗ್ಗೆ ಸಂಪೂರ್ಣ ವರದಿ ಒಪ್ಪಿಸಿದ.

"ಸರಿ" ಬಾಸ್ ಹೇಳಿದ.

"ಪೊಲೀಸರು ಕಾರು ಪತ್ತೆ ಹಚ್ಚಿದ ಮೇಲೆ ನನಗೆ ಹೇಳು. ನಾವು ಅವರನ್ನು ಹುಡುಕುವ."

"ರುದ್ರನೇತ್ರ ನನಗೆ ಮೂವತ್ತಾರು ಗಂಟೆಗಳ ಸಮಯ ಕೊಡ್ತಾನಂತೆ. ಅವನು ಕೋಪದಲ್ಲಿ ಹುಚ್ಚನಂತೆ ಆಗಿದ್ದಾನೆ" ಜೋಸೆಫ್ ಸುಲಭದಲ್ಲಿ ಹೇಳಿದ. ಬಾಸ್ ನಕ್ಕ.

"ಮರೆತು ಬಿಡು. ಅವನು ಗಾಳಿ ತುಂಬಿದ ಚೀಲ. ನಾನು ನನ್ನ ಬಾಸ್ ಹತ್ರ ಮಾತಾಡ್ತೇನೆ" ಹೇಳಿ ರಿಸೀವರ್ ಇಟ್ಟ.

* * *

ರತಿ ಸಣ್ಣ ಬ್ಯಾಗ್ ಹಿಡಿದುಕೊಂಡು ಬಸ್‌ನಿಲ್ದಾಣದ ಹೊರಗೆ ನಿಂತಿದ್ದಳು. ಅವಳು ಅಲ್ಲಿ ಇಪ್ಪತ್ತು ನಿಮಿಷಗಳಿಂದ ಕಾಯುತ್ತಿದ್ದಳು. ಅತ್ತ ಇತ್ತ ನೋಡುತ್ತಲೇ ಬೇಸರ ಮೂಡಿತು. ಆದರೆ ತಿಲಕರಾಜನ ಸುಳಿವಿಲ್ಲ! ಅವನ ಹೃದಯ ಬಡಿತ ಜೋರಾಯಿತು. ಭಯದಿಂದ ಕಾಲುವೆಗೆ ಬಿದ್ದಂತಾದಳು.

"ಮೋಸಗಾರ! ಅವನು ನನ್ನಿಂದ ದೂರವಾದರೆ?!... ನೀನೇನು ನಿರೀಕ್ಷಿಸುವೆ? ಎಲ್ಲಾ ಹಣ! ಅವನ್ಯಾಕೆ ನಿನ್ನ ಜೊತೆಗೆ ಹಂಚಿಕೊಳ್ಳಬೇಕು? ಕೋಟಿ ಹಣ! ಅಷ್ಟೊಂದು ಹಣವಿದೆಯಾ? ಗಂಡಸರು! ದೇವರೇ! ಅವರನ್ನು ನಾನು ಹೇಗೆ ದ್ವೇಷಿಸುವುದು? ಅವರಿಗೆ ಸದಾತಲೆಯಲ್ಲಿ ಒಂದೇ ಧ್ಯಾನ!"

"ಕ್ಷಮಿಸು! ನಿನ್ನನ್ನು ತುಂಬಾ ಹೊತ್ತು ಕಾಯಿಸಿದೆ. ನಿನ್ನನ್ನು ಗುರುತಿಸುವುದಕ್ಕೆ ಕಷ್ಟವಾಯಿತು. ನೋಡೋಕೆ ಚೆಂದ ಕಾಣ್ತಿದ್ದೀಯಾ."

ಅವಳು ಅವನ ಸಾಮಿಪ್ಯದಲ್ಲಿ ಮೃದುವಾದಳು. ಅವಳ ಹೃದಯ ಬಡಿತ ಸಹಜ ಸ್ಥಿತಿಗೆ ಬಂತು. ಒಂದು ಕ್ಷಣ ಅವಳಿಗೂ ಅವನನ್ನು ಗುರುತು ಹಿಡಿಯಲು ಕಷ್ಟವಾಯಿತು. ಮುಖದಲ್ಲಿ ಗಡ್ಡ ಮಾಯವಾಗಿತ್ತು. ಹೊಸ ಬಟ್ಟೆ ಬಿಳಿ ಶರ್ಟ್ ನೀಲಿ ಜೀನ್ಸ್ ಲೈಟ್ ನೀಲಿ ಜ್ಯಾಕೆಟ್ ಧರಿಸಿದ್ದ.

"ಓಹ್! ರಾಜ!" ಅವಳು ಅವನತ್ತ ಬಾಗಿದಾಗ ಅವನು ತಡೆದ. ಅವಳು ಹಿಂದಕ್ಕೆ ಜರುಗಿದಳು.

"ಅವಸರ ಬೇಡ. ಆಮೇಲೆ ನೋಡೋಣ. ನಾನು ಟಿಕೆಟ್ ತಗೊಂಡೆ. ಬಾ ಹೋಗೋಣ" ಅವನ ಕಡಕ್ ಧ್ವನಿ ಅವಳನ್ನು ತಡೆಯಿತು.

ತಿಲಕರಾಜ ಅವಳನ್ನು ಬಸ್ ಹತ್ತಿಸಿ ತಾನೂ ಏರಿದ. ಇಬ್ಬರೂ ಹಿಂದಿನ ಸೀಟ್‌ನಲ್ಲಿ ಕುಳಿತರು. ಅವಳು ಹೊಸ ಬಟ್ಟೆ ಧರಿಸಿ ಯಾರೂ ಗುರುತು ಹಿಡಿಯದಂತೆ ಬದಲಾಗಿದ್ದಳು. ಅವನು ಪ್ರತಿಯೊಬ್ಬ ಪ್ರಯಾಣಿಕನೂ ಮೇಲೆ ಬರುವಾಗ ಗಮನಿಸುತ್ತಿದ್ದ. ಯಾರೂ ಪರಿಚಯದವರು ಅವರನ್ನು ಗಮನಿಸುವವರಾಗಲಿ ಇರಲಿಲ್ಲ.

ಬಸ್ ಚಾಲನೆಗೆ ಬಂತು. ಬಸ್ ನಿಲ್ದಾಣದಿಂದ ಹೊರಗೆ ಬಂದಾಗ ಅವನು ಅವಳ ಕೈ ಹಿಡಿದ.

"ನೀನು ತುಂಬಾ ಮುದ್ದಾಗಿ ಕಾಣ್ತಾ ಇದ್ದೀಯಾ. ಆದರೂ ನನಗೆ ನಿನ್ನ ಮೊದಲಿನ ಹೇರ್ ಸ್ಟೈಲೇ ಚೆಂದ. ನಿನಗೆ ಬೇಕಾದದೆಲ್ಲಾ ಸಿಕ್ಕಿತ್ತಲ್ಲವೇ?"

"ಹೌದು ರಾಜ."

"ಸರಿ" ಅವನು ಅವಳ ಕೈಗಳನ್ನು ಈಗ ಬಿಗಿಯಾಗಿ ಹಿಡಿದ.

"ರಾಜ! ನನಗ್ಯಾಕೋ ಭಯವಾಗ್ತಿದೆ. ನಾನು ಅಲೆಯೋಕೆ ಶುರು ಮಾಡಿದೆ."

"ನಾವಿಬ್ಬರೂ ಹೆದರಿದ್ದೇವೆ. ಆದರೆ ಅದು ಒಳ್ಳೆಯದು. ಅಲ್ಲವೇ?" ಅವಳು ಕೋಟಿ ಹಣವನ್ನು ನೆನಪಿಸಿಕೊಂಡಳು.

"ಹೌದು."

ಅವರಿಬ್ಬರೂ ಕೆಲವು ಕ್ಷಣ ಸುಮ್ಮನೆ ಕುಳಿತರು. ಆ ಬಳಿಕ ತಿಲಕರಾಜ ಹೇಳಿದ, "ನೋಡು, ನೀನು ನನ್ನ ಪರಿಸ್ಥಿತಿ ಏನೂಂತ ತಿಳಿದುಕೋ. ನಾನು ನಿನ್ನತ್ರ ಕೇಳೋದಿಕ್ಕೆ ತುಂಬಾ ತಡವಾಯಿತು. ಅದು ನನ್ನ ತಲೆಯಲ್ಲಿತ್ತು. ಇಷ್ಟರವರೆಗೆ ಕೇಳೋದಿಕ್ಕೆ ಆಗ್ಲಿಲ್ಲ. ಇನ್ನೂ ನಿನಗೆ ಸಮಯವಿದೆ. ಆಯ್ಕೆ ನಿನಗೆ ಬಿಟ್ಟದ್ದು" ಅವಳು ಕಣ್ಣುಗಳನ್ನು ಅಗಲಿಸಿ ನೋಡಿದಳು.

"ನೀನು ಏನು ಹೇಳ್ತಾ ಇದ್ದೀಯಾ? ನನಗೆ ಅರ್ಥವಾಗ್ತಾ ಇಲ್ಲ."

"ನಾನು ಇದನ್ನು ಆಲೋಚಿಸ್ತಾ ಇದ್ದೆ. ನಾನು ನನ್ನಷ್ಟಕ್ಕೆ ಹೇಳ್ತಾ ಇದ್ದೆ. ಸುಮ್ನೆ ನಾನು ನಿನ್ನನ್ನು ಈ ವಿಷಯದಲ್ಲಿ ಎಳೆದು ತಂದೇಂತ ಅನಿಸ್ತಿದೆ. ಇವತ್ತಲ್ಲ ನಾಳೆ ಅವರು ನನ್ನನ್ನು ಹಿಡಿಯಬಹುದು. ಯಾವಾಗ ಮಾಫಿಯಾ ಕಣ್ಣು ಬಿತ್ತು... ಸತ್ತ ಹಾಗೆ. ಅದೃಷ್ಟದಿಂದ ಆ ಹಣ ನಮ್ಮ ಕೈ ಸೇರಿದರೆ ನಾನು ದೋಣಿ ಖರೀದಿಸುವುದು ಖಂಡಿತಾ. ಇಲ್ಲದಿದ್ದರೆ ನನ್ನ ದಿನದ ಅಂತ್ಯವಾದರೆ ನಿನ್ನದೂ... ಕೂಡ. ಅದಕ್ಕೆ ನಾನು ಹೇಳ್ತಾ ಇರೋದು ಇನ್ನೂ ಸಮಯವಿದೆ. ಆಲೋಚಿಸು ಅಂತ" ಅವಳು ನಡುಗಿದಳು.

"ನನಗೆ ಇದನ್ನು ಹೇಳಬೇಡ. ರಾಜ... ದಯವಿಟ್ಟು."

"ನೀನು ಕೇಳಬೇಕು. ಸಾಧ್ಯತೆ ಇದೆ. ನಾವು ಮೂರು ವರ್ಷ ಬದುಕಬಹುದು. ಅಥವಾ ಇನ್ನೂ ಹೆಚ್ಚು ವರ್ಷ ಆದರೆ ಅವರು ನನ್ನನ್ನು ಹಿಡಿದರೆ... ನೀನೇ ಯೋಚಿಸು. ನನ್ನನ್ನು ಹಿಡಿದು ನಿನ್ನನ್ನು ಬಿಡುತ್ತಾರೆ ಅಂದುಕೋಬೇಡ. ಅವರು ಹಾಗೆ ಮಾಡುವುದಿಲ್ಲ. ನೀನು ಅಡಗಿ ಕುಳಿತಿರುವುದು ಒಳ್ಳೆಯದು. ಈಗಲ್ಲದಿದ್ದರೂ ಮತ್ತೆ ಅವರು ನಿನ್ನ ಮನೆ

ಬಾಗಿಲು ತಟ್ಟದಿರಲಾರರು. ನೀನು ನನ್ನ ಜೊತೆಗಿರಬೇಕು. ಆದರೆ ನಿನಗೆ ತೊಂದರೆಯ ಬಗ್ಗೆ ತಿಳಿದಿರಬೇಕು. ಆಲೋಚಿಸು. ನಮಗೆ ಹಣ ಸಿಗಬಹುದು. ನಾವು ಸುಖಿಗಳು. ಹಾಗೆನೇ ನಮಗೆ ಸಿಗದೇ ಹೋದರೆ ಕಳೆದುಕೊಳ್ಳುವುದಕ್ಕೆ ಬೇಸರಿಸಬಾರದು. ಇನ್ನರ್ಧ ಗಂಟೆಯಲ್ಲಿ ನಾವು ತಲುಪುತ್ತೇವೆ. ಅವರು ನನ್ನನ್ನು ಬೇಟೆಯಾಡುವಾಗ ನಿನ್ನನ್ನು ಮರೆಯಬಹುದು. ನಿನ್ನ ಬಳಿ ಈಗ ಸ್ವಲ್ಪ ಹಣವಿದೆ. ನೀನು ನಿನ್ನನ್ನು ರಕ್ಷಿಸಿಕೊಳ್ಳುವುದು ಹೇಗೇಂತ ನಿನಗೆ ಗೊತ್ತಿರಬೇಕು. ನಾನು ಹಾಗೆ ಹೇಳಬಾರದು... ಆದರೆ ನಿನ್ನ ಸುರಕ್ಷತೆಗೆ ನಾನು ನಿನ್ನನ್ನು ಎಚ್ಚರಿಸಬೇಕು. ನೀನು ಮುಂದಿನ ನಿಲ್ದಾಣದಲ್ಲಿ ಇಳಿದುಕೋ."

ಅವಳು ಕಣ್ಣು ಮುಚ್ಚಿದಳು. ಬಸ್ ನಿಧಾನವಾಗಿ ಓಡುತ್ತಿತ್ತು. ಅವಳು ತಿಲಕರಾಜನ ಮಾತುಗಳನ್ನು ಅರಗಿಸಿಕೊಳ್ಳಲು ಯತ್ನಿಸಿದಳು. ಆದರೆ ಅವಳಿಗೆ ಏನೂ ಯೋಚಿಸಲಾಗಲಿಲ್ಲ. ಅವಳ ತಲೆಯಲ್ಲಿದ್ದುದ್ದು ಕೋಟಿಗಟ್ಟಲೆ ಹಣ! ಮೂರು ವರ್ಷಗಳ ಬದುಕು!

ಆ ಎಲ್ಲಾ ಹಣ ಸಿಕ್ಕರೆ ಬದುಕಿನಲ್ಲಿ ಚಿಂತೆಯಿರುವುದಿಲ್ಲ!

ಹಾಗಾದರೆ ತಿಲಕರಾಜನನ್ನು ಅವರು ಹಿಡಿಯುತ್ತಾರೆಯೇ? ಆ ಇಬ್ಬರು ಚಿಂಪಾಂಜಿಗಳು ಸತ್ತ ಹಾಗೆ ಅವರ ಕೆಲಸ ರಾಜನನ್ನು ಶೂಟ್ ಮಾಡಿ ಕೊಲ್ಲುವುದೇ?

ಹಾಗಾದರೆ ಸಾವೇ ಗತಿ? ಅವಳಿಗೆ ತಪ್ಪಿಸಿಕೊಳ್ಳುವುದರಲ್ಲಿಯೇ ನಂಬಿಕೆಯಿತ್ತು. ಆದರೆ ಮೂರು ವರ್ಷ ಒಂದು ಕೋಟಿ! ಬದುಕಬಹುದು!

ಅವಳು ಕುಳಿತಲ್ಲಿಯೇ ಕಣ್ಣುಗಳನ್ನು ಮುಚ್ಚಿ ಹಿಂದಿನದ್ದೆಲ್ಲವನ್ನೂ ನೆನಪಿಸಿಕೊಂಡಳು. ಅನುಭವಿಸಿದ್ದೆಲ್ಲಾ ನರಕ! ಕಡು ಬಡತನದ ಬದುಕು. 'ಕಾಲಿಗೆಳೆದರೆ ತಲೆಗಿಲ್ಲ, ತಲೆಗೆಳೆದರೆ ಕಾಲಿಗಿಲ್ಲ' ಅದೆಷ್ಟೋ ಗಂಡಸರು ಬದುಕಿನಲ್ಲಿ ಉಂಡುಹೋದರು. ಮಿಥುನ್... ತೀರಾ ನೀರಸ ಬದುಕು!

ಅದರ ಹಿಂದೆಯೇ ಬಾಗಿಲು ಬಡಿಯುವ ಸದ್ದು ಕೇಳಿಸಿತು. ಭಯ ಆವರಿಸಿತು. ಅವಳು ಭಯವನ್ನು ಓಡಿಸಲು ಪ್ರಯತ್ನಿಸಿದಳು. ಕಣ್ಣುಗಳನ್ನು ತೆರೆದಳು. ಮುಖದಲ್ಲಿ ನಗು ತಂದುಕೊಂಡಳು.

"ನಾನು ಮತ್ತು ನೀನು... ತಿಲಕರಾಜ, ನಾನು ಬೇರೆ ಏನನ್ನೂ ಆಯ್ಕೆ ಮಾಡಲಾರೆ."

ಬಸ್ ಮುಖ್ಯ ರಸ್ತೆಯಲ್ಲಿ ಓಡುತ್ತಲೇ ಇತ್ತು. ಅವರಿಬ್ಬರು ಕೈ ಕೈ ಹಿಡಿದು ಕುಳಿತಿದ್ದರು. ಇಬ್ಬರಿಗೂ ಭವಿಷ್ಯ ಏನೆನ್ನುವುದು ತಿಳಿದಿದೆ. ಈಗ ಅವರಲ್ಲಿ ಒಬ್ಬರಿಗೊಬ್ಬರಿಗೆ ನಂಬಿಕೆ ಇತ್ತು.

* * *

ಅನುದೀಪ್ ಹಾಸಿಗೆಯಿಂದ ಇಳಿಯುವಾಗ ಏಳು ಮೂವತ್ತಾಗಿತ್ತು. ಚಿಂತೆಯಿಂದ ಎದ್ದವನಿಗೆ ನಿದ್ದೆ ಅರ್ಧವೆ ಆಗಿತ್ತು. ಅವನು ಎದ್ದು ಬಾತ್‌ರೂಂಗೆ ಹೋದ. ಹದಿನೈದು ನಿಮಿಷಗಳಲ್ಲಿ ನಿತ್ಯ ಕಾರ್ಯಗಳನ್ನು ಮುಗಿಸಿ ಬಂದು ಕಾಫಿಯನ್ನು ಕುಡಿಯಲಾರಂಭಿಸಿದ.

ಅವನ ಚಿಂತೆಗೆ ತುಂಬಾ ಕಾರಣಗಳಿದ್ದವು. ಆದರೆ ಮುಖ್ಯ ಕಾರಣ ಅವನನ್ನು ಅರೆನಿದ್ದೆಗೆ ತಳ್ಳಿದ್ದು, ಅವನ ಹೆಂಡತಿ ಈಗ ಬಸುರಿ ಎನ್ನುವುದು. ಇದೇ ಅವನನ್ನು ಸೋಲಿಸಿತು. ಅವಳು ಎಚ್ಚರಿಕೆ ವಹಿಸಿದ್ದರೂ ಈ ಬೇಡವಾದ ಗರ್ಭ ಅವಳಿಗೆ. ಅದಕ್ಕಾಗಿ ಹಣ ಬೇಕು! ಅವಳು ಅದನ್ನು ತೆಗೆಯಲು ಹಣ ಕೇಳುತ್ತಿದ್ದಾಳೆ.

"ನನಗೆ ಹಣ ಬೇಕು. ಏನೂ ಕಾರಣ ಕೊಡಬೇಡ" ಅವಳದ್ದು ಒಂದೇ ರಾಗ. ತಿಲಕರಾಜ ತನ್ನ ಹಣವನ್ನೆಲ್ಲಾ ತೆಗೆದುಕೊಂಡು ಹೋಗಿರುವ ವಿಷಯ ಅವಳಿಗೆ ಹೇಳಿರಲಿಲ್ಲ.

"ನಿನಗೆ ಸಾಧ್ಯವಿಲ್ಲವಾದರೆ ನಾನಿನ್ನು ಈ ಮನೆಯಲ್ಲಿರೋದಿಲ್ಲ. ತವರು ಮನೆಗೆ ಹೋಗ್ತೀನಿ. ಬರೊದೇ ಇಲ್ಲ."

ಅವಳು ಒಂದೆರಡು ಬಾರಿ ತವರು ಮನೆಗೆ ಹೋಗಿ ಸತಾಯಿಸಿದ್ದನ್ನು ನೆನಪಿಸಿಕೊಂಡ.

"ನನಗೆ ಸ್ವಲ್ಪ ಸಮಯಾವಕಾಶ ಕೊಡು. ಹಣ ತಂದು ಕೊಡುತ್ತೇನೆ."

"ಇನ್ನು ಸಾಧ್ಯವಿಲ್ಲ. ಈಗಲೇ ಆರು ಮೀರಿದೆ."

ಅದೇ ಸಮಯಕ್ಕೆ ಅನುದೀಪ್ ತಾಯಿಯೂ ಹಣಕ್ಕಾಗಿ ಪೀಡಿಸಿದ್ದರು. ಜೊತೆಗೆ ಅವನ ತಮ್ಮ ಓದಿಗಾಗಿ ಹಣ ಕೇಳಿದ್ದ. ಕೈಯಲ್ಲಿ ನಯಾ ಪೈಸೆ ಇಲ್ಲ. ಯಾರನ್ನು ಸಮಾಧಾನಿಸಬೇಕು? ಹೇಗೆ ಸಮಾಧಾನಿಸಬೇಕು? ಸದ್ಯ ಅವನು ರುದ್ರನೇತ್ರನ ಡ್ರೈವರ್! ದೊಡ್ಡ ಕಾರಿನ ಡ್ರೈವರ್. ಕೇಳುವುದಕ್ಕೆ ಹಿತವಾಗಿದೆ. ಸಂಬಳ!? ಒತ್ತಡದ ಕೆಲಸ. ರುದ್ರನೇತ್ರನನ್ನು ಆಫೀಸಿಗೆ ಬಿಟ್ಟ ಮೇಲೆ ಅವನ ಹೆಂಡತಿಯನ್ನು ಶಾಪಿಂಗ್‌ಗೆ ಕರೆದುಕೊಂಡು ಹೋಗಬೇಕು. ಮಕ್ಕಳನ್ನು ಶಾಲೆಗೆ ಕಳುಹಿಸಬೇಕು. ನಗರವನ್ನು ಸುತ್ತಿ ಸುತ್ತಿ ಸಂಜೆಯ ಹೊತ್ತಿಗೆ ಸುಸ್ತಾಗುತ್ತಿದ್ದ.

ಈಗ ತನ್ನ ಮೊದಲಿನ ಕೆಲಸವೇ ಸುಖವೆನಿಸಿತು. ತಿಲಕರಾಜನ ಜೊತೆಗೆ ವಾರಕ್ಕೊಮ್ಮೆ ಹಣ ಸಂಗ್ರಹಿಸಿ ತಂದು ಕೊಟ್ಟರೆ ಮತ್ತೆ ಕೆಲಸ ಮುಂದಿನ ವಾರಾಂತ್ಯಕ್ಕೆ. ಈಗ ಬದುಕಿನಲ್ಲಿ ಬರೀ ದುಡಿತ! ಆದರೆ ಕೈ ಬರಿದು.

ಒಂಬತ್ತು ಗಂಟೆಗೆ ರುದ್ರನೇತ್ರನನ್ನು ಕರೆದುಕೊಂಡು ಬರಲು ಎಂದಿನಂತೆ ಆಫೀಸಿಗೆ ಹೊರಟ. ಅರ್ಧಗಂಟೆಯ ದಾರಿ ಅದು. ಟ್ರಾಫಿಕ್‌ನಲ್ಲಿ ಕೆಲವೊಮ್ಮೆ ಸಿಕ್ಕಿ ಹಾಕಿಕೊಂಡರೆ ಬೆವರು ಬರುತ್ತಿತ್ತು. ಅವನು ಬೆಳಗ್ಗೆ ಕಾಫಿ ಕುಡಿಯುವ ಹೊತ್ತಿಗೆ ಫೋನ್ ಕೂಗಿತು. ಉದಾಸೀನದಿಂದ ಎದ್ದ. ಅದು ತನ್ನ ಹೆಂಡತಿಯ

ಫೋನ್ ಎಂದುಕೊಂಡ. ಫೋನ್ ತೆಗೆಯಲು ಹಿಂಜರಿದ. ಆದರೂ ರಿಸೀವರ್ ಎತ್ತಿದ. ಬಾಂಬ್ ಬಿದ್ದಂತಾಯಿತು!

"ಅನುದೀಪ್ ತಾನೇ?" ಬೆನ್ನಹುರಿಯಲ್ಲಿ ತಣ್ಣನೆಯ ರಕ್ತ ಹರಿಯಲಾರಂಭಿಸಿತು. ಅವನು ನಡುಗಲಾರಂಭಿಸಿದ.

ಇದು ಅಪಾಯ!

ತಿಲಕರಾಜ!

"ಹೌದು... ಹೌದು... ನಾನೇ" ಅನುದೀಪ್ ಮೆತ್ತಗೆ ಹೇಳಿದ.

"ಅನುದೀಪ್, ಕೇಳು. ನೀನು ಬಸ್ ನಿಲ್ದಾಣಕ್ಕೆ ಹೋಗಿ ಅಲ್ಲಿ ಯಾರಾದರೂ ನಮ್ಮವರು ಇದ್ದಾರಾ ನೋಡು. ನನಗೆ ಅಲ್ಲಿ ಯಾರೂ ಇಲ್ಲದಿದರೆ ತಿಳಿಸು."

"ತಿಲಕರಾಜ, ನನಗೆ ಆಗುವುದಿಲ್ಲ. ದಯವಿಟ್ಟು ನನಗೆ ಫೋನ್ ಮಾಡ್ಬೇಡ. ನಾನು ಈಗಾಗಲೇ ತೊಂದರೆಯಲ್ಲಿದ್ದೇನೆ. ನೀನು ನನ್ನ ಹಣವನ್ನು ತೆಗೆದುಕೊಂಡು ಹೋಗಿದ್ದಿ. ನನ್ನ ಹೆಂಡತಿಗೆ ಅರ್ಜೆಂಟ್ ಹಣ ಬೇಕು. ಅಮ್ಮನೂ ಕೇಳ್ತಾ ಇದ್ದಾರೆ. ತಮ್ಮನ ಓದಿಗೆ ಕೂಡ ಬೇಕು. ಪ್ರತಿಯೊಬ್ಬರೂ ನನ್ನನೇ ಪೀಡಿಸ್ತಾ ಇದ್ದಾರೆ. ನನ್ನನ್ನು ನನ್ನಷ್ಟಕ್ಕೆ ಬಿಡು" ಅನುದೀಪ್ ಅಳುವುದೊಂದೇ ಬಾಕಿ.

"ಇದು ತುಂಬಾ ಮುಖ್ಯ ಅನುದೀಪ್. ನೀನು ಇದನ್ನು ಮಾಡ್ಬೇಕು. ನೀನು ಮಾಡು... ನಿನ್ನ ಹಣವನ್ನು ಕೊಡ್ತೇನೆ. ಬಡ್ಡಿ ಸೇರಿಸಿ ಕೊಡುವೆ. ಸತ್ಯ" ತಿಲಕರಾಜ ಗಟ್ಟಿಯಾದ ಧ್ವನಿಯಲ್ಲಿ ಹೇಳಿದ.

ಅನುದೀಪ್ ಗಂಭೀರನಾದ.

"ನೀನು ನಿಜ ಹೇಳ್ತಾ ಇದ್ದೀಯಾ ತಿಲಕರಾಜ?"

"ನಿನಗೆ ಯಾವತ್ತಾದರೂ ಮೋಸ ಮಾಡಿದ್ದೇನಾ? ನೀನು ಬಸ್ ನಿಲ್ದಾಣವನ್ನು ಒಮ್ಮೆ ನೋಡು. ಅಲ್ಲಿ ಯಾರೂ ಇಲ್ಲದಿದ್ದರೆ ನನಗೆ ತಿಳಿಸು. ನಿನಗೆ ಅರವತ್ತು ಸಾವಿರ ನೀಡುವೆ. ಪ್ರಾಮಿಸ್ ಅನುದೀಪ್" ಆದರೂ ಅನುದೀಪ್ ಹಿಂಜರಿದ.

"ಅಲ್ಲಿ ಯಾರಾದರೂ ಇದ್ದರೆ?"

"ಆಗ ನೀನು ನೋಡ್ತಾ ಇರಬೇಕು. ಅಲ್ಲಿ ಯಾರೂ ಇಲ್ಲದಾಗ ನನಗೆ ತಿಳಿಸು. ನಿನಗೆ ಹಣ ಸಿಗುತ್ತೆ."

ಮತ್ತೆ ಅನುದೀಪ್ ಹಿಂಜರಿದ. ಅರವತ್ತು ಸಾವಿರ?! ಹೆಂಡತಿಗೆ ಹಣ ಬೇಕು. ಅಮ್ಮನ ಔಷಧಿಗೆ, ತಮ್ಮನ ಖರ್ಚಿಗೆ. ತನ್ನ ಬರಿದಾದ ಹಣದ ಡಬ್ಬ ತುಂಬುತ್ತದೆ.

"ಆಯ್ತು ತಿಲಕರಾಜ, ನಾನು ನೋಡ್ತೇನೆ."

"ನಾನು ಇದೇ ಸಮಯಕ್ಕೆ ನಾಳೆ ಫೋನ್ ಮಾಡ್ತೇನೆ" ತಿಲಕರಾಜ ಫೋನ್ ನಿಲ್ಲಿಸಿದ.

ಅನುದೀಪ್ ಭಯದಿಂದ ನಡುಗುತ್ತಿದ್ದ. ಅರವತ್ತು ಸಾವಿರ ಬರುವುದಾದರೆ ತಿಲಕರಾಜ ಹೇಳಿದ ಕೆಲಸ ಮಾಡಬಹುದು. ಆಗ ಅವನ ತೊಂದರೆಗಳೆಲ್ಲಾ ನಿವಾರಣೆಯಾಗುತ್ತದೆ. ತಿಲಕರಾಜ ಪ್ರತಿಜ್ಞೆ ಮಾಡಿದರೆ ಪ್ರತಿಜ್ಞೆಯೇ!

ತಲೆಗೆ ಕ್ಯಾಪ್ ಧರಿಸಿದವನೇ ಅಪಾರ್ಟ್‌ಮೆಂಟ್‌ನಿಂದ ಹೊರಗೆ ಬಂದು ಕಾರ್ ಪೋರ್ಚ್‌ಗೆ ನಡೆದ. ತಿಲಕರಾಜನೇಕೆ ಅಷ್ಟೊಂದು ಉದ್ವೇಗಕ್ಕೊಳಗಾಗಿದ್ದಾನೆ? ಬಸ್ ನಿಲ್ದಾಣದಲ್ಲಿ ನಮ್ಮವರು ಯಾರೂ ಇಲ್ಲದಾಗ ಹೇಳುತ್ತಿರುವುದೇಕೆ? ಅನುದೀಪ್ ಆಲೋಚಿಸಿದ. ಯಾವುದೋ ಒಂದು ಬಲವಾದ ಕಾರಣವಿರಬೇಕು. ಅವನು ಆ ವಿಷಯವನ್ನು ತಲೆಯಿಂದ ಕೊಡವಿಕೊಳ್ಳಬೇಕೆಂದುಕೊಂಡ.

ಅವನು ರುದ್ರನೇತ್ರನನ್ನು ಆಫೀಸಿಗೆ ಬಿಟ್ಟ.

"ಅನುದೀಪ್, ನೀನು ಮನೆಗೆ ಹೋಗು. ಹೆಂಡತಿಗೆ ಶಾಪಿಂಗ್ ಹೋಗಬೇಕಂತೆ. ರಾತ್ರಿ ಬೇರೊಂದು ಕಾರ್ಯಕ್ರಮಕ್ಕೆ ಹೋಗಬೇಕು. ಅವಳೇ ನಿನಗೆ ಹೇಳ್ತಾಳೆ" ರುದ್ರನೇತ್ರ ಆತನ ಮುಖ ನೋಡಿದ. ಪೂರ್ತಿ ಬೆವತು ಹೋಗಿದ್ದ ಅವನ ಮುಖ ಕಪ್ಪಿಟ್ಟಿತ್ತು.

"ನಿನಗೇನಾದರೂ ಸಮಸ್ಯೆಗಳಿವೆಯೇ?"

"ಇಲ್ಲ ಬಾಸ್, ನಾನು ಚೆನ್ನಾಗಿಯೇ ಇದ್ದೇನೆ" ಅನುದೀಪ್ ನಡುಗುವ ಧ್ವನಿಯಲ್ಲಿ ಹೇಳಿದ.

ಅವನು ಬಸ್ ನಿಲ್ದಾಣದ ಕಡೆಗೆ ನೋಡಿದ. ದೀರ್ಘ ಆಲೋಚನೆಯ ಬಳಿಕ ಅಳುಕುತ್ತಲೇ ಕಾರಿನಿಂದ ಕೆಳಗಿಳಿದ. ರುದ್ರನೇತ್ರ ಆಫೀಸಿನ ಒಳಗೆ ನಡೆದಾಗ ಜನಕ ಕಿಟಕಿಯ ಬಳಿ ನಿಂತು ಬಸ್ ನಿಲ್ದಾಣವನ್ನು ತದೇಕಚಿತ್ತದಿಂದ ನೋಡುತ್ತಿದ್ದ.

"ಈಗ ಅದನ್ನು ನೋಡುವ. ಅದು ಸಿಕ್ಕಿತ?" ಗಟ್ಟಿಯಾದ ಧ್ವನಿಯಲ್ಲಿ ಕೇಳಿದ. ಅವನು ಜನಕ ಕೈ ಎತ್ತಿ ಸುಮ್ಮನಿರುವಂತೆ ಸೂಚಿಸಿದಾಗ ಮಾತು ನಿಲ್ಲಿಸಿದ. ಅವನ ಹಿಂದೆ ಬಂದು ನಿಂತ. ಪಕ್ಕಕ್ಕೆ ಸರಿದ ಜನಕನ ಬಳಿಯೇ ನಿಂತು ಹೊರಗೆ ನೋಡಿದ. ಅನುದೀಪ್ ರಸ್ತೆ ದಾಟುವುದನ್ನು ನೋಡಿದ. ಮುಖದಲ್ಲಿ ಗಾಬರಿ ತುಂಬಿಕೊಂಡಿತ್ತು. ಎಡ ಬಲ ನೋಡಿಕೊಂಡು ಬಸ್ ನಿಲ್ದಾಣವನ್ನು ಹೊಕ್ಕ!

"ಮುಠ್ಠಾಳ ಅಲ್ಲೇನು ಮಾಡ್ತಿದ್ದಾನೆ? ಅವನಿಗೆ ಮನೆಗೆ ಹೋಗೂಂತ ಹೇಳಿದ್ದೆ" ರುದ್ರನೇತ್ರ ಗುಡುಗಿದ.

"ನೋಡ್ತಾ ಇರು" ಜನಕ ಮೆತ್ತಗಿನ ದನಿಯಲ್ಲಿ ಹೇಳಿದ.

ತುಂಬಾ ಹೊತ್ತಿನ ಬಳಿಕ ಅನುದೀಪ್ ಬಸ್ ನಿಲ್ದಾಣದಿಂದ ಹೊರಗೆ ಬಂದ. ಮತ್ತೆ ಎಡ ಬಲ ನೋಡಿಕೊಂಡು ರಸ್ತೆ ದಾಟಿದವನೇ ಕಾರನ್ನು ಹತ್ತಿ ಹೋದ.

"ಏನಾಯ್ತು?" ರುದ್ರನೇತ್ರ ಕುತೂಹಲದಿಂದ ಕೇಳಿದ. ಅವನಿಗೆ ಜನಕನ ಮುಖದ ಭಾವನೆಗಳನ್ನು ಅರ್ಥ ಮಾಡಿಕೊಳ್ಳಲಾಗಲಿಲ್ಲ. ಅವನೇನೋ ಹೇಳಿದಂತಾಯಿತು.

"ಅವನು ಕಳ್ಳನ ಹಾಗೆ ಮಾಡ್ತಾ ಇದ್ದಾನೆ. ಅವನ ಮುಖದಲ್ಲಿ ಭಯದ ನೆರಳಿತ್ತಲ್ಲವೇ?" ಜನಕ ಮನವರಿಕೆ ಮಾಡಿದ.

"ಹೌದು... ಹೌದು... ನಾನು ಅವನತ್ರ ಕೇಳಿದೆ. ಏನಾದರೂ ಸಮಸ್ಯೇ ಇದೆಯಾಂತ. ಅವನು ಹಂದಿ ಥರ ಬೆವರುತ್ತಿದ್ದ ಹಾಗಂದ್ರೆ ಏನು?" ಜನಕ ರುದ್ರನೇತ್ರನ ಮೇಜಿನ ಬಳಿ ಕುಳಿತ.

"ನನಗೆ ತಿಳಿದ ಹಾಗೆ ತಿಲಕರಾಜ ಒಬ್ಬನೇ ಇಲ್ಲ. ಅವನ ಜೊತೆಗೆ ಬೇರೆಯವರೂ ಕೈ ಜೋಡಿಸುತ್ತಿದ್ದಾರೆ. ನನಗೆ ಈಗ ಸ್ಪಷ್ಟವಾಯಿತು. ಯಾರೋ ಅವನಿಗೆ ಹಣ ಕದಿಯಲು ಸಹಾಯ ಮಾಡಿದ್ದಾರೆ... ಮಾಡುತ್ತಿದ್ದಾರೆ. ನಾನೆಣಿಸಿದ್ದು ಅದು ಘಾಝಿಲ್ ಅಂತ. ನಾನು ಅನುದೀಪ್‌ನ ಬಗ್ಗೆ ಆಲೋಚಿಸಲೇ ಇಲ್ಲ."

ರುದ್ರನೇತ್ರನ ಕಣ್ಣುಗಳಲ್ಲಿ ವಿಚಿತ್ರ ಹೊಳಪು ಮೂಡಿತು. ತಲೆ ಕೊಡವಿಕೊಂಡ.

"ತಿಲಕರಾಜ ಅನುದೀಪ್ ಜೊತೆಯಾಗಿ ತುಂಬಾ ವರ್ಷಗಳಿಂದ ಕೆಲಸ ಮಾಡಿದವರು. ನೀನು ಅದನ್ನು ಆಲೋಚಿಸುವಾಗ ಈ ಪ್ರಕರಣಕ್ಕೆ ಬೇರೆಯದೇ ಅರ್ಥ ಬರುತ್ತೆ. ನಮ್ಮ ಒಳ್ಳೆಯ ಹುಡುಗ ಅನುದೀಪ್ ಈ ಕೆಲಸಕ್ಕೆ ಸಾಥ್ ಕೊಡುತ್ತಿದ್ದಾನೆಯೇ? ರುದ್ರನೇತ್ರ, ಆ ಯಾವುದೋ ಒಂದು ಲಾಕರ್‌ನಲ್ಲಿ ತಿಲಕರಾಜನ ಹಣ ಇದೆ. ಅನುದೀಪ್ ಅದನ್ನು ಗಮನಿಸುತ್ತಿದ್ದಾನೆ. ಅದು ನನ್ನ ಗಮನಕ್ಕೆ ಬಂದದ್ದು. ತಿಲಕರಾಜ ಯಾರೊಂದಿಗೋ ಈ ಕೆಲಸ ಮಾಡ್ತಾ ಇದ್ದಾನೆ... ನಾನು ಬೆಟ್ ಕಟ್ಟಬಲ್ಲೆ ಅದು ಅನುದೀಪ್... ಅನುದೀಪ್ ಅವುಗಳನ್ನು ಲಾಕರ್‌ನಿಂದ ತೆಗೆಯುವಾಗ ಅವುಗಳನ್ನು ತೆಗೆದುಕೊಂಡು ಹೋಗಲು ತಿಲಕರಾಜ ಇಲ್ಲಿಗೆ ಬರ್ತಾನೆ."

ರುದ್ರನೇತ್ರ ಸಿಟ್ಟಿನಿಂದ ಕುದಿಯುತ್ತಿದ್ದವನು ಕುಸಿದಂತೆ ಕುರ್ಚಿಯಲ್ಲಿ ಕುಳಿತ.

"ತಕ್ಷಣವೇ ಮದನ್ ಹಾಗೂ ಮೈಕೆಲ್‌ರಿಗೆ ಹೇಳಿ ಅವನನ್ನು ಇಲ್ಲಿಗೆ ಕರೆದುಕೊಂಡು ಬರಲು ಹೇಳು. ನಾನು ಅವನತ್ರ ಮಾತಾಡ್ತೇನೆ. ಅವನನ್ನು ಚಿಂದಿ ಮಾಡ್ತೇನೆ."

"ಬೇಡ" ಜನಕ ಶಾಂತ ಧ್ವನಿಯಲ್ಲಿ ಹೇಳಿದ, "ನಮಗೆ ತಿಲಕರಾಜ ಮತ್ತು ಆ ಹಣ ಬೇಕು. ನಾವೇ ಬಲೆ ಬೀಸಬೇಕು. ಈ ಮಧ್ಯಾಹ್ನ ನಾವಿಬ್ಬರೂ ಅನುದೀಪ್‌ನ ಜೊತೆಗೆ ನಗರಕ್ಕೆ ಡ್ರೈವ್ ಹೋಗೋಣ. ನೀನು ನನಗೆ ಹೇಳು ತಿಲಕರಾಜ ಚೆನ್ನೈಗೆ ಹೋಗಿದ್ದಾನೇಂತ. ನಿನ್ನ ಹಣ ಬಂದ ಹಾಗೇಂತ... ನಾವು ನಮ್ಮ ಹುಡುಗರಿಗೆ ಫೋನ್ ಮಾಡುವ ಅನುದೀಪ್ ಇದನ್ನೆಲ್ಲಾ ಕೇಳಿಸಿಕೊಳ್ತಾನೆ. ಅವನು ಖಂಡಿತಾ ಇದನ್ನು ತಿಲಕರಾಜನಿಗೆ ಹೇಳ್ತಾನೆ. ಆಗ ನಾವು ಅವನನ್ನು ಹಿಂಬಾಲಿಸುವ" ಜನಕ ರುದ್ರನೇತ್ರನನ್ನು ನೋಡಿದ.

"ನಮಗೆ ಬೇಕಾದ್ರೆ ಮದನ್ ದೂರದಲ್ಲಿ ಕುಳಿತು ಇದನ್ನೆಲ್ಲಾ ಗಮನಿಸಲಿ. ಅವನ ಕೈಯಲ್ಲಿ ಸಾಯ್ಲೆನ್ಸರ್ ಅಳವಡಿಸಿದ ಗನ್ ಇರಲಿ."

"ನನಗೆ ಆ ಮುಠ್ಠಾಳ ಜೀವಂತವಾಗಿ ಬೇಕು."

"ಅವನು ಸತ್ತರೂ ತೊಂದರೆ ಇಲ್ಲ. ಹಣ ಹಿಂದಕ್ಕೆ ಬಂದರೆ ಆಯ್ತು. ಅಲ್ವೇ?" ರುದ್ರನೇತ್ರ ಇದನ್ನು ಆಲೋಚಿಸಿದ.

"ಆದೀತು."

"ಆದೀತು ಅಲ್ಲ ರುದ್ರನೇತ್ರ. ನಾವು ಮಾಫಿಯಾಕ್ಕೆ ಏನೂ ಕೊಡುವ ಹಾಗಾಗಬಾರದು. ಈ ಕಾರ್ಯಚರಣೆ ನಾವೇ ಮಾಡಿ ಮುಗಿಸಿದರಾಯಿತಲ್ಲವೇ? ಇದು ನಮಗೆ ಹಣವನ್ನೂ ಉಳಿಸುತ್ತೆ."

ರುದ್ರನೇತ್ರ ಹಲ್ಲು ಕಿರಿದ.

"ಈಗ ನೀನು ನಿನ್ನ ತಲೆಯನ್ನು ಉಪಯೋಗಿಸಿದೆ" ಅವನು ಎದ್ದು ಜನಕನ ಬೆನ್ನು ತಟ್ಟಿದ.

"ಕೊನೆ ಪಕ್ಷ ಆ ದ್ರೋಹಿ ಬ್ಯಾಸ್ಟರ್ಡ್‌ನನ್ನು ಹಿಡಿಯಬೇಕು. ಜೊತೆಗೆ ಅವನ ಪ್ರೇಯಸಿಯನ್ನೂ" ಅವನು ತತ್‌ಕ್ಷಣವೇ ಸಿಟ್ಟಿನಿಂದ ಒದರಿದ.

ಅಧ್ಯಾಯ 11

ಬಸ್ಸು ನಿಲ್ದಾಣಕ್ಕೆ ಬರುವ ಮುನ್ನವೇ ಅವರಿಬ್ಬರೂ ಇಳಿದರು. ತಿಲಕರಾಜ ಅಲ್ಲಿಯೇ ಇದ್ದ ಮಾಹಿತಿ ಕೇಂದ್ರಕ್ಕೆ ನಡೆದು ಸ್ವಾಗತಕಾರಿಣೀಯ ಬಳಿ ಹತ್ತಿರದಲ್ಲಿಯೇ ಯಾವುದಾದರೂ ಅಗ್ಗದ ಲಾಡ್ಜ್ ಇದೆಯೇ ಎನ್ನುವುದನ್ನು ಕೇಳಿದ.

ನೋಡಲು ಸುಂದರಿಯಾದ ಯುವತಿ ಮೃದು ಮಾತಿನಲ್ಲಿ, "ನೀನು ತಪ್ಪು ತಿಳ್ಕೊಳ್ಳಲ್ಲಾಂದ್ರೆ ಹೇಳ್ತೀನಿ" ಎಂದು ಅವನನ್ನು ನೋಡಿ ಮುಗುಳ್ನಕ್ಕಳು. ಅವನು ಅದೇನೂ ಅಭ್ಯಂತರವಿಲ್ಲವೆನ್ನುವಂತೆ ತಲೆಯಾಡಿಸಿದ.

"ನೀನು ನನ್ನನ್ನು ಸ್ವಾರ್ಥಿ ಅಂದುಕೊಳ್ಳಬೇಡ. ನನ್ನ ಚಿಕ್ಕಪ್ಪನದ್ದೇ 'ಅದಿರಮನ್' ಅನ್ನೋ ಹೊಟೇಲ್ ಇದೆ. ದಿನಕ್ಕೆ ಒಂದು ಸಾವಿರದ ಐನೂರು ರೂಪಾಯಿ ಬಾಡಿಗೆ. ಆದರೆ ಅದರಲ್ಲಿ ಎಲ್ಲವು ಬಂತು. ಊಟ, ತಿಂಡಿ ಅದೂ ಇಬ್ಬರಿಗೆ" ಅವಳು ರೆಪ್ಪೆಗಳನ್ನು

ಆಡಿಸದೆ ಮೊದಲ ಬಾರಿಗೆಂಬಂತೆ ರತಿಯನ್ನೊಮ್ಮೆ ಅವನನ್ನೊಮ್ಮೆ ನೋಡಿದಳು.

"ಖಂಡಿತಾ, ನೀವು ಅಲ್ಲಿ ಖುಷಿಯಾಗಿರಬಹುದು."

"ಓಕೆ ಧನ್ಯವಾದಗಳು. ಅದು ಎಲ್ಲಾಗುತ್ತೇ ಹೇಳಬಹುದೇ?" ತಿಲಕರಾಜ ಕೇಳಿದ.

"ಇಲ್ಲಿಂದ ಮೂರನೇ ತಿರುವಿನಲ್ಲಿ ಎಡಕ್ಕೆ. ತುಂಬಾ ದೂರವೇನಿಲ್ಲ" ಇಬ್ಬರ ಬ್ಯಾಗ್‌ಗಳನ್ನು ಎತ್ತಿಕೊಂಡು ಪಕ್ಕದಲ್ಲಿ ರತಿಯ ಜೊತೆಗೆ ತಿಲಕರಾಜ ಮೂರನೇ ತಿರುವಿನತ್ತ ಹೆಜ್ಜೆ ಹಾಕಿದ. ಅವನಿಗೆ ಹಣದ ಚಿಂತೆ ಕಾಡಲಾರಂಭಿಸಿತು. ಕೈಯಲ್ಲಿರುವ ಹಣ ಲಗೇಜ್ ಲಾಕರ್‌ನಿಂದ ಹಣ ತೆಗೆಯುವವರೆಗೆ ಸಾಕಾಗುತ್ತೋ ಇಲ್ಲವೋ ಎನ್ನುವ ಚಿಂತೆ. ಅದಲ್ಲದೇ ಎಷ್ಟು ದಿವಸ ಲಾಡ್ಜ್‌ನಲ್ಲಿ ನಿಲ್ಲಬೇಕಾಗುತ್ತದೆಯೆನ್ನುವುದೂ ಅವನಿಗೆ ತಿಳಿದಿಲ್ಲ.

ಆದರೆ ಅವರಿಗೆ ದೊಡ್ಡದಾದ ರೂಂ ಅನ್ನು ನೋಡಿ ಜೊತೆಗೆ ಎಲ್ಲಾ ಸೌಕರ್ಯಗಳಿರುವ ಡಬ್ಬಲ್ ಬೆಡ್ ಎರಡು ಮರದ ಆರಾಮ ಆಸನಗಳು, ಬಾತು ರೂಂ ಟಿ.ವಿ. ಮುಂತಾದವುಗಳನ್ನು ನೋಡುತ್ತಲೇ ಚಿಂತೆ ಮರೆಯಾಯಿತು.

ಇಬ್ಬರೂ ಜೊತೆಯಾಗಿ ಶವರ್‌ನ ಸ್ನಾನ ಮುಗಿಸಿ ಮಂಚ ಸೇರಿದರು. ಉಳಿದ ಸಮಯವನ್ನು ಒಬ್ಬರ ತೋಳಿನಲ್ಲಿ ಒಬ್ಬರು ಕಳೆದರು. ಸುಮಾರು ಸಂಜೆ ಏಳುವರೆಯ ಹೊತ್ತಿಗೆ ಇಬ್ಬರೂ ಊಟಕ್ಕೆ ಬಂದರು. ತಮಗೆ ಬೇಕಾದ ಒಳ್ಳೆಯ ಊಟವೇ ಇತ್ತು.

ತಿಲಕರಾಜನಿಗೆ ರತಿಯ ಮುಖದಲ್ಲಿರುವ ಸಂತೃಪ್ತಿಯ ಭಾವವೇ ಉಲ್ಲಾಸಿತವಾಗಿಸಿತು. ಮತ್ತೆ ರೂಂಗೆ ಬಂದವರೇ ಟಿ.ವಿ. ಮುಂದೆ ಕುಳಿತರು. ಮಧ್ಯರಾತ್ರಿಗೆ ಮತ್ತೆ ಮಂಚ ಸೇರಿದರು. ಅವರಿಬ್ಬರೂ ಮಾಫಿಯಾ ಬಗ್ಗೆಯಾಗಲಿ, ಹಣದ ಬಗೆಯಾಗಲಿ ಯೋಚಿಸಲಿಲ್ಲ. ಅವರಿಗಾದ ಅನುಕೂಲತೆಯ ಬಗ್ಗೆ ಖುಷಿಯಿಂದಲೇ ಇದ್ದವರಿಗೆ ಅಪಾಯದಿಂದ ಪಾರಾಗಿದ್ದೇವೆ ಎನ್ನುವ ಸಂತೃಪ್ತಿ ಇತ್ತು.

ಮರುದಿನ ತಿಲಕರಾಜ ಅನುದೀಪ್‌ಗೆ ಕರೆ ಮಾಡಿದ. ರತಿ ಹಾಸಿಗೆಯಿಂದ ಎದ್ದು ಕುಳಿತಿದ್ದಳು. ಅವನ ಮಾತುಗಳು ಕೇಳಿಸಿಕೊಳ್ಳುತ್ತಿದ್ದಳು. ಅವನು ಫೋನ್ ಇಟ್ಟಾಗ ಒಬ್ಬರನ್ನೊಬ್ಬರು ನೋಡಿದರು.

"ನಾಳೆ ಇದೇ ಸಮಯಕ್ಕೆ ನಮಗೆ ಸ್ಪಷ್ಟವಾಗುತ್ತದೆ" ತಿಲಕರಾಜ ಹೇಳಿದ ಮಾತಿನ ಅರ್ಥವಾಗಲಿಲ್ಲ ರತಿಗೆ.

"ಅಂದ್ರೆ ಎಲ್ಲವೂ ಸುಸೂತ್ರವಾಗುತ್ತದೇಂತಾನಾ?"

"ನೀನು ನನಗಿಂತಲೂ ಚೆನ್ನಾಗಿ ಊಹಿಸುತ್ತಿ. ನನಗೆ ನನ್ನ ಕನಸಿನ ದೋಣಿ ಬೇಕು. ನೀನು ಏನೂ ತಿಳಿದುಕೊಳ್ಳಬಾರದು" ಅವನು ಅವಳ ಪಕ್ಕದಲ್ಲಿ ಕುಳಿತುಕೊಳ್ಳುತ್ತಾ ಹೇಳಿದ.

"ಆಗಲಿ, ನನಗೂ ಬೇಕು. ನನಗದು ಬೇಕಿರೋದು ನಿನ್ನ ಸಲುವಾಗಿ. ಯಾಕೆಂದರೆ ನಾನು ನಿನ್ನನ್ನು ಪ್ರೀತಿಸುತ್ತಿದ್ದೇನೆ" ಅವನ ಹೊಟ್ಟೆಯ ಸುತ್ತಾ ಕೈ ಬಳಸಿ ಹಿಡಿದಳು. ಅವನು ಅವಳನ್ನು ತನ್ನತ್ತ ಎಳೆದುಕೊಂಡು, "ಅವರು ನಮ್ಮನ್ನು ಹುಡುಕುವುದಿಲ್ಲ ಅಲ್ಲವೇ?"

ಅದರಿಂದ ಏನು ಉಪಯೋಗ ಅವಳಿಗೆ ಎಚ್ಚರಿಕೆ ಕೊಟ್ಟ ಮೇಲೂ ಎಂದು ಅವನಿಗೆ ತಿಳಿಯಲಿಲ್ಲ. ತಾವು ತಪ್ಪಿಸಿಕೊಳ್ಳಲು ಸಾಧ್ಯವೇ ಇಲ್ಲ ಎಂದಾದ ಮೇಲೆ? ಅವರು ಸಮಯವನ್ನೇ ಕೊಂಡುಕೊಂಡಿದ್ದಾರೆಂದ ಮೇಲೆ ಅದನ್ನು ಅವಳಿಗೆ ಹೇಳಿ ಏನು ಪ್ರಯೋಜನ? ಆದರೆ ಅವನು ಅವಳಿಗೆ ಸುಳ್ಳು ಹೇಳಲಾರ. ಮೌನವಾಗಿ ಅವಳನ್ನು ತನ್ನ ಎದೆಗೆ ಒರಗಿಸಿ ಬಿಗಿಯಾಗಿ ಅಪ್ಪಿಕೊಂಡು ಮುತ್ತಿನ ಮಳೆಗರೆದ. ಅವಳು ಪುಳಕಿತಳಾದಳು. ಅವನ ಸ್ಪರ್ಶದ ಅರಿವಿದ್ದವಳು ಅವನನ್ನು ಹಾಸಿಗೆಗೆ ತಳ್ಳಿದಳು.

"ನನ್ನನ್ನು ಪ್ರೀತಿಯಲ್ಲಿ ಮುಳುಗಿಸು" ಅವನ ಮೇಲೆ ಮಲಗಿ ತಾನೂ ಮುತ್ತಿನ ಮಳೆಗರೆದಳು.

ಆ ದಿನ ಕಳೆಯಿತು. ಇಬ್ಬರೂ ಊಟಕ್ಕೆ ರೆಸ್ಟಾರೆಂಟ್‌ಗೆ ಬಂದರು. ಮತ್ತೆ ರೂಂಗೆ ಮರಳಿ ಟಿ.ವಿ. ನೋಡಿದರು. ಮತ್ತೆ ರಾತ್ರಿ ಊಟ, ಟಿ.ವಿ. ಮಧ್ಯರಾತ್ರಿಯವರೆಗೂ...

ತಿಲಕರಾಜನಿಗೆ ನಿದ್ದೆ ಬರಲಿಲ್ಲ. ಅವನು ರುದ್ರನೇತ್ರನ ಬಗ್ಗೆ ಯೋಚಿಸುತ್ತಿದ್ದ. ಅವನು ಜಾಗ್ರತನಾಗಿದ್ದ. ರತಿಯೆಲ್ಲಾದರೂ ಕೆಟ್ಟ ಕನಸಿನಿಂದ ಎಚ್ಚರಗೊಳ್ಳಬಹುದೆಂದು ಅವಳ ಪಕ್ಕದಲ್ಲಿಯೇ ಕುಳಿತಿದ್ದ. ಅವಳು ಎರಡು ಬಾರಿ ನಿದ್ದೆಯಲ್ಲಿ ಕೂಗಿಕೊಂಡಿದ್ದಳು. ಅವಳನ್ನು ಸಾಂತ್ವನಿಸುವಂತೆ ಅವಳನ್ನು ತಬ್ಬಿಕೊಂಡಿದ್ದ.

ಬೆಳಿಗ್ಗೆ ಏಳು ಮೂವತ್ತಕ್ಕೆ ಅನುದೀಪ್‌ಗೆ ಫೋನ್ ಮಾಡಿದ.

"ನನಗೆ ವಿಷಯ ಗೊತ್ತಾಯಿತು. ರುದ್ರನೇತ್ರ ನೀನು ಚೆನ್ನೈನಲ್ಲಿರುವೆ ಅಂದುಕೊಂಡಿದ್ದಾನೆ. ಅವನು ನಿನ್ನ ಮರ್ರು ಬಿಟ್ಟಿದ್ದಾನೆ... ಜತೆಗೆ ಹಣವನ್ನೂ" ಉದ್ವೇಗದಿಂದ ಅನುದೀಪ್ ಹೇಳಿದ. ತಿಲಕರಾಜನ ಹೃದಯ ಕುಣಿಯಿತು.

"ಅದು ನಿನಗೆ ಹೇಗೆ ತಿಳಿಯಿತು?"

"ನಾನು ರುದ್ರನೇತ್ರ ಮತ್ತು ಜನಕನನ್ನು ಸಿಟಿಗೆ ಕರೆದುಕೊಂಡು ಹೋಗುವಾಗ ಆತ ಜನಕನಿಗೆ ಹೇಳುತ್ತಿದ್ದ."

ಸ್ವಲ್ಪ ಸಮಯ ಮೌನ ಆವರಿಸಿತು. ಅನುದೀಪ್ ಮುಂದುವರೆಸಿದ, "ತಿಲಕರಾಜ, ನೀನು ಚೆನ್ನೈನಲ್ಲಿದ್ದೀಯಾ? ಎಲ್ಲಿದ್ದೀಯಾ?"

"ನಾನು ಎಲ್ಲಿದ್ದರೇನಂತೆ ನೀನು ಚಿಂತಿಸಬೇಡ. ನೋಡು ಅನುದೀಪ್, ಬಸ್ ನಿಲ್ದಾಣವನ್ನು ನೋಡುತ್ತಿರು. ಹುಡುಗರು ಅಲ್ಲಿಯೇ ಇದ್ದಾರಾ ನೋಡು. ನೀನು ಆ ಕೆಲಸ ಮಾಡ್ತೀಯಾ?"

"ಹೌದು ಮಾಡುವೆ."

"ನಾನು ಮತ್ತೆ ಫೋನ್ ಮಾಡ್ತೇನೆ. ನೀನು ಯಾವಾಗ ಸಿಕ್ತೀಯಾ?"

"ರಾತ್ರಿಗೆ... ನಾನು ಐದಕ್ಕೆ ಇಲ್ಲಿರಬೇಕು."

"ಹಾಗಾದರೆ ನಾನು ಐದರ ಬಳಿಕ ಕರೆ ಮಾಡುವೆ."

"ತಿಲಕರಾಜ, ನನ್ನ ಅರವತ್ತು ಸಾವಿರ ಹಣ ಮರೆಯಬೇಡ. ನಾನು ಅದರದ್ದೇ ಚಿಂತೆಯಲ್ಲಿದ್ದೇನೆ. ಹೆಂಡ್ತಿ ನನ್ನನ್ನು ಸುಮ್ಮನೆ ಬಿಡುವುದಿಲ್ಲ."

"ನಿನಗೆ ಕೊಡ್ತೇನೆ. ನಾನು ಹೇಳಿದ್ದೆ. ಪ್ರಾಮಿಸ್ ಮಾಡಿದ್ದೆ."

ಅವನು ಫೋನ್ ಇಡುತ್ತಲೇ ರತಿಗೆ ಅನುದೀಪ್ ಹೇಳಿದ್ದನ್ನೆಲ್ಲಾ ಸ್ಪಷ್ಟಪಡಿಸಿದ. ಇಬ್ಬರೂ ಒಬ್ಬರ ಮುಖ ಒಬ್ಬರು ನೋಡಿಕೊಂಡರು.

"ನಿನಗೆ ಗೊತ್ತಾ ರಾಜ?" ತಿಲಕರಾಜ ಅವಳತ್ತ ಮುಗುಳ್ನಗೆ ತೋರಿಸಿದ.

"ನೀನು ನಮ್ಮನ್ನು ಬಚಾವ್ ಮಾಡಿದೆ ಅಂದುಕೊಳ್ಳುವೆ. ನಿನ್ನ ತಲೆಗೆ ನಾನು ಥ್ಯಾಂಕ್ಸ್ ಹೇಳ್ತೇನೆ. ನಾವು ಚೆನ್ನೈನಲ್ಲಿದ್ದೇವೆಂತ ಅವರೆಲ್ಲಾ ತಿಳಿದುಕೊಂಡಿದ್ದಾರೆ. ಈಗ ಲಾಕರ್‌ನ ಹತ್ರ ಅವರು ಇಲ್ಲದಿದ್ದರೆ ಇವತ್ತು ಸಂಜೆಗೆ ನಾವು ಹಣ ಪಡೆದುಕೊಳ್ಳೋಣ."

"ಓ! ನನ್ನ ರಾಜ! ನಾನು ಕಳೆದ ರಾತ್ರಿ ಪ್ರಾರ್ಥಿಸಿದ್ದೆ. ನಾನು ವರ್ಷಗಳಿಂದ ದೇವರನ್ನು ಬೇಡಿದವಳಲ್ಲ. ನಾವೇನೂ ಮಾಡೋಣ?"

"ಇವತ್ತು ಸಂಜೆ ನಮಗೆ ಹಸಿರು ನಿಶಾನೆ ದೊರೆತರೆ ನಾವು ಬಾಡಿಗೆಗೆ ಕಾರು ಮಾಡಿಕೊಂಡು ಅಲ್ಲಿಗೆ ಹೋಗುವ. ಮೂರು ಗಂಟೆಯಲ್ಲಿ ನಾವು ಅದನ್ನು ಮಾಡಿ ಮುಗಿಸುವ. ಹನ್ನೊಂದು ಗಂಟೆಗೆ ಬಸ್ ನಿಲ್ದಾಣಕ್ಕೆ ಹೋಗುವ. ಅದು ಸರಿಯಾದ ಸಮಯ. ಆವಾಗ ಅಲ್ಲಿ ಅಷ್ಟೊಂದು ಜನರಿರುವುದಿಲ್ಲ. ಕತ್ತಲಾಗಿರುತ್ತದೆ. ಹಣ ತೆಗೆದುಕೊಂಡು ತತ್‌ಕ್ಷಣವೇ ಅಲ್ಲಿಂದ ಹೊರಡುವ."

"ನನಗೆ ನಂಬಿಕೆ ಆಗ್ತಾ ಇಲ್ಲ."

"ಅದು ಬಸ್ ನಿಲ್ದಾಣದಲ್ಲಿ ಯಾರು ಇಲ್ಲದಿದ್ದನ್ನು ಅವಲಂಬಿಸಿದೆ. ಅಲ್ಲಿ ಯಾರೂ ಇಲ್ಲದಿದ್ದರೆ ಹೋಗೋಣ."

"ರಾಜ, ಅವರು ನಾವು ಚೆನ್ನೈನಲ್ಲಿದ್ದೇವೇಂತ ಅಂದುಕೊಂಡರೆ..." ಅವಳು ಸ್ವಲ್ಪ ತಡೆದು ಅವನನ್ನು ನೋಡಿ ಹೇಳಿದಳು

"ಹಾಗಾದರೆ ನಮ್ಮ ಬಾಗಿಲನ್ನು ಯಾರೂ ಬಡಿಯಬಾರದು."

"ಹೌದು... ಯಾರೂ ನಮ್ಮ ಬಾಗಿಲನ್ನು ಬಡಿಯಲಾರರು" ಅವಳನ್ನು ತನ್ನೆಡೆಗೆ ಎಳೆದು ಗಟ್ಟಿಯಾಗಿ ತಬ್ಬಿಕೊಂಡ.

* * *

ಅನುದೀಪ್ ಎಲಿವೇಟರ್‌ನಿಂದ ಹೊರಗೆ ಬಂದು ರುದ್ರನೇತ್ರನ ಆಫೀಸಿಗೆ ನಡೆದಾಗ ಜನಕ ಎದುರಾದ. ಅವನು ಅನುದೀಪ್‌ನ ಬಣ್ಣ ಬದಲಾದ ಬೆವರಿದ ಮುಖವನ್ನು ನೋಡಿದ.

"ನೀನು ಎಲ್ಲಿಗೆ ಹೋಗ್ತಾ ಇದ್ದೀಯಾ?" ಅನುದೀಪ್ ತನ್ನ ಕತ್ತನ್ನು ಹೊರಳಿಸಿ ಭಯದ ನೋಟ ಹರಿಸಿದ.

"ಬೂತ್ ಹತ್ತಿರ ನನಗೇನಾದರೂ ಕೆಲಸವಿದೆಯಾಂತ ಕೇಳೋಕೆ ಹೋಗ್ತೇನೆ. ಇವತ್ತು ನನಗೆ ರಾತ್ರಿ ಡ್ಯೂಟಿಯಿಲ್ಲ. ಅದಕ್ಕೆ ಕೇಳೋಕೆ ಹೋಗ್ತಿದ್ದೇನೆ."

ಜನಕನಿಗೆ ಅನುದೀಪ್ ರುದ್ರನೇತ್ರನನ್ನು ನೋಡಲು ಹೋದರೆ ಆತ ತನ್ನನ್ನು ತಾನು ನಿಯಂತ್ರಿಸಿಕೊಳ್ಳಲಾರ. ಜನಕ ಅನುದೀಪ್‌ನ ಫೋನನ್ನು ಟ್ಯಾಪ್ ಮಾಡಿದ. ಅವನ ಹಾಗೂ ತಿಲಕರಾಜನ ಮಾತುಗಳು ರೆಕಾರ್ಡ್ ಆಗಿದ್ದವು. ಅದನ್ನು ರುದ್ರನೇತ್ರ ಕೇಳಿದ್ದ.

"ಸರಿ, ನೀನು ಹೋಗು ರುದ್ರನೇತ್ರ ಈಗ ಬಿಝಿಯಾಗಿದ್ದಾನೆ."

ಅನುದೀಪ್ ಸರಿ ಎನ್ನುವಂತೆ ತಲೆಯಲುಗಿಸಿ ಮೆಟ್ಟಲಿಳಿದ. ಜನಕ ರುದ್ರನೇತ್ರನ ಆಫೀಸಿನ ಬಳಿಗೆ ಬಂದು ಬಾಗಿಲು ಮುಚ್ಚಿದ.

ರುದ್ರನೇತ್ರ ಡೆಸ್ಕ್‌ನ ಮುಂದೆ ಕುಳಿತಿದ್ದ. ಮದನ್ ಮೈಕೆಲ್ ಧರ್ಮ ಇವರೆಲ್ಲಾ ಇದ್ದ ಕಡೆಯ ಗೋಡೆಯತ್ತ ನಿಂತ. ರುದ್ರನೇತ್ರನ ಮೇಜಿನ ಮೇಲೆ ಸಾಯ್ಲೆನ್ಸರ್ ಅಳವಡಿಸಿದ ಟೆಲಿಸ್ಕೋಪ್ ಇದ್ದ ಶಕ್ತಿಯುತವಾಗಿದ್ದ ರೈಫಲ್ ಇತ್ತು.

"ಅನುದೀಪ್ ಮನೆಗೆ ಹೊರಟಿದ್ದಾನೆ" ಜನಕ ಹೇಳಿ ಕಿಟಕಿಯತ್ತ ಸರಿದ.

"ಮದನ್, ರೈಫಲ್ ಹಿಡಿದುಕೊಂಡು ಬಾ."

ಅರ್ಥವಾಗದೆ ಮದನ್ ರುದ್ರನೇತ್ರನ ಮುಖ ನೋಡಿದ. ಅವನು ತಲೆಯಲುಗಿಸಿದ. ಮದನ್ ರೈಫಲ್ ತೆಗೆದುಕೊಂಡು ಜನಕನನ್ನು ಅನುಸರಿಸಿ ತೆರೆದ ಕಿಟಕಿಯ ಬಳಿ ಬಂದ. ತಿಲಕ ಒರಗುವ ಕುರ್ಚಿಯನ್ನು ಎಳೆದ.

"ಕುಳಿತುಕೋ. ರಸ್ತೆಯತ್ತ ಗಮನಿಸು. ಬಸ್ ನಿಲ್ದಾಣದ ಪ್ರವೇಶದ್ವಾರದತ್ತ ನೋಡು" ಮದನ್ ಅವನು ಹೇಳಿದ ಹಾಗೆ ಮಾಡಿದ.

"ಈಗ ಟೆಲಿಸ್ಕೋಪ್ ಮೂಲಕ ನೋಡು. ಯಾರಾದರೂ ಕಾಣ್ತಾರಾ ನೋಡು" ಜನಕ ಹೇಳುತ್ತಾ ಹೋದ. ಟೆಲಿಸ್ಕೋಪ್‌ನಲ್ಲಿ ನೋಡುತ್ತಿದ್ದ ಮದನ್‌ಗೆ ಕಾರ್ ಡ್ರೈವರ್ ಖುಷಿಯಿಂದ ಡ್ರೈವ್ ಮಾಡುತ್ತಾ ನಿಧಾನವಾಗಿ ಸಾಗುವುದು ಕಂಡಿತು.

"ಒಬ್ಬ ವ್ಯಕ್ತಿ ಕಾಣಸ್ತಿದ್ದಾನೆ" ಪಿಸುಗಿದ.

"ನೋಡ್ತಾ ಇರು, ಈಗ ಅನುದೀಪ್ ಕಾಣಿಸಿಕೊಳ್ಳಬಹುದು. ಅವನನ್ನು ಗಮನಿಸುತ್ತಿರು."

ರುದ್ರನೇತ್ರ ತನ್ನ ಕುರ್ಚಿಗೆ ಒರಗಿ ಕುಳಿತವನು ಎದ್ದು ಅವರ ಜೊತೆಗೆ ಕಿಟಕಿಯ ಬಳಿ ಬಂದ. ಅವರು ಅನುದೀಪ್ ರಸ್ತೆ ದಾಟಿ ನಿಂತು ಸುತ್ತಲೂ ಗಮನಿಸುತ್ತಿದ್ದುದ್ದನ್ನು ಕಾಯುತ್ತಿದ್ದರು. ಅವನು ಕಳ್ಳ ಹೆಜ್ಜೆ ಇಡುತ್ತಿದ್ದ.

"ಅವನನ್ನು ಗಮನಿಸು."

"ಖಂಡಿತಾ, ಅವನ ಮುಖದಲ್ಲಿ ಬೆವರಿಳಿಯುತ್ತಿದೆ" ಮದನ್ ಹೇಳಿದ.

ಅವರು ಅನುದೀಪ್ ಬಸ್ ನಿಲ್ದಾಣದೊಳಗೆ ಹೋದದ್ದನ್ನು ನೋಡಿದರು. ಮುಂದೆ ಮಾಯವಾದ. ಅವರು ಸ್ವಲ್ಪ ಹೊತ್ತು ಕಾದರು. ಸ್ವಲ್ಪ ಹೊತ್ತಿನಲ್ಲಿಯೇ ಕಳ್ಳನಂತೆ ಸುತ್ತಾ ನೋಡಿ ದೂರಕ್ಕೆ ನಡೆದ.

"ಅವನನ್ನು ಸಾಯಿಸ್ತೀಯಾ?" ಜನಕ ಮದನ್ ರೈಫಲ್ ಕೆಳಗಿಳಿಸಿದ್ದನ್ನು ಕಂಡು ಕೇಳಿದ.

"ಇದರಿಂದ್ಲಾ? ಖಂಡಿತಾ! ಸಣ್ಣ ಮಗು ಕೂಡ ಅವನನ್ನು ಸಾಯಿಸಬಹುದು, ಅಂತ ಪುಕ್ಕಲನನ್ನು."

ಜನಕ ರುದ್ರನೇತ್ರನನ್ನು ನೋಡಿದ.

"ನಾನು ಇದನ್ನು ಇನ್ನೂ ಚೆನ್ನಾಗಿ ನಿಭಾಯಿಸಬಹುದು ರುದ್ರನೇತ್ರ" ರುದ್ರನೇತ್ರ ಆಲೋಚಿಸಿ ಬಳಿಕ ತಲೆಯಲುಗಿಸಿದ.

"ಹೌದು."

ಇನ್ನೊಬ್ಬ ವ್ಯಕ್ತಿಯನ್ನು ನೋಡಿ ಜನಕ ಹೇಳಿದ, "ಈ ಕಾರ್ಯಾಚರಣೆಯನ್ನು ಸೆಟ್ ಮಾಡಿಕೋ. ಈಗ ಅಲ್ಲಿದ್ದಂತೆ ಸ್ವಲ್ಪ ಸಮಯ ಬಿಟ್ಟು ತಿಲಕರಾಜ ಕಾಣಿಸ್ತಾನೆ" ಅವನು ಮದನ್‌ನತ್ತ ತಿರುಗಿದ.

"ಅವನು ಕಾಣಿಸುವವರೆಗೆ ನೀನು ಮತ್ತು ನಾನು ಈ ಕಿಟಕಿಯ ಹತ್ತಿರವೇ ಕುಳಿತುಕೊಳ್ಳುವ. ಅವನು ಕಂಡ ಕೂಡಲೇ ಅವನ ತಲೆಯನ್ನು ಹಾರಿಸು."

ಮದನ್ ಬೆದರಿದ ಕಣ್ಣುಗಳಿಂದ ರೈಫಲ್ ಅನ್ನು ನೋಡಿದ. ಅವನಿಗೆ ಈ ಪರಿಸ್ಥಿತಿಯಲ್ಲಿ ತಿಲಕರಾಜನನ್ನು ಎದುರಿಸುವುದು ಹೇಗೆ ಎಂಬ ಚಿಂತೆ. ಆದರೆ ಗಟ್ಟಿಯಾಗಿ ಕಿಟಕಿಯ ಬಳಿ ಕುಳಿತುಕೊಂಡು ರೈಫಲನ್ನು ಗುರಿ ಇಟ್ಟರೆ ಆಯಿತು.

"ಅದು ಕೂಡ ಒಂದು ರೀತಿ ಖುಷಿ."

"ನೀವು ಉಳಿದವರು ಕೆಳಗೆ ಕಾಣಿಸದ ಹಾಗೆ ಇರಿ. ಮದನ್ ಆ ಬ್ಯಾಸ್ಟರ್ಡನನ್ನು ಹೊಡೆಯುವಾಗ ನೀವು ರಸ್ತೆಯಲ್ಲಿ ಅಟ್ಟಿಸಿಕೊಂಡು ಹೋಗಿ ಆ ಎರಡು ಚೀಲಗಳನ್ನು ಇಲ್ಲಿಗೆ ತೆಗೆದುಕೊಂಡು ಬನ್ನಿ. ಅದು ಮಾತ್ರ ತತ್‌ಕ್ಷಣವೇ ಆಗಬೇಕು. ನಾನು ಪೊಲೀಸರಿಗೆ ತಿಳಿಸಲಾರೆ. ತುಂಬಾ ಸಮಯ ತೆಗೆದುಕೊಳ್ಳದೆ ಬೇಗನೆ ಈ ಕೆಲಸ ಆಗಬೇಕು" ಅವನು ರುದ್ರನೇತ್ರನತ್ತ ತಿರುಗಿ, "ನಿನಗೆ ಇಷ್ಟವಾಯಿತೆ ರುದ್ರನೇತ್ರ?"

"ಹೌದು, ನಿನ್ನ ತಲೆಯನ್ನು ಉಪಯೋಗಿಸಿದೆ. ಹಾಗಾಗಿ ಓಕೆ. ನಾನೇ ಒಂದು ವಾರ ಚೆನ್ನೈಗೆ ಹೋಗ್ತೇನೆ" ಅವನು ಜನಕನತ್ತ ನೋಡಿದ, "ನಾನು ಹಿಂತಿರುಗುವಾಗ ಹಣ ಸುರಕ್ಷಿತವಾಗಿರಬೇಕು."

"ನನ್ನದು ಕೂಡ ಅದೇ ಯೋಜನೆ ರುದ್ರನೇತ್ರ."

"ನಿನ್ನ ಹತ್ರ ಹಣ ಬರುವಾಗ ನಾನು ಅನುದೀಪ್‌ನ ವಿಚಾರಿಸಿಕೊಳ್ತೇನೆ." ರುದ್ರನೇತ್ರ ಧರ್ಮನಿಗೆ ಹೇಳಿದ.

"ಮೈಕೆಲ್ ನನ್ನ ನಿನ್ನ ಜೊತೆಗೆ ಕರೆದುಕೋ. ಆ ಬ್ಯಾಸ್ಟರ್ಡ್‌ನನ್ನು ನೋಡಿಕೋ. ಅವನನ್ನು ಚೆನ್ನಾಗಿ ಥಳಿಸು. ಆಮೇಲೆ ಬೆಂಕಿ ಇಟ್ಟು ಬಿಡು."

ಧರ್ಮ ತಲೆಯಲುಗಿಸಿದ.

"ಆಯ್ತು ಬಾಸ್."

ರುದ್ರನೇತ್ರ ಮದನ್‌ನತ್ತ ತಿರುಗಿದ.

"ಆ ಹುಚ್ಚಿ ಅಲ್ಲಿದ್ದಾಳೆ. ನೀನು ಮಾತ್ರ ಅವಳನ್ನು ನೋಡಿರೋದು. ಅವಳ ಬಗ್ಗೆ ಕಾಳಜಿ ವಹಿಸು. ಅವಳು ತಪ್ಪಿಸಿಕೊಳ್ಳದ ಹಾಗೆ ನೋಡಿಕೋ. ಅವಳು ಶಿಕ್ಷೆ ಅನುಭವಿಸಲಿ. ನೀನು ನನಗೆ ಕೆಲಸ ಮಾಡುತ್ತಿರುವೆ ಅಂದುಕೊಳ್ಳಬೇಡ. ಅವಳಿಗೆ ಚೆನ್ನಾಗಿ ಬುದ್ಧಿ ಕಲಿಸು" ಮದನ್ ತಲೆಯಲುಗಿಸಿದ.

"ಅದು ಮತ್ತೊಂದು ಸಂತೋಷ."

ರುದ್ರನೇತ್ರ ಆಫೀಸಿನಿಂದ ಹೊರ ನಡೆದಾಗ ಜನಕ ಹೇಳಿದ, "ಆಯ್ತು, ನಾವೀಗ ಆರಾಮವಾಗಿರುವ. ಅನುದೀಪ್‌ಗೆ ಇನ್ನೊಂದು ಗಂಟೆಯಲ್ಲಿ ತಿಲಕರಾಜನಿಗೆ ಫೋನ್ ಮಾಡ್ತಾನೆ. ಒಂದು ಗಂಟೆ ಸಮಯವಿದೆ. ತಿಲಕರಾಜ ಹಣ ತೆಗೆದುಕೊಂಡು ಹೋಗಲು ಪ್ರಯತ್ನಿಸುತ್ತಾನೆ. ನಾವೆಲ್ಲರೂ ಜಾಗ್ರತರಾಗಿರಬೇಕು. ಅವನು ಚಾಣಾಕ್ಷ. ಅವನು ಒಂದು ವಾರದ ತನಕವೂ ಕಾಯಬಹುದು. ಹಾಗಾಗಿ ನಾವೂ ಒಂದು ವಾರವಾದರೂ ಸರಿಯೇ ತಾಳ್ಮೆಯಿಂದ ಕಾಯಬೇಕು. ಅವನು ಕಾಣಿಸುವವರೆಗೂ ನಾನು ಕಾಯಬೇಕು."

ಈ ಮನುಷ್ಯರಿಗೆ ಕಾಯುವುದೆಂದರೆ ಏನೂ ಅಲ್ಲ. ಅವರ ಜೀವನದ ಮೂರನೇ ಒಂದು ಭಾಗ ಕಾಯುವುದಕ್ಕೆ ತೆಗೆದುಕೊಂಡಿದ್ದಾರೆ. ಜನಕ ಮದನ್‌ನ ಹೆಗಲ ಮೇಲೆ ಕೈಯಿಟ್ಟ.

"ಅವನು ಕಂಡ ಕೂಡಲೇ ನೀನು ಗುರಿಯಿಡು. ಇದನ್ನು ಉಡಾಯಿಸಿ ಸರಿಯಾದ ರೀತಿಯಲ್ಲಿ ಉಪಚರಿಸು."

ಮದನ್ ರೈಫಲ್‌ನ ಗುರಿಯನ್ನು ಸರಿಪಡಿಸಿದ.

"ಒಂದು ರೀತಿಯ ಆರನೆ..."

* * *

ದೊಡ್ಡ ಗಾಳಿಯಾಡುವ ಕೋಣೆ, ಡಬಲ್ ಮಂಚ ಎರಡು ಮರದ ಆರಾಮ ಕುರ್ಚಿಗಳ ಟಿ.ವಿ. ಸೆಟ್ ಎಲ್ಲವೂ ಮುಳುಗಿದಂತೆ ಕಂಡಿತು. ತೆರೆದ ಕಿಟಕಿಯಾಚೆಯಿಂದ ಕೇಳುವ ಟ್ರಾಫಿಕ್‌ನ ಸದ್ದು ಹೆಚ್ಚಾಗುತ್ತಿತ್ತು. ಇಡೀ ಕೋಣೆಯಲ್ಲಿಯೇ ಒತ್ತಡ ಹೆಚ್ಚುವಂತೆ ಕಾಣಿಸುತಿತ್ತು.

ರತಿ ಕತ್ತು, ತೋಳುಗಳನ್ನು ಮುಚ್ಚಿಕೊಂಡು ಹಾಸಿಗೆಯಲ್ಲಿ ಮಲಗಿಕೊಂಡಿದ್ದಾಳೆ. ತಿಲಕರಾಜ ಟೆಲಿಫೋನ್‌ನ ಹತ್ತಿರವೇ ಕರೆಗಾಗಿ ಕಾದು ಕುಳಿತಿದ್ದ. ಅವನ ಕಣ್ಣುಗಳು ವಾಚ್ ಅನ್ನು ನೋಡುತ್ತಿದ್ದವು.

"ನೀನೀಗ ಅವನಿಗೆ ಫೋನ್ ಮಾಡುವುದಿಲ್ಲವೇ?" ರತಿ ಅವನನ್ನು ನೋಡಲು ತೋಳು ಎತ್ತಿ ಕೇಳಿದಳು., "ನಾವು ಒಂದು ಗಂಟೆಯಿಂದ ಕಾಯುತ್ತಿದ್ದೇವೆ."

"ನಾನು ನಿನಗೆ ಇದು ಕಾಯುವ ಆಟಾಂತ ಎಚ್ಚರಿಸಿದ್ದೆ ಅಲ್ಲವೇ? ಈಗ ಐದು ಗಂಟೆಗೆ ಐದು ನಿಮಿಷವಿದೆಯಷ್ಟೇ" ಮುಖದಲ್ಲಿ ಬೆವರ ಹನಿಗಳು ಮುತ್ತುಗಳಂತೆ ನಿಂತಿದ್ದವು.

"ಇನ್ನು ಎಷ್ಟು ಹೊತ್ತು ಕಾಯಬೇಕೇನೋ? ನನಗೆ ಹುಚ್ಚು ಹಿಡಿಯುತ್ತೆ. ನಾನಿನ್ನು ಇನ್ಯಾವುದಕ್ಕೆಲ್ಲಾ ಕಾಯಬೇಕೋ?" ಅತೃಪ್ತಿಯ ಮುಗುಳ್ನಗುವಿನಿಂದ ಹೇಳಿದಳು.

"ಯಾರಿಗೆಲ್ಲ?" ತಿಲಕರಾಜ ಕರ್ಚೀಫ್‌ನಿಂದ ಮುಖದ ಬೆವರನ್ನು ಒರೆಸಿಕೊಂಡ.

"ಎಲ್ಲರೂ ಒಂದಲ್ಲಾ ಒಂದಕ್ಕೆ ಕಾಯ್ತ ಇರಬೇಕಾಗುತ್ತೆ. ಆರಾಮವಾಗಿರು. ದೋಣಿ, ಸಮುದ್ರ, ಸೂರ್ಯ ನೀನು ನಾನು... ಇವನ್ನೆಲ್ಲಾ ಯೋಚಿಸು. ಇವನ್ನೆಲ್ಲಾ ಯೋಚಿಸು" ಮತ್ತೆ ಅವಳ ತೋಳುಗಳು ಕಣ್ಣಿನತ್ತ ಸರಿದವು.

"ಕ್ಷಮಿಸು ರಾಜ, ನಾನು ತುದಿಯಲ್ಲಿದ್ದೇನೆ."

"ತುದಿಯಲ್ಲಿ?!" ಅವನಿಗೆ ಅಚ್ಚರಿಯಾಯಿತು. ಅವಳತ್ತ ನೋಡಿದ. ಅವಳು ಮಲಗಿದ್ದಾಳೆ. ಬಯಕೆಯ ತುಂಬ ಅವನಿಗೆ ಸುಂದರಿಯಾಗಿ ಕಂಡಳು. ತುದಿಯಲ್ಲಿ? ಅವನಿಗೆ ಈಗ ಭಯದ ಚಳಿ ಉಂಟಾಯಿತು.

ಅವನ ಎಚ್ಚರಿಕೆಯ ಮಾತಿನಿಂದ ಅವಳಿನ್ನೂ ಎಚ್ಚೆತ್ತುಕೊಂಡಿಲ್ಲ. ಯಾವ ತರದ ಕಾಡಿನೊಳಗೆ ಪ್ರವೇಶ ಪಡೆಯುತ್ತಿದ್ದೇವೆ.

ಅವರು ಕಾಯುತ್ತಿರುವಾಗ ಟ್ರಾಫಿಕ್ ಸದ್ದು, ಪೊಲೀಸ್ ಸೈರನ್ ಅವುಗಳ ನಡುವೆ ಆ್ಯಂಬ್ಯುಲನ್ಸ್ ಕೂಗು ಕೇಳಿಸಿತು. ಕೋಣೆಯಲ್ಲಿ ಒತ್ತಡದ ವಾತಾವರಣ ಉಂಟಾಯಿತು. ತಿಲಕರಾಜನ ವಾಚ್‌ನ ನಿಮಿಷದ ಮುಳ್ಳು ಮೆಲ್ಲಗೆ ತೆವಳುತ್ತಿತ್ತು. ಇನ್ನೂ ಇಷ್ಟು ನಿಮಿಷವಿದೆಯೇ?

"ರಾಜ! ಈಗ ಅವನಿಗೆ ಫೋನ್ ಮಾಡು" ರತಿ ಎದ್ದಳು.

"ಆಯ್ತು ಬಂಗಾರ."

ಅವನು ರಿಸೀವರನ್ನು ತೆಗೆದುಕೊಂಡ ಅನುದೀಪ್‌ನ ನಂಬರ್‌ಗೆ ಫೋನ್ ಮಾಡಿದ. ಲೈನ್‌ನಲ್ಲಿ 'ಬರ್‌ರ್‌ರ್...' ಎನ್ನುವ ತೊಂದರೆ ಕಾಣಿಸಿತು. ಆ ಕ್ಷಣ ಅವನು ತಾನು ಎರಡು ಚೀಲಗಳನ್ನು ಲಾಕರ್‌ನಿಂದ ತೆಗೆದಂತೆ ಕನಸು ಕಂಡ. ಕಣ್ಣುಗಳನ್ನು ಮುಚ್ಚಿಕೊಂಡ. ಎಲ್ಲಾ ಹಣ ತನ್ನದು!

ಆ ಹೊತ್ತಿಗೆ ಅನುದೀಪ್‌ನ ಧ್ವನಿ ಕೇಳಿಸಿತು.

"ಯಾರದು?"

"ಅನುದೀಪ್? ತಿಲಕರಾಜ. ನೀನು ಬಸ್ ನಿಲ್ದಾಣ ಚೆಕ್ ಮಾಡಿದೆಯಾ?"

"ಮಾಡಿದೆ ತಿಲಕರಾಜ. ಅಲ್ಲಿ ಯಾರೂ ಕಾಣಿಸ್ತಿಲ್ಲ."

ತಿಲಕರಾಜ ಮುಂದಕ್ಕೆ ಬಾಗಿದ. ಅವನ ಹೃದಯ ಕುಣಿಯಲಾರಂಭಿಸಿತು.

"ಖಂಡಿತನಾ?"

"ಹೌದು, ನಾನು ಎಲ್ಲಾ ಕಡೆ ನೋಡಿಕೊಂಡು ಬಂದೆ. ಹುಡುಗರು ಹೋಗಿದ್ದಾರೆ."

"ಮದನ್ ಎಲ್ಲಿದ್ದಾನೆ?" ತಿಲಕರಾಜನಿಗೆ ಗೊತ್ತು ಮದನ್ ಬಹಳ ಅಪಾಯಕಾರಿ ಮನುಷ್ಯ.

"ಅವನು ಸದ್ಯ ಹಿಂತಿರುಗಲಾರ ತಿಲಕರಾಜ. ಬಾಸ್ ಅವನನ್ನು ಗೋವಾಕ್ಕೆ ಕಳುಹಿಸಿದ್ದಾರೆ. ನೀನು ಅವನನ್ನು ಅಲ್ಲಿ ನೋಡಿಲ್ವಾ?"

"ಸರಿ" ತಿಲಕರಾಜ ಒಂದು ಕ್ಷಣ ಯೋಚಿಸಿದ. ದಕ್ಷಿಣದ ದಾರಿ ನಗರದಿಂದ ಹೊರಗೆ ಅನುದೀಪ್ ಇರುವಲ್ಲಿಗೆ ಕರೆದೊಯ್ದಿತು.

"ಮಧ್ಯ ರಾತ್ರಿಯ ಹೊತ್ತಿಗೆ ನಾನು ಅಲ್ಲಿಗೆ ಹೋಗಿ ಹಣ ತೆಗೆದುಕೊಳ್ಳುವೆ. ನೀನಲ್ಲಿರು."

"ಅರವತ್ತು ಸಾವಿರ ಅಲ್ಲವೇ ತಿಲಕರಾಜ?"

"ಅದು ಹೌದು. ಅಲ್ಲಿರು" ತಿಲಕರಾಜ ಫೋನ್ ಇಟ್ಟ. ಅವನು ರತಿಯತ್ತ ನೋಡಿದವನೇ ಹಾಸಿಗೆ ಸೇರಿದ. ಅವಳು ಅವನನ್ನು ನೋಡುತ್ತಿದ್ದವಳು ಕೇಳಿದಳು, "ಎಲ್ಲಾ ಸರಿಯಾಗಿದೆಯಲ್ವಾ? ಅವರು ನಿಜವಾಗಿಯೂ ನಾವು ಜೊತೆಯಾಗಿದ್ದೇವೆ ಅಂದುಕೊಂಡಿರ್ತಾರಲ್ವಾ? ನಾವು ಅಲ್ಲಿಗೆ ಏಳುವರೆಗೆ ಹೋಗಬೇಕು. ಎಲ್ಲಾ ಪ್ಯಾಕ್ ಮಾಡು. ನಾನು ಕಾರು ಬರ ಹೇಳುತ್ತೇನೆ."

"ನೀನು ಹೇಳೋದು ಅದು ಸುರಕ್ಷಿತಾಂತ ತಾನೆ? ನಿನಗೆ ಹಣ ಸಿಗುತ್ತದಲ್ಲವೇ?"

ತಿಲಕರಾಜ ಅಭ್ಯಾಸ ಬಲದಂತೆ ಬೆರಳುಗಳನ್ನು ಎದೆಯ ಬಳಿ ಮುಟ್ಟಿ ನೋಡಿದ. ಪದಕವಿರಲಿಲ್ಲ! ಅವನ ಎದೆಯ ರೋಮಗಳು ಬೆವತು ಬೆರಳಿಗೆ ಅಂಟಿಕೊಂಡಿತು. ತಾಯಿಯ ಮಾತುಗಳು ನೆನಪಾದವು.

'ನೀನು ಅದನ್ನು ಧರಿಸಿರುವವರೆಗೆ ಕೆಟ್ಟದೇನೂ ನಡೆಯಲಾರದು'

"ನಾವು ಹೋಗಿ ಪ್ರಯತ್ನಿಸುವ ಬಂಗಾರಿ... ಈ ಬದುಕಿನಲ್ಲಿ ಯಾವುದೂ ಸುರಕ್ಷಿತವಲ್ಲ. ಆದರೆ ನಾವು ಪ್ರಯತ್ನಿಸುವುದರಲ್ಲಿ ತಪ್ಪೇನಿಲ್ಲ."

ಅವನು ಫೋನ್ ತೆಗೆದುಕೊಂಡು ಬಾಡಿಗೆ ಕಾರಿಗೆ ಫೋನಾಯಿಸಿದ. ಅಲ್ಲಿಂದ ಸಂಜೆ ಏಳು ಗಂಟೆಗೆ ಕಾರು ಕಳುಹಿಸುವುದಾಗಿ ಉತ್ತರ ಬಂತು.

ರತಿ ಜೀನ್ಸ್ ಜ್ಯಾಕೆಟ್ ಧರಿಸಿ ತಲೆಗೂದಲು ಕಟ್ಟುತ್ತಿರುವಾಗ ತಿಲಕರಾಜ ಅವಳನ್ನು ಅಪ್ಪಿಕೊಂಡ.

"ಕಾರಿಗೆ ಹೇಳಿಯಾಯ್ತು" ಅವಳನ್ನು ಬಿಟ್ಟು ತನ್ನ ಸೂಟ್‌ಕೇಸ್‌ನಿಂದ ರಿವಾಲ್ವರ್ ತೆಗೆದುಕೊಂಡ. ಅವನನ್ನೇ ನೋಡುತ್ತಿದ್ದವಳ ಕಣ್ಣುಗಳು ತೆರೆದವು.

"ನೀನು ಏನೂ ಮಾಡ್ತಾ ಇಲ್ವಾ?" ಬೆರಗಿನಿಂದ ಕೇಳಿದಳು.

"ಇದು ಜಾಗ್ರತೆಯಲ್ಲಿರಬೇಕಾದ ಸಮಯ. ಸದ್ಯ ಸುಮ್ಮನಿರೋಣ."

"ಅಂದ್ರೆ, ನೀನು ನನ್ನನ್ನು ಹೆದರಿಸುತ್ತಿದ್ದೀಯಾ ರಾಜ?"

"ಹೋಗು, ಪ್ಯಾಕ್ ಮಾಡು. ಇದು ಹೆದರಿಕೂರುವ ಸಮಯವಲ್ಲ. ಇದು ಮುಂದೇನು ಮಾಡ್ಬೇಕು ಅನ್ನೋ ಸಮಯ. ಈ ಸಮಯಕ್ಕೆ ನಾಳೆ ನಾವು ಕೋಟ್ಯಾಧೀಶ್ವರರು."

"ಹೌದು" ಅವಳ ಮುಖವರಳಿತು.

ಅವಳು ಬಟ್ಟೆಗಳನ್ನು ಮಡಚಿ ಇಡುತ್ತಿರುವಾಗ ತಿಲಕರಾಜ ಕಿಟಕಿಯಿಂದ ಹೊರಗೆ ನೋಡಿದ. ನೀಲ ಆಕಾಶದಲ್ಲಿ ಕರಿ ಮೋಡಗಳು ತುಂಬಿದ್ದವು. ಅವನ ಬೆರಳುಗಳು ಎದೆಯನ್ನು ಮುಟ್ಟಿಕೊಂಡು ಹಾಗೆ ಕೆಳಗಿಳಿದವು.

ಅವನು ಪದಕನ್ನು ನೀರಿಗೆಸೆದಾಗ ನೀರ ಹನಿಗಳು ಚಿಮ್ಮಿದ್ದು ನೆನಪಾಯಿತು. ತನ್ನ ಸುತ್ತಾ ಸುಂದರವಾದ ಬಲೆ ಹರಡಿರುವುದು ಗೊತ್ತಿದೆ. ಅನುದೀಪ್ ಕೂಡ ಇದರಲ್ಲಿ ಶಾಮೀಲಾಗಿರಬಹುದು. ಇಷ್ಟೊಂದು ತೊಂದರೆ

ತೆಗೆದುಕೊಳ್ಳದಿದ್ದರೆ ಬದುಕಿ ಏನು ಪ್ರಯೋಜನ? ಈಗ ಹಣ ತೆಗೆದುಕೊಳ್ಳಲು ಪ್ರಯತ್ನಿಸದಿದ್ದರೆ, ಇಲ್ಲದಿದರೆ ಆಮೇಲಾದರೂ ಅವರು ತನ್ನನ್ನು ಬೇಟೆಯಾಡಬಹುದು. ಹಾಗಾಗಿ ಪ್ರಯತ್ನಪಡಬೇಕು. ಅವನು ಅದೃಷ್ಟವಂತ. ಇನ್ನೇನು ಕೆಲವೇ ತಿಂಗಳುಗಳಲ್ಲಿ ತನ್ನ ಕನಸಿನ ದೋಣಿಯೊಂದಿಗೆ ಬರಬಹುದು. ಇದಂತು ಖಂಡಿತಾ... ಅವನನ್ನು ಜೀವಂತವಾಗಿ ಅವರು ಹಿಡಿಯುವುದಿಲ್ಲ. ಅವನು ರತಿಯತ್ತ ನೋಡಿದ. ಅವಳು ಸೂಟ್‌ಕೇಸನ್ನು ಮುಚ್ಚುತ್ತಿದ್ದಳು. ಅವರಿಗೆ ಅದೃಷ್ಟವಿದೆ. ಮತ್ತೆ ಕನಸಿನ ದೋಣಿ ಕಣ್ಣ ಮುಂದೆ ಸುಳಿಯಿತು. ಅವರಿಬ್ಬರೂ ತಮ್ಮ ಗುರಿ ತಲುಪುವುದು ಖಚಿತವಾಗಿತ್ತು. ಅವನಿಗೆ ಪದಕದ ನೆನಪಾಯಿತು. ಅದು ಸುಮ್ಮನೆ. ಅವರಿಗಂತು ಅದೃಷ್ಟವೇ ಇತ್ತು.

ಇನ್ನು ಉಳಿದ ನಾಲ್ಕು ಗಂಟೆಗಳಲ್ಲಿ ಅದೃಷ್ಟ ಏನನ್ನೂ ತರಬಹುದು.

* * *

ಸಮಯ ಸರಿಯುತ್ತಿತ್ತು. ಬಸ್ ನಿಲ್ದಾಣದ ದೀಪಗಳೆಲ್ಲಾ ಹೊತ್ತಿಕೊಂಡವು. ಜನಸಂಚಾರ ಕರಗುತ್ತಿತ್ತು. ಬಸ್ ನಿಲ್ದಾಣದ ದೊಡ್ಡ ಗಡಿಯಾರ ಹನ್ನೊಂದು ತೋರಿಸುತ್ತಿತ್ತು.

"ನನಗೆ ಅರ್ಜೆಂಟ್ ಮೂತ್ರ ಬರ್‍ತಿದೆ" ಮದನ್ ಎದ್ದ.

"ಬೇಗ ಬಾ!" ಜನಕ ಆತುರ ಪಡಿಸಿ ನೋಯುತ್ತಿದ್ದ ತೋಳನ್ನು ಒರೆಸಿಕೊಂಡ.

ಮದನ್ ಗುರಿಯಿಟ್ಟ ರೈಫಲನ್ನು ಕೆಳಗಿಟ್ಟು ರುದ್ರನೇತ್ರನ ಟಾಯ್‌ಲೆಟ್‌ಗೆ ಓಡಿದ.

ಅವನು ರೈಫಲ್ ಕೆಳಗಿಡುವುದಕ್ಕೂ ತಿಲಕರಾಜ ಬಸ್ ನಿಲ್ದಾಣದ ಪಾರ್ಕಿಂಗ್ ಏರಿಯಾಕ್ಕೆ ಬರುವುದಕ್ಕೂ ಸರಿಹೋಯಿತು.

"ನಾವೆಲ್ಲಿದ್ದೇವೆ ರಾಜ?" ಅವನ ಎದೆ ಬಡಿತ ನೂರ್ಮಡಿಸಿತು.

"ನೀನು ಹೋಗು. ಈಗ ಏನು ಬೇಕಾದ್ರೂ ಕೇಳು. ಆದ್ರೆ ನೀನು ತತ್‌ಕ್ಷಣ ಡ್ರೈವ್ ಮಾಡಿಕೊಂಡು ಹೋಗು. ಅರ್ಥವಾಯ್ತಾ ನಿನಗೆ? ಕಾಯುವುದು ಬೇಡ... ಸುಮ್ನೆ ಹೋಗು."

ಅವನ ಹಿಂಬದಿಯ ಕಿಸೆಯಿಂದ ಅನುದೀಪ್‌ನಿಂದ ತಂದ ಹಣ ತೆಗೆದು ಅವಳ ಮಡಿಲಿಗೆ ಹಾಕಿದ.

"ಎಲ್ಲಾ ಸರಿಯಾಗಿದೆ. ಆದರೆ ನನಗೆ ಖಚಿತವಾಗಬೇಕು. ನೀನು ನಾವು ಉಳಿದುಕೊಂಡಿದ್ದ ಹೊಟೇಲ್‌ಗೆ ಹೋಗು. ಅರ್ಥವಾಯ್ತು?"

ರತಿ ನಡುಗಿದಳು.

"ಹಾ!... ನಾನು ಆರಾಮವಾಗಿದ್ದೇನೆ ರಾಜ?" ಅವಳ ಕೈಯ ಮೇಲೆ ತನ್ನ ಕೈಯಿಟ್ಟ.

"ಹೆದರಬೇಡ. ನಾನು ಚೀಲಗಳನ್ನು ತೆಗೆದುಕೊಂಡು ಕೂಡಲೇ ಬರುತ್ತೇನೆ. ನಾನು ಒಳಗೆ ಬಂದ ತಕ್ಷಣ ನೀನು ಹೊರಡಬೇಕು. ಮುಖ್ಯರಸ್ತೆಯತ್ತ ತಿರುಗಿಸು. ಅದು ಸುಲಭವಾಗುತ್ತದೆ. ಟ್ರಾಫಿಕ್ ಲೈಟ್‌ನ ಎಡಕ್ಕೆ ತುಂಬಾ ಜೋರಾಗಿ ಓಡಿಸಬೇಡ."

"ಓಹೋ! ರಾಜ!"

ಅವಳನ್ನ ತನ್ನತ್ತ ಎಳೆದು ಮುದ್ದಿಸಿದ.

"ನಮ್ಮ ಕೆಲಸ ಸುಸೂತ್ರವಾಗುತ್ತದೆ."

"ಐ ಲವ್ ಯೂ."

"ಆ ಪದಗಳೇ ಸೂಕ್ತ ಐ ಲವ್ ಯು ಟೂ" ಅವನು ಇಳಿದು ಬೆಳಕಿನಲ್ಲೇ ಲಗೇಜ್ ಲಾಕರ್‌ನತ್ತ ನಡೆದ.

ಜನಕ ಅವನನ್ನು ಗುರುತಿಸಿದ. ಅವನ ಮೊಟ್ಟೆ ಹಾಕಿದ ತಲೆಯನ್ನು ನೋಡಿ ಮೋಸಹೋಗಲಿಲ್ಲ. ಅವನು ತಿಲಕರಾಜನ ನಡಗೆಯನ್ನು ಗುರುತಿಸಿದ. ಅವನ ವಿಶಾಲವಾದ ಭುಜಗಳು, ಅವನ ದಪ್ಪನೆಯ ದೇಹ!

"ಮದನ್!"

ರತಿ ಡ್ರೈವಿಂಗ್ ಸೀಟ್‌ನಲ್ಲಿ ಕುಳಿತಳು. ಸ್ಟೀರಿಂಗ್ ಹಿಡಿದಳು. ಅವಳು ಮಸುಕಾದ ಗಾಜಿನ ಮೂಲಕ ನೋಡುತ್ತಿದ್ದಳು. ತಿಲಕರಾಜ ನೋಡುತ್ತಿದ್ದಂತೆ ಬಸ್ ನಿಲ್ದಾಣದೊಳಗೆ ಮರೆಯಾದ! ಅವಳಿಗೆ ತಾವಿಬ್ಬರೂ ಅಪಾಯದಲ್ಲಿದ್ದೇವೆ ಎನ್ನುವುದು ಮನವರಿಕೆಯಾಯಿತು. ಅವಳ ಮೆದುಳು ತೀವ್ರವಾಗಿ ಆಲೋಚಿಸಿತು. ದೋಣಿಯಲ್ಲಿ ಜೀವನ ಮಾಡಬಹುದೆ? ಅವಳಿಗೆ ಸಮುದ್ರವೆಂದರೆ ಆಗದು. ಒಮ್ಮೆ ಹಣ ಕೈಗೆ ಬಂದ ಮೇಲೆ ಅವನನ್ನು ಹೇಗಾದರೂ ಮಾಡಿ ದೋಣಿಯ ಕನಸು ಬಿಡಿಸಬೇಕು. ಅವನಿಗೆ ಬುದ್ಧಿ ಹೇಳಬೇಕು. ಅವಳ ಕನಸುಗಳಿದ್ದದ್ದು ದೊಡ್ಡ ಬಂಗಲೆ, ಸಾವಿರಾರು ಶ್ರೀಮಂತರ ಒಡನಾಟ. ಓಡಾಟ. ಇವೆಲ್ಲವೂ. ಅಷ್ಟೊಂದು ಹಣ ಇರುವಾಗ ಎಲ್ಲರೂ ತಮ್ಮನ್ನು ಹುಡುಕಿಕೊಂಡು ಬರುತ್ತಾರೆ. ಒಂದು ಈಜುಕೊಳ, ವಿದೇಶಿ ಕಾರು ಮನೆಯಾಳುಗಳು ವರ್ಷಕ್ಕೊಮ್ಮೆ ಲಂಡನ್ ಪ್ಯಾರಿಸ್ ಸ್ವಿಟ್ಜರ್‌ಲ್ಯಾಂಡ್‌ಗೆ ಹೋಗಿ ವಿದೇಶಿ ವಸ್ತುಗಳನ್ನು ಖರೀದಿಸುವುದು. ಅದು ಜೀವನ! ಒಂದು ದೋಣಿ! ಯಾರಿಗೆ ಬೇಕು? ಆದರೆ ತಿಲಕರಾಜನ ಕನಸಿನ ದೋಣಿ! ಅದು...

ಅವಳ ಬೆರಳುಗಳು ಸ್ಟೀರಿಂಗ್ ಅನ್ನು ಗಟ್ಟಿಯಾಗಿ ಹಿಡಿದುಕೊಂಡವು.

ಇನ್ನೂ ಸಮಯವಿದೆ... ಮೊದಲು ಹಣ! ನಿಜವಾಗಿಯೂ ಅವನು ಅವಳನ್ನು ಪ್ರೀತಿಸುವುದಾದರೆ ಅವಳು ಹೇಳುವಾಗ ಕ್ಷುಲ್ಲಕ ದೋಣಿಯ ಕನಸಿನಿಂದ ಹೊರಬರಬಹುದು.

ತಿಲಕರಾಜ ಲಾಕರ್‌ನ ಬಳಿ ನಡೆದ. ಒಂದು ಕ್ಷಣ ನಿಂತು ಎಡ ಬಲ ನೋಡಿಕೊಂಡ. ಲಾಕರ್ ಪ್ರದೇಶ ನಿರ್ಜನವಾಗಿತ್ತು. ಸ್ಪೀಕರ್‌ನಿಂದ ಧ್ವನಿ ಹೊರಟಿತು.

"ದಾದರ್‌ನಿಂದ ಹೊರಡುವ ಕೊನೆಯ ಬಸ್ ಸಂಖ್ಯೆ ಹದಿನೈದು..."

ಅವನು ಕೀಲಿಕೈಯನ್ನು ಹೊರಗೆ ತೆಗೆದು ಲಾಕರ್‌ಗೆ ತೂರಿಸಿದ. ಸ್ವಲ್ಪದರಲ್ಲಿಯೇ ಬಾಗಿಲು ತೆರೆದುಕೊಂಡಿತು. ಎರಡು ಚೀಲಗಳನ್ನು ಹೊರಕ್ಕೆಳೆದ.

ಎರಡನ್ನೂ ನೆಲದ ಮೇಲೆ ಹಾಕಿದ. ಅವನ ಮೆದುಳು ಕನಸು ನನಸಾದಂತಹ ಕಹಳೆಯೂದಿತು. ಕನಸಿನ ದೋಣಿ!

ಆ ಕನಸಿನಲ್ಲಿ ರತಿ ಕಣ್ಮರೆಯಾಗಿದ್ದಳು. ಕೇವಲ ಅವನ ಕನಸಿನ ದೋಣಿ ಮಾತ್ರ!

ಅವನು ಎರಡು ಭಾರವಾದ ಚೀಲಗಳನ್ನು ಎಳೆದುಕೊಂಡು ಪಾರ್ಕಿಂಗ್ ಏರಿಯಾದತ್ತ ನಡೆದ. ಅವನು ವೇಗವಾಗಿ ಹೆಜ್ಜೆ ಹಾಕುತ್ತಿದ್ದ. ಇನ್ನೇನು ಕೆಲವೇ ಹೆಜ್ಜೆಗಳು... ರತಿ ಸ್ಟೀರಿಂಗ್ ಹಿಡಿದು ಸಜ್ಜಾಗಿದ್ದಳು. ಅವನ ಬದುಕು ಕತ್ತಲೆಯಲ್ಲಿ ಸ್ಫೋಟಿಸಿತು.!!

ರತಿ ಅವನು ಬರುತ್ತಿರುವುದನ್ನೇ ನೋಡುತ್ತಿದ್ದಳು. ಅವಳು ನೆಮ್ಮದಿಯ ದೀರ್ಘ ಉಸಿರೆಳೆದಳು. ಅಷ್ಟರಲ್ಲಿಯೇ ಅವಳಿಗೆ ಅವನ ಹಣೆಯ ಮೇಲೆ ಕೆಂಪು ಚುಕ್ಕೆ ಕಾಣಿಸಿತು. ಅವನ ಕೈಗಳಿಂದ ಚೀಲ ನೆಲಕ್ಕುರುಳಿದವು. ಅವನ ದೇಹವೂ ನೆಲಕ್ಕುರುಳಿತು!

ಅವಳು ಆಘಾತಕ್ಕೊಳಗಾದಳು. ಸಣ್ಣನೆಯ ರಕ್ತದ ಹರಿವು ಅವನ ಹಣೆಯಿಂದ ಹರಿಯುತ್ತಿತ್ತು. ಅವನು ಕೆಳಕ್ಕುರುಳುತ್ತಿದ್ದಂತೆ ಹೆಣ್ಣಿನ ಕೂಗು ಕೇಳಿಸಿತು. ಜೊತೆಗೆ ಮೂವರು ವ್ಯಕ್ತಿಗಳ ನೆರಳುಗಳು ಸರಿದು ಆ ಚೀಲಗಳನ್ನು ಎತ್ತಿಕೊಂಡವು.

ಅವಳು ಕಾರು ಚಾಲನೆಗೆ ತಂದು ಗೇರು ಬದಲಿಸಿದಳು. ಕಾರು ಪಾರ್ಕಿಂಗ್ ಏರಿಯಾದಿಂದ ಮುಂದಕ್ಕೋಡಿತು. ಅವಳು ಹೈವೆ ತಲುಪುವಷ್ಟರಲ್ಲಿ ದು:ಖದ ನೋವು ಹೊರಬಂತು.

* * *

ಅನುದೀಪ್ ಅವನ ಕೋಣೆಯಲ್ಲಿ ಶತಪಥ ತಿರುಗುತ್ತಿದ್ದ. ಅವನು ಹಾಸಿಗೆಯ ಪಕ್ಕದಲ್ಲಿರುವ ಅಲರಾಂ ಗಡಿಯಾರವನ್ನು ನೋಡಿದ. ಸಮಯ ಒಂದು ಮೂವತ್ತು! ತಿಲಕರಾಜ ಅರವತ್ತು ಸಾವಿರ ರೂಪಾಯಿಗಳನ್ನು ನಡು ರಾತ್ರಿಗೆ ತಂದುಕೊಡುತ್ತೇನೆಂದು ಹೇಳಿದ್ದ. ಅವನ ಹೆಂಡತಿ ಫೋನ್ ಮಾಡಿದಳು. ಅವಳು ನಾಳೆ ಬೆಳಿಗ್ಗೆವರೆಗೆ ಸಮಯಕೊಟ್ಟಿದ್ದಳು. ಇಲ್ಲದಿದ್ದರೆ... ಅವಳು ತವರು ಮನೆಯ ದಾರಿ ಹಿಡಿಯುವುದರಲ್ಲಿ ಸಂದೇಹವಿಲ್ಲ. ಅನುದೀಪ್ ಅವಳಿಗೆ ಭರವಸೆಯನ್ನು ನೀಡಿ ಸಂತೈಸಿದ್ದ. ಅವನು ಹಣ ಸಿಗುವುದು ಮಾತ್ರವಲ್ಲ ಡಾಕ್ಟರ್‌ರ ಬಳಿ ಕರೆದುಕೊಂಡು ಹೋಗುವುದಾಗಿಯೂ ತಿಳಿಸಿದ್ದ.

ಮತ್ತೊಮ್ಮೆ ಗಡಿಯಾರದತ್ತ ನೋಡಿದ.

ತಿಲಕರಾಜ ಹಣವನ್ನು ಕೊಡುತ್ತೇನೆಂದು ಪ್ರತಿಜ್ಞೆ ಮಾಡಿದ್ದ. ಏನಾಗ್ತಾ ಇದೆ?

ಆ ಬಳಿಕ ಮೆಟ್ಟಿಲಿಳಿದು ಬರುವ ಹೆಜ್ಜೆಯ ಸಪ್ಪಳಗಳು ಕೇಳಿದವು. ಅವನು ನಿರಾಳನಾದ. ಸದ್ಯ ಬಂದನಲ್ಲವೆನ್ನುವ ಖುಷಿ. ಅರವತ್ತು ಸಾವಿರ ಹಣ ತೆಗೆದುಕೊಂಡು ಬರುತ್ತಾನೆ. ನಾನ್ಯಾಕೆ ವೃಥಾ ಅನುಮಾನಿಸಿದೆ? ತಿಲಕರಾಜನ ಪ್ರತಿಜ್ಞೆ ಅಂದರೆ ಪ್ರತಿಜ್ಞೆ!

ಬಾಗಿಲ ಮೇಲೆ ಬಡಿತದ ಸದ್ದು!

ಅರವತ್ತು ಸಾವಿರ ಹಣ! ಹೆಂಡತಿಯನ್ನು ಆಸ್ಪತ್ರೆಗೆ ಕರೆದುಕೊಂಡು ಹೋಗಬೇಕು. ಅವಳು ತವರು ಮನೆಗೆ ಹೋದರೆ ಕಷ್ಟ. ಅನುದೀಪ್ ಕೋಣೆಯ ತುಂಬಾ ಡ್ಯಾನ್ಸ್ ಮಾಡಿಕೊಂಡು ಬಾಗಿಲು ತೆರೆಯಲು ಬಂದ!

* * *

ವಯಸ್ಸಾದ ದಪ್ಪನೆಯ ವ್ಯಕ್ತಿ ಅವಳತ್ತ ನೋಡಿ ನಕ್ಕ. ಅವನು ನೋಡಲು ಆತಂಕವಾದಿಯಂತಿದ್ದ. ಹಾಗೆಯೇ ಅವನ ಧಿರಿಸುಗಳಿದ್ದವು. "ಬೇರೆ ಯಾರಾದರೂ ಇದ್ದಾರ ನೋಡು" ರತಿ ಹೇಳಿದಳು. ಆ ವ್ಯಕ್ತಿ ಕೆಳಗೆ ಇಳಿದು ಹೋದ. ರತಿ ಮತ್ತೆ ಕಾಯತೊಡಗಿದಳು. ಅವಳ ಕಾಲುಗಳು ನೋಯುತ್ತಿದ್ದವು. ತಿಲಕರಾಜ ಸತ್ತು ಎರಡು ತಿಂಗಳುಗಳು ಕಳೆದವು. ಅವನು ಕೊಟ್ಟಿದ್ದ ಹಣ ಖರ್ಚಾಗಿದೆ. ತಾನು ದುಂದು ವೆಚ್ಚಗಾರ್ತಿ ಅನ್ನೋದು ಅವಳಿಗೆ ಗೊತ್ತು. ತನ್ನ ಮೊದಲಿನ ವೃತ್ತಿಯ ಬಗ್ಗೆ ಅಸಹ್ಯ ಹುಟ್ಟಿತು. ಬರುವವರೆಲ್ಲಾ ಕಾಸಿಲ್ಲದ ಕೊಳಕು ವ್ಯಕ್ತಿಗಳು. ಆದ್ದರಿಂದ ತಾನು ಮೊದಲಿನಂತೆ ತನಗೆ ಬೇಕಾದವರ ಜೊತೆ ಬಾಳಿದರೆ ಅದೇ ಸ್ವರ್ಗ ಸುಖ!

ಅವಳಿಗೆ ಪದೇ ಪದೇ ತಿಲಕರಾಜನ ನೆನಪು ಕಾಡುತ್ತಿತ್ತು. ಎಂತಹ ಮೋಡಿಗಾರ! ಅವನನ್ನು ಮದುವೆಯಾಗಿ ಸುಖವಾಗಿರಬಹುದಿತ್ತು. ಆವನಿಗೆ ದೋಣಿಯ ಹುಚ್ಚು! ಎಲ್ಲರಿಗೂ ಕನಸುಗಳು ಇದ್ದದ್ದೇ... ಎಲ್ಲಾ ಹಣದ ಮಹಿಮೆ. ಹತ್ತಿರ ಬರುತ್ತಾ ದೂರ ಸಾಗುತ್ತದೆ?!

ಮಳೆ ಹನಿಯಲು ಶುರುವಾಯಿತು. ರಸ್ತೆಯಲ್ಲಿ ಜನ ಸಂಚಾರವಿರಲಿಲ್ಲ. ಬೇರೆ ಹುಡುಗಿಯರಿಗೆಲ್ಲಾ ಅದು ರಾತ್ರಿ! ಅವಳು ಪರ್ಸ್ ತೆರೆದು ನೋಡಿದಳು. ಕೇವಲ ಒಂದುವರೆ ಸಾವಿರ!

ದುಡ್ಡು ದುಡ್ಡೇ! ಅವಳು ರಸ್ತೆಗಿಳಿದು ನಡೆದು ಹೋದಳು. ಸಣ್ಣ ಕೋಣೆ. ಅದೀಗ ಅವಳ ಮನೆ! ಮದನ್ ಅವಳಿಗಾಗಿ ಒಂದು ಗಂಟೆಯಿಂದ ಕಾಯುತ್ತಿದ್ದ. ಅವಳ ಬಳಿ ಬಂದ. ಅವನ ಕೈ ಕೋಟಿನ ಜೇಬಿಗೆ ಇಳಿಯಿತು. ಆಸಿಡ್‌ನ ಬಾಟಲಿ ಬೆರಳಿಗೆ ಸೋಕಿತು.

ರತಿ ಬಟ್ಟೆ ಬದಲಾಯಿಸುತ್ತಿರುವಾಗ ಬಾಗಿಲಿನ ಮೇಲೆ ಯಾರೋ ಬಡಿದ ಸದ್ದು ಕೇಳಿತು. ಅವಳು ತತ್‌ಕ್ಷಣ ನೈಟ್ ಗೌನ್ ಧರಿಸಿದಳು.

"ಯಾರದು?"

ಮತ್ತೊಮ್ಮೆ ಕುಟ್ಟಿದ ಸದ್ದು!

ಬೇರೇನೂ ಆಲೋಚಿಸದೆ ಅವಳು ಕೋಣೆಯನ್ನು ದಾಟಿ ಬಾಗಿಲು ತೆರೆಯಲು ಬಂದಳು!

–: ಮುಗಿಯಿತು :–

ವೀರಲೋಕದ ಪ್ರಕಟಣೆಗಳು

1. ಕೈ ಹಿಡಿದು ನೀ ನಡೆಸು ತಂದೆ–**ವಿಶ್ವೇಶ್ವರ ಭಟ್**......250/-
2. ವಿಶ್ವಸುಂದರಿ–**ಕುಂ. ವೀರಭದ್ರಪ್ಪ**......160/-
3. ನಿಮಗೆಷ್ಟು ಹಣ ಬೇಕು?–**ಅನಂತ ಹುದೆಂಗಜೆ**......250/-
4. ಆರ್ಟ್ ಆಫ್ ಸಕ್ಸಸ್–**ರಮೇಶ್ ಅರವಿಂದ್**......120/-
5. ಮನಿ ಮನಿ ಎಕಾನಮಿ–**ರಂಗಸ್ವಾಮಿ ಮೂಕನಹಳ್ಳಿ**......160/-
6. ಇವರು ಅವರು ದೇವರು–**ಜೋಗಿ**......200/-
7. ಲಾಸ್ಟ್ ಡೇಸ್ ಆಫ್ ಲೆಜೆಂಡ್ಸ್–**ಗಣೇಶ್ ಕಾಸರಗೋಡು**......225/-
8. ಒಳ್ಳೆಯ ಬದುಕಿನ ಸೂತ್ರಗಳು–**ರವಿ ಕೃಷ್ಣಾರೆಡ್ಡಿ**......150/-
9. ಸೋಲೆಂಬ ಗೆಲುವು–**ದೀಪಾ ಹಿರೇಗುತ್ತಿ**......150/-
10. ಬೆಳ್ಳಿತೆರೆಯ ಬಂಗಾರದ ಗೆರೆ–**ಗಣೇಶ್ ಕಾಸರಗೋಡು**......150/-
11. ನಟನ ಕಥೆ–**ಮಂಡ್ಯ ರಮೇಶ್–ಎನ್. ಧನಂಜಯ**......250/-
12. ತ್ಯಾಗಕ್ಕಿಲ್ಲ ನೂಕುನುಗ್ಗಲು–**ಡಾ. ಗವಿಸ್ವಾಮಿ ಎನ್.**......140/-
13. ಬದುಕೇ ಭಗವಂತ–**ಡಾ. ಡಿ.ಎಸ್. ಶ್ರೀನಿವಾಸ ಪ್ರಸಾದ್**......170/-
14. ಮಾದಕ ದೊರೆ–**ಸಂತೋಷಕುಮಾರ ಮೆಹೆಂದಳೆ**......375/-
15. ದ್ವೈತ–**ರಾಘವ್**......140/-
16. ಹೃದಯದ ಮಾತು ಕೇಳಿ–**ಮಂಜುನಾಥ್ ಚಾಂದ್**......150/-
17. ಹಿಂದಿನ ನಿಲ್ದಾಣ–**ಶುಭಶ್ರೀ ಭಟ್ಟ**......120/-
18. ಪ್ರೀತ್‌ಸು–**ರಾಜೀವ ನಾರಾಯಣ ನಾಯಕ**......170/-
19. ಕೃಷಿ ಯಾಕೆ ಖುಷಿ?–**ನರೇಂದ್ರ ರೈ ದೇರ್ಲ**......140/-
20. ಕ್ಷಯ–**ಡಾ. ವಾಸುದೇವ ಶೆಟ್ಟಿ**......120/-
21. ಅರ್ಧ ಬಿಸಿಲು ಅರ್ಧ ಮಳೆ...–**ಸದಾಶಿವ ಸೊರಟೂರು**......120/-
22. ಯಾರೂ ಹೇಳದ ಕಥೆಗಳು–(ಸಂ.) **ಸುದರ್ಶನ ಚೆನ್ನಂಗಿಹಳ್ಳಿ**......150/-
23. ಕಥಾ ಸಾಗರಿ–**ನಾಗವೇಣಿ ವೆಂ. ಹೆಗಡೆ ಹೆಗ್ಗರ್ಸಿಮನೆ**......120/-
24. ಮೆಮರೀಸ್ ಆಫ್ ಬಾಸ್ರಾ–**ರಂಗಸ್ವಾಮಿ ಮೂಕನಹಳ್ಳಿ**......160/-
25. ಮೇರುನಟ–**ಡಾ. ಶರಣು ಹುಲ್ಲೂರು**......120/-
26. ನಾ ಸೆರೆಹಿಡಿದ ಕನ್ಯಾಸ್ತ್ರೀ–**ಶಶಿಧರ ಹಾಲಾಡಿ**......200/-

27. ಟ್ರಾಯ್–**ಗಾಯಿತ್ರಿ ರಾಜ್**.......... **200/–**
28. ಫಾರೆಸ್ಟರ್ ಪೊನ್ನಪ್ಪ–**ನೌಶಾದ್ ಜನ್ನತ್**.......... **300/–**
29. ವಿಶ್ವಯಾನಕ್ಕೆ ಗಣಿತವಾಹನ–**ಎಸ್.ವಿ. ಶ್ರೀನಿವಾಸಮೂರ್ತಿ**.......... **200/–**
30. ಲೆಟ್ಸ್ ಮೇಕ್ ಎ ಶಾರ್ಟ್ ಫಿಲಂ–**ಜಯರಾಮಾಚಾರಿ**.......... **120/–**
31. ಕುಣಿಗಲ್ ಟು ಕಂದಹಾರ್–**ಮಂಜುನಾಥ್ ಕುಣಿಗಲ್**.......... **260/–**
32. ಗದಾಯುದ್ಧಂ–**ಡಾ. ಎಂ.ಎ. ಜಯರಾಮ್ ರಾವ್**.......... **350/–**
33. ಫೀನಿಕ್ಸ್–**ದೀಪಾ ಹಿರೇಗುತ್ತಿ**.......... **120/–**
34. ಹಿಟ್ಲರ್ ಲವ್ ಪಾಲಿಟಿಕ್ಸ್–**ಸತೀಶ ಬಳೆಗಾರ**.......... **170/–**
35. ಭಾನುಮತಿಯ ಪರಿವಾರ–**ಕುಮಾರಸ್ವಾಮಿ ತೆಕ್ಕುಂಜ**.......... **140/–**
36. ನೀ ದೂರ ಹೋದಾಗ–**ಫೌಝಿಯ ಸಲೀಂ**.......... **220/–**
37. ವ್ಯಗ್ರ ಮತ್ತು ಇತರ ಕಾದಂಬರಿಗಳು–**ಕುಮಾರ ಬೇಂದ್ರೆ**.......... **180/–**
38. ಸತ್ಯದ ಅನಾವರಣ–**ಕೆ.ಎಸ್. ರಮಾಸುಂದರಿ**.......... **100/–**
39. ಅಂತಾರಾಷ್ಟ್ರೀಯ ಕುಂಬಳಕಾಯಿ ಮತ್ತು ಇತರ ಕಥೆಗಳು
–**ಅಬ್ದುಲ್ ರಶೀದ್**.......... **120/–**
40. ಅನಾಥ ಪ್ರೀತಿಯ ಅನುಬಂಧ
–**ಬಿ. ಮಂಜುನಾಥ್ ಕಾಮತ್ ಹಾಲಾಡಿ**.......... **140/–**
41. ಹಕ್ಕಿ ಮತ್ತು ಹುಡುಗಿ (ಕವನ ಸಂಕಲನ)–(ಸಂ.) **ಪ್ರಜಾವಾಣಿ ಬಳಗ**..... **150/–**
42. ಹಾವಿನ ಮನೆ–**ಅನು ಬೆಳ್ಳೆ (ರಾಘವೇಂದ್ರ ಬಿ. ರಾವ್)**.......... **250/–**
43. ಈಗಲ್ಸ್ ಲೈನ್–**ರಾಜೇಶ್ ಕುಮಾರ್ ಕಲ್ಯಾ**.......... **220/–**
44. ನಂಬಿಕೆಯೆಂಬ ಗಾಳಿಕೊಡೆ–**ಡಾ. ಪ್ರೇಮಲತ ಬಿ.**.......... **180/–**
45. 10 ಕುಟುಂಬ 18 ಗೋತ್ರದ
ಗೌಡ ಪರಂಪರೆ–**ಪುತ್ತೂರು ಅನಂತರಾಜ ಗೌಡ**.......... **300/–**

www.ingramcontent.com/pod-product-compliance
Lightning Source LLC
LaVergne TN
LVHW100233051026
849517LV00006B/1871
9789394942424